സുധീർ പറൂര്

1971 ജനുവരി 1ന് കോഴിശ്ശേരി നാരായണൻ നായരുടേയും പറൂര് തങ്കമ്മയുടേയും ഇളയ മകനായി ജനിച്ചു. ഏഴൂർ എം ഡി പി എസ് യുപി സ്കൂൾ, ഗവൺമെന്റ് ഹൈസ്കൂൾ ഏഴൂർ, കോ ഓപറേറ്റീവ് ആർട്സ് കോളേജ് തിരൂർ, മലപ്പുറം ഗവൺ മെന്റ് കോളേജ് എന്നിവിടങ്ങളിൽ വിദ്യാഭ്യാസം. പത്മാദന്റെ ഓർമ്മകുറിപ്പുകൾ, മേഘ യാത്രികൻ, ഹിപ്നോസ് ഉറങ്ങാത്ത രാത്രികൾ, അതീന്ദ്രിയം, ആണ്ടവന്റെ ലീലാവിലാസങ്ങൾ എന്നീ നോവലുകളും ഋഷിപ്രസാദം, തീർത്ഥസ്മൃതികൾ, വിറ്റുതീരാത്ത വാക്കുകൾ എന്നീ കവിതാസമാഹരങ്ങളും ഹിപ്നോട്ടിസം ഒരു രഹസ്യ പുസ്തകം, മാർക്സിസവും വൈദിക ദർശനവും, പിടിയുടെ കാവ്യാ ദർശം എന്നീ പഠനങ്ങളും പ്രസിദ്ധീകരിച്ചു.

ഭാര്യ: ശ്രീലത. മക്കൾ: സാന്ദ്ര, സൗരവ്

വിലാസം: ശ്രീലകം, ഏഴൂർ, തിരൂർ പി.ഒ മലപ്പുറം ജില്ല.

Malayalam Language
Atheendriyam
(Novel)
by
Sudheer Parooru

♦

Published in May 2023
by Kairali Books Private Limited
Thalikkavu Road, Kannur.
Ph : 0497-2761200
Email : kairalibooksknr@gmail.com

♦

Cover Design
Prasanth Mangad

♦

Printed at
Printing Park, Tly.

Price ₹ : 320.00

14/23-24/Sl.No.1440/300/NS 18.6
ISBN 978-93-93397-78-2

അതീന്ദ്രിയം

സുധീർ പറൂര്

കൈരളി ബുക്സ്

ആമുഖം

ഒരു മനുഷ്യൻ മരിച്ചാലും അദ്ദേഹത്തിന്റെ ആത്മാവ് ഈ പ്രപഞ്ചത്തിൽ ഒരു സൂക്ഷ്മ ശരീരമായി നിലനിൽക്കുമോ എന്ന് എന്നോടാരെങ്കിലും ചോദിച്ചാൽ അതിനൊരുത്തരം പറയാൻ എനിയ്ക്ക് കഴിയില്ല. എന്നാൽ ലോകത്തുള്ള മിക്കസംസ്കൃതികളും അത്തരം ഒരു വിശ്വാസം നിലനിർത്തുന്നവരാണ്. ലോക പ്രശസ്തരായ പല മനശ്ശാസ്ത്രജ്ഞൻമാരും അങ്ങനെ വിശ്വസിച്ചിരുന്നു. പ്രൊഫ: ഇയാൻ സ്റ്റീവൻസൺ അതീന്ദ്രിയ ശക്തികളിലും ആത്മാവിലും പുനർജന്മത്തിലും ഉറച്ചുവിശ്വസിച്ചിരുന്ന മനശ്ശാസ്ത്രജ്ഞനാണ്. അദ്ദേഹം അത്തരം പ്രതിഭാസങ്ങളെങ്ങളെക്കുറിച്ച് ഏറെ പഠനങ്ങളും നടത്തിയിട്ടുണ്ട്. റെയ്മണ്ട് മൂഡിയെപ്പോലുള്ളവർ ഇത്തരം വിശ്വാസങ്ങളുടെ പിറകെ സഞ്ചരിയ്ക്കുകയും മരണത്തിന്റെ നിഗൂഢതയെ തുറന്നുകാണിയ്ക്കാൻ ആഗ്രഹിയ്ക്കുകയും ചെയ്തു. മായേർസ് എന്ന് പ്രശസ്ത മനശ്ശാസ്ത്ര പണ്ഡിതൽ തന്റെ മരണശേഷം താൻ സന്ദേശങ്ങളയ്ക്കുമെന്ന് ശിഷ്യൻമാരെ വിശ്വസിപ്പിച്ചിരുന്നു. അദ്ദേഹത്തിന്റെ മരണാനന്തരം അത്തരം സന്ദേശങ്ങൾ ലഭിച്ചതായി ചില ശിഷ്യൻമാരും അവകാശപ്പെട്ടിട്ടുണ്ട്. എന്നാൽ ഒരു വിഭാഗം യുക്തിവാദികളായ മനശ്ശാസ്ത്രപണ്ഡിതർ ഇത്തരം വാദങ്ങളെ പൂർണമായും തള്ളിക്കളയുന്നു. എല്ലാം വെറും കെട്ടുകഥകളാണെന്ന് യുക്തികൊണ്ട് സ്ഥാപിക്കുകയും ചെയ്യുന്നു.

യുക്തിയും വിശാസവും പരസ്പരം തർക്കിച്ചു കൊണ്ടിരിയ്ക്കുമ്പോൾ തന്നെ ഇത്തരം അന്ദ്രീയകഥകൾ ലോകത്തിന്റെ പല ഭാഗങ്ങളിലും പ്രചരിയ്ക്കുകയും കൗതുകത്തോടെ ലോകം അതിനെ വീക്ഷിയ്ക്കുകയും ചെയ്തു. ഉള്ളതാണെങ്കിലും ഇല്ലാത്തതാണെങ്കിലും ഇത്തരം കഥകളോട് എന്നും എനിയ്ക്ക് താൽപര്യം കൂടുതലായിരുന്നു. ആ താത്പര്യത്തിന്റെ പിറകിലൂടെയുള്ള യാത്രയിൽ എപ്പോഴോ എന്നെ തേടിവന്ന ഒരു കഥാപാത്രമാണ് ജയകൃഷ്ണൻ. ഹിപ്നോസിസുമായി ബന്ധപ്പെട്ട് എന്നിലേയ്ക്ക് കടന്നുവന്ന ജയകൃഷ്ണന്റെ കൂടെയുള്ള ആദ്യയാത്ര ഹിപ്നോസ് ഉറങ്ങാത്ത രാത്രികൾ എന്ന നോവലിലൂടെ ഞാൻ അവതിരിപ്പിച്ചു. വായനക്കാരിൽ നിന്ന് നല്ല സ്വീകരണമാണ് ആ കൃതിയ്ക്ക് ലഭിച്ചത്. ജയകൃഷ്ണന്റെ കൂടെ യുക്തിയുടേയും വിശ്വാസത്തിന്റേയും ഇടനാഴികളിയുടെ വീണ്ടും ഒരു യാത്ര പോയാലോ എന്ന് പല കൂട്ടുകാരും ചോദിച്ചു. ചിലർ സ്നേഹപൂർവം നിർബന്ധിച്ചു. അങ്ങനെ മന

സ്സിന്റെ ഊടുവഴികലൂടെ ഹിപ്നോസിസിന്റേയും അതീന്ദ്രിയ മനശ്ശാസ്ത്ര ത്തിന്റേയും സാങ്കല്പിക വാഹനത്തിൽ ഒരു യാത്ര കൂടി. ഈ യാത്ര യ്ക്ക് 'അതീന്ദ്രിയം' എന്ന് പേരു നൽകുന്നു. ഈ യാത്രയിലേയ്ക്ക് പ്രിയ വായനക്കാരെ സ്നേഹപൂർവം ക്ഷണിയ്ക്കുന്നു. നിങ്ങളുടെ പ്രോത്സാ ഹനങ്ങളും വിമർശനങ്ങളും സന്തോഷത്തോടെ പ്രതീക്ഷിയ്ക്കുന്നു.

ഇങ്ങനെ ഒരു കൃതി എഴുതുവാൻ എന്നെ പ്രേരിപ്പിയ്ക്കുകയും സഹാ യിക്കുകയും ചെയ്ത എല്ലാ സുഹൃത്തുക്കളേയും സ്മരിയ്ക്കുന്നു. ഈ നോവൽ പുസ്തകരൂപത്തിലാക്കുവാൻ എന്നെ ഏറെ സഹായിച്ച ശ്രീ. ഉബൈദ് മുഹസിനോടും ഇത് പ്രസിദ്ധീകരിയ്ക്കുവാൻ മുന്നോട്ടു വന്ന കൈരളി ബുക്സിനോടും ശ്രീ. അശോകൻ സാറിനോടുമുള്ള ഹൃദയം നിറഞ്ഞ നന്ദി ഇവിടെ രേഖപ്പെടുത്തുന്നു. പ്രിയ വായനക്കാരേ, അതീ ന്ദ്രിയന്റെ കൂടെയുള്ള ഈ രണ്ടാം യാത്രയിലേയ്ക്ക് നിങ്ങളെ ഓരോരു ത്തരേയും ഞാൻ ഹൃദയപൂർവം ക്ഷണിയ്ക്കുന്നു.

എന്ന്

സ്നേഹപൂർവം

സുധീർ പറൂര്

അധ്യായം 1

അസമയത്തെ അതിഥി

മരണത്തിന്റെ ഗന്ധം നിറഞ്ഞു നിൽക്കുന്ന ഏതോ ഒരു കുറ്റിക്കാടായിരുന്നു അത്. ഇരുട്ടിന്റെ ഏതോ ഗുഹാമുഖത്തിരുന്നു കാലൻ കോഴികൾ കൂവുന്നുണ്ടായിരുന്നു. നത്തും കുത്തിച്ചൂളാനുമൊരുക്കുന്ന ഭീതിജന്യമായ പശ്ചാത്തല സംഗീതത്തിനിടയിലൂടെ കാവിമുണ്ട് ധരിച്ച ആ തടിച്ച് കുറുതായിട്ടുള്ള മനുഷ്യൻ ഏതോ മാരണം കർമ്മം ചെയ്യുകയായിരുന്നു. അയാളുടെ മുഖം വ്യക്തമായിരുന്നില്ല. അയാൾക്കുമുമ്പിൽ വിനീത വിധേയനായി നിൽക്കുകയായിരുന്നു ജയകൃഷ്ണൻ. ആരൂപം കാണുമ്പോൾ വല്ലാത്ത ഒരു നിസ്സഹായാവസ്ഥ തോന്നുമായിരുന്നു. എന്താണവിടെ സംഭവിയ്ക്കുന്നതെന്ന് അറിയുന്നതിനു മുമ്പേ ഞാൻ ഉറക്കത്തിൽ നിന്നും ഉണർന്നു പോയി. കഥകളിലൊക്കെ കേട്ട മാതിരി ജയകൃഷ്ണൻ എന്ന ആത്മാവിനെ മാന്ത്രിക കർമ്മങ്ങളിലൂടെ അയാൾ ബന്ധിച്ചതായിരിക്കുമോ?എന്താണാ സ്വപ്നത്തിന്റെ അർത്ഥം? ഇന്നലെ രാത്രിയാണ് കണ്ടെതെങ്കിലും ഇന്ന് ഈ സന്ധ്യാസമയം വരെ അതിനെ കുറിച്ച് പല തവണ ഞാൻ ആലോചിച്ചു. ഓഷോ എഴുതിയ 'ഫ്ളൈ വിത്തൗട്ട് വിങ്ങ്സ്' എന്ന ഒരു പുസ്തകമാണ് എന്റെ കൈയിൽ ഉണ്ടായിരുന്നത് അത് വെറുതെ തുറന്നു വെച്ച് , അദ്ദേഹത്തിന്റെ ലോകത്തിലേയ്ക്ക് ഒന്നു യാത്ര പോകുവാൻ ഒരുങ്ങി ഉമ്മറ കോലായിയിലെ ചാരുകസേരയിൽ മലർന്നു കിടക്കുകയായിരുന്നു. പക്ഷെ വായനയിൽ ശ്രദ്ധ കേന്ദ്രീകരിക്കാനേ കഴിഞ്ഞില്ല. മനസ്സ് ചിറകില്ലാതെ പറക്കുന്നത് ജയകൃഷ്ണന്റെ കൂടെയാണ്. ഇന്നലെ കണ്ട ആ സ്വപ്നം വീണ്ടും വീണ്ടും ശല്യപ്പെടുത്തുകയാണ്. ഭാര്യ ഏഴ് മണി മുതൽ തുടങ്ങിയ സീരിയൽ ലോകത്തിലാണ്. എല്ലാ ജോലിയും കഴിഞ്ഞു എന്ന് പറഞ്ഞ് ഇടയ്ക്ക് സീരിയലിലേയ്ക്ക് ഒന്ന് എത്തി നോക്കി വീണ്ടും അടുക്കളയിലേക്ക് ഓടിച്ചെന്ന് എന്നോട് ഒരു ചിരിയും ചിരിച്ച് വരുന്നത് കാണാതിരിക്കാനാണ് ഞാൻ ഉമ്മറത്ത് ചാരുകസേരയിൽ വന്നിരുന്നത്. പുസ്തകത്തിലേയ്ക്ക് തല പുഴ്ത്താൻ പല പ്രാവശ്യം ശ്രമച്ചു നോക്കിയെങ്കിലും ഏകാഗ്രത കിട്ടുന്നില്ല. അസ്വസ്ഥമായ സ്വപ്നത്തിന്റെ അർത്ഥം പരതി പണിപ്പെടുമ്പോഴാണ് ഇടിവെട്ടുന്ന പോലെ ഒരു ശബ്ദം കേട്ടത്. ഞാൻ ശരിക്കും ഞെട്ടി. ഞാൻ ഭാര്യയോട് ചോദിച്ചു 'ഇത്ര വലിയ ശബ്ദം കേ

ട്ടിട്ടും ടി വി ഓഫാക്കാതെ അതിരുന്നു കാണുകയാണൊ ?'

'എന്ത് ശബ്ദം ഞാനൊന്നും കേട്ടില്ലല്ലോ.' എന്ന മറുപടി കേട്ടപ്പോൾ എനിക്ക് ആകെ സംശയമായി. മക്കളെ രണ്ടു പേരേയും വിളിച്ച് ചോദിച്ചപ്പോൾ അവരും പറഞ്ഞു.. 'അച്ചാ അങ്ങിനെ ഒരു ഇടി ഉണ്ടായിട്ടില്ലല്ലോ ഞങ്ങൾ കേൾക്കാതെ, അച്ഛൻമാത്രം കേൾക്കുന്ന ഇടിയോ?'

അതു കേട്ടപ്പോൾ ഞാനൊന്നും പറഞ്ഞില്ല.കാരണം ഞാൻ മാത്രമേ അത് കേട്ടതൊള്ളു എങ്കിൽ എനിയ്ക്കെന്തോ മാനസിക തകരാറുണ്ടായിരിക്കണം. പക്ഷെ അത്രവലിയ ശബ്ദം ഞാൻ മാത്രം കേൾക്കുക എന്നത് തികച്ചും അത്ഭുതകരമായ ഒരു കാര്യമായി എനിക്ക് തോന്നി. ഭൂരിപക്ഷത്തിന്റെ അഭിപ്രായമാണ് എപ്പോഴും ശരിയാകുന്നത്. നമുക്ക് സത്യമായ പലതും ഭൂരിപക്ഷത്തിന് ശരിയായി തോന്നിയില്ലെങ്കിൽ ആ സത്യത്തിൽ ഉറച്ചു നിന്നാൽ അയാൾ ഭ്രാന്തനായി പോകും. അതാണ് ഭൂരിപക്ഷ മനശ്ശാസ്ത്രം. അതിനാൽ എന്റെ ചിന്താഗതികൾ പുറത്ത് കാണിക്കാതെ 'ങാ എനിയ്ക്ക് ചിലപ്പോൾ തോന്നിയതായിരിക്കും.' എന്ന് പറഞ്ഞ് സ്വയം മനസ്സിനെ ശാന്തമാക്കാൻ ശ്രമിച്ചു. 'നിങ്ങൾ ഒരാത്മാവിനെ കുറിച്ച് ചിന്തിച്ചു കൊണ്ടിരിയ്ക്കുമ്പോൾ മറ്റാർക്കും കേൾക്കാൻ കഴിയാത്ത ശബ്ദമോ കാണാൻ കഴിയത്ത വെളിച്ചമോ നിങ്ങൾ കാണുകയോ കേൾക്കുകയോ ചെയ്താൽ ആത്മാവിന്റ സാനിധ്യം നിങ്ങളുടെ സമീപത്തുണ്ടെന്ന് വേണം മനസ്സിലാക്കാൻ. എന്തോ കാരണത്താൽ അതിന് നിങ്ങളോട് സംവദിയ്ക്കാൻ കഴിയുന്നില്ലെന്ന് മാത്രം.' ഒരിയ്ക്കൽ പ്രൊഫസർ സുരേന്ദ്രനാഥൻസർ പറഞ്ഞത് ഞാനാലോചിച്ചു. അപ്പോൾ ജയകൃഷ്ണന്റെ സാന്നിധ്യം ഇവിടെ ഉണ്ടെന്നാണോ ? ഞാൻ ചുറ്റുഭാഗത്തും കണ്ണോടിച്ചു. ഇല്ല , ആരുമില്ല. എന്തായാലും വേണ്ടില്ല. വായന തുടരുക തന്നെ വീണ്ടും ഓഷോയിലേയ്ക്ക് മുഴുകാൻ വേണ്ടി ചാരുകസേരയിൽ ഇരുന്നപ്പോഴാണ് ഒരു കാക്ക പ്രത്യേക ശബ്ദത്തിൽ കരഞ്ഞ് കൊണ്ട് മുറ്റത്തെ ദേവതാരു മരത്തിലെത്തിയത്. ആ ശബ്ദം എനിയ്ക്കുമാത്രം തോന്നിയതായിരുന്നില്ല.കാരണം. വീട്ടുകാർ പുറത്തേയ്ക്കു വന്നു 'എന്താത്? അതിന്റെ ശബ്ദം . ഒരപശകുനം പോലെ അതും ഈ സമയത്തൊന്നും കാക്ക കരയുന്നത് കേൾക്കാറില്ലല്ലോ ?' എന്ന് ഭാര്യ പറഞ്ഞപ്പോൾ കാക്ക മിണ്ടാതെ തല ചെരിച്ചു എന്ന നോക്കി. ഞാൻ പറഞ്ഞു

'പാവം! കൂട്ടം തെറ്റി വന്ന താവും അതിനെന്തെങ്കിലും കൊടുത്ത് നോക്കു.' സാധരണ വൈകുന്നേരമാവുമ്പോഴേ കാക്കകൾ കൂടുതേടാറുണ്ട്. പിന്നെ അതിന്റെ കരച്ചിലൊന്നും വല്ലാതെ കേൾക്കാറില്ല. അത്

കൊണ്ടാണ് ഭാര്യ അങ്ങനെ പറഞ്ഞത്. രാത്രി ഭക്ഷണത്തിനുണ്ടാക്കിയ ഒരു ചപ്പാത്തി അവൾ എന്റെ കൈയിൽ കൊണ്ട് വന്നു തന്നു. ഞാനത് അതിന് എങ്ങനെ കൊടുക്കും എന്നാലോചിക്കുക യായിരുന്നു. അപ്പോൾ ആ കാക്ക യാതൊരു മടിയും പേടിയുമില്ലാതെ ചാരുപടിയിൽ വന്നിരുന്നു. എന്റെ കൈയിലെ ചപ്പാത്തിയിൽ കടിച്ചു. അത് കണ്ട് അത്ഭുതപ്പെട്ട് നിൽക്കുകയായിരുന്നു ഭാര്യ. മോൻ പറഞ്ഞു 'അമ്മേ എനിക്കും തരൂ ഞാനും കൊടുക്കാം.' അയാൾ ഒരു ചപ്പാത്തി കഷണവുമായി വന്നെങ്കിലും കാക്ക ശ്രദ്ധിച്ചതു പോലുമില്ല. കാക്ക എന്റെ ഒരു കൈ ദൂരത്തിരുന്നു. ഞാൻ കൈയിൽ വച്ച ചപ്പാത്തിയുടെ ബാക്കി ഇടയ്ക്കിടക്ക് കൊത്തി വിഴുങ്ങി. അത് കണ്ട് മകന് വല്ലാത്ത ദേഷ്യവും സങ്കടവും. അവനെ നോക്കുകയോ അങ്ങനെ ഒരാളവിടെ നിൽക്കുന്നുണ്ടെന്ന് കണ്ട ഭാവം നടിയ്ക്കുകയോ ചെയ്യാത്തതിൽ അവൻ പരാതിയും പറഞ്ഞു. 'ഈ കാക്കയ്ക്കെന്താ അച്ഛനോടു മാത്രം ഒരു പ്രത്യേക താത്പര്യം ഞാനും പിടിച്ചിരിക്കുന്നത് ചപ്പാത്തിയല്ലേ?' അവൻ തന്റെ കൈയിലുണ്ടായിരുന്ന ചപ്പാത്തി വലിച്ചെറിഞ്ഞ് ചവിട്ടിക്കുതിച്ചു കൊണ്ട് അകത്തേയ്ക്ക് പോയി. അപ്പോഴാണ് മകൾ വന്ന് പറഞ്ഞത്. 'നല്ല കാക്ക അവൻ കൊടുത്തത് വാങ്ങിയില്ല. ഞാനൊന്ന് കൊടുത്തു നോക്കട്ടെ.' മകൻ വലിച്ചെറിഞ്ഞ ചപ്പാത്തി അവൾ കൈയിലെടുത്തു. അതിൽ നിന്നൊരു ചെറിയ കഷണം മുറിച്ചെടുത്ത് കാക്കയ്ക്ക് നേരെ നീട്ടി. കാക്ക അവളെ ഒന്നു നോക്കി. തല ചെരിച്ച് വീണ്ടും ഒന്നുകൂടി നോക്കി. പിന്നെ അത് എന്റെ കൈയിലെ ചപ്പാത്തിയിൽ ഒന്നുകൂടി കൊത്തി.കാക്ക അവളെ ഒന്നു പരിഹസിച്ചതു പോലെയാണ് എനിയ്ക്കു തോന്നിയത്. ഏത് ജീവിയ്ക്കു മുണ്ടായിരിയ്ക്കും അതിന്റേതായ ഇഷ്ടാനിഷ്ടങ്ങൾ. അത് മനസ്സിലാക്കാൻ മാത്രം മനുഷ്യൻ സമയം ചിലവഴിയ്ക്കാറില്ലല്ലോ. നമ്മുടെ ഇഷ്ടങ്ങൾക്കനുസരിച്ച് മറ്റു ജീവികളെ മെരുക്കിയെടുത്ത പാരമ്പര്യമല്ലേ മനുഷ്യരുടെ അഹന്തകളിലുള്ളത്. അതു തന്നെയായിരുന്നു മക്കളുടെ പിണക്കത്തിന്റെ കാരണവും.

പെട്ടന്ന് ഫോൺ ശബ്ദിക്കുന്നതു കേട്ടു. മൊബൈലാണ്. അകത്ത് ചാർജ്ജ് ചെയ്യുകയാണ്. മകൾ ചപ്പാത്തി താഴെ വച്ച് അകത്ത് പോയി ഫോണെടുത്തു കൊണ്ടുവന്നു. പരിചയമില്ലാത്ത നമ്പറാണ്. 'ഹലോ' ഞാൻ ഫോൺ ചെവിയിൽ ചേർത്തു. 'ഹലോ ആരാണ് ?' അപ്പുറത്ത് നിന്നൊന്നും കേൾക്കാത്തതു കൊണ്ട് ഞാൻ കുറച്ചു കൂടി ഉച്ചത്തിൽ ചോദിച്ചു. 'ഹലോ ഹലോ...' ഒന്നും കേൾക്കുന്നില്ല. കാൾ കട്ടായിട്ടുണ്ടായിരിയ്ക്കും എന്നു കരുതിയെങ്കിലും നോക്കിയപ്പോൾ കട്ടായിരുന്നില്ല.

പിന്നെയും ഒന്നു രണ്ട് പ്രാവശ്യം ഹലോ എന്ന് പറഞ്ഞു നോക്കിയെങ്കിലും അപ്പുറത്ത് നിന്നൊരു മറുപടിയും കേട്ടില്ല. ചിലപ്പോൾ റെയ്ഞ്ചിന്റെ പ്രശ്നമായിരിക്കാമെന്ന് ഞാൻ മനസ്സിൽ കരുതി. ഫോൺ കട്ടു ചെയ്തു. അപ്പോഴും കാക്ക പോയിട്ടുണ്ടായിരുന്നില്ല. ഞാൻ വീണ്ടും ചപ്പാത്തിയെടുത്ത് അതിന് നേരെ നീട്ടി. അത് വേഗം വന്ന് ചപ്പാത്തിയിൽ കൊത്തി. വിശപ്പ് ചിലപ്പോൾ ഭയത്തേയും അന്യഥാ ബോധത്തേയും അകറ്റുമായിരിയ്ക്കും. അതിന് വിശക്കുന്നുണ്ട്.

പെട്ടന്നാണ് അത് സംഭവിച്ചത്. വല്ലാത്ത ഒരലർച്ച തൊട്ടടുത്ത വീട്ടിൽ നിന്നാണെന്ന് എനിക്ക് തോന്നി. ആരോ മരണ വെപ്രാളം കൊണ്ട് കരയുന്നതുപോലെ മോനും മോളും ഭാര്യയുമൊക്കെ പുറത്തിറങ്ങി. ഞാനും ചാരു കസേരയിൽ നിന്നെഴുനേറ്റു.. അപ്പേഴേയ്ക്കും അടുത്ത വീട്ടുകാർ ഓടി എന്റെ വീടിന്റെ ഗെയ്റ്റിലെത്തിയിരുന്നു. അവർ ചോദിച്ചു 'എന്തേ സംഭവിച്ചത്?' ഞങ്ങൾ ഒന്നും മനസ്സിലാവാതെ നോക്കുമ്പോൾ അപ്പുറത്തു നിന്നും ചിലർ ഓടിയെത്തന്നുണ്ടായിരുന്നു. ഞാൻ പറഞ്ഞു. 'ഇവിടെ ഒന്നും സംഭവിച്ചിട്ടില്ല. ഒരു ദയനീയമായ കരച്ചിൽ ഞങ്ങളും കേട്ടു. എല്ലാവരും അത്ഭുത ത്തോടെ അങ്ങോട്ടും മിങ്ങോട്ടും മിഴിച്ചു നോക്കി. ആർക്കോ എന്തോ സംഭവിച്ചിട്ടുണ്ട് ആർക്ക് എന്ത്? എല്ലാവരും സംശയത്തിലായിരുന്നു കുറച്ച് നേരം പലരും പലതും പറഞ്ഞു. ചിലർ ചുറ്റുഭാഗത്തൊക്കെ ടോർച്ചടിച്ചു നോക്കി. പല സംശയങ്ങൾ. അവസാനം ഇവിടെ ഒന്നും സംഭവിച്ചിട്ടില്ല എന്ന ബോധ്യം വന്നതിന് ശേഷമാണ് അവർ അവരവരുടെ വഴിയ്ക്ക് പോയത്. പോകുമ്പോഴും എല്ലാവരുടെ മുഖത്തും അമ്പരപ്പ് വ്യക്തമായിരുന്നു. ഓടിക്കൂടിയവരൊക്കെ പിരിഞ്ഞ് കഴിഞ്ഞതിന് ശേഷമാണ് തൊട്ടു മുമ്പിലുള്ള വീട്ടിലെ പ്രായം ചെന്ന ആ ഉമ്മ ചോദിച്ചത്. 'ആ ചെറുപ്പക്കാരൻ എങ്ങാട്ടേ പോയി ? ' ഞാൻ ചോദിച്ചു. 'ഏത് ചെറുപ്പക്കരൻ ?'

'അല്ല ഇപ്പോൾ ഒരാൾ ഇങ്ങോട്ട് കയറി വന്നില്ലേ? അയാൾ..' ഞാനും വീട്ടുകാരും പകച്ചു പോയി. 'ആര് ആരാണ് വന്നത്.? ഞങ്ങൾ കണ്ടില്ലല്ലോ. ഞാൻ ഉമ്മറത്തു തന്നെ ഉണ്ടായിരുന്നല്ലോ' എന്ന് പറഞ്ഞപ്പോൾ അവർ പറഞ്ഞു. 'ഒരാൾ ഇപ്പോൾ ഇങ്ങോട്ട് വന്നിരുന്നു. ഒരു ചെറുപ്പക്കാരൻ ചെറിയ താടി യൊക്കെയായിട്ട്. മുമ്പും മാഷെ തേടി അയാൾ വന്നിട്ടുണ്ടെന്ന് തോന്നുന്നു. ഞങ്ങൾ എല്ലാവരും കണ്ടതാണ് ഞങ്ങളാക്കെ ദാ അവിടെ തന്നെയായിരുന്നു. ' കൈ ചൂണ്ടി ഇരുന്നിരുന്ന സ്ഥലം കാണിച്ചു. എന്റെ വീട്ടിലേയ്ക്ക് വരുന്ന വഴിയ്ക്ക് അഭിമുഖമായാണ് അവരുടെ വീട് അവരുടെ ഉമ്മറത്തിരുന്ന് നോക്കിയിൽ അതി

ലൂടെ വരുന്നവരെയും പോകുന്നവരേയും ഒരിക്കലും കാണാതിരിക്കാൻ കഴിയില്ല. 'അന്നൊരിക്കലും ആ കുട്ടി വന്ന് ഗെയ്റ്റ് തൊറന്ന് പോയത് നിയ്ക്ക് ഓർമ്മ വരുന്നുണ്ട്. അന്നൊരിക്കൽ ഓർമ്മയില്ലെ? അന്ന് അയാളെ തെരഞ്ഞ് ങ്ങള് അവിടെ വന്നിരുന്നു. 'മനസ്സിൽ ഒരു കൊള്ളിയാൻ മിന്നി പറന്നു പോയി. അതേ ഓർമ്മയുണ്ട് ഒരു രാത്രി ഗെയ്റ്റ് ശബ്ദിച്ചതും ഞാൻ അവരുടെ വീട്ടിൽ ചെന്ന് അന്വേഷിച്ചതും. പിന്നീട് ആയാൾ ആരാണ് എന്താണെന്നറിയാതെ ഏറെ നേരം പകച്ചിരുന്നതും. പിന്നെ അയാൾ മറ്റൊരിക്കൽ വീട്ടിൽ വന്നതും താൻ ഒരു ദിവസം വന്ന് ഗയ്റ്റ് തുറന്നപ്പോഴാണ് മൊബൈൽ നഷ്ടപ്പെട്ടതറിഞ്ഞതെന്നും അത് കൊണ്ട് അപ്പോഴേ ഓടിപ്പോയി എന്നു പറഞ്ഞതും. അതൊന്നും മറക്കാറായിട്ടില്ലല്ലോ. അയാളാണ് ജയകൃഷ്ണൻ എന്ന് തിരിച്ചറിഞ്ഞത് ജയകൃഷ്ണനെ തേടി പേരൂരിൽ പോയി അവിടെ നിന്നുമുള്ള മടക്കയാത്രയിൽ തീവണ്ടിയിൽ വച്ച് സുരേന്ദ്രനാഥൻ സാർ കാണിച്ച ചിത്രം കണ്ടപ്പോഴാണ്. അയാളാണൊ ഇവിടെ വന്ന് ആർത്ത് കരഞ്ഞത്.? അങ്ങനെയാണെങ്കിൽ അതിനും ഒരു കാരണ മുണ്ടാവണ്ടേ?

എല്ലാവരും തിരിച്ചു പോയതിന് ശേഷം ഞാൻ വീണ്ടും ചാരുകസേരയിൽ വന്നിരുന്നു.. കാക്ക എവിടേയ്ക്കോ പാറിപോയിരിക്കുന്നു. ഒച്ചയും ബഹളവും പാവം അത് പേടിച്ചിട്ടുണ്ടാവും. ചപ്പാത്തി അവിടെ തന്നെ കിടന്നിരുന്നു. കഷ്ടം അതിന്റെ വിശപ്പ് മാറിയിട്ടുണ്ടാവില്ല.. പേടിച്ച് പറന്നപ്പോൾ അതെടുക്കാനും കഴിഞ്ഞിട്ടുണ്ടാവില്ല.

ആരായിരിക്കും കരഞ്ഞിട്ടുണ്ടാവുക.. ജയകൃഷ്ണനോ? അയാളുടെ ആഗ്രഹം തീർന്നതാണല്ലോ. അദ്ദേഹം ആഗ്രഹിച്ചതു പോലെ അയാളുടെ മരണരഹസ്യം ലോകത്തിന് വെളിപ്പെട്ടു കഴിഞ്ഞു. പിന്നെ എന്തിനദ്ദേഹം വീണ്ടും എന്നെ തേടിവരണം. ഇനി ജയകൃഷ്ണൻ കരയേണ്ട ഒരാവശ്യവുമില്ല .അയാൾ ആഗ്രഹിച്ചതൊക്കെ നേടിക്കഴിഞ്ഞു. പിന്നെ എന്തിനദ്ദേഹം കരയണം? എന്നാൽ, കേട്ടകരച്ചിൽ എനിക്കു മാത്രം തോന്നിയതല്ല. എല്ലാവരും അതായത് നാട്ടുകാരും വീട്ടുകാരും കേട്ടതാണ്. അതിനെ ഏത് മനോരോഗം കൊണ്ടും അളക്കാൻ കഴിയില്ല. കുറേ ആളുകൾ ഒന്നിച്ചിരിയ്ക്കുമ്പോൾ ഒരാൾ മാത്രം ഒരു ശബ്ദം കേട്ടാൽ അത് അയാളുടെ തലച്ചോറിന്റെ പ്രവർത്തന വൈകല്യമാണെന്ന് പറയാം. ഇത് ഇപ്പോൾ അങ്ങനയല്ലല്ലോ. ജയകൃഷ്ണനാണ് കരഞ്ഞതെങ്കിലും അത് പലരും കേട്ടിരിയ്ക്കുന്നു. എന്നെ ഒരു ഭ്രാന്തനാക്കാൻ അയാൾ ആഗ്രഹിച്ചിട്ടില്ലെന്നർത്ഥം.അപ്പോൾ ജയകൃഷ്ണൻ വേറെ എന്തെങ്കിലും കരുതിയിട്ടുണ്ടാവുമോ വീണ്ടും വല്ല ലക്ഷ്യവുമായി വന്നതാകുമോ?

അതൊ എന്നെ വിടാതെ പിൻതുടരാൻ തന്നെ തീരുമാനിച്ചതാവുമോ? എന്തായാലും ഒരാത്മാവ് താന്റെ പിറകേ സഞ്ചരിയ്ക്കുക എന്നത് അത്ര സുഖകരമല്ല. എല്ലാം കഴിഞ്ഞതാണെന്ന് കരുതിയിരിക്കുമ്പോഴാണ് ദുരൂഹതകൾ വീണ്ടും വന്നുകൊണ്ടിരിയ്ക്കുന്നത്.മനസ്സിൽ പല പല സംശയങ്ങൾ മുളച്ചുപൊന്തി..പിന്നെ വായിക്കാനുള്ള താല്പര്യം തോന്നിയില്ല. പുസ്തകം അടച്ചു വെച്ചതിന് ശേഷം ചാരുകസേരയിലേയ്ക്ക് ചാഞ്ഞു

മനസ്സ് വല്ലാതെ അസ്വസ്ഥമാകുന്നതുപോലെ . ചിന്തയിൽ നിന്ന് ആ കരച്ചിൽ മായ്ച്ചു കളയാൻ കഴിയുന്നില്ല വല്ലാത്ത വേദനയിൽ പുളയുന്ന ഒരാളുടെ അലർച്ചയാണ് കേട്ടത്. ആ കരച്ചിലായിരുന്നോ വരദയും ടെസ്സയുമൊക്കെ കേട്ടത്. ഹേയ് അതാവാൻ വഴിയില്ല. അവർ ഒറ്റയ്ക്കിരിക്കുമ്പോളണത് കേട്ടത്. ഒരാൾ കൂട്ടം മുഴുവനും കേൾക്കുന്ന കരച്ചിൽ അവർ അനുഭവിച്ചതായി അറിയില്ല. അത് ജയകൃഷ്ണനാണെങ്കിൽ ജയകൃഷ്ണനുമായി ബന്ധപ്പെട്ട എന്തൊക്കെയൊ ഇനിയും ചുരുളഴിയ്ക്കാനുണ്ടെന്ന് സാരം അതെന്തായിരിയ്ക്കും ? ഇന്നലെ കണ്ട ആ സ്വപ്നം വീണ്ടും മനസ്സിലേയ്ക്കാടിയെത്തി. അത് എന്തിന്റെയെങ്കിലും സൂചന ആയിരിയ്ക്കുമോ. ചില സ്വപ്നങ്ങളിൽ ചില ഇഎസ്പി അനുഭവങ്ങളുണ്ടാകാമെന്ന്എവിടെയോ വായിച്ചത് ഓർമ്മ വന്നു.ഒരു പക്ഷെ വരദ യോട് ചോദിച്ചാൽ അവൾക്കെന്തെങ്കിലും ഉത്തരം പറയാനുണ്ടാവാം. ഈ സമയത്ത് ആ കുട്ടിയെ വിളിയ്ക്കുന്നത് ശരിയല്ല. പിന്നെ ആരോട് ചോദിയ്ക്കും. സുരേന്ദ്രനാഥർ സാറെ വിളിച്ചാൽ അദ്ദേഹം ആത്മാവിന്റെ ആസ്തിക്യത്തെ കുറിച്ച് പറഞ്ഞ് പറഞ്ഞ് വീണ്ടും കൺഫ്യൂഷനാക്കും എങ്കിലും ഇത്തരം കാര്യത്തിൽ ഒരു പ്രതിസന്ധി വരുമ്പോൾ അന്വേഷിക്കുവാൻ മറ്റൊരാളുമില്ലെന്നത് വേറൊരു സത്യം. എന്തുവണം ?

എന്തുകൊണ്ടാണെന്നറിയില്ല. ആസമയത്ത് പെട്ടന്ന് ഓർമ്മയി ലേയ്ക്ക് വന്നത് രാമേട്ടന്റെ മുഖമാണ്. പേരൂരിൽ നിന്ന് തിരിച്ച് വന്നതിന് ശേഷം അവിടെയൊന്നു പോയിട്ടില്ല. ആരെങ്കിലും കേട്ടാൽ എന്തു വിചാരിക്കും. അത്രയും അടുത്ത സൗഹൃദ മുണ്ടായിട്ടും ഒന്നു കടന്ന് നോക്കിയില്ല എന്ന് പറഞ്ഞാൽ? അല്ലെങ്കിലും മരണവീട് സന്ദർശിക്കുന്നത് തന്നെ ജീവിയ്ക്കുന്നപലരേയും ബോധ്യപ്പെടുത്താനാണല്ലോ.മരണ സമയത്ത് നാട്ടിലുണ്ടായിരുന്നില്ല എന്നത് സത്യം. എന്നാൽ വന്നിട്ട് ഇത്ര ദിവസമായില്ലേ? എങ്ങനെ അവരെയൊക്കെ അഭിമുഖീകരിക്കും എന്നതാണ് പ്രധാന പ്രശ്നം. എന്ത് പറഞ്ഞ് അവരെ സമാധാനിപ്പിയ്ക്കും. രാമേട്ടനും ദുർമരണം സംഭവിച്ചതാണല്ലാ. അപ്പോൾ അദ്ദേഹത്തിന്റെ

ആത്മാവും ഗതികിട്ടാതെ അലയുന്നുണ്ടാവുമോ? കഥകളിലൊക്കെ കേട്ടപോലെ കൂട്ടുകാരെയൊക്കെ കാണാൻ ഒരിക്കൽ അദ്ദേഹം തന്റെ സാന്നിധ്യം അറിയിച്ചു കൊണ്ടു കടന്നു വരുമോ? ചിന്തകൾ ജയകൃഷ്ണനിൽ നിന്ന് പാളം തെറ്റി രാമേട്ടനിലൂടെ സഞ്ചരിയ്ക്കുവാൻ തുടങ്ങി. അല്ലെങ്കിലും ചിന്തകളങ്ങനെയാണല്ലോ. ഒന്നിലും ഉറച്ചു നില്ക്കുന്ന പ്രകൃതം അതിനില്ലല്ലോ.! ഭാര്യ 'ഊണു കഴിയ്ക്കുകയല്ലേ ' എന്ന് അകത്തു നിന്നു വിളിച്ചപ്പോഴാണ് ചിന്തയുടെ ഹിമാലയാരോഹണം തത്കാലം തടസ്സപ്പെട്ടത്. അവൾ ഊണ് വിളമ്പിവെച്ച് കാത്തിരിക്കുകയായിരുന്നു. എഴുന്നേറ്റു കൈകഴുകി അകത്തേയ്ക്ക് കയറി. അപ്പോഴും അടുത്ത വീട്ടിലെ ആ ഉമ്മ പറഞ്ഞത് മനസ്സിൽ അലയൊലിച്ചു കൊണ്ടിരുന്നു. 'പണ്ട് ങ്ങളെ തേടി വന്നില്ലേ ഒരു ചെറുപ്പക്കാരൻ. അയാളന്നെ. അയാളിങ്ങോട്ട് വരുന്നത് ഞാൻ കണ്ടതാണ്.പിന്നെ അയാളെവിടെപ്പോയി?'

അവരുടെ സംശയം എന്റെയും കൂടി സംശയമായിരുന്നു. ജയകൃഷ്ണൻ എന്നെ തേടി വീണ്ടും വന്നിരിയ്ക്കുന്നു എന്ന് മനസ്സിന്നകത്തിരുന്ന് ആരോ പറയുന്നതുപോലെ തോന്നി. ഭാര്യ വീണ്ടും ഊണിനെ കുറിച്ച് ഓർമ്മിപ്പിച്ചപ്പോൾ വേഗം എഴുന്നേറ്റു കൈകഴുകി. ശരീരം യാന്ത്രികമായി ചലിക്കുകയായിരുന്നു. മനസ്സ് എവിടെയെന്നറിയാതെ ഒഴുകി നടക്കുകയായിരുന്നു. ഈ മനസ്സിനെ അവനവന്റെ നിയന്ത്രണത്തിൽ പിടിച്ചു കെട്ടാനുള്ള രാസവിദ്യ ഇനി ആര് എന്ന് കണ്ടെത്തുമോ ആവോ? ലോകം മുഴുവൻ കീഴടക്കുക എന്നത് സ്വന്തം മനസ്സിനെ കീഴടക്കുന്നതിനേക്കാൾ എത്രയോ എളുപ്പമായിരിയ്ക്കും സംശയമില്ല.

അധ്യായം 2
ചിറകുമുളയ്ക്കുന്ന സങ്കല്പങ്ങൾ

കൃഷ്ണകുമാറും അശോകൻ സാറും ഒന്നിച്ച് വന്നപ്പോഴേ കാര്യം മനസ്സിലായി. പേരൂരിൽ പോയ കാര്യങ്ങൾ ഫോണിലൂടെ ഞാൻ പറഞ്ഞത് അശോകൻ സാറിന് അത്ര വിശ്വാസം വന്നിട്ടുണ്ടാവില്ല. അപ്പോൾ കാര്യങ്ങൾ വിശദമായി അന്വേഷിക്കുവാൻ കൃഷ്ണകുമാറിനെ വിളിച്ചിട്ടുണ്ടാകും കൃഷ്ണകുമാറിന്റെ സംസാരം കേട്ടപ്പോൾ അദ്ദേഹത്തിന് ആവേശം കൂടിയിട്ടുണ്ടാകും. കൃഷ്ണകുമാറല്ലേ ആൾ. പലതും കുറേ പൊടിപ്പും തൊങ്ങലും ചേർത്ത് അവതരിപ്പിച്ചിട്ടുണ്ടാകും.അപ്പോൾ സത്യാവസ്ഥ നേരിട്ടു ഒന്നുകൂടി ചർച്ച ചെയ്യുവാൻ ഒരാഗ്രഹം. അശോകൻ സാറിനെ എനിക്കറിയില്ലേ.. ഇനി ഞാനിത് പറഞ്ഞാലും അദേഹം വിശ്വസിച്ചതായി കാണിക്കില്ല. എന്നാലും പറയും അതൊക്കെ ചില തോന്നലുകളിൽ നിന്നുണ്ടായതല്ലേ ?സത്യം പറയടോ? എന്നെ കളിയാക്കാൻ നിങ്ങൾ ഒന്നും മറച്ചുവെയ്ക്കേണ്ട ആ പ്രാന്തൻ പ്രൊഫസറുടെ കൂടെ കൂടി നിങ്ങൾ വഷളായി എന്ന് തോന്നുന്നു. കാര്യം പറയു' ഇത്രയും ഞാൻ പ്രതീക്ഷിച്ചതാണ്. പക്ഷെ അതൊന്നു മുണ്ടായില്ല.

കൃഷ്ണകുമാറിന്റെ അതിശയോക്തി വർണനയിൽ ഒരു പാട് രസം പിടിച്ച ഒരു ഭാവമുണ്ടായിരുന്നു അശോകൻ സാറിന് . അതുകൊണ്ടായിരിക്കണം വന്ന ഉടനെ അദ്ദേഹം പറഞ്ഞു. 'എന്നാലും ഇത്ര ത്രില്ലുള്ള ഒരു യാത്രയായിരുന്നുവെങ്കിൽ ഞാനും കൂടി വരുമായിരുന്നു. വല്ലാത്ത നഷ്ടമായി. ഇതിനൊക്കെ വേണ്ടി ഒരു പത്തോ ഇരുപത്തഞ്ചോ ദിവസം ലീവൊക്കെ എനിയ്ക്കും കിട്ടും കഷ്ടായി'

'കഷ്ടമൊന്നുമില്ല സാറെ സാറിന് വേണമെങ്കിൽ വരാം.ഒരു യാത്രയും കൂടി ഞങ്ങൾ പ്ലേൻ ചെയ്യുന്നുണ്ട്. ചിലപ്പോൾ ഇത്ര അല്ലെങ്കിൽ ഇതിനേക്കാൾ ത്രില്ലു തന്നെയായിരിക്കും. ഉണ്ടോ? ഇല്ലയോ ഉടൻ മറുപടി വരട്ടെ.'

'ഉണ്ട്. സംശയിക്കണ്ട. ജയകൃഷ്ണനുമായി ബന്ധപ്പെട്ട ഏത് വിഷയത്തിലാണെങ്കിലും ഇനി ഒരു യാത്ര നിങ്ങൾ പോകുന്നുണ്ടെങ്കിൽ ഒന്നാമനായി ഞാനുണ്ടാകും. ഞാനിപ്പോഴേ പറയുന്നു. ഞാനുണ്ട്. എന്താ കാര്യം?' ആ ഒരു ചോദ്യം ചോദിച്ച് കൊണ്ടാണ് അവർ രണ്ട് പേരും

അകത്തേയ്ക്ക് കയറിയത്. അകത്ത് കയറിയതും അവർ ചോദിച്ചു. ഭാര്യയുണ്ടോ?'

'ഉണ്ടല്ലോ' എന്ന എന്റെ മറുപടി കേട്ടപ്പോൾ അവരുടെ മുഖം ഒന്നു വാടി. കാര്യം പെട്ടന്ന് എനിക്ക് മനസ്സിലായി. 'സാധനം കൈയിലുണ്ടാവുമല്ലേ. വഴിയുണ്ടാക്കാം. ടെൻഷനാകണ്ട.' അശോകൻ സർ ഒന്നും മിണ്ടിയില്ല കൃഷ്ണകുമാർ ചോദിച്ചു. 'അല്ല ഞാനറിയാതെ നിങ്ങൾ എങ്ങോട്ടെങ്കിലും പോവാൻ ഉദ്ദേശിച്ചിട്ടുണ്ടോ?' ഞാൻ ചിരിച്ചപ്പോൾ അവൻ പറഞ്ഞു ഒരിക്കലും നടക്കില്ല. ഞാനും കൂടിയുണ്ടാവും എങ്ങോട്ടാ ?' 'ഒക്കെ പറയാം' എന്ന് ഞാൻ പറഞ്ഞപ്പോൾ അവർക്കും കാര്യം മനസ്സിലായി. ഒരു പ്രേതാത്മാവിനെ കുറിച്ചുള്ള കാര്യമായതുകൊണ്ട് അതൊന്നും വീട്ടിലുള്ളവർ കേൾക്കണ്ട എന്ന് ഞാൻ തീരുമാനിച്ചിരുന്നു. പരസ്പരം അറിയുന്ന സുഹൃത്തുക്കളായതു കൊണ്ട് അവർക്കത് മനസ്സിലാകാതിരിയ്ക്കില്ലല്ലോ. പിന്നെ അവർ ഒന്നും മിണ്ടിയില്ല. അകത്ത് പോയി ഞാൻ പറഞ്ഞു. 'ഞാൻ അവരുടെ കൂടെ ഒന്ന് പുറത്ത് പോയിട്ടു വരാം.' മനസ്സിലായി. ഇതാണ് അപ്പോ ഞാനില്ലാഞ്ഞപ്പോൾ ഇവിടെ നിങ്ങൾ ചെയ്തിരുന്നത് അല്ലേ? ഞാൻ ഒരു ചിരി ചിരിച്ചു ഒരു കുപ്പി വെള്ളം ഫ്രിഡ്ജിൽ നിന്ന് എടുത്തു അവൾ എന്റെ മുഖത്ത് നോക്കി ഒന്നു ചിരിച്ചു. ഞാനത് വാങ്ങി കൃഷ്ണകുമാറിന്റെ കൈയിൽ കൊടുത്തു. ആരും സംശയിക്കാത്ത രീതിയിൽ അത് അയാൾ അരയിൽ തിരുകി. അയാൾ ബുള്ളറ്റ് സ്റ്റാർട്ട് ചെയ്തു. 'പാടത്തെ സ്ഥലത്തേയ്ക്കല്ലേ പ്ലാൻ അത് നല്ല സ്ഥലമാണ്. അവിടെയിരുന്നു കഴിക്കുന്നതേ ഒരു സംഭവമാണ് എനിക്കറിയാം ഐഡിയാ ഒക്കെ പിന്നെ കഴിയ്ക്കാൻ എന്തെങ്കിലും എടുത്തോളൂ.' ഞാൻ വീണ്ടും അകത്ത് കയറി. . ' എനിയ്ക്കറിയില്ലേ സുധീയേട്ടാ. ഞാൻ അതാ അവിടെ പൊതിഞ്ഞ് വെച്ചിട്ടുണ്ട് എടുത്തോളു..' എന്ന് ഭാര്യ പറഞ്ഞപ്പോൾ പൊതിഞ്ഞു വെച്ചതെടുത്ത് ഒരു വിഡ്ഢിച്ചിരിയും ചിരിച്ചു കൊണ്ട് ഞാൻ മെല്ലെ പടിയിറങ്ങി.

പാടത്ത് മൂന്നു പേരും മാത്രമാണെന്ന് ഉറപ്പിച്ചതിന് ശേഷമാണ് കൃഷ്ണകുമാർ ചോദിച്ചത്. 'അല്ല പോവാൻ തീരുമാനിച്ചു എന്ന് പറഞ്ഞു എവിടേയ്ക്കാ എന്തിനാ? എന്നെ ഒഴിവാക്കിയോ? ഞാനൊന്നും അറിഞ്ഞില്ലല്ലോ?

'നിന്നെ ആരൊഴിവാക്കി ഒക്കെ പറയാൻ നിന്നെ കാണണ്ടേ? നിനക്ക് അറിയാമല്ലോ അന്ന് സുരേന്ദ്രനാഥൻസർ വാട്സപ്പിൽ കാണിച്ച ചിത്രത്തെ കുറിച്ച് ഞാൻ പറഞ്ഞത് . അത് നീ ഓർക്കുന്നുണ്ടെങ്കിൽ ഒരു

യാത്ര കൂടി വേണ്ടി വരും. അത് ഉറപ്പല്ലേ?' ഞാൻ ചോദിക്കുമ്പോൾ കൃഷ്ണകുമാർ വീണ്ടും ഗ്ലാസുകൾ നിറയ്ക്കാനുള്ള പരിശ്രമത്തിലായിരുന്നു.

ഒരു സ്പിളിറ്റ് പേർസനാലിറ്റി എന്നതിനപ്പുറം ജയകൃഷ്ണൻ എന്ന ആത്മാവിനെ കുറിച്ചറിയാനായിരിക്കും അപ്പോൾ ഇനി നമുക്ക് പോകേണ്ടത്. ഒരു മനോരോഗിയുടെ മനസ്സിൽ നിന്ന് നമ്മൾ കണ്ടെടുത്ത ഒരാത്മാവാണ് ജയകൃഷ്ണൻ. അത് കൊണ്ടു തന്നെ അതൊരു സാങ്കല്പിക കഥാപാത്രമായിട്ടേ നാം വിലയിരുത്തിയിട്ടൊള്ളു. എന്നാൽ ഇപ്പോൾ അങ്ങനെയല്ലല്ലോ. ജയകൃഷ്ണന്റെ ആത്മാവ് ഒരു യാഥാർത്ഥ്യമാണെന്ന് നമുക്കെങ്കിലും വിശ്വസിക്കാതിരിക്കാൻ കഴിയാതെയായി. കണ്ണിൽ കണ്ടാലും കാതിൽ കേട്ടാലും വിശ്വസിയ്ക്കാൻ കഴിയാത്ത ചിലതുണ്ട്. അങ്ങനെയുള്ള ചില അനുഭവങ്ങളുണ്ടാകുമ്പോൾ അതിനെ കുറിച്ച് എത്ര അനേഷിച്ചാലും പൂർണമാവില്ല. വീണ്ടും വീണ്ടും അന്വഷിയ്ക്കുവാൻ ഒരു ഉൾപ്രേരണ ഉണ്ടായി കൊണ്ടേയിരിയ്ക്കും.അതായത്, ജയകൃഷ്ണനെ കുറിച്ചുള്ള   അന്വേഷണവും പഠനവും ഇനിയും തുടർന്നുകൊണ്ടേയിരിയ്ക്കുമെന്ന് സാരം. അല്ലെങ്കിലും അതു വേണ്ടതല്ലേ? പിന്നെ അക്കാര്യത്തിൽ ഉള്ള തീരുമാനങ്ങളൊക്കെ സുരേന്ദ്രനാഥൻ സാറിന്റെ അഭിപ്രായം പോലെയായിരിക്കും. എങ്കിലും ഞാൻ വിചാരിക്കുന്നത് ഒരു യാത്ര . കൂടി നമുക്ക് വേണ്ടി വരും എന്ന് തന്നെയാണ്.ആദ്യം അയാൾ ജനിച്ചു വളർന്ന ചീരാൽ എന്ന ഗ്രാമത്തിലെത്തണം. അവിടെ നിന്നായിരിക്കും ഈ യാത്ര തുടങ്ങേണ്ടത്.'

'അപ്പോൾ ആത്മാവ് ഉള്ളതാണെന്ന് സാറും വിശ്വസിച്ചു കഴിഞ്ഞോ? അല്ലെങ്കിലും ഫോണിൽ ആ ചിത്രം കണ്ടപ്പോഴേ സാർ ഞെട്ടിയിരുന്നു. അതാണ് മരിച്ചു പോയ ജയകൃഷ്ണനെന്ന് സാറിന് വിശ്വസിക്കാൻ പ്രയാസമായിരുന്നു.. സാറിനെ തിരഞ്ഞ് ഹിപ്നോട്ടിസം പഠിക്കാൻ വന്ന ചെറുപ്പക്കാരനായിരുന്നു ജയകൃഷ്ണൻ എന്ന് മനസ്സിലാക്കിയതോടെ സാറ് സുരേന്ദ്രനാഥൻ സാറിന് കീഴ്പ്പെട്ടു കഴിഞ്ഞു. അങ്ങനെയല്ലേ സർ? സ്വന്തം കണ്ണുകൊണ്ട് കണ്ടത് ഇല്ലാത്തതാണെന്ന് പറയാൻ സാറിനാവില്ലല്ലോ.' കൃഷ്ണകുമാർ എന്നെ അളന്നെടുക്കുന്നതു പോലെ ഒന്നു നോക്കി. ഞാൻ വെറുതെ ഒന്ന് ചിരിച്ചു. പിന്നെ പറഞ്ഞു. 'ഇല്ലാത്തത് കാണാൻ കഴിയും .എന്നാൽ അത് ഒരു രോഗമാണെന്ന് ഞാൻ മുമ്പ് പറഞ്ഞിട്ടില്ലേ കൃഷ്ണകുമാർ? ബയോ കെമിക്കൽ ആക്ടി വിറ്റീസിൽ ഉണ്ടാകാവുന്ന വ്യതിയാനങ്ങൾ കാരണമാണ് അങ്ങനെ സംഭവിയ്ക്കുന്നത്. ഞാൻ ഒറ്റയ്ക്കിരുന്നപ്പോൾ മാത്രമാണ് അയാളെ കണ്ടിട്ടുള്ളത്.

ചിലപ്പോൾ, ആനിലയ്ക്ക് ആ കാഴ്ച എനിയ്ക്കും അല്പ സമയത്തേയ്ക്കുണ്ടായ ഒരു വിഭ്രാന്തിയായി കൂടെന്നില്ലല്ലോ. രോഗം എനിക്കും സംഭവിയ്ക്കാവുന്ന ഒന്നാണെന്ന് ചിന്തിച്ചാൽ ആ കാഴ്ചയിൽ അത്ഭുതപ്പെടാനൊന്നുമില്ല. നമുക്ക് പൊതുവെ മനുഷ്യർക്കൊക്കയും ഒരു സ്വഭാവമുണ്ട് , അവർ മറ്റുള്ളവരുടെ അനുഭവങ്ങൾ അപഗ്രഥിക്കുവാൻ മിടുക്കൻമാരാണ്. സ്വന്തം കാര്യം അങ്ങനെ നോക്കി കാണാറുമില്ല. ഇല്ലാത്തത് മറ്റുള്ളവർ കണ്ടാൽ അത് രോഗമാണെങ്കിൽ എനിക്കും അങ്ങനെ സംഭവിയ്ക്കാം.   എന്നാൽ ഒരു സത്യം പറയട്ടെ. സുരേന്ദ്രനാഥൻ സാറിന്റെ അഭിപ്രായത്തോട് എനിക്ക് ഇപ്പോൾ കൂടുതൽ താല്പര്യം വന്നിരിക്കുന്നു . അതിന് കാരണം പേരൂർ യാത്രയ്ക്കിടയിൽ എന്നിലുണ്ടായ ഒരു പാട് കൺഫ്യൂഷനുകളാണ്. അതായത് എനിക്കുണ്ടായ അനുഭവങ്ങൾ ഏതെങ്കിലും ആത്മാവിന്റെ സൃഷ്ടിയാണൊ? അതൊ എന്റെ മിഥ്യാ കാഴ്ചയാണോ എന്ന സംശയം. അത് അന്വേഷിക്കുവാൻ വല്ലാത്ത ഒരു ഉൾപ്രേരണയുമുണ്ട് ഇപ്പോൾ പിന്നെ നമുക്ക് വിശ്വസിയ്ക്കാൻ കഴിയാത്ത മറ്റുള്ളവരുടെ അനുഭവങ്ങൾ നമുക്ക് അന്ധവിശ്വാസങ്ങളാണ്. തിരിച്ച് നമ്മുടെ അനുഭവങ്ങൾ അവർക്കും.അതുകൊണ്ടു തന്നെ ഒരർത്ഥത്തിൽ ഒരു അന്ധവിശ്വാസത്തിന്റെ പിറകിലൂടെയുള്ള അന്വേഷണത്തിന്റെ രണ്ടാം ഘട്ടത്തെ കുറിച്ചാണ് ഇപ്പോൾ ചിന്തിക്കുന്നത്. ആദ്യത്തെ യാത്രയിൽ ജയകൃഷ്ണൻ എന്ന ആത്മാവിന്റെ സഹായമുണ്ടായിരുന്നു എന്നാണ് സുരേന്ദ്രനാഥൻസാർ വിശ്വസിക്കുന്നത്. ജയകൃഷ്ണന് വെളിപ്പെടുത്തേണ്ടത് വെളിപ്പെടുത്താനുള്ള വെറും ഉപകരണങ്ങൾ മാത്രമായിരുന്നു നമ്മളെന്ന് അദ്ദേഹം വാദിക്കുന്നു. അങ്ങനെയാണെങ്കിൽ ഈ യാത്രയിൽ അത്തരം ഒരു സഹായവുമുണ്ടാവില്ല. മാത്രമല്ല, ജയകൃഷ്ണൻ ഒരിക്കലും പുറത്തറിയരുത് എന്ന് വിചാരിക്കുന്നതാണ് നമ്മളന്വേഷിക്കുന്നതെങ്കിൽ അയാളുടെ ഉപദ്രവവും പ്രതീക്ഷിക്കാം. അങ്ങനെ നോക്കുമ്പോൾ ഈ യാത്ര അപകടമുണ്ടാവാൻ ഒരു പാട് സാധ്യതയുള്ള ഒന്നാണെന്നും ഒരു പാട് ഒരുക്കങ്ങൾക്ക് ശേഷം മാത്രം പുറപ്പെടേണ്ടതാണെന്നും സുരേന്ദ്രനാഥൻസാർ പറയുന്നു. ഏതായാലും അന്വേഷിക്കണമെന്നു തന്നെയാണ് സാറിന്റെയും അഭിപ്രായം. എന്ന് എപ്പോൾ എവിടെ നിന്ന് തുടങ്ങണം തുടങ്ങിയ കാര്യങ്ങൾ അദ്ദേഹം ചിന്തിയ്ക്കുന്നുണ്ട്. ഒരു തീരുമാനമായാൽ വിളിയ്ക്കാമെന്നും പറഞ്ഞിട്ടുണ്ട്. അത് കാത്തിരിയ്ക്കുകയാണ് ഞാൻ. അദ്ദേഹത്തിന്റെ വിവരം കിട്ടിയതിന് ശേഷം നിങ്ങളോടൊക്കെ പങ്കു വയ്ക്കാമെന്നാണ് കരുതിയത്.'

‘അപ്പോൾ സാറ് പറഞ്ഞു വരുന്നത് ഈ യാത്ര അത്ര സുഖകരമായിരിക്കില്ല എന്നല്ലേ എന്തും നേരിടാനുള്ള ഒരു മുൻകരുതൽ എന്ന് പറഞ്ഞാൽ.’

അശോകൻ സാറിന്റേതായിരുന്നു ചോദ്യം.

‘അതായത് ജയകൃഷ്ണൻ എന്ന ഒരു രോഗത്തിന്റെ പിറകിലാണ് നാം ഇത് വരെ സഞ്ചരിച്ചത്. അന്നും സുരേന്ദ്രനാഥൻ സാർ പ്രേതത്തിന്റെ പിറകിലായിരുന്നുവെങ്കിലും. അന്ന്പക്ഷെ ആരോഗത്തിലൂടെ നമ്മൾ ചെന്നെത്തുന്നത് ഒരാത്മാവിലേയ്ക്കായെന്ന് മാത്രം. കഴിഞ്ഞ യാത്രയിൽ നമുക്ക് സഹായി ആയി നിന്ന ആ ആത്മാവ് ഈ യാത്രയിൽ നമ്മെ സഹായിക്കുമോ എന്നതാണ് ചോദ്യം. അയാൾക്കാവശ്യമുള്ളത് നമ്മൾ ചെയ്തു കഴിഞ്ഞു. ഇനിയും കൂടെ സഞ്ചരിയ്ക്കാൻ അയാൾ ആവശ്യപ്പെട്ടിട്ടില്ല. അപ്പോൾ പിന്നെ എതിർക്കാനും മതി. എതിർക്കുകയാണെങ്കിൽ അതിനോട് ഏറ്റുമുട്ടിവിജയം വരിക്കേണ്ടിവരും. കഴിഞ്ഞ പ്രാവശ്യം നമുക്ക് ഏറ്റുമുട്ടാനുണ്ടായിരുന്നത് ചില മനുഷ്യരോടായിരുന്നു. അതിനു നമ്മെ സഹായിക്കുവാൻ നിയമവും നീതിയും അതാടൊപ്പം അജ്ഞാത സാന്നിധ്യമായി ജയകൃഷ്ണനും ഇവിടെ അത്തരം സോഫ്റ്റ് കോർണറൊന്നുമില്ലെന്ന് സാരം. പിന്നെ കുറച്ചൊക്കെ സുരേന്ദ്രനാഥൻ സർ കാടുകയറി ചിന്തിക്കുന്നതുമാവാം. അദ്ദേഹത്തെ പോലെയുള്ള ചില പാരാസൈക്കോളജിസ്റ്റുകൾ പറയുന്നത് മുഴുവനുമൊന്നും ആധുനികശാസ്ത്രം അംഗീകരിച്ചതല്ല. ശാസ്തം അംഗീകരിച്ചതു മാത്രമേ സംഭവിയ്ക്കാവൂ എന്നൊന്നുമില്ലല്ലോ. എങ്കിലും ഒരു അന്ധവിശ്വാസത്തിന്റെ പിറകിലൂടെയുള്ള യാത്രയായത് കൊണ്ട് സാമാന്യ ജനങ്ങളിൽ നിന്നോ യുക്തിബോധമുള്ള ശാസ്ത്ര മേഖലയിൽ നിന്നോ ഒരു സഹായം പ്രതീക്ഷിക്കാൻ വയ്യ. എന്നു മാത്രമല്ല അവരുടെ പരിഹാസങ്ങൾ കേട്ടെന്നും വരാം. നമ്മുടെ അനുഭവങ്ങൾ അവർക്കുണ്ടായിട്ടില്ല. അനുഭവങ്ങളിൽ നിന്നോ കണ്ടീഷനിങ്ങിൽ നിന്നോ ആണ് വിശ്വാസമുണ്ടാവുക. പ്രേതങ്ങളെ കുറിച്ച് വിശ്വസിക്കുന്ന ഒരു വലിയ വിഭാഗം ജനങ്ങൾ ഭൂമിയിലുണ്ട്. അല്ലെങ്കിൽ അത്തരം ഒരു വിഭാഗമാണ് കൂടുതലും എന്നാൽ ഒരു പൊതുവേദിയിൽ അവർ അതംഗീകരിച്ചു തരില്ല. അവരുടെ വിശ്വാസത്തിനെതിരാണെങ്കിലും അതൊന്നുമില്ലാത്തതാണെന്ന് വാദിച്ചെന്നും വരും. ഇവിടെയാണ് ഈ അന്വേഷണത്തിന്റെ പരിമിതി. ചുരുക്കി പറഞ്ഞാൽ ഇങ്ങനെ ഒരന്വേഷണത്തിന്റെ പിറകിൽ പോകുന്ന നാം അവരുടെ കാഴ്ചപ്പാടിൽ അന്ധവിശ്വാസികൾ മാത്രമല്ല ഭ്രാന്തൻമാരുമാണ്. ഒരു വലിയ തമാശ തോന്നുന്നത്, ദൈവത്തെ കുറിച്ചാണ് നമ്മൾ

അന്വേഷിയ്ക്കുന്നതെങ്കിൽ ഇത്തരം ഒരു പ്രശ്നമുണ്ടാകില്ല എന്നതാണ്. ദൈവം എന്നു പറയുന്നതും അന്ധമാണ്. എന്നാൽ അതിനെ കുറച്ചന്വേഷിക്കുന്നവർക്ക് ഒരാത്മീയ പരിവേഷമാണുണ്ടാവുക. പ്രേതത്തെ കുറിച്ചായാൽ ഭ്രാന്തനെന്ന പരിഹാസവും. പറഞ്ഞു വന്നത്, അപ്പോൾ എവിടെയെങ്കിലും എന്തെങ്കിലും അപകടമുണ്ടായാൽ അതൊക്കെ നമ്മുടെ ഭ്രാന്തിന്റെ അനന്തരഫലമെന്നേ ആരും പറയൂ. നമ്മൾ പറയുന്നത് സത്യമാണെങ്കിലും ആരും വിശ്വസിച്ചില്ലെന്ന് വരും. കാരണം നമുക്കുണ്ടായ അനുഭവങ്ങൾ അവർക്കന്യമാണ്. അതാണ് ഈ അന്വേഷണത്തിന്റെ പരിമിതി. അത് ഒരു പരിമിതി മാത്രമല്ല, സ്വയം പര്യാപ്തരാവേണ്ടതിന്റെ ആവശ്യകതയും ബോധ്യപ്പെടുത്തുന്നുണ്ട്. അതുകൊണ്ടാണ് ചില മുൻകരുതൽ വേണമെന്ന് പറഞ്ഞത്. അല്ലാതെ നിങ്ങളെ ഭയപ്പെടുത്താനല്ല' ഞാൻ കാര്യങ്ങൾ വിശദീകരിച്ചപ്പോൾ അവർ സശ്രദ്ധം കേട്ടുകൊണ്ടിരുന്നു. 'ഞാനില്ല' എന്ന് കൃഷ്ണകുമാർ പറയും എന്ന് ഞാൻ കരുതി. പക്ഷെ 'എന്തു വന്നാലും ശരി ഞാൻ നിങ്ങളുടെ കൂടെയുണ്ട് ' എന്നാണ് അയാൾ പറഞ്ഞത്. 'എന്നായിരിക്കും നമ്മുടെ യാത്ര വൈകാതെയുണ്ടാകുമോ' എന്ന ഉത്കണ്ഠയായിരുന്നു അയാൾക്ക്. ഉടൻ ചാടിപ്പുറപ്പെടാനുള്ള ഒരാവേശത്തിലായിരുന്നു അയാൾ. എന്നാൽ അശോകൻ സർ എന്തോ ഗഹനമായ ചിന്തയിലാണെന്ന് തോന്നി. വിശ്വാസത്തിനും അവിശ്വാത്തിനുമിടയിലെ ദുരൂഹതകൾ ആമുഖത്ത് തെളിഞ്ഞു നിന്നിരുന്നു. അല്ലെങ്കിലും വിശ്വാസിക്കും അവിശ്വാസിക്കും സംശയങ്ങളുണ്ടാകുന്നില്ല. അവർക്കുണ്ടാവുന്ന പ്രശ്നങ്ങൾക്ക് പരിഹാരവുമുണ്ട്. ഇതിനിടയിൽ പെടുന്ന സംശയാലുവിന്റെ കാര്യമാണ് കഷ്ടം. അത്തരക്കാർക്ക് ഒന്നിനും വ്യക്തമായ ഒരു പരിഹാരവുമുണ്ടാവുകയില്ലല്ലോ. അശോകൻ സാറിന്റെ മുഖത്ത് ഒരു സംശയാലുവിന്റെ ദയനീയത വ്യക്തമായിരുന്നു. 'സംശയാത്മവിനശ്യതി' എന്ന ഗീതാ വാക്യം ഞാനാലോചിച്ചു പക്ഷെ ശാസ്ത്രത്തിന്റെ ദൃഷ്ടിയിൽ സംശയാലുക്കൾ മാത്രമേ പുതിയ കണ്ടുപിടുത്തങ്ങൾ നടത്തിയിട്ടുള്ളു. കണ്ടതിൽ സംതൃപ്തിയില്ലാത്തവരേ പുതിയത് കണ്ടെത്തൂ. കണ്ടത്താൻ പരിശ്രമിയ്ക്കൂ . ചരിത്രം പല ശാസ്ത്രജ്ഞൻമാരേയും അവരവരുടെ കണ്ടെത്തലിലൂടെ അവർ പ്രശ്സ്തരാകുന്നതിന് മുമ്പ് അവരെ ഭ്രാന്തൻ എന്ന് വിളിച്ചിട്ടുണ്ട്. അശോകൻ സാർ പറഞ്ഞു. 'ഒരർത്ഥത്തിൽ ഉണ്ടെന്ന് ഉറപ്പുള്ള ഒന്നിനെ കുറിച്ച് അന്വേഷിയ്ക്കുന്നതിനേക്കാൾ ഏറ്റവും രസകരമായ ഒന്നാണ് ഉണ്ടെന്ന് ഉറപ്പില്ലാത്ത ഒന്നിനെ കുറിച്ചുള്ള അന്വേഷണം. പക്ഷെ അമാനുഷിക ശക്തിയെന്നൊന്നുണ്ടെങ്കിൽ അന്വേഷിയ്ക്കുന്ന ന

മ്മൾക്കും ഏതെങ്കിലും തരത്തിലുള്ള അമാനുഷ ശക്തിയുടെ സഹായം ആവശ്യമായി വരും. അല്ല നിന്റെയാ പ്രൊഫസർ അതിലൊക്കെ നന്നായി വിശ്വസിയ്ക്കുന്ന ആളാണല്ലോ. അമാനുഷശക്തികളൊന്നും നമ്മെ ബാധിയ്ക്കാതിരിയ്ക്കാനായി അദ്ദേഹം എന്തെങ്കിലും ചെയ്യാതെ ഈ യാത്രയ്ക്ക് വരില്ല.' 'എന്താ സാറെ സാറിനും പേടി തോന്നി തുടങ്ങിയോ?' കൃഷ്ണകുമാറാണ് ചോദിച്ചത്. അതിന് അശോകൻ സാർ വളരെ താത്വികമായിട്ടായിരുന്നു പ്രതികരിച്ചത്. 'പേടി ഒരു രസമാണടോ . ഭയാനകവും ബീഭത്സവുമൊക്കെ രസങ്ങളുടെ കൂട്ടത്തിൽ പണ്ടേ ആചാര്യൻമാർ ഉൾപ്പെടുത്തിയിട്ടുണ്ടല്ലോ. സത്യത്തിൽ ഒരു ഭയവുമില്ലായിരുന്നെങ്കിൽ സമയമുണ്ടാക്കി ഇങ്ങനെ ഒരു യാത്രയ്ക്ക് ഞാൻ തയ്യാറാവുമായിരുന്നോ. ഭയം ഓരോ മനുഷ്യനിലും വല്ലാത്ത ഒരു ഉത്കണ്ഠ ഉണ്ടാക്കും. അതുകൊണ്ടാണ് ഹൊറർ നോവലുകൾക്ക് ഇത്ര മാത്രം ആരാധകരുണ്ടാവുന്നത്. അതുപോലെ ഹൊറർ സിനിമ കാണാൻ ആളുകൾ ആഗ്രഹിയ്ക്കുന്നത്. ഭയമാകും എന്ന പരസ്യകണ്ട് ഭയമാസ്വദിയ്ക്കാൻ ആളുകൾ തയ്യാറാകുന്നില്ലേ? അന്ധവിശ്വാസമാണെങ്കിലും പ്രേതവും ബാധയും ചെകുത്താനുമൊക്കെ മനുഷ്യോൽപത്തിയോളം പഴക്കമുള്ള വിശ്വാസങ്ങളാണ്. എല്ലാ രാജ്യങ്ങളിലും ഇത്തരം വിശ്വാസങ്ങളുണ്ട്'. കഴിച്ച സാധനം തലയ്ക്ക് പിടിച്ചു തുടങ്ങി എന്ന് അശോകൻ സാറിന്റെ സംസാരം കേട്ടാലറിയാം. കുറച്ച് കഴിച്ച് കഴിഞ്ഞാൽ താത്വികമായി കാര്യങ്ങൾ വിശകലനം ചെയ്യുന്ന അദ്ദേഹത്തിന്റെ സ്വഭാവം അദ്ദേഹത്തെ അറിയുന്നവർക്ക് ഏറെ പരിചിതമായ ഒന്നാണ്. 'അന്ധവിശ്വാസം വളരെ വിചിത്രമായ ഒരു പ്രയോഗമാണത്. തന്റെ വിശ്വാസങ്ങളൊക്കെ മഹത്തരവും അന്യന്റെ വിശ്വാസങ്ങൾ വിഢിത്തവും അതാണല്ലോ പൊതുവേ നാട്ടുനടപ്പ്. മനുഷ്യൻ ഒരിയ്ക്കൽ പോലും കണ്ടെത്താത്ത ദൈവത്തെ വിശ്വസിയ്ക്കുന്നത് ശരി. സ്വർഗം നരകം ഒക്കെ സത്യമാണെന്ന് വിശ്വസിയ്ക്കുന്നവരാണ് ലോകത്തിലെ വലിയൊരു വിഭാഗം. വിശ്വാസം തന്നെ അന്ധമാണ്. കാണുന്നത് സത്യമാണല്ലോ. കാണാത്തതിനെയാണ് വിശ്വാസം എന്ന് പറയുന്നത്. അത് കൊണ്ട് തന്നെ എല്ലാ വിശ്വാസവും അന്ധമാണ്. എങ്കിലും ആളുകൾ ചീത്ത വിശ്വാസങ്ങളെ അന്ധമെന്നും നല്ല വിശ്വാസങ്ങളെ സത്യമെന്നും വിലയിരുത്തുന്നതാണ് ഇന്ന് പരക്കെ കാണുന്നത് ചീത്തയും നല്ലതും ആപേക്ഷികമല്ലേ? ഒരു വിഭാഗത്തിന് ചീത്തയായ പ്രവർത്തിമറ്റൊരു വിഭാഗത്തിന് നല്ലതായി മാറില്ലെ? ഉദാഹരണത്തിന് മൃഗബലി മഹാ പാപമാണെന്ന് വിശ്വസിയ്ക്കുന്ന ഒരു കൂട്ടർ എന്നാൽ മൃഗബലി കൊണ്ട്

ദൈവത്തെ സന്തോഷിപ്പിയ്ക്കുന്ന മറ്റൊരു കൂട്ടർ വിചിത്രമാണ് ലോകം!' അശോകൻ സർ ഒരു നെടു വീർപ്പു വിട്ടു കൊണ്ട് ഒഴിഞ്ഞ ഗ്ലാസിലേയ്ക്ക് വീണ്ടും രാസലായനി പകർന്നു. കൃഷ്ണകുമാർ പറഞ്ഞു. നിങ്ങൾ വിഷയത്തിൽ നിന്ന് വഴി മാറുന്നു. നമ്മൾ പറഞ്ഞു വന്ന വിഷയം ജയകൃഷ്ണനാണ്. അതിലേയ്ക്ക് തിരിച്ചു വരൂ. അല്ലെങ്കിൽ പിന്നെ ഞാൻ ഇവിടെ ഇരുന്ന് വടിയായി പോകും' കൃഷ്ണകുമാറിന്റെ ദയനീയത ഞങ്ങളെ രണ്ടുപേരെയും ചിരിപ്പിച്ചു. 'ഓ കെ വിഷയത്തിലേയ്ക്കു വരാം. അപ്പോൾ നമ്മൾ പറഞ്ഞു കൊണ്ടിരുന്നത് ജയകൃഷ്ണൻ എന്ന ആത്മാവിനെ തേടിയുള്ള ഒരു രണ്ടാം യാത്രയെ കുറിച്ചാണ്.' ഞാൻ പറഞ്ഞു.

അധ്യായം 3

അറിയാത്ത അറിവുകൾ തേടി

'യഥാർത്ഥത്തിൽ നീ ജയകൃഷ്ണന്റെ ആത്മാവിൽ വിശ്വസിക്കുന്നുണ്ടോ അതൊ കഴിഞ്ഞതൊക്കെ വെറും മിഥ്യാസങ്കല്പങ്ങളാണെന്നാണോ ? അതൊ രണ്ടുമല്ലാത്ത അവസ്ഥയിലോ? ജയകൃഷ്ണനെ കുറിച്ച് നിനക്ക് തോന്നുന്നത് പറയൂ പ്രൊഫസർ അവിടെ നിൽക്കട്ടെ. അദ്ദേഹവും ഒരു തരം കണ്ടീഷനിങ്ങിന് വിധേയമാണെന്നാണ് നിങ്ങൾ പറഞ്ഞത് കേട്ടപ്പോൾ എനിക്ക് തോന്നിയത്. കഴിഞ്ഞ കാല അനുഭവങ്ങളിലൂടെ നീ എത്തിച്ചേർന്ന ഒരു നില പാടുണ്ടാകുമല്ലോ അതൊന്ന് വിശദീകരിയ്ക്കുമോ?' അശോകൻ സാറാണ് ചോദിച്ചത്.'

യഥാർത്ഥത്തിൽ ഞാനെത്തിച്ചേർന്ന നിലപാട് എന്താണ്. ഒരു നിലപാടിലും എത്തപ്പെടാത്ത ഞാനൊരു സംശയഗ്രസ്തനാണെന്നു പറയണോ ? യാഥാർത്ഥത്തിൽ അശോകൻ സാറിനെ പോലെ ഞാനും സംശയാലുവായിരുന്നു. ശാസ്ത്രത്തിന്റെ യുക്തിബോധത്തിനും വിശ്വാസത്തിന്റെ സമൂഹീക ബോധത്തിനും ഇടയിലുള്ള ഒരു നേർരേഘയുണ്ട്. എന്റെ മുമ്പിൽ അത് അവ്യക്തമായി കൊണ്ടിരിക്കുകയാണ്. അഥവാ നിമിഷം പ്രതി ഇല്ലാതായി കൊണ്ടിരിയ്ക്കുകയാണെന്ന് എനിക്കുതന്നെ തോന്നി തുടങ്ങിയിരിക്കുന്നു. വാദിക്കാൻ വേണ്ടി ശാസ്ത്രപക്ഷത്ത് നിലനിൽക്കുമ്പോഴും ഹൃദയം പൂർണമായും അതിനെ അംഗീകരിക്കുന്നില്ലെന്ന സത്യം. പക്ഷെ അത് വേണ്ടരീതിയിൽ വെളിപ്പെടുത്താനുള്ള ധൈര്യമില്ലെന്ന് മാത്രം. വിദ്യാഭ്യാസമുള്ള മനുഷ്യൻ പലപ്പോഴും സ്വാഭിപ്രായങ്ങൾ പറയുന്നത് സമൂഹത്തിന്റെ ശരിതെറ്റുകൾ കൂടി ചിന്തിച്ചിട്ടായിരിയ്ക്കും. എന്നാൽ ഏറ്റവും സാധാരണക്കാരനായ ഒരാൾ സധൈര്യം എവിടേയും തന്റെ അഭിപ്രായം പറയും. സമൂഹം തന്നെ പറ്റി എന്തു പറയും എന്ന് അയൾ ഭയപ്പെടുന്നില്ല.ശരിക്കും ഞാൻ ചിന്തിക്കുകയായിരുന്നു എന്ത് പറയണം? അശോകൻ സർ പറഞ്ഞതിൽ ഒരു വാക്ക് എന്നെ കൂടുതൽ ചിന്തിപ്പിച്ചു. ഒരു തരത്തിൽ പറഞ്ഞാൽ ആ പ്രൊഫസറും കണ്ടീഷനിങ്ങിന് വിധേയനാണ് എന്നാണല്ലോ അദ്ദേഹംപറഞ്ഞു വച്ചത്. ആലോചിക്കുമ്പോൾ തോന്നുന്നു. ചിലപ്പോൾ അങ്ങനെ സംഭവിയ്ക്കാം. യുക്തിവാദിയായിരുന്ന കാലത്ത് അദ്ദേഹം ഏറ്റവും കൂ

ടുതൽ പറഞ്ഞ വാക്ക് ദൈവം ആത്മാവ് എന്നൊക്കെ തന്നെയാവും. എതിർക്കാനാണെങ്കിലും ഒരു തരത്തിൽ ആ വാക്കുകൾ നിരന്തരം പറഞ്ഞ്, ഒരു തരം ഓട്ടോ സജഷൻ ആയി മാറിയിട്ടുണ്ടെങ്കിൽ സംഭവിക്കാവുന്ന ഒരു കണ്ടീഷനിംഗ്. ചിലപ്പോൾ പല യുക്തിവാദികളും അവസാനം ഈശ്വരവിശ്വാസിയായി മാറുന്നതിന്റെ മനശ്ശാസത്രവും ഇത് തന്നെ ആയിരിക്കില്ലേ? what you think that you will be എന്ന് പലപ്പോഴും പലരും പറയാറുള്ളത് ശരിയാണെങ്കിൽ അതിന്റെ ഒരു നെഗറ്റീവ് എഫക്ട് പ്രൊഫസർ സുരേന്ദ്രനാഥൻസാറിന് സംഭവിച്ചു എന്ന് വിശ്വസിക്കാവുന്നതല്ലേ?

'എന്താ ഒന്നും മിണ്ടാത്തത്?' എന്ന് അശോകൻ സാർ വീണ്ടും ചോദിച്ചപ്പാഴാണ് എനിയ്ക്കു പരിസര ബോധം തിരിച്ച് കിട്ടിയത്.

'അത് പിന്നെ എന്തു പറയണം എന്നാലോചിക്കുകയായിരുന്നു. പ്രേതം ആത്മാവ് എന്നിവ ഉള്ളതാണോ എന്ന് ചോദിച്ചാൽ ഇല്ല എന്ന് പറയുവാൻ ഇപ്പോളെനിക്ക് സാധിക്കുന്നില്ല. എന്നാൽ ഇല്ലേ? എന്ന് ചോദിച്ചാൽ ഉണ്ടെന്ന് സ്ഥാപിക്കാൻ മാത്രം ശക്തമായ തെളിവുകളും ഇല്ല. ഇതാണ് അന്നും ഇന്നും എന്നും എന്റെ നിലപാട്. ആ നിലയ്ക്ക് ഞാനിപ്പോൾ ആകെ കൺഫ്യൂഷനാണെന്നേ പറയാൻ കഴിയു പ്രേതങ്ങളെ കാണുന്നതിനെ കുറിച്ചുള്ള മനശ്ശാസ്ത്ര കാരണങ്ങൾ ഞാൻ മുമ്പ് വിശദീകരിച്ചതാണല്ലോ. തലച്ചോറിലെ ന്യൂറോട്രാൻസ്മിറ്ററുകളുടെ പ്രവർത്തനത്തിൽ വരുന്ന വൈകല്യം കൊണ്ടങ്ങനെ സംഭവിയ്ക്കാം. അതിനെ കുറിച്ച് വിക്ക് റ്റാൻടി എന്ന ഒരു ബ്രിട്ടീഷ് എൻഞ്ചിനിയർ നടത്തിയ ഒരു ഗംഭീര പഠനമുണ്ട്'. 'പറയൂ' എന്ന് അശോകൻ സാർ പറഞ്ഞെങ്കിലും എനിക്ക് തോന്നി അത് പിന്നിട് പറയാം 'സർ, ഒരു കാര്യം. വളരെ വിചിത്രമെന്നോ അത്ഭുതകരമെന്നോ പറയാവുന്ന ചില അനുഭവങ്ങൾ അടുത്ത കാലത്ത് സുരേന്ദ്രൻ സാറിനും എനിക്കു മുണ്ടായിട്ടുണ്ട്.പറഞ്ഞാൽ ചിലപ്പോൾ നിങ്ങൾ വിശ്വസിക്കില്ല. രണ്ട് പേർക്കും രണ്ട് തരം അനുഭവങ്ങളാണെങ്കിലും അതിലെല്ലാം വിശദീകരിക്കാനോ കൃത്യമായി ഉൾക്കൊള്ളാനോ കഴിയാത്ത പലതുമുണ്ട്. എങ്ങനെ വിശദീകരിക്കും. ചിലത് അസംഭവ്യങ്ങളെന്നു തോന്നാവുന്നതാണ്. പക്ഷെ അത് സംഭവിച്ചു. ഈവിഷയം വല്ലാത്ത രീതിയിൽ എന്നെ സ്വാധീനിച്ചു എന്ന് പറയണം എന്റെ ജീവിതത്തിൽ ഇങ്ങനെ ഒരു വിഷയം മുമ്പ് ഉണ്ടായിട്ടില്ല . അത് പോലെ സാറിനും തോന്നി.' 'എന്താണ് വിഷയം അത് പറയൂ. അതാണ് ഞാൻ ചോദിച്ചു കൊണ്ടിരിക്കുന്നത് അതിൽ തൊടാത്ത മറുപടി മാത്രം കഷ്ടം ഇങ്ങനെ ആൾമാറാട്ടം നടത്തരുത്. പറ

യാൻ കഴിയുന്നതാണെങ്കിൽ പറയൂ.' ഞാൻ ഒന്നും മിണ്ടിയില്ല മിണ്ടിയിട്ടും കാര്യമില്ലെന്ന് എനിക്ക് തോന്നി അതു കൊണ്ടാണ് അശോകൻ സർ വീണ്ടും ചോദിച്ചത്. 'വീണ്ടും ഒരന്വേഷണം വേണമെന്ന് പറയാൻ കാരണമെന്താണ്?'

'സർ നിലാവിനെ കാണാറുണ്ടോ? നീല മേഘങ്ങൾക്കിടയിൽ നീന്തി നടക്കുന്ന നിലാവിനെ? പലപ്പോഴും നമുക്ക് തോന്നും ആനിലാവാണ് സത്യം എന്ന് . ചന്ദ്രന്റ പ്രകാശം എന്നൊക്കെ പറഞ്ഞാലും ചന്ദ്രൻ പ്രകാശിക്കുന്നില്ലല്ലോ. സൂര്യൻ മറഞ്ഞു നിൽക്കുമ്പോൾ സൂര്യന്റെ ക്രഡിറ്റ് മുഴുവൻ ചന്ദ്രന് കിട്ടുന്നതല്ലേ ?. അതുപോലെ ജയകൃഷ്ണന്റെ പിന്നിൽ നിന്നാരോ തെളിച്ച വെളിച്ചം ജയകൃഷ്ണന്റേതാണെന്ന് നമ്മൾ വിശ്വസിച്ചതാണെങ്കിലോ ? ജയകൃഷ്ണന്റെ പിറകിൽ അവനെ നിയന്ത്രിച്ച ആരെങ്കിലുമുണ്ടെങ്കിലോ ? ഉണ്ടായിരിക്കണമെന്നാണ് സുരേന്ദ്രൻ സാറിന്റെ അഭിപ്രായം. അതായത് നമ്മളിലൊക്കെ ജയകൃഷ്ണൻ എന്ന ഹലൂസിനേഷൻ സൃഷ്ടിച്ചെടുത്തയാൾ. അങ്ങനെ ചില തോന്നലുകൾ സൃഷ്ടിക്കുവാൻ കഴിയും. മെന്റലിസ്റ്റുകൾ ചെയ്യുന്നതു പോലെ എന്ന് വേണമെങ്കിൽ പറയാം. മെന്റലിസം ഒരു കലയാണെന്നാണ് എന്റെ ധാരണ.എന്നാൽ അതീന്ദ്രിയ സിദ്ധിയുള്ള ഒരു മനുഷ്യൻ. ആത്മാവുകളെ സ്വന്തം ആവശ്യത്തിന് വേണ്ടി ഉപയോഗിക്കുന്ന ഒരു മനുഷ്യനെ കുറിച്ചാണ് സുരേന്ദ്രനാഥൻസർ പറയുന്നത്. അതായത് അദ്ദേഹത്തിന്റെ അഭിപ്രായത്തിൽ പാവം പ്രേതാത്മാവായ ജയകൃഷ്ണനെ ഉപയോഗിച്ച് വരദരാജനെ ജയിലിടയ്ക്കാൻ ആഗ്രഹിച്ച മറ്റൊരുളുണ്ടോ എന്നാണ് കണ്ടെത്തേണ്ടത്. വിദേശത്തൊക്കെ പ്രേത വേട്ടക്കാർ എന്ന ഒരു വിഭാഗം തന്നെയുണ്ട്. പറഞ്ഞു വന്നത്, അതായത് അരങ്ങിൽ മാത്രം നില്ക്കരുത് നമ്മുടെ ബുദ്ധി.അതിനപ്പുറത്ത് അണിയറയിലേയ്ക്ക് ഒന്നിറങ്ങിനോക്കണം എന്നർത്ഥം. അങ്ങനെ സംശയിക്കുവാൻ ഒരു കാരണമുണ്ട്. പേരൂരിൽ നിന്ന് തിരിച്ചു വന്ന് രണ്ട് മൂന്ന് ദിവസം കഴിഞ്ഞപ്പോഴാണ് വരദ എന്നെ വിളിച്ചത്. അവൾ പറഞ്ഞു ഇനി തനിക്ക് ജയകൃഷ്ണന്റെ ശബ്ദം കേൾക്കാൻ കഴിയില്ല. താനെന്നന്നേയ്ക്കുമായി വരദയെ വിട്ടു പോകുകയാണെന്ന് അയാൾ പറയുന്ന ശബ്ദം അവൾ അവസാനമായി കേട്ടുവെത്രെ. വളരെ സങ്കടകരമായ ഒരു യാത്ര പറയലായിരുന്നു അതെന്നാണ് വരദ പറഞ്ഞത്. കരയുന്ന പോലെയാണത്രെ ആശബ്ദം അവൾ കേട്ടത്. അതോടൊപ്പം ഇനി അയാളെ കുറിച്ച അന്വേഷിക്കുകയോ അയാൾക്ക് പിറകെ സഞ്ചരിക്കുകയൊ ചെയ്യരുതെന്ന് അയാൾ ആവശ്യപ്പെടുകയും ചെയ്തുവത്രെ. എന്നിട്ട് എന്നോടും അത് പ

റയണം എന്ന് അയാൾ ഓർമ്മിപ്പിക്കുകയും ചെയ്തു എന്ന് വരദ പറഞ്ഞു. ജയകൃഷ്ണനന് നമ്മളെ കൊണ്ടുള്ള ആവശ്യം കഴിഞ്ഞു , ഇനി അയാളുടെ പിറകെ ഇറങ്ങരുത് എന്ന രണ്ടാം ഭാഗത്തിന്റെ ശബ്ദം തികച്ചും വ്യത്യസ്ഥമായിരുന്നു.ഒരു ഭീഷണി പോലെയാണ് അത് വരദയ്ക്കു പോലും തോന്നിയതത്രെ. വരദയ്ക്കു പോലും എന്ന് പറയാൻ കാരണം അത്രമാത്രം അവളുമായി താദാത്മ്യം പ്രാപിച്ച ജയകൃഷ്ണൻ അവളോടൊരു നന്ദി വാക്ക് പറഞ്ഞ് പോകുമെന്നാണ് ഞാനടക്കം പ്രതീക്ഷിച്ചത് എന്നതിനാലാണ്. ഈ വിഷയം സുരേന്ദ്രനാഥൻ സാറുമായി ഞാൻ സംസാരിച്ചു. അദ്ദേഹം പറഞ്ഞത് വേറൊരുകഥയാണ്.

സാർ ഒരു ദിവസം ഒരു മീഡിയത്തെ ഉപയോഗിച്ച് ജയകൃഷ്ണനോട് സംസാരിക്കുവാൻ ശ്രമിച്ചുവത്രെ. പാരസൈക്കാ ളജിസ്റ്റുകൾ പലരും അങ്ങനെ ശ്രമിക്കാറുണ്ട്. സാറിന്റെ പല പരീക്ഷണങ്ങൾക്കും മീഡിയമാവാറുള്ള ഹർഷൻ എന്ന ചെറുപ്പക്കാരനെ തന്നെയാണ് അതിനും ഉപയാഗിച്ചത്. പ്രത്യേക തരത്തിലുള്ള മെഡിറ്റേഷനിലൂടെ മീഡിയത്തെ മറ്റൊരു ട്രാൻസിൽ എത്തിക്കുകയാണ് അവർ ചെയ്യുക. ഒരു തരത്തിൽ പറഞ്ഞാൽ ഹിപ്നോസിസിന്റെ മറ്റൊരു തരത്തിലുള്ള പ്രയോഗം മാത്രമായിട്ടേ എനിക്കതിനെ തോന്നിയിട്ടൊള്ളു. എന്തായാലും ജയകൃഷ്ണൻ വന്നുവെത്രെ. വളരെ ക്രുദ്ധനായിട്ടായിരുന്നു പോലും. ഇനി തന്നെ വിളിയ്ക്കരുതെന്നും തന്റെ പിറകെ സഞ്ചരിക്കരുതെന്നും അയാൾ ഒരു വാണിങ്ങ് നൽകിയെത്രെ. അഥവാ അങ്ങനെ ചെയ്താൽ തന്റെ മറ്റൊരു സ്വഭാവം കാണേണ്ടിവരുമെന്നായിരുന്നു അദ്ദേഹത്തിന്റെ അഭിപ്രായം. അതുമാത്രമല്ല അതുവരെ കാണാത്ത തരത്തിൽ മീഡിയത്തിന് പെട്ടന്ന് രക്തസമ്മർദ്ധം കുറഞ്ഞ് ഹോസ്പി റ്റലിൽ എത്തിക്കേണ്ടിയും വന്നു. അതിനു മുമ്പ് പല പരേതാത്മാക്കളേയും അദ്ദേഹം വിളിച്ചു വരുത്തിയിട്ടുണ്ടെങ്കിലും മീഡിയത്തിന് അപകടമുണ്ടാവുന്നത് ആദ്യമാണെന്ന് അദ്ദേഹം പറയുന്നു. കൃത്യസമയത്ത് ഹോസ്പിറ്റലിൽ എത്തിക്കുവാൻ കഴിഞ്ഞത് കൊണ്ട് ഹർഷൻ രക്ഷപ്പെട്ടു. ഇനി ഒരിക്കലും ഒരു മീഡിയമായി പ്രവർത്തിക്കാൻ അയാളെ കിട്ടില്ല. അത്രമാത്രം അയാൾ ഭയപ്പെട്ടിരുന്നു എന്നാണ് സാറു പറയുന്നത്. അതിനേക്കാൾ വിചിത്രമായി അദ്ദേഹത്തിന് തോന്നിയത് വിദേശത്തു നിന്ന് ഭാര്യ വിളിച്ചു പറഞ്ഞതാണ്. വേണ്ടാത്ത പ്രേതങ്ങളുടെ പിറകെ പോയി ജീവിതം നശിപ്പിക്കണ്ട. മരിയ്ക്കുകയാണെങ്കിൽ കുഴപ്പമില്ല. മരിച്ച പോലെ ജീവിക്കേണ്ടിവരും അത് അത്ര സുഖമാവില്ലെന്ന് ഭർത്താവിനെ ഓർമ്മിപ്പിക്കാൻ ഒരു ജയകൃഷ്ണൻ പറഞ്ഞെന്നാണത്രെ ഭാര്യ പറഞ്ഞത്. ഏത്

ജയകൃഷ്ണൻ എന്ന് സാർ തിരിച്ചു ചോദിച്ചു. കാരണം അദ്ദേഹം നമ്മുടെ ജയകൃഷ്ണനെ കുറിച്ചൊന്നും ഭാര്യയോടൊ മകളോടൊ സംസാരിച്ചിട്ടുണ്ടായിരുന്നില്ല. അവരെന്തൊക്കെയോ സാധനം വാങ്ങുവാൻ ഒരു മാളിൽ പോയപ്പോൾ സുരേന്ദ്രനാഥൻ സാറിന്റെ ഭാര്യയല്ലേ എന്ന് ചോദിച്ചു കൊണ്ട് പരിചയപ്പെടാൻ വന്ന ചെറുപ്പക്കാരനായിരുന്നുവത്രെ ജയകൃഷ്ണൻ. സാറിന്റെ ശിഷ്യനാണെന്നും രണ്ടുപേരെയും ഒരുമിച്ച് കണ്ട ഓർമ്മയുണ്ടെന്നും അയാൾ പറഞ്ഞു പരിചയപ്പെടുത്തിയത്രെ. പേരു പറഞ്ഞാൽ സാറിനു മനസ്സിലാകുമെന്നും അയാൾ കൂട്ടിച്ചേർത്തു . ആ കാഴ്ചയിൽ ഒരു ഭീഷണിയുണ്ടെന്നാണ് സുരേന്ദ്രനാഥൻ സാറിന്റെ അഭിപ്രായം അതായത് പറഞ്ഞത് അനുസരിക്കണം അത് കേട്ടില്ലെങ്കിൽ നേരിട്ട് ആക്രമിയ്ക്കുവാൻ ചിലപ്പോൾ കഴിയാതെ വന്നാൽ കുടുംബത്തെ ഉന്നം വെയ്ക്കുമെന്ന ഒരു ബാധ്യപ്പെടുത്തൽ പക്ഷെ നമ്മൾ ഇതുവരെ കണ്ട ജയകൃഷ്ണനും കേട്ട ജയകൃഷ്ണനും ഇങ്ങനെയുള്ള ഒരാളല്ല. അങ്ങനെ പറയുമ്പോഴും അയാളുടെ മുഖത്ത് കണ്ട ഭാവം ദയനീയമായിരുന്നു എന്നത് അദ്ദഹത്തിന്റെ ഭാര്യ പ്രത്യേകം ശ്രദ്ധിച്ചിരുന്നു. അപ്പോൾ അയാളുടെ പിന്നിൽ നിന്ന് ഇങ്ങനെ പറയാൻ പ്രേരിപ്പിയ്ക്കുന്ന ഒരാളുണ്ടാകും. അതോടെ അദ്ദേഹം തീരുമാനമെടുത്തു. ജയകൃഷ്ണന്റെ പിറകിൽ കൂടുക തന്നെ വേണം. ഞാൻ സഹകരിച്ചിട്ടില്ലെങ്കിൽ അദ്ദേഹം മറ്റുവഴി നോക്കും. എന്തായാലും ഞാനും സഹകരിക്കുവാൻ തീരുമാനിച്ചു. നിങ്ങൾക്കെന്തു തോന്നുന്നു?' ഞാൻ അശോകൻ സാറിനെ നോക്കി.

'രണ്ടു വഴികളുണ്ട്. ഒന്ന് ഇതോടെ എല്ലാം നിറുത്തി നമ്മളായി നമ്മടെ പാടായി എന്ന നിലയ്ക്കുള്ള ഒന്നാന്തരം പിൻമാറ്റം. പക്ഷെ അതിന് സുരേന്ദ്രനാഥൻ സാർ സമ്മതിക്കില്ല എന്നുറപ്പാണല്ലോ. പിന്നെ രണ്ടാമത്. എന്തു വന്നാലും ഏറ്റെടുക്കാമെന്ന ഒരാത്മവിശ്വാസം പിന്നെ ജയകൃഷ്ണൻ ഒരാത്മാവിന്റെ അനിയന്ത്രിത കഴിവുകൾ ഉപയോഗിച്ച് നിങ്ങളെ ചെറുക്കുവാൻ ശ്രമിച്ചാൽ അതിനെ തടുക്കാനുള്ള മാർഗങ്ങൾ പ്രൊഫസർക്ക് അറിയാതിരിക്കില്ലല്ലോ. അതല്ല നീ പറയുന്നതു പോലെ ഉണ്ടായതോ അല്ലെങ്കിൽ മറ്റൊരാൾ ഉണ്ടാക്കിയതോ ആയ വെറും ഹലൂസിനേഷനാണെങ്കിൽ ഇത്തരം ഭയങ്ങളിൽ യാതൊരർത്ഥവുമില്ല. അത് മാത്രമല്ല, നിങ്ങൾ പറഞ്ഞുകേട്ട അറിവ് വച്ച് ജയകൃഷ്ണൻ എന്ന ഒരാൾ ഉണ്ടെങ്കിൽ അയാൾ ഒരു പരമ സാത്വികനാണ്. ആരെയും ഉപദ്രവിയക്കുന്നത് അദ്ദേഹത്തിന് ഇഷ്ടമല്ല. അങ്ങനെയുള്ള അയാൾ നിങ്ങളെ ഉപദ്രവിയ്ക്കുമെന്ന് കരുതാൻ ഒരു കാരണവുമില്ല. അയാളുടെ

ആഗ്രഹത്തിനനുസരിച്ച് അയാളുടെ കഥ പുറം ലോകത്തെത്തിച്ച നിങ്ങളോട് അയാൾക്ക് എന്തായാലും നന്ദിയുണ്ടായിരിക്കും. അപ്പോൾ ഈ ഭീഷണി നിങ്ങളെ പിൻ തിരിപ്പിക്കുവാനുള്ള ഒരു ശ്രമം മാത്രമായിരിക്കും. അല്ലെങ്കിൽ അയാളെ നിയന്ത്രിക്കുന്ന മറ്റാരോ അയാളെ കൊണ്ട് ചെയ്യിക്കുന്നുതായിരിക്കും. രണ്ടായാലും മാനസികമായി അയാൾക്ക് നിങ്ങളുടെ ശത്രുവാകാൻ കഴിയില്ല. അതുകൊണ്ടു തന്നെ അത്ര വലിയ അപകടങ്ങളൊന്നും സംഭവിക്കില്ല എന്നാണ് എനിക്ക് തോന്നുന്നത്.' അശോകൻ സാർ പറഞ്ഞു. 'പിന്നെ നിയന്ത്രിക്കുന്ന ഒരു വ്യക്തിയുണ്ടെങ്കിൽ അയാളുടെ വെറും ഒരടിമ മാത്രമാണ് ജയകൃഷ്ണനെങ്കിൽ ജയകൃഷ്ണന് ഇഷ്ടമല്ലാത്തതും ചിലപ്പോൾ അയാൾക്ക് ചെയ്യേണ്ടിവരും. നിയന്ത്രിക്കുന്ന വ്യക്തി എന്നും ഒളിഞ്ഞിരിക്കാനാഗ്രഹിക്കുന്ന ഒരാളാണെങ്കിൽ ജയകൃഷ്ണനിലൂടെ നിങ്ങൾ അയാളിലെത്തുന്നതിനു മുമ്പ് അയാൾ നിങ്ങളെ ഇല്ലാതാക്കാനും ശ്രമിച്ചേക്കാം. ഇതൊക്കെ അതിജീവിയ്ക്കണമെങ്കിൽ അങ്ങനെ ഒരാളുണ്ടോ? ഉണ്ടങ്കിൽ ആരാണ്. അയാളുടെ ശക്തി എത്രമാത്രമുണ്ട് ഇത്തരം കാര്യങ്ങളൊക്കെ അറിയേണ്ടി വരും. ശത്രുവിന്റെ ശക്തിയെക്കുറിച്ചറിഞ്ഞിട്ട് യുദ്ധത്തിന്റെ തന്ത്രങ്ങൾ തീരുമാനിക്കുന്നതാണ് നല്ലത്. എനിക്ക് തോന്നുന്നു ആ വരദയെ ഒന്നു കൂടി സമീപിച്ചാൽ ചിലപ്പോൾ അങ്ങനെ ആരെയെങ്കിലും കുറിച്ച് ജയകൃഷ്ണൻ എന്തെങ്കിലും പറഞ്ഞിട്ടുണ്ടോ എന്നറിയാം. തീർച്ചയായും ജയകൃഷ്ണൻ അത്ര മാത്രം അടുത്ത് പെരുമാറിയിട്ടുള്ളത് കൊണ്ട് അങ്ങനെ എന്തെങ്കിലുമുണ്ടെങ്കിൽ വരദ അറിയുക തന്നെ ചെയ്യും.

അശോകൻ സാറിന്റെ അഭിപ്രായത്തോട് കൃഷ്ണകുമാറും യോജിച്ചു. ഞാൻ ഒന്നും മിണ്ടിയില്ല. വ്യക്തമായ ഒരു തീരുമാനമെടുക്കുവാൻ എനിക്ക് കഴിയുമായിരുന്നില്ല. ഞാൻ കണ്ട സ്വപ്നത്തെ കുറിച്ച് അവർക്കു മുമ്പിൽ ഞാൻ വിശദീകരിച്ചില്ല. ആ സ്വപ്നം കാണുന്നതു വരെ മറ്റൊരാൾ ജയകൃഷ്ണനെ കൊണ്ടെന്തെങ്കിലും ചെയ്യിക്കുമെന്ന് ഞാൻ വിശ്വസിച്ചിരുന്നില്ല. പക്ഷെ ആസ്വപ്നം ജയകൃഷ്ണൻ എന്തോ ബോധ്യപ്പെടുത്താൻ വേണ്ടി എന്നെ കാണിച്ചതാണെന്ന ഒരു തോന്നൽ. പാരസൈക്കോളജിസ്റ്റുകൾ സ്വപ്നം ഒരു ഇഎസ്പി ആ കാമെന്ന് സമ്മതിയ്ക്കുന്നുണ്ട്. എല്ലാ സ്വപ്നവുമല്ല ചിലത്. ഫ്രോയിഡ് സ്വപ്നങ്ങളെ നന്നായി അപഗ്രഥിച്ചിട്ടുണ്ട്. അതിൽ ഒരു മനുഷ്യൻ ഇരുപത്തി നാല് മണിക്കൂറിനുള്ളിൽ കണ്ടതോ കേട്ടതോ അനുഭവിച്ചതോ അതുമായി ബന്ധപ്പെട്ടതോ ആയിരിയ്ക്കും അയാളുടെ സ്വപ്നമെന്ന് സ്ഥാപിയ്ക്കുന്നുണ്ട്. എന്നാൽ ആ സ്വപ്നം കാണുന്നതു വരെ കുറച്ച് ദിവസമായി ഞാൻ

ജയകൃഷ്ണനെ ഓർമ്മിച്ചിരുന്നില്ല. അതിന് ശേഷമാണ് ഞാൻ സുരേന്ദ്രനാഥൻ സാറെ വിളിച്ചതും ചർച്ചചെയ്തതുമെല്ലാം സ്വപ്നം പിന്നീടൊരിയ്ക്കൽ വിശദീകരിയ്ക്കാമെന്ന് ഞാൻ വിചാരിച്ചു. എന്റെ മൗനം രണ്ടു പേരേയും ഇരുത്തി ചിന്തിപ്പിയ്ക്കുന്നുണ്ടായിരുന്നു. രണ്ട് പേരും ഒന്നും മിണ്ടിയില്ല. കാര്യത്തിന്റെ ഗൗരവം അവർക്ക് പിടി കിട്ടിയെന്ന് എനിയ്ക്ക് തോന്നി.

പുഴയ്ക്കക്കരെ ആകാശം കറുത്തു തുടങ്ങിയിരുന്നു. ഒരു ഒറ്റനക്ഷത്രം ഇമവെട്ടി ഞങ്ങളെ തന്നെ ശ്രദ്ധിക്കുന്നതു പോലെ എനിക്കു തോന്നി. 'സമയം ഇരുട്ടി. ബാക്കിനമുക്ക് നാളെ വൈകുന്നേരം സംസാരിയ്ക്കാം.' അശോകൻ സാർ എഴുന്നേറ്റു. കൂടെ ഞങ്ങളും. പാടത്ത് തവളകളുടെ കൂട്ട നാമജപം മുഴങ്ങി തുടങ്ങിയിരുന്നു. അത് കേട്ട് ,തണുത്ത കാറ്റും കൊണ്ട് ഇത്തിരി നടന്നാലെ കൃഷ്ണകുമാറിന്റെ ബുള്ളറ്റിരിക്കുന്ന സ്ഥലത്ത് എത്തിച്ചേരുവാൻ കഴിയു . ഞാൻ മുമ്പിൽ നടന്നു. മറ്റുള്ളവർ പിറകേയും . ആരും ഒന്നും മിണ്ടുന്നുണ്ടായിരുന്നില്ല. എല്ലാവരുടേയും മനസ്സിൽ ജയകൃഷ്ണനുണ്ടാക്കിയ ആശയക്കുഴപ്പം തന്നെയായിരിക്കണം. 'അതല്ല, നിങ്ങൾക്ക് രണ്ട് പേർക്കും അനുഭവമുണ്ടായി എന്നല്ലേ നീ പറഞ്ഞത്. എന്നിട്ട് സുരേന്ദ്രനാഥൻ സാറിന്റെ കാര്യം മാത്രമല്ലേ പറഞ്ഞൊള്ളു. നിന്റെ അനുഭവം വിശദീകരിച്ചല്ലല്ലോ.' ബൈക്കിന് സമീപത്തെത്തിയപ്പോഴാണ് അശോകൻ സാർ ചോദിച്ചത്. 'ഇന്ന് വളരെ വൈകിയില്ലേ. അത് പിന്നെ നാളെ പറയാം.' ഞാൻ ചിരിച്ചു കൊണ്ടു പറഞ്ഞു. 'ശരിയാ. ഇത്തരം കഥകൾ ഒരുമിച്ച് കേൾക്കുന്നതിനേക്കാൾ നല്ലതാണ് അല്പാല്പമായി കേൾക്കുന്നത്. അപ്പോൾ ത്രില്ല് നഷ്ടപ്പെടാതെ സൂക്ഷിക്കാൻ കഴിയും. ശരി നാളെ പറയാം'. അശോകൻ സർ ചിരിച്ച് കൊണ്ടാണ് പറഞ്ഞത്. എനിയ്ക്ക് പ്രാധാനമായും പറയാനുണ്ടായിരുന്നത് എന്റെ സ്വപ്നത്തെ കുറിച്ച് തന്നെയായിരുന്നു. അതോടൊപ്പം വീട്ടിൽ വരുന്ന പുതിയ അതിഥിയെ കുറിച്ചും . അതിന്റെ ഓരോ ചലനങ്ങളിലും അത് എന്തോ എന്നെ ധരിപ്പിയ്ക്കാൻ ശ്രമിയ്ക്കുന്നുണ്ടെന്ന് എനിയ്ക്കു തോന്നി. എന്നാൽ അത് പറയുന്നതിനപ്പുറം ഒരിയ്ക്കൽ അവർക്കു കൂടി നേരിട്ട് കാണാൻ കഴിയും എന്ന് വിശ്വസിച്ചതു കൊണ്ടായിരുന്നു തത്കാലം അക്കാര്യം പറയാതെ മാറ്റിവച്ചത്.

അധ്യായം 4

കാകദൃഷ്ടിയിലെ കാണാപാഠങ്ങൾ

സുരേന്ദ്രനാഥൻ സാർ പറയുകയായിരുന്നു. 'എനിക്ക് ഇക്കാര്യത്തിൽ കൂടുതൽ നല്ല ചില വിശദീകരണങ്ങൾ ആവശ്യമുണ്ടായിരുന്നു. അതുകൊണ്ട് ഞാൻ രാഘവ്ജിയെ വിളിച്ചു സംസാരിച്ചു. അദ്ദേഹത്തെ സുധീറിന് അത്ര പരിചയമുണ്ടാവില്ല. എന്റെ ആത്മീയ പാതയിലെ ഗുരു എന്ന് ഇപ്പോൾ പരിചയപ്പെടുത്താം. ബാക്കി കാണുമ്പോൾ നേരിട്ട് പറഞ്ഞു തരാം. ഞാൻ യുക്തിവാദി സംഘടനയിൽ പ്രവർത്തിയ്ക്കുന്ന കാലത്തേ എനിയ്ക്ക് അദ്ദേഹത്തെ പരിചയമുണ്ട്. യുക്തിവാദികൾക്കെതിരെ പ്രസംഗിക്കുവാനുള്ള ആത്മീയ വാദികളുടെ തുരുപ്പ് ചീട്ടായിരുന്നു അക്കാലത്ത് അദ്ദേഹം. അന്നൊക്കെ അദ്ദേഹം പറയുന്നതിനെ സ്യൂഡോ സയൻസ് എന്ന് പറഞ്ഞ് എഴുതി തള്ളുകയായിരുന്നു ഞങ്ങൾ യുക്തിവാദികൾ. ഞങ്ങൾക്കെതിർചേരിയിലായിരുന്നെങ്കിലും അന്നേ ഞങ്ങളിൽ പലർക്കും അദ്ദേഹത്തോട് ബഹുമാനമായിരുന്നു. കാരണം അദ്ദേഹത്തിന്റെ വിനയം എതിരാളികളാടുള്ള ബഹുമാനം. ശരിയാണെന്ന് തോന്നുന്നത് അംഗീകരിക്കുവാനുള്ള കഴിവ് അങ്ങനെ പലതും. പലപ്പോഴും തർക്ക വേദിയിൽ മാത്രമായിരുന്നു ആളെ കണ്ടിരുന്നത്. എങ്കിലും ആളുടെ ഓർമശക്തി അപാരമായിരുന്നു. ഒരിക്കൽ കണ്ടു പരിചയപ്പെട്ടാൽഎത്ര വർഷം കഴിഞ്ഞാലും പരിചയപ്പെട്ട സന്ദർഭം വരെ ഓർമ്മയിലുണ്ടാകും. ആളൊരു മലയാളിയാണ്. ഇപ്പോൾ ഹൈദരാബാദിലാണ് താമസം. കേരളത്തിൽ അയാൾക്ക് പറയത്തക്ക വേരുകളൊന്നുമില്ലെന്ന് തോന്നുന്നു. ആത്മീയ മേഖലയിലേക്ക് ഞാൻ പ്രവേശിച്ചതു മുതൽ എന്റെ പല സംശയങ്ങൾക്കും മറുപടി തരുന്നത് അദ്ദേഹമാണ്. അതീന്ദ്രിയ മനശ്ശാസ്ത്രത്തിൽ നല്ല പാണ്ഡിത്യമുണ്ട്. പ്രേത ഗവേഷണത്തിൽ പ്രത്യേക താത്പര്യവും. കുറച്ചേറെയായി വിളിയ്ക്കലോ കാണലോ ഒന്നുമുണ്ടായിരുന്നില്ല. ഇപ്പോൾ ആവശ്യം നമ്മുടേതാണല്ലോ. അതുകൊണ്ടാണ് വിളിച്ചത്. കാര്യങ്ങളൊക്കെ ഞാൻ സംസാരിച്ചു. എന്നാൽ അതിന്റെ പിറകെ പോവാതിരിക്കുന്നതാണ് നല്ലതെന്ന അഭിപ്രായമായിരുന്നു അദ്ദേഹത്തിന്. ഒരാത്മാവിന് ഇഷ്ടമല്ലാത്ത കാര്യം അന്വേഷിച്ച് അതേ ആത്മാവിന്റെ പിറകേ സഞ്ചരിക്കുന്നത് അക്ഷന്തവ്യമായ

അപരാധമാണെന്ന് അദ്ദേഹം പറഞ്ഞു. അത് കൊണ്ട് വേണ്ട, ആ വഴി സഞ്ചരിക്കേണ്ട എന്നതായിരുന്നു അദ്ദേഹത്തിന്റെ ഉപദേശം.പക്ഷെ എനിക്കതിനോടുള്ള താത്പര്യം വ്യക്തമാക്കിയപ്പോൾ വേണ്ട സഹായങ്ങൾ ചെയ്യാമെന്ന് അദ്ദേഹം സമ്മതിച്ചു. എന്നാൽ വെറുതെ വേണ്ടാത്ത കാര്യങ്ങൾ എടുത്തു തലയിൽ വെയ്ക്കണോ എന്ന് അദ്ദേഹം വീണ്ടും വീണ്ടും സംശയം പ്രകടിപ്പിക്കുകയുണ്ടായി.' ഞാൻ കേട്ടു കൊണ്ടിരിക്കുകയായിരുന്നു. എനിയ്ക്ക് ഇങ്ങനെ രാഘവ്ജിഎന്നു പറയുന്ന ഒരു പാരസൈക്കോളജിസ്റ്റിനെ കുറിച്ച് കേട്ട പരിചയം പോലുമില്ല. അതുകൊണ്ട് തന്നെ ഞാനെന്തു പറയാൻ. അയാളുടെ അത്ഭുത സിദ്ധിയെക്കുറിച്ചൊക്കെ സാർ ഏറെ പറഞ്ഞു. സാറിനെപ്പോലൊരാൾ ഇത്രമാത്രം ബഹുമാനിക്കണമെങ്കിൽ പുള്ളി ചില്ലറക്കാരനായിരിക്കില്ലെന്ന് എനിക്കും തോന്നി. പക്ഷെ ഇത്ര കാലത്തിനിടയിൽ ഇങ്ങനെ ഒരാളെ പറ്റി അദ്ദേഹം ഒരിയ്ക്കൽ പോലും പറഞ്ഞിട്ടില്ലല്ലോ എന്നത് എന്നെ അത്ഭുതപ്പെടുത്തി. പ്രശസ്തനായ പാരസൈക്കോളജിസ്റ്റ്. ഗംഭീര പ്രഭാഷകൻ. അങ്ങനെ ഒരാളെ പറ്റി ഞാൻ കേട്ടിട്ടേയില്ല എന്നറിഞ്ഞപ്പോൾ എനിയ്ക്കുണ്ടായ അപകർഷതാബോധം ചെറുതായിരുന്നില്ല. പക്ഷെ അദ്ദേഹം പറഞ്ഞതൊക്കെ ഞാൻ മൂളി കേട്ടു. ഓർമ്മയിൽ ആകെ വരുന്നത് ഒരു ഡോ: കെ ആർ രാഘവൻ മാത്രമാണ്. അദ്ദേഹത്തെ കണ്ടതും പരിചയപ്പെട്ടതും ഒരു ശാക്തേയ സമിതിയുടെ പ്രഭാഷണ വേദിയിൽ വച്ചാണ്. ശ്രോതാക്കളെ കൈയിലെടുക്കുന്ന പ്രഭാഷണമായിരുന്നു അദ്ദഹത്തിന്റേത്. എന്നാൽ അദ്ദേഹം പറഞ്ഞ പല കാര്യങ്ങളും ഒരിയ്ക്കലും തെളിയിയ്ക്കപ്പെടാത്ത കാര്യങ്ങളോ കേട്ടുകേൾവികളോ ആയിരുന്നു. തടിച്ച് അതിനനുസരിച്ച നീളവുമുള്ള ആ മനുഷ്യനെ കുറിച്ച് ഞാൻ വെറുതെ ഒരു നിമിഷം ചിന്തിച്ചു. പക്ഷെ അദ്ദേഹത്തിനെന്തെങ്കിലും അതീന്ദ്രിയ ശക്തിയുള്ളതായി എനിയ്ക്ക് തോന്നിയില്ല. അങ്ങേ തലയ്ക്കൽ സാറ് സംസാരിച്ചു കൊണ്ടേയിരിയ്ക്കുകയായിരുന്നത് കൊണ്ട് കൂടുതൽ ആ വിഷയം മനസ്സിൽ നിന്നില്ല.ഏറെ നേരത്തിന് ശേഷമാണ് സാർ ഫോൺ വെച്ചത്.

സാറിനോട് കൂടുതൽ വിഷയങ്ങൾ ആലോചിച്ചാൽ വീണ്ടും അതീന്ദ്രിയ വിശ്വാസത്തിലേ അത് ചെന്ന് ചേരുകയുള്ളു. മറ്റാരോട് അന്വേഷിയ്ക്കും ? സാർ അറിയാതെ ഈ വിഷയങ്ങളെ കുറിച്ച് അന്വേഷിയ്ക്കാൻ ഏറ്റവും നല്ലത് ജയകൃഷ്ണൻ ബാധിച്ച് വന്ന രോഗികളാണ് എന്ന് എനിയ്ക്ക് തോന്നി.

ഞാൻ ആലോചിച്ചത് ടെസ്സയെയോ ഹസീനയെയൊ ഒന്നുകൂടി ബ

സ്ധപ്പെടുന്നതിനെ കുറിച്ചായിരുന്നു. വരദയ്ക്ക് ജയകൃഷ്ണന്റെ ചെറുപ്പകാലത്തെ കുറിച്ച് എന്തെങ്കിലും അറിയുമെങ്കിൽ അതിൽ കുറച്ചൊക്കെ ഇവരും കേട്ടിട്ടുണ്ടാകണം. കാപ്പിപ്പൂക്കൾ വിരിഞ്ഞ് സുഗന്ധം പരത്തുന്ന മൺ പാതയുള്ള വയനാട്ടിലെ ജയകൃഷ്ണന്റെ ഗ്രാമത്തെക്കുറിച്ചുള്ള സൂചന കിട്ടിയത് വരദയിൽ നിന്നല്ലല്ലോ. വരദ പറഞ്ഞത് കേട്ട അനുഭവങ്ങൾ ഇവർ പങ്കുവച്ചപ്പോഴല്ലേ? ആ നിലയ്ക്ക് അവരെ അല്ലങ്കിൽ വേണ്ട. ടെസ്സയെ വിളിച്ചാൽ മതി. അവർക്കാണങ്കിൽ ഞങ്ങൾ പേരൂര് പോയ കാര്യമൊക്കെ അറിയുന്നതാണല്ലോ. അതായിരിക്കും നല്ലത്. പക്ഷെ വിളിച്ചാൽ അവര് എന്തായിരിക്കും വിചാരിക്കുക എന്ത് വിചാരിച്ചാലും വേണ്ടില്ല വിളിക്കണം അതെ എല്ലാം കൃത്യമായി സംസാരിക്കുവാൻ പറ്റിയ ഒരു കഥാപാത്രം ടെസ്സ തന്നെയാണ്. പക്ഷെ ജയകൃഷ്ണൻ എന്ന കഥ അവസാനിച്ചതായി വിശ്വസിയ്ക്കുന്ന അവരെ വീണ്ടും വിളിച്ചാൽ അവർക്ക് വീണ്ടും അത് ഒരു രോഗമായി തിരിച്ചു വന്നാലോ സത്യം പറഞ്ഞാൽ ഞാൻ വല്ലാത്ത കൺഫ്യൂഷനിലായി.

വൈകുന്നേരം അശോകൻ സാർ കൃഷ്ണകുമാറിനേയും കൂട്ടി വന്നു. വന്ന ഉടനെ അശോകൻ സർ പറഞ്ഞു. 'ഞാനിപ്പോഴാണ് ആലോചിച്ചത് നിങ്ങൾ ഇന്നലെ ഏതൊ ഒരാളെ കുറിച്ച് പറഞ്ഞു അത് മുഴുവനായി തീർത്തതുമില്ല. അതു മുഴുവനും എനിക്കൊന്നറിയണം.' യഥാർത്ഥത്തിൽ അതാലോചിച്ചു കൊണ്ടായിരിക്കണം അശോകൻ സാർ വന്നതുതന്നെ. പക്ഷെ ഞാൻ പ്രതീക്ഷിച്ചത് പിരിയുമ്പോൾ ചോദിച്ചതായിരുന്നു. എനിക്കുണ്ടായ അനുഭവം. അത് നാളെ പറയാമെന്ന് പറഞ്ഞാണല്ലോ ഇന്നലെ പിരിഞ്ഞത്. എന്തായാലും അവരുടെ വരവ് എനിക്കിഷ്ടപ്പെട്ടു.ചിന്തകൾ കൂട്ടിയും കിഴിച്ചും ഒരെത്തുംപിടിയും ഇല്ലാതിരിക്കുമ്പോഴാണ് അവരുടെ വരവ് ചിന്തകൾ ഒരു ഭാരമായി തോന്നുമ്പോൾ അതിറക്കി വെയ്ക്കാൻ സൗഹൃദത്തേക്കാൾ നല്ല മറ്റൊരത്താണിയുമില്ല.ഞാൻ ചോദിച്ചു 'ഏതൊ ഒരാളെയൊ? എനിക്ക് കൃത്യമായി ഓർമ്മയില്ല. പറയൂ. ആരെ പറ്റിയാണ് പറഞ്ഞത്?' എനിക്കറിയാമായിരുന്നു അദ്ദേഹം ചോദിക്കുന്നതെന്താണ് എന്ന്. നമ്മൾ എപ്പോഴും കഥ കേൾക്കാനി ഷ്ടപ്പെടുന്നവരോടെല്ലേ കഥകൾ പറയുക അത് കേട്ടു അവർ ആസ്വദിക്കുക മാത്രമല്ല സംശയങ്ങൾ കൊണ്ട് നമ്മളെ ഒരു പാട് ബുദ്ധിമുട്ടിക്കുകയും ചെയ്യും. ചെയ്യണം. അങ്ങനെയല്ലാത്തവരോട് കഥ പറയുരുതെന്ന് എനിക്ക് പലപ്പോഴും തോന്നാറുണ്ട്. കൃഷ്ണകുമാറും അശോകൻ സാറും കഥ കേൾക്കാൻ എപ്പോഴും താല്പര്യം പ്രകടിപ്പിക്കുന്നവരാണ്. പ്രേത കഥകളുടെ കാര്യം പറയുകയും വേണ്ട.

ഇന്നലെ സംസാരത്തിനിടയിൽ ഞാൻ വിക്റ്റാന്റിയെ കുറിച്ച് സൂചിപ്പിച്ചിരുന്നു വല്ലോ. അതായിരിക്കും അശോകൻ സാർ ഉദ്ദേശിച്ചത്. 'ഇന്നലെ ഞാൻ സംസാരത്തിനിടയിൽ പറഞ്ഞത് വിക് റ്റാന്റിയെ കുറിച്ചാണെന്നാണ് എന്റെ ഓർമ്മ അതിനെ കുറിച്ചാണോ ?' അശോകൻ സാറെ നോക്കി ഞാൻ ചോദിച്ചു. 'അതെ അയാളെ കുറിച്ച് തന്നെ. പേരിങ്ങോട്ട് കിട്ടിയില്ല. അതാണ്.' അശോകൻ സാർ പറഞ്ഞു. ' അത് കഥയല്ല. സത്യമാണ്' ഞാൻ പറഞ്ഞു. 'മനശ്ശാസ്ത്രത്തിന്റെ കാഴ്ചപ്പാടിൽ നമ്മൾ പലപ്പോഴും പ്രേതം എന്ന സങ്കല്പത്തെ വിലയിരുത്തിയിട്ടുണ്ടല്ലോ. അതു പോലെ ഭൗതിക ശാസ്ത്രത്തിന്റെ ഭൂമികയിൽ നിന്ന് കൊണ്ട് പ്രേതം എന്ന സങ്കല്പത്തെ വിലയിരുത്തിയ ആളാണ് വിക് റ്റാന്റി. മനസ്സും ശരീരവും കൂടി അഭിനയിക്കുന്ന ഒരു നാടകമാണ് പ്രേതാനുഭവങ്ങൾ എന്ന അഭിപ്രായിരുന്നു അദ്ദേഹത്തിന് . 1998ൽ അദ്ദേഹം 'ദി ഗോസ്റ്റ് ഇൻ മെഷ്യൻ ' എന്ന പേരിൽ ഒരു പഠനം പ്രസിദ്ധീകരിച്ചു. അദ്ദേഹം ഒരു എഞ്ചിനിയർ ആയിരുന്നു. അദ്ദേഹത്തിന്റെ ഓഫീസിൽ ചില അസാധാരണ സംഭവങ്ങളുണ്ടായി. സാധനങ്ങൾക്ക് പെട്ടന്ന് സ്ഥാനചലനം സംഭവിക്കുക നിഴലുകൾ മുന്നിലൂടെ ചലിക്കുന്നതുപോലെ തോന്നുക ശരീരത്തിൽ എന്തോ ഇഴയുന്നതായി അനുഭപ്പെടുക അങ്ങനെ പലതും.ഏതോ ഒരദൃശ്യ സാന്നിധ്യം പലർക്കും അനുഭവപ്പെട്ടു. അദ്ദേഹത്തിനും ഇത്തരം ചില അനുഭവങ്ങളുണ്ടായി. ഒരിക്കൽ തന്റെ കസേരയ്ക്ക് പിറകിൽ നിന്ന് ആരോ മുടിയിൽ തലോടിയതുപോലെ റ്റാന്റിയ്ക്ക് തോന്നി. അദ്ദേഹത്തിന് പേടിയല്ല തോന്നിയത്. അതിന്റെ കാരണം കണ്ടെത്തുവാനുള്ള വ്യഗ്രതയാണ് അതിന്റെ കാരണമന്വേഷിച്ച് അദ്ദേഹം നടത്തിയ പഠനമാണ് 1998ൽ പ്രസിദ്ധപ്പെടുത്തിയ പ്രബന്ധം. ഇത്തരം അദൃശ്യാനുഭവങ്ങൾക്ക് ഒക്കെ കാരണമായത് അവിടെ ഉണ്ടായിരുന്ന ഒരു എക്സോസ്റ്റിംഗ് ഫാനാണെന്ന് അദ്ദേഹത്തിന് മനസ്സിലായി. അത് ഓഫാക്കിയതോടെ ഇത്തരത്തിലുള്ള യാതൊരനുഭവും ഇല്ലാതായി.

ഒരാളുടെ കേൾവിശക്തി യഥാർത്ഥത്തിൽ 20 ഹെഡ്സ് മുതൽ 20000 ഹെഡ്സ് വരെയാണ്. 20 ഹെഡ്സിന് താഴെയുള്ള ശബ്ദത്തെ ഇൻഫ്രസൗണ്ട് എന്നാണ് പറയുക. കേൾക്കാൻ കഴിയില്ലെങ്കിലും 12 ഹെഡ്സ് വരെയുള്ള ശബ്ദത്തെ മനുഷ്യന് അനുഭവിയ്ക്കുവാൻ കഴിയുമെന്ന് അദ്ദേഹത്തിന് പഠനങ്ങളിൽ നിന്ന് ബോധ്യപ്പെട്ടു. ഫിസിക്കൽ വൈബ്രേഷൻ വഴി 4 ഹെഡ്സ് വരെയുള്ള ശബ്ദങ്ങൾ മനസ്സിലാക്കാമെന്ന് അദ്ദേഹം കണക്കുകൂട്ടി. കഥയിലെ ഫാൻ 19 ഹെഡ്സ് ആവൃത്തി തരംഗങ്ങ

ളാണുണ്ടാക്കിയിരുന്നത്. അതായത് കേൾക്കാൻ കഴിയില്ല എന്നാൽ അനുഭവിയ്ക്കാൻ കഴിയും.ഫിയർ ഫ്രീക്വൻസി എന്നാണ് ഇത്തരം തരംഗങ്ങളെ വിളിയ്ക്കുന്നത്. മനുഷ്യരിൽ പല മാനസികപ്രശ്നങ്ങൾക്കും ഇത് കാരണമാവും. അതോടൊപ്പം തന്നെ നേത്രഗോളത്തിന്റെ റെസോണൻസ് ഫ്രീക്വൻസി 18 ഹെഡ്സ് ആണ്. നേത്രഗോളത്തിലുണ്ടാവുന്ന ഈ വൈബ്രേഷൻസ് ഇല്ലാത്ത കാഴ്ചകൾ കാണാൻ കാരണമാവും. അതോടൊപ്പം പാരീ ഡോളിയ എന്ന മാനസിക പ്രതിഭാസവും കൂടിയാവുമ്പോൾ ഒന്നിൽ ഇല്ലാത്ത മറ്റൊന്നിനെ കാണാൻ കാരണമാവും. മേഘത്തിലൊ ചന്ദ്രനിലോ ഒക്കെ സ്വന്തം മുഖം കാണുവാൻ പരിശ്രമിച്ച കുട്ടിക്കാലം ഓർമ്മയില്ലേ. പലപ്പോഴു നമ്മളൊക്കെ അങ്ങനെ കണ്ടിട്ടുമുണ്ടാവും. അങ്ങിനെ കാണുന്ന മാനസിക പ്രതിഭാസമാണ് പാരീ ഡോളിയ.

പിന്നെ അദ്ദേഹം പറയുന്നത് ചാൾസ് ബോണറ്റ് സിൻഡ്രോം എന്നറിയപ്പെടുന്ന രോഗത്തെ കുറിച്ചാണ്. ഈ രോഗം ബാധിച്ചവരിൽ ഹലൂസിനേഷൻ ഉണ്ടാകാറുണ്ട്. അതുപോലെ വയറിങ്ങിൽ സംഭവിക്കുന്ന പാകപ്പിഴവുകൾ കാരണം എലക്ട്രോമാഗ്നറ്റിക്ക് പവർ ഉണ്ടാവാം ടെമ്പറേച്ചർ വേരിയേഷൻ മാലിന്യങ്ങളിൽ നിന്നും മറ്റുമുണ്ടാക്കുന്ന ചില രാസവസ്തുക്കൾ , മീഥേൽ പോലുള്ളവ , ഭൂഗർഭ ജലപ്രവാഹങ്ങളുടെ സ്വധീനം, കെട്ടിട നിർമ്മാണത്തിലെ അപാകത കാരണം വായുസഞ്ചാരത്തിന്റെ കുറവ്,ഇങ്ങനെ പല കാരണങ്ങളാൽ വരുന്ന ഉത്കണ്ഠ തലവേദന ചില കാഴ്ചകൾ, ചില സ്പർശനങ്ങൾ ഇതൊക്കെയാണ് പ്രേതം ബാധ ആത്മാവ് തുടങ്ങിയവയായി മനുഷ്യൻ തെറ്റിദ്ധരിക്കുന്നത് എന്നായിരുന്നു അദ്ദേഹത്തിന്റെ വാദം. ഇതിൽ ഒരു പാട് സത്യമുണ്ട്. അതുകൊണ്ടു തന്നെ വിക് റ്റാന്റിയുടെ അഭിപ്രായങ്ങൾ മനശ്ശാസ്ത്രലോകവും സമൂഹശാസ്ത്രവും പ്രേത വിശ്വാസികളും ഗവേഷകരും ഏറെ ചർച്ച ചെയ്തു. ഹോണ്ടഡ് പ്ലെയ്സ് എന്നൊക്കെ പറയപ്പെടുന്ന പല സ്ഥലങ്ങളും നിരീക്ഷിച്ചാൽ ടാന്റിയുടെ വാദഗതികൾ ശരിയാണെന്നും തോന്നും.പക്ഷെ നമ്മുടെ അനുഭവം ഇത്തരത്തിൽ വിലയിരുത്താൻ കഴിയില്ല. ഒരു ഹോണ്ടഡ് പ്ലെയിസാണെങ്കിൽ ഇങ്ങനെയൊക്കെ ചിന്തിക്കാം. ഇത് നമ്മെ സംബന്ധിച്ചിടത്തോളം ഒരു പ്രത്യേക സ്ഥലത്ത് സംഭവിച്ചതല്ല. അവിടെയാണ് പ്രശ്നങ്ങളുള്ളത്. സിബിഎസൊക്കെ ഒരു വ്യക്തിയെ ബാധിക്കുന്നതാണ് ഒരാൾ കൂട്ടത്തെ ബാധിക്കുന്നതല്ല.' 'ചില വീടുകളിലെ ചില മുറിയിൽ താമസിക്കുന്നവർക്ക് പലവിചിത്രാനുഭവങ്ങളുമുണ്ടാകുന്നത് ഇത്തര ത്തിലായിരിക്കുമല്ലേ. ചിലർ പറയും ഈ

വഴിയിലൂടെ ഒരു പോക്കുവരവുണ്ട് അവർക്ക് തടസമുണ്ടാകാതിരിയിക്കാൻ ഭിത്തിയിൽ ഒരു സുഷിരം ഉണ്ടാക്കണം എന്നൊക്കെ' കൃഷ്ണകുമാറിനാണ് സംശയം. 'ശരിയാണ് വായു സഞ്ചാരം ക്രമീകരിക്കുകയാണ് അതിലൂടെ ചെയ്യുന്നത്' ഞാൻ വിശദീകരിച്ചു. ഞങ്ങൾ സംസാരത്തിന്റെ ഒരു മാസ്മരികലോകത്തിലേക്ക് പ്രവേശിച്ചു തുടങ്ങിയിരുന്നു. ഞങ്ങളങ്ങനെ സംസാരിച്ചുകൊണ്ടിരിക്കുമ്പോൾ ഒരു കാക്ക പ്രത്യേക ശബ്ദത്തിൽ മുറ്റത്തിനു മുമ്പിലുള്ള ദേവതാരു മരത്തിന്റെ മുകളിലിരുന്നു കരയാൻ തുടങ്ങി. അതു കണ്ട് കൃഷ്ണകുമാർ 'അതിന്റെ ശബ്ദത്തിൽ വല്ലാത്തൊരു ഫീലിംഗ് തോന്നുന്നില്ലേ സർ?' ഞാൻ ചിരിച്ചു. നമ്മുടെ കാഴ്ചകകളാണല്ലോ പലതിലും പലതും കണ്ടെത്തുന്നത്. ഞാൻ പറഞ്ഞു. 'എന്തോ എന്നറിയില്ല ഈ കാക്ക കഴിഞ്ഞ അഞ്ചാറു ദിവസമായി ഇവിടുത്ത സ്ഥിരം അതിഥിയാണ്. പ്രത്യേകിച്ച് ഈ അന്വേഷണത്തെ കുറിച്ച് ഞാൻ മനസ്സിലുറപ്പിച്ചപ്പോൾ മുതൽ അവനെ ഞാൻ ശ്രദ്ധിക്കുന്നുണ്ട്. എന്തോ ഒരപകടം എന്നോട് പറയുന്നതുപോലെയാണ് അതിന്റെ കരച്ചിൽ. ഇത് ഞാൻ നിങ്ങളോട് പറയണമെന്നുകരുതിയതാണ്. അല്ല എനിക്കുണ്ടായ ചില അനുഭവങ്ങളെ കുറിച്ച് ഞാൻ ഇന്നലെ സൂചിപ്പിച്ചില്ലേ. അതിൽ ഈ കാക്കയുമുണ്ട്. അതിന്റെ ഒരു പ്രത്യേകത കൂടിയുണ്ട്. അത് ചിലപ്പോൾ ചാരുപടിയിൽ വന്നിരിക്കും. എനിക്ക് കയ്യെത്തുന്ന ദൂരത്ത്. അകത്തിരുന്നാണ് സംസാരിക്കുന്നതെങ്കിൽ അത് തുറന്നിട്ട ജനവാതിലിൽ വന്നിരിക്കും. ജനൽ അടച്ചാണിട്ടിരിക്കുന്നതെങ്കിൽ പല പ്രാവശ്യം അതിൽ വന്നു മുട്ടും ഞാനതിനെ ശ്രദ്ധിച്ചിട്ടുണ്ട്. ഭക്ഷണം കൊടുത്താൽ കൈയിൽ നിന്ന് വാങ്ങി കൊണ്ട് പോകാറുണ്ട് എന്താണാവോ അതിന്റെ ലക്ഷ്യം. ഒരു പിടിയും കിട്ടുന്നില്ല.' കൃഷ്ണകുമാറും അശോകൻ സാറും അത്ഭുതത്തോടെ എന്നെ നോക്കി. ഞാൻ ചിരിച്ചതേയുള്ളു. പക്ഷെ അവരുടെ മുഖത്ത് ഒരാശങ്ക പ്രതിഫലിച്ചിരുന്നു. ഞാൻ ഒന്നുകൂടി ചിരിച്ചപ്പോൾ അശോകൻ സർ പറഞ്ഞു. 'ശാസ്ത്രമൊക്കെ നി പറഞ്ഞത് ശരിയായിരിക്കും. പക്ഷെ അനുഭവങ്ങളെ ഒട്ടും ചെറുതായി കാണരുത്.. ഇതിന്റെ കരച്ചിൽ ശ്രദ്ധിച്ചില്ലെ സാധാരണ കാക്കകൾ കരയുന്ന ശബ്ദമല്ലത് ഈ വിഷയം ആ പ്രൊഫസറോടൊന്ന് സംസാരിക്കാമായിരുന്നില്ലേ?' അപ്പോഴും ഞാൻ ചിരിച്ചു 'സംസാരിക്കണം. ആ കാക്കയ്ക്ക് എന്തോ ഒരു പ്രത്യേകത ഉണ്ടെന്ന് എനിയ്ക്കും തോന്നിയിട്ടുണ്ട്. എന്നാൽ അതിൽ എന്തെങ്കിലും അത്ഭുതമോ മറ്റ് ശക്തികളുടെ സാന്നിധ്യമോ ഉണ്ടോ എന്നറിയട്ടേ അതിന് ശേഷം പോരെ ഞാനിപ്പോൾ അതിനെ കാര്യമായി തന്നെ ശ്രദ്ധിച്ചു തുടങ്ങിയി

ട്ടുണ്ട്. ചില ജീവികൾപ്പെട്ടന്ന് മനുഷ്യരോടിണങ്ങും. അക്കൂട്ടത്തിൽ പെട്ട ഒന്നാണെങ്കിലൊ അതൊക്കെ ശ്രദ്ധിച്ചതിനു ശേഷം പറഞ്ഞാൽ മതിയല്ലോ.' അവരൊന്നും മിണ്ടാതെ എന്നെയും കാക്കയേയും മാറി മാറി ശ്രദ്ധിച്ചു. ഞങ്ങൾ ശ്രദ്ധിക്കുന്നു എന്ന് കണ്ടപ്പോൾ കാക്ക കരച്ചിൽ നിറുത്തി ഞങ്ങളെ മാത്രം നോക്കിയിരിപ്പായി. തല താഴ്തി അത് ചെരിഞ്ഞ് എന്നെ ഒന്ന് നോക്കി. ആ നോട്ടം ശ്രദ്ധിച്ച അശോകൻ സാറിന്റേയും കൃഷ്ണകുമാറിന്റേയും മുഖത്തുണ്ടായ അത്ഭുതം ഒരു തരം പരിഭ്രാന്ത്രിയായി മാറുന്നത് ഞാൻ ശ്രദ്ധിച്ചു. 'അതൊരു വെറും കാക്ക മാത്രമായിരിയ്ക്കുമോ? പ്രേതങ്ങൾ കാക്കയുടെ രൂപത്തിൽ വരുമെന്ന് പണ്ട് പലരും പറഞ്ഞ് ഞാൻ കേട്ടിട്ടുണ്ട്.' കൃഷ്ണകുമാർ പരിഭ്രാന്തിയോടെ ചോദിച്ചു. 'കാരണവൻമാർ പലതും പറഞ്ഞിട്ടുണ്ട്. അവർ പറഞ്ഞതൊക്കെ സത്യമാണെന്ന് വിചാരിച്ചാൽ പിന്നെ നമുക്കൊന്നും ചെയ്യാനുണ്ടാവില്ല. അവർ പറഞ്ഞ രീതിയിൽ മാത്രം ജീവിയ്ക്കുക എന്നതല്ലാതെ. അതല്ല നമ്മുടെ ലക്ഷ്യം. അതിന് എന്തെങ്കിലും എന്നെ മനസ്സിലാക്കിയ്ക്കാനുണ്ടെങ്കിൽ അത് എങ്ങിനെയും എനിയ്ക്ക് മനസ്സിലാവും. അത് വരെ കാത്തിരിയ്ക്കാനുള്ള ക്ഷമ എനിയ്ക്കുണ്ട്. പിന്നെ അതൊരു പ്രേതാത്മാവാണെങ്കിൽ അതിന് പല സിദ്ധികളുമുണ്ടായിരിയ്ക്കില്ലേ?. അപ്പോൾ അതിനിത്രയും ബുദ്ധിമുട്ടേണ്ടിവരുമോ? എന്റെ സംശയമാണ്'. അവർ രണ്ട് പേരും ഒന്നും മിണ്ടാതെ കാക്കയെ തന്നെ ശ്രദ്ധിച്ചു. കാക്കഞെങ്ങൾ പറയുന്നതു മുഴുവൻ സശ്രദ്ധം കേൾക്കുകയാണെന്ന് എനിയ്ക്കു തോന്നി. ഞങ്ങളെ പലപ്രാവശ്യം നോക്കിയതിന് ശേക്ഷം ഒരു ഭയവും കാണിയ്ക്കാതെ ഞാനിരിയ്ക്കുന്ന ചാരു കാസാരയ്ക്ക് സമീപം ചാരുപടിയിൽ അത് വന്നിരുന്നു. അത്ഭുതം കൊണ്ട് കൃഷ്ണകുമാറും അശോകൻ സാറും ആകെ വല്ലാത്ത ഒരവസ്ഥയിലെത്തിയത് ഞാൻ കണ്ട് കൊണ്ടിരിയ്ക്കുകയായിരുന്നു. ഞാൻ വീണ്ടും പറഞ്ഞു 'നിങ്ങൾ അത്ഭുത പെടേണ്ട കാരണം ഒട്ടുമിക്ക ജീവികൾക്കും മനുഷ്യനെ ഭയമാണ്. ഭയം കൊണ്ടാണ് നായ കുരയ്ക്കുന്നത് ഭയം കൊണ്ടാണ് ഒരു പക്ഷിയും അടുത്ത് വരാത്തത് . അവരെ സ്നേഹിയ്ക്കുന്ന ഒരാളെന്ന് കണ്ടാൽ അവർക്ക് ഒരു ബുദ്ധിമുട്ടില്ല. ഞാൻ അതിനെ ഉപദ്രവിയ്ക്കില്ല എന്ന ഒരു വിശ്വാസം അതിനു വന്നു. അതുകൊണ്ടു മാത്രമാണ് അത് എന്റെ സമീപത്ത് വന്നത്. നിങ്ങളെയൊക്കെ അതിന് സംശയമാണ് ഒരോ ജീവിയ്ക്കും സ്നേഹം കൊടുത്താൽ അത് അതിന്റെ ഇരട്ടി നമുക്ക് തിരിച്ചു തരും.' അക്കാരത്തിൽ നൂറ് ശതമാനം ഉറപ്പ് പറയാൻ കഴിയാത്ത ഒറ്റ ജീവിയേയുള്ളൂ. അത് മനുഷ്യനാണ്. മ

റ്റേതൊരു ജീവിയും നമ്മൾ സ്നേഹിയ്ക്കുന്നതിനേക്കാൾ ഇരട്ടി നമ്മെ സ്നേഹിയ്ക്കും. പക്ഷെ മനുഷ്യൻമാർ പല ജീവികളെയും സ്നേഹിച്ചു വളർത്തും അവസാനം അതിനെ കൊല്ലാൻ വേണ്ടി വില്ക്കും ഒരു മൃഗവും ചെയ്യാത്ത കപട സ്നേഹമല്ലേ മനുഷ്യർക്കുള്ളത്.' എന്റെ ചോദ്യം കേട്ട് അശോകൻ സാറോ കൃഷ്ണകുമാറാ ഒന്നും പറഞ്ഞില്ല. പക്ഷെ കാക്ക അത് മനസ്സിലാക്കിയിട്ടാണോ എന്നറിയില്ല ഒന്നുകൂടി എന്നോട് ചേർന്നിരുന്നു. അതോടെ അവർ വീണ്ടും അത്ഭുതത്തിന്റെ മറ്റൊരു ലോകത്തിലേയ്ക്ക് പോവുകയായിരുന്നു. കാക്കയുടെ ഓരോ ചലനവും അവരിൽ ഏതോ നിഗൂഢ ലോകത്തിന്റെ വാതിലുകൾ തുറന്ന് വെയ്ക്കുന്നത് ഞാൻ എന്റെ മനക്കണ്ണിൽ കാണുന്നുണ്ടായിരുന്നു.

അദ്ധ്യായം 5

ക്ഷണിക്കാതെ വന്ന തിരുമേനി

നാട്ടുകാരൊക്കെ ഏഭ്യൻ നമ്പൂതിരി എന്ന് പരിഹസിച്ച് വിളിയ്ക്കുന്ന കൃഷ്ണേട്ടൻ ഒട്ടും പ്രതീക്ഷിക്കാത്ത സന്ദർഭത്തിലാണ് വീട്ടിൽ വന്ന് കയറിയത്. ഒന്നു വിളിയ്ക്കുകയോ ഇവിടെയുണ്ടോ എന്നന്വേഷിക്കുകയോ ഒന്നുമുണ്ടായില്ല. നേരിട്ടൊരു വരവ്. പലപ്പോഴും ഇങ്ങനെ സൗഹൃദങ്ങളെ ഞെട്ടിയ്ക്കുന്ന പതിവ് കൃഷ്ണൻ നമ്പൂതിരിയ്ക്ക് പണ്ടു തന്നെയുണ്ട്. വന്ന ഉടനെ ഉമ്മറത്തെ എന്റെ ചാരുകസേരയിൽ കയറി അദ്ദേഹം ഇരുന്നു. കാലുകൾ രണ്ടും കസേരയുടെ രണ്ട് പടികളിൽ കയറ്റി വച്ചിട്ട് പറഞ്ഞു. 'അന്തം വിട്ടു നിക്കാതെ അവിടെയെവിടെയെങ്കിലും ഒന്നിരിയ്ക്കെടൊ ഏഭ്യ ഞാൻ തന്നെ കാണാൻ വന്നു എന്നങ്ട് അഹങ്കരിക്കൊന്നും വേണ്ട. ഞാൻ നമ്മുടെ രാമൻ നായര് മരിച്ച വിവരം ഇന്നലെയാ അറിഞ്ഞത്. ഒരേഭ്യൻമാരും അതൊന്നും സമയത്തിനറിയിച്ചില്ല. ന്നാ മരിയ്ക്കാൻ പോവാണ്ന്ന് ആ ഏഭ്യൻ ന്നെ ഒന്ന് വിളിച്ച് പറയ്യാച്ചാൽ അതുംണ്ടായില്ല. അല്ലെങ്കിൽ നാഴികയ്ക്ക് നാല്പത് വട്ടം വിളിയ്ക്കും. അറിഞ്ഞ സ്ഥിതിയ്ക്ക് കൃഷ്ണൻ നമ്പൂതിരിപ്പാട് വന്നില്യാന്ന് ആർക്കെങ്കിലും ഒരു കൊറച്ചിലായ് തോന്ന്യാലോ? അത് വേണ്ടാന്നങ്ങട്ട് തീരുമാനിച്ചു. ചെല ഏഭ്യൻമാര് അങ്ങനേയും പറഞ്ഞ് നടക്കും അത് എന്തായാലും പറയണോൻ പറയും തടുക്കാനൊന്നും ആവില്യ.അത്ര തന്നെ. ന്നാലും പോന്നു. ഇവിടെറ്റും വന്നിട്ട് നിന്നെ കണ്ടില്യാച്ചാൽ നിനക്കും തോന്നും ആ ഏഭ്യൻ കൃഷ്ണേട്ടൻ ഇവിടെ വരെവന്നിട്ട് ഒന്നിങ്ങട്ട് കടക്കാതെ പോയീലേ...ന്ന്. അതും വേണ്ട. ഒരു നല്ല ചായ കടുപ്പം കൂട്ടി എടുത്തോളാൻ അകത്തേയ്ക്കൊന്നു വിളിച്ചു പറഞ്ഞോളു.' തിരുമേനി സംസാരത്തിൽ ആവശ്യത്തിനും അനാവശ്യത്തിനും ഉപയോഗിക്കുന്ന ഒരു വാക്കാണ് ഏഭ്യൻ എന്നത്. എന്നാൽ വളരെ ഗൗരവമായി എന്തെങ്കിലും സംസാരിയ്ക്കുമ്പോൾ അങ്ങനെ കേൾക്കാറില്ലെന്നതും ഞാൻ ശ്രദ്ധിച്ചിട്ടുണ്ട്. ഈ ഏഭ്യന്റെ അമിതോപയോഗം കൊണ്ടാണ് നാട്ടുകാര് അദ്ദേഹത്തെ ഏഭ്യൻ തിരുമേനി എന്ന് വിളിയ്ക്കുന്നത് ഞാൻ കൃഷ്ണേട്ടാ എന്നാണ് വിളിയ്ക്കാറെങ്കിലും ഇടയ്ക്കു തിരുമേനി എന്നും അഭിസംബോധന ചെയ്യാറുണ്ട്. സംസാരം ആദ്യമാ

യി കേൾക്കുന്നവർക്ക് ഇത്തിരി പൊങ്ങച്ചക്കാരനാണെന്നൊക്കെ തോന്നാമെങ്കിലും സത്യത്തിൽ ആളുശുദ്ധ പാവമാണ്. അസാദ്ധ്യ പണ്ഡിതനും ! സംസ്കൃത ഭാഷയുടെ ലിംഗ്വിസ്റ്റിക്കും ഫൊണിറ്റിക്സുമൊക്കെ ഇത്ര ഭംഗിയായി പഠിപ്പിക്കാൻ പറ്റിയ മറ്റൊരു പണ്ഡിതനെ കണ്ടെത്തുക വിഷമമാണ്. ഇംഗ്ലീഷും തമിഴും ലാറ്റിനും അദ്ദേഹത്തിന് പരിചയമുണ്ട്. തന്ത്ര മന്ത്രവിഷയങ്ങളിൽ അസാമാന്യ അറിവുണ്ട്. പുരാതന തന്ത്രി കുടുംബ പരമ്പരയിൽ പെട്ട ആളാണെങ്കിലും അത്തരം കാര്യത്തിനൊന്നും അദ്ദേഹം പോകാറില്ല . അനിയൻ മാരൊക്കെ അത്തരം കർമ്മത്തിന് പോകുന്നവരാണ്. അവരുടെ അവസാന ആശ്രയം ഇദ്ദേഹമാണെങ്കിലും ഇതൊക്കെ അറിയുന്ന ഒരാളാണെന്ന് അദ്ദേഹത്തോട് സംസാരിച്ചാൽ ഒരാൾക്കും മനസ്സിലാവുകയുമില്ല.ആരങ്കിലും വന്ന് സംശയം ചോദിച്ചാൽ പറഞ്ഞു കൊടുക്കും. പലരും പല കാര്യങ്ങളും ചോദിച്ച് അദ്ദേഹത്തിന്റെ ഇല്ലത്തെത്താറുണ്ട്. അസ്സലായി വായിക്കുന്ന സ്വഭാവക്കാരൻ കൂടിയാണ് അദ്ദേഹം. എന്തു കിട്ടിയാലും വായിക്കും അസാധ്യ ബുദ്ധിമാനാണെങ്കിലും ആ ഒരു പരിഗണന ആരും അദ്ദേഹത്തിന് കൊടുക്കാറില്ല. അദ്ദേഹം അത് ആവശ്യപ്പെടാറുമില്ല എന്നതാണ് യാഥാർത്ഥ്യം. തന്റെ ജീവിതത്തെ നിസ്സാരവൽക്കരിക്കുന്നതുപോലെ മറ്റുള്ളവരുടെ പ്രശ്നങ്ങളേയും എപ്പോഴും നിസ്സാരമായി കാണുന്ന ശുദ്ധ ഏഭ്യൻ തന്നെ എന്നേ ആർക്കും തോന്നു .

ചായയുമായി ഭാര്യ കടന്നുവന്നപ്പോൾ അദ്ദേഹം ചായ വാങ്ങിയിട്ടു പറഞ്ഞു. 'കണ്ടിട്ട് കുറേ ആയി എപ്പോഴെങ്കിലും വിളിച്ച് എന്തെങ്കിലും ഒക്കെ തര്ണത് നല്ലതാ ബ്രാഹ്മണന് അന്നദാനം, വസ്ത്രദാനം പശുദാനം എന്തുമാവാം. സ്ത്രീ ദാനവും എന്ന് പറയുന്ന ചിലഏഭ്യൻ നമ്പൂരിമാരുണ്ട് അക്കൂട്ടരിൽ എന്നെ കാണേണ്ടട്ടോ കുടുംബത്തിനു എന്നും ഐശ്വര്യം നിലനില്ക്കാൻ അതൊക്കെ . നല്ലതാ.എങ്ങന്യേ പിശുക്കൻ മാരല്ലേ? കുട്ട്യേ മധുരം ഇട്ടിട്ടിട്ടുണ്ടല്ലോ ചെലപ്പോ നായര് പറഞ്ഞിട്ടുണ്ടാവും നമ്പൂരിയ്ക്ക് ഷുഗറുണ്ട് അതോണ്ട് മധുരം വേണ്ടാന്ന് ? ങേ പറഞ്ഞോ?' 'മധുരം ഇടിട്ടുണ്ട്' എന്നു പറഞ്ഞ് ഒരു ചിരിയും ചിരിച്ച് അവരകത്തോട്ട് പോയപ്പോൾ അദ്ദേഹം വീണ്ടും എന്നോട് അല്പം ശബ്ദം താഴ്ത്തി പറഞ്ഞു. 'ഷുഗറാ മുന്നൂറിന് മേലെ പറഞ്ഞിട്ടെന്താ ഇത്തിരി മധുരം ല്യാത്ത ചായ നിക്ക് ഇഷ്ടല്ല. ഏഭ്യത്തരം തന്നെയാണ് ന്നാലും ' ഞാൻ ചിരിച്ചു. 'ചിരിയ്ക്കണ്ട പിന്നേയ് നെന്റെ പുതിയ നോവൽ ഞാൻ വായിച്ചു. നിക്ക് ഇഷ്ടായി. പക്ഷെ അതിലൊരപകടംണ്ടല്ലോ. മനശ്ശാസ്ത്രം മാത്രല്ല, ശാസ്ത്രം. അല്ലെങ്കിലും മനശ്ശാസ്ത്രകാർ

ക്ക് ഒരു തോന്നലുണ്ട്. അവരാണ് ലോകം കറക്കുന്നതെന്ന്. ശുദ്ധ ഏഭ്യത്വം അല്ലാതെന്താ? വിവരമില്ലായ്മയ്ക്ക് പല പേരുംണ്ട് നീ അതിലെഴുതിയത് സത്യാണെങ്കിൽ അയാൾ ആ ജയകൃഷ്ണൻ നിന്നെ വിട്ടു പോവില്ല. ശ്രദ്ധിക്കണം. പലതരം ബാധകളുണ്ട് ഹന്തുകാമൻ, രന്തുകാമൻ, ഭോക്തു കാമൻ അങ്ങനെ പലതും. ഭോക്തു കാമനായി വന്ന ഒരാത്മാവ് ഹന്തു കാമനായി മാറിയാൽ അതിനെ ഒടുക്കാൻ ഇത്തിരി ബുദ്ധിമുട്ടും. നീ പറഞ്ഞത് മുഴുവൻ സത്യമാണോന്ന്നിക്ക് സംശയമുണ്ട്. പല ഏഭ്യൻമാരായ എഴുത്തുകാരെയും പോലെ നീയും എന്തെങ്കിലും കൂട്ടി ചേർത്തിട്ടുണ്ടായിരിക്കും. സംശയംല്യന്നാൽ കളി കാര്യാക്കണ്ടാന്ന്നിക്ക് ഒരു തോന്നൽ. അതൊന്ന് പറയണംച്ചിട്ടും കൂടിയാ ഒന്ന് ഇവിടെ കേറിയത്. ങാ ചായ അസ്സലായിട്ടുണ്ട്. പിശുക്കിയിട്ടില്ല. ഭാഗ്യം.'

'കൃഷ്ണേട്ടാ മനശ്ശാസ്ത്രം ശുദ്ധ ശാസ്ത്രമൊന്നുമല്ല എന്നാണ് എന്റെ ഒരു വിശ്വാസം. ഊഹങ്ങളുടെ ഉൽപന്നം എന്നേ തോന്നിയിട്ടുള്ളൂ.പിന്നെ മനശ്ശാസ്ത്രം എന്നത് എല്ലാ ശാസ്ത്രത്തിനും മുകളിലാണെന്ന് ഞാനൊട്ടും വിശ്വസിക്കുന്നില്ല. മറ്റു ശാസ്ത്രങ്ങളുടെ കൈയും പിടിച്ച് നടക്കുന്ന ഒന്നാണത് എന്നാണെന്റെ വിശ്വാസം. അതായത് ജീവശാസ്ത്രത്തിന്റേയും ബയോ കെമിസ്ട്രിയുടേയും മാത്രമല്ല, ഒട്ടുമിക്ക ശാസ്ത്രങ്ങളുടെയും സഹായം കൊണ്ട് വികസിച്ചു വന്നതാണ് മനശ്ശാസ്ത്രം. വിശ്വാസങ്ങളും ആചാരങ്ങളും അനുഷ്ഠാനങ്ങളും സങ്കല്പങ്ങളും അഭ്യൂഹങ്ങളും ഒക്കെ അതിന്റെ വളർച്ചയ്ക്ക് സഹായകരമായിട്ടുണ്ട്. അല്ലെങ്കിൽ തന്നെ പ്രായം കൊണ്ട് അത് ഒരു ശിശുവല്ലേ?'

'ഞാൻ നിന്നെ കുറിച്ച് പറഞ്ഞതല്ല. നാട്ടുവിശേഷം പറഞ്ഞു അത്രേയുള്ളൂ. മനശ്ശാസ്ത്രത്തിന്റെ ആൾക്കാർക്ക് കിട്ടുന്ന ഒരു അത്ഭുത ബഹുമാനം നീയും കണ്ടിട്ടുള്ളതല്ലേ. ഒരു ഊശാൻ താടിയും വെച്ച് നടക്കുന്ന ചില ഏഭ്യൻമാരുണ്ട്. അവരുടെ ധാരണ അവരെ കൊണ്ടാണ് ഭൂമി കറങ്ങുന്നത് എന്നൊക്കെയാണ്. ഇതിലൊരു തമാശ എന്താണെന്നറിയ്യോ ഒരു മനോരോഗ ചികിത്സകന് അതായത് ഒരു സൈക്യാട്രിസ്റ്റിന് അത്രമാത്രം ഈ അഹങ്കാരം കണ്ടിട്ടില്ല. അവർക്കാണെങ്കിൽ വിവരവുമുണ്ട് അല്ല വിവരം ഉള്ളടത്ത് അഹങ്കാരം വരില്ലല്ലോ. പോട്ടെ അതിനെ പറ്റി പറഞ്ഞിട്ടെന്താ?'

'അത് പോട്ടേ കൃഷ്ണേട്ടാ എന്തോ അപകടമുണ്ടെന്ന് പറഞ്ഞില്ലേ. അതെന്താണ് ? കൃഷ്ണേട്ടന്റെ ഊഹം പറഞ്ഞാൽ മതി. എന്തായാലും സത്യം പറഞ്ഞാൽ നന്നായിരുന്നു. എന്താ അപകടം എന്നത് കൊണ്ടുദ്ദേശിക്കുന്നത്? എന്തെങ്കിലും ഉൾവിളി തോന്നിയോ? അതോ?'

‘ഞാൻ നിലനില്ക്കുന്നത് തന്ത്രവും മന്ത്രവും ഒക്കെ ഉള്ള ഒരിടത്താ എന്നാലും നിങ്ങളുടെ സൈക്കോളജിയും പാരാസൈക്കോളജിയും ഒക്കെ കൊറേശ്ശെ വായിച്ചിട്ടുണ്ട്. പാരാസൈക്കോളജിസ്റ്റുകൾ എന്ന് പറയപ്പെടുന്ന പല പ്രേതഗവേഷകൻമാരും നമ്മുടെ മന്ത്രവാദികളെ പോലെ സ്വാർത്ഥരാണ്. മന്ത്രവാദികളിൽ തന്നെഏതെങ്കിലും മൂർത്തിയെ ഉപാസിച്ചു കൊണ്ട് സ്വർത്ഥം പൂർത്തീകരിക്കുന്ന ചില ഏഭ്യൻമാരുണ്ടല്ലോ. അതുപോലെ ചില പാരാസൈക്കോളജിസ്റ്റുകൾ ചില പ്രേതങ്ങളെ ഉപയോഗിച്ച് ചിലതൊക്കെ നേടാൻ ശ്രമിക്കും. നീ അവതരിപ്പിച്ച ജയകൃഷ്ണൻ ഒരു സാത്വിക പ്രകൃതിക്കാരനാണ്. അദ്ദേഹത്തിന് അദ്ദേഹത്തെ ഇല്ലാതാക്കിയവരോട് അടങ്ങാത്ത പകയോ പ്രതികാരമോ ഇല്ല. ഹന്തു കാമനല്ല എന്നർത്ഥം. അങ്ങനെയാണെങ്കിൽ ആ പ്രേതാത്മാവിന്, അതിന് നിങ്ങളുടെ ഒന്നും സഹായം ആവശ്യമില്ല അയാളുടെ കഥ പുറംലോകമറിയണം എന്ന ഒരാഗ്രഹം. ജീവിച്ചിരിയ്ക്കുമ്പോൾ ഒരിക്കലും അയാൾ കേട്ടിട്ടില്ലാത്ത നിന്നെ അതിനുപയോഗിക്കണമെങ്കിൽ നിന്നെ അറിയുന്ന പ്രേത കഥകളോട് നിനക്ക് പ്രത്യേക താത്പര്യമുണ്ടെന്നറിയുന്ന ആരോ അതിന്റെ പിന്നിലുണ്ട്. അയാൾ ഒരു മലയാളി ആയിരിക്കാനേ സാധ്യതയുള്ളു. ആ ഏഭ്യന്റെ നിർദ്ദേശങ്ങൾക്ക് അനുസരിച്ചായിരിക്കണം ജയകൃഷ്ണൻ പ്രവർത്തിച്ചിട്ടുണ്ടാവുക. ഒരാത്മാവിന് വേണ്ട നിർദേശം കൊടുക്കാൻ കഴിവുള്ള അയാൾ ഒരു മാന്ത്രികനോ അല്ലെങ്കിൽ പാരസൈക്കോളജിസ്റ്റോ ആയിരിക്കണം. അങ്ങനെ നോക്കുമ്പോൾ ജയകൃഷ്ണന്റെ ആഗ്രഹം തീർക്കാൻ അയാൾ ജയകൃഷ്ണനെ സഹായിച്ചതോടെ ജയകൃഷ്ണൻ അയാളുടെ നിയന്ത്രണത്തിലായി. ഇനി അയാൾ എന്ത് പറഞ്ഞാലും ജയകൃഷ്ണന് അനുസരിക്കേണ്ടി വരും. ജയകൃഷ്ണൻ എന്ന ഒരാത്മാവിനെ കുറിച്ച് ആരെങ്കിലും അറിഞ്ഞിട്ടുണ്ടെങ്കൽ അവരൊക്കെ അയാളുടെ പ്രവർത്തനങ്ങൾക്ക് ചിലപ്പോഴെങ്കിലും തടസ്സമാവും. ആ നിലയ്ക്ക് നോക്കുമ്പോൾ അയാളുടെ പ്രവർത്തനങ്ങൾക്ക് തടസ്സമുണ്ടാക്കാൻ സാധ്യതയുള്ള രണ്ട് പേരേയുള്ളു. ഒന്ന് താനും മറ്റേത് തന്റെ ആ കൂട്ടുകാരൻ പ്രൊഫസറും. അതായത് ഇനിയുള്ള നിങ്ങളുടെ നീക്കങ്ങൾ അയാൾ ശ്രദ്ധിച്ചു കൊണ്ടിരിക്കും. അതിന് ആ ഏഭ്യൻ നിയോഗിച്ചിട്ടുണ്ടാവക ആരേയായിരിക്കും? സംശയം വേണ്ട ജയകൃഷ്ണനെ അപ്പോൾ ജയകൃഷ്ണൻ നിങ്ങളുടെ അടുത്തൊക്കെ അങ്ങനെ ചുറ്റിം പറ്റിം ണ്ടാവുംന്ന് മനസ്സിലായാ? എന്റെ ഒരു ഊഹം പറഞ്ഞൂന്നേയുള്ളൂ. മുഴുവൻ ശരിയായി കൊള്ളണമെന്നില്ല. അല്ലെങ്കിൽ തന്നെ മുഴുവൻ ശരിയായിട്ട് ഒന്നും

ഈ ലോകത്തില്ലടോ!' തിരുമേനി അത്രയും പറഞ്ഞ് ഒന്ന് ചിരിച്ചു കൊണ്ട് എന്നെ നോക്കി. 'പേടിയ്ക്കൊന്നും വേണ്ട. പക്ഷെ എപ്പോഴും ഒരു ശ്രദ്ധണ്ടായിരിക്കണംന്നർത്ഥം !'

ഞാൻ ഒന്നും മിണ്ടാതെ അദ്ദേഹത്തെ തന്നെ ശ്രദ്ധിക്കുകയായിരുന്നു. അദ്ദേഹം പറഞ്ഞതിൽ ചില യുക്തിയുണ്ടെന്ന് എനിക്ക് തോന്നി. എങ്കിലും ഞാൻ പറഞ്ഞു. 'ഇതൊക്കെ കൃഷ്ണേട്ടന്റെ ചില നിരീക്ഷണങ്ങളല്ലേ അങ്ങനെയൊന്നും സംഭവിയ്ക്കുമെന്ന് എനിയ്ക്കു തോന്നുന്നില്ല. യഥാർത്ഥത്തിൽ ജയകൃഷ്ണൻ കൊല്ലപ്പെട്ടു എന്ന സത്യത്തെ പുറത്തെത്തിയ്ക്കുവാനുള്ള വരദയുടെ മാത്രം ശ്രമമായി ഇതിനെ കണ്ടാൽ മതിയാകും. അവളുടെ ഉപബോധ മനസ്സ് അതിനു വേണ്ടി ഒരു വലിയ നാടകം നടത്തി. ആ നാടകത്തിലെ കഥാപാത്രങ്ങൾ മാത്രമാണ് ഞങ്ങൾ. കൃത്യമായ സമയത്ത് ചില ഹലൂസിനേഷൻസ് ഞങ്ങൾക്കുമുണ്ടായി. ഞങ്ങളുടെ ബാല്യകാലങ്ങൾ ഞങ്ങളിൽ സൃഷ്ടിച്ച അബോധപ്രേരണകളിൽ നിന്നായിരിക്കണം അത്തരം ഹലൂസിനേഷൻസ് ഉണ്ടായതെന്നാണ് എനിക്ക് തോന്നുന്നത്. 'ഞാൻ പറഞ്ഞു നിറുത്തിയപ്പോൾ അദ്ദേഹം വീണ്ടും ചിരിച്ചു. 'അങ്ങനെയാവട്ടെ. അങ്ങനെ മാത്രം ആയാൽ നല്ലത്. പിന്നെ താൻ എന്നോട് ഏഭ്യത്തരം കാണിക്കരുത്. മനസ്സിലൊന്ന് വച്ചു കൊണ്ട് മറ്റൊന്ന് സംസാരിക്കരുത്. എനിക്ക് തന്നെ അറിയാ ടൊഏഭ്യ, അതോണ്ടല്ലേ ഞാൻ ഇവിടെ വന്നത്. നിന്റെ ഒടുക്കത്തെ നമ്പറ് എന്റെടുത്ത് വേണ്ട! മനസ്സിലായോ. പിന്നെ നിനക്ക് ആത്മാർത്ഥമായിട്ട് എന്നെ കാണണം ന്ന് തോന്നുകയാണെങ്കിൽ, നിനക്ക് സമയവും സന്ദർഭവുമൊക്കെ ഒത്തുവരികയാണെങ്കിൽ എപ്പോഴെങ്കിലും ഒന്ന് ഇല്ലത്തേയ്ക്ക് വരൂ. ചില ഹലൂസിനേഷൻ ഞാനും സൃഷ്ടിച്ച് കാണിക്കാം. നിന്റെ ഹിപ്നോട്ടിസം ഒന്നുമില്ലാതെ തന്നെ.' ഞാൻ ചോദിച്ചു. 'അതെന്താ അങ്ങനെ തോന്നാൻ ?'

'നിനക്ക് ഉപകാരമാവും. മാത്രമല്ല,അറിയാത്തതല്ലാം ഇല്ലാത്തതാണെന്ന ചെറിയൊരു അഹങ്കാരമുണ്ടല്ലോ അതും നമുക്ക് തീർക്കാം.' ചിരിച്ചു കൊണ്ടു ഞാൻ പറഞ്ഞു. 'വരാം' 'വരണം വെറുതെ പറഞ്ഞതല്ല ഈ വിഷയത്തിൽ കുറച്ച് നിന്നെ സഹായിക്കാൻ ചിലപ്പോൾ എനിക്ക് കഴിഞ്ഞേയ്ക്കും ന്നാൽ പിന്നെ ... ' കൃഷ്ണേട്ടൻ എഴുന്നേറ്റു പോകുവാനുള്ള തിടുക്കമാണെന്ന് തോന്നി. ഞാൻ ചോദിച്ചു. 'അല്ല രാമേട്ടന്റെ വീട്ടിൽ പോയ കാര്യങ്ങളൊന്നും പറഞ്ഞില്ല'.

' അതും ചിലത് പറയാനുണ്ട്. അതിനും കൂടിയാണ് നെന്നോട് അങ്ങോട്ടൊന്നു വരാൻ പറഞ്ഞത്. പെട്ടന്ന് പറഞ്ഞ് തീർക്കാനാവില്ല. അ

തിനൊക്കെ ഇത്തിരി സമയം വേണം. സമയം മാത്രം പോരാ അതിനൊക്കെ പറ്റുന്ന ഒരു മാനസികാവസ്ഥയും വേണം.പിന്നെ ഇപ്പോൾ പെട്ടന്ന് പോയിട്ട് ഒരു തിടുക്കവുംണ്ടായിട്ടല്ല. അവിടെ ചെന്നാലും വെറുതെ എന്തെങ്കിലും വായിച്ചിരിക്ക്യാന്നല്ലാണ്ടെനിക്കെന്താ പണി. പക്ഷെ മനസ്സിന് എപ്പോഴും തിടുക്കമാണ്. ഒന്നിനും സമയമില്ല എന്ന തോന്നലാണ്,ഇത് ഇപ്പൊ ന്റെ മാത്രം കാര്യ്യോന്നും അല്ലട്ടോ എല്ലാവരുടേയും അവസ്ഥ ഇങ്ങനെ ഒക്കത്തന്നെ. സത്യത്തിൽ എന്തു തിടുക്കാലോകര്ക്ക് മുഴുവൻ . പലരും തിടുക്കത്തിൽ ഓടി പോവുമ്പോൾ ഞാൻ ചോദിച്ചിട്ടുണ്ട്. എങ്ങട്ടാത്ര ധൃതിയിൽ അപ്പൊ അവരു പറയും സമയല്യ അല്ലെങ്കിൽ ഒരു പാട് വൈകി. നേരത്തെ എത്തീട്ട് എന്താന്ന് ചോദിച്ചാൽ അവര് തന്നെ പറയും ഒന്നുംണ്ടായിട്ടല്ല ന്നാലും. അക്കൂട്ടത്തിൽ ഞാനുമുണ്ടെന്ന് കൂട്ടിക്കോ' പറഞ്ഞ് കൊണ്ട് തന്നെ അദ്ദേഹം പുറത്തിറങ്ങി. കാറ് കുറച്ച് അപ്പുറത്താണ് നിറുത്തിയിരുന്നത്. അത് വരെ അദ്ദേഹത്തെ അനുഗമിച്ചു കൊണ്ട് ഞാനും നടന്നു. നടക്കുമ്പോൾ അദ്ദേഹം വീണ്ടും പറഞ്ഞു. 'ഞാൻ ഒന്നങ്ങ്ട് വരാൻ പറഞ്ഞത് ഒരു തമാശയായി കൂട്ടണ്ട. കാര്യയിട്ട് പറഞ്ഞതാ. നിനക്ക് ഗുണം ചെയ്യും. ആ രാമനോട് ചിലത് പറയേണ്ട സമയത്ത് പറഞ്ഞില്ല്യാന്ന് ഒരു വെഷമം മനസ്സിലുണ്ട്. അതോണ്ടാ ഒറപ്പിച്ച് പറയണത്. നാളേച്ചാൽ നാളെ ഒന്നങ്ങട്ട് വരേണ്ടും.' ശരിയെന്ന് ഞാൻ തലകുലുക്കി. അദ്ദേഹം പോയതിന് ശേഷവും ആ വാക്കുകൾ എനിക്ക് ചുറ്റും പ്രതിധ്വനിച്ചു കൊണ്ടിരുന്നു. ആ രാമനോട് ചിലത് പറയണ്ട സമയത്ത് പറഞ്ഞില്യാന്ന് ഒരു വിഷമം മനസ്സിലുണ്ട് അതോണ്ടാ' അതിനർത്ഥം? രാമേട്ടന്റെ അവസ്ഥയിലേയ്ക്ക് ഞാനും പോകുന്നു എന്നാണോ? എന്താണദ്ദേഹം പറഞ്ഞതിനർത്ഥം?

പ്രശ്നങ്ങളെ വളരെ ഗൗരവമായി അപഗ്രഥിയ്ക്കുകയും എന്നാൽ വളരെ നിസ്സാരമായി അവതരിപ്പിയ്ക്കുകയും ചെയ്യുന്ന തിരുമേനിയുടെ രീതി എനിയ്ക്ക് നന്നായി അറിയാവുന്നതാണ്. അത് കൊണ്ടു തന്നെ അദ്ദേഹം കാണണം എന്ന് പറഞ്ഞത് ഒരിയ്ക്കലും ഒരു തമാശയായി എനിയ്ക്ക് തോന്നിയില്ല. അദ്ദേഹത്തെ അടുത്ത ദിവസം തന്നെ പോയി കാണണമെന്ന് മനസ്സിൽ തീരുമാനിച്ചു കഴിഞ്ഞിരുന്നു. തിരുമേനിയെ യാത്രയാക്കി തിരിച്ചു വന്ന് ചാരുകസേയിലിരുന്നപ്പോഴും ഞാൻ തിരുമേനിയെ കുറിച്ചാണ് ചിന്തിച്ചത്. അദ്ദേഹത്തെ കണ്ടിട്ട് ഇപ്പോൾ ഒരു വർഷത്തിലേറെയായിട്ടുണ്ടാവും. മുമ്പ് സ്ഥിരമായി കാണുകയും സംസാരിയ്ക്കുകയും പതിവായിരുന്നു. എന്തുകൊണ്ടാണ് ഇത്ര വലിയ ഒരിടവേള രണ്ടു പേർക്കുമിടയിലുണ്ടായതെന്ന് എത്ര ചിന്തിച്ചിട്ടും മനസ്സി

ലാവുന്നില്ല. യഥാർത്ഥത്തിൽ ജയകൃഷ്ണന്റെ വിഷയം അറിഞ്ഞ ഉടനെ അദ്ദേഹത്തെ കാണേണ്ടതായിരുന്നു. എന്തോ അന്ന് അങ്ങനെ ഒരു തോന്നലുണ്ടായില്ല. എല്ലാറ്റിനും ഓരോ സമയവും രീതിയുമുണ്ടല്ലോ. ഈ വിഷയം സംസാരിയ്ക്കുവാൻ ഇപ്പോഴായിരിയ്ക്കും സമയം വന്നത്. അങ്ങനെ അദ്ദേഹത്തോട് എന്തെങ്കിലും പറഞ്ഞില്ല എന്നതുകൊണ്ട് എന്തെങ്കിലും പരിഭവം കാണിയ്ക്കുന്ന ഒരാളല്ല തിരുമേനി . സൗഹൃദങ്ങൾക്കിടയൽ ഒരു തരത്തിലുള്ള പരിഭവങ്ങൾക്കും യാതൊരു പ്രസക്തിയുമില്ലെന്ന് ഉറച്ചുവിശ്വസിയ്ക്കുന്ന ഒരാളായത് കൊണ്ട് ഇത്ര കാലം ഉണ്ടായ ഇടവേള ഒരു തരത്തിലും പ്രശ്നമല്ലെന്ന് എനിയ്ക്ക് ഉത്തമ ബോധ്യമുണ്ടായിരുന്നു. അതുകൊണ്ട് നാളെയെങ്കിൽ നാളെത്തന്നെ ഇല്ലത്തേയ്ക്ക് പോകാം. തുണയ്ക്ക് കൃഷ്ണകുമാറിനെ കൂടി കിട്ടിയാൽ നന്നായി എന്ന് തോന്നിയപ്പോൾ ഞാൻ വേഗം ഫോണെടുത്തു. കൃഷ്ണകുമാറിനെ വിളിച്ചു. അയാൾ പിന്നെ എന്തിനും എപ്പോഴും തയ്യാറായി ഒരു വിളിയ്ക്കപ്പുറത്തുണ്ടല്ലോ. അങ്ങനെ ഒരു കൂട്ടുകാരനുണ്ടായത് നന്നായി. പല ഭാരങ്ങളും പകുതി ഏറ്റെടുക്കാനുള്ള അയാളുടെ ഉത്സാഹം കുറച്ചൊന്നുമല്ല എനിയ്ക്ക് സഹായമായിട്ടുള്ളത്. പക്ഷെ അതൊരിയ്ക്കലും അയാളുടെ മുമ്പിൽ ഞാൻ സമ്മതിച്ച് കൊടുക്കാറില്ലെന്ന് മാത്രം. സത്യമാണെങ്കിലും പലകാര്യങ്ങളും സമ്മതിച്ച് കൊടുക്കുന്നത് ഒരു കീഴടങ്ങലായി വിലയിരുത്തപ്പെടും എന്ന ഒറ്റ ചിന്തയിൽ അതിനു തയ്യാറാവാതിരിയ്ക്കുക എന്നത് എന്നെപോലെ പലരുടേയും രീതിയാണ്. യഥാർത്ഥത്തിൽ കീഴടങ്ങാനുള്ള കഴിവ് അതും മഹത്തരമാണെന്ന് ചിലപ്പോഴെങ്കിലും ഞാൻ ചിന്തിയ്ക്കാതിരുന്നിട്ടില്ല.എന്നിട്ടും അതിന് ഒരിക്കൽ പോലും ശ്രമിച്ചിട്ടില്ലെന്ന് മാത്രം.

അധ്യായം 6

സന്ദേഹികളുടെ സ്വപ്ന സഞ്ചാരം

കൃഷ്ണകുമാർ വീട്ടിലെത്തിയപ്പോൾ സമയം വൈകുന്നേരം ആറു മണി കഴിഞ്ഞിരുന്നു. കുറച്ച് നടന്നു വരാമെന്നദ്ദേഹം പറഞ്ഞപ്പോൾ എനിയ്ക്കെന്തോ നല്ലൊരു മൂഡു തോന്നിയില്ല. അയാൾക്ക് പാടത്തിലൂടെ നടക്കുന്നതും അതിന്റെയൊക്കെ ഐതിഹ്യങ്ങൾ ഞാൻ പറഞ്ഞു കൊടുക്കുന്നതും ഒക്കെ വലിയ ഇഷ്ടമാണെന്ന് എനിയ്ക്കറിയാം. എങ്കിലും ഞാൻ പറഞ്ഞു. നടക്കാൻ നമുക്ക് നാളെ പോവാം. നീ കയറിയിരിക്ക് നമുക്ക് ഇവിടെ ഇരുന്ന് സംസാരിക്കാം. അത് കേട്ടപ്പോൾ അയാൾ എതിർത്തൊന്നും പറഞ്ഞില്ല. അല്ലെങ്കിലും അയാൾ ഒന്നിനേയും എതിർക്കാറില്ലല്ലോ.ചായ വേണോ എന്ന് ചോദിച്ചപ്പോൾ വേണ്ടെന്ന് പറഞ്ഞത് കൊണ്ട് ഞങ്ങൾ ഉമ്മറത്തിരുന്നു സംസാരം തുടങ്ങി. വിഷയം ജയകൃഷ്ണൻ തന്നെയായിരുന്നു. വീണ്ടും ഒരു യാത്ര എന്നതിൽ അയാൾക്കുണ്ടായിരുന്ന താത്പര്യം എനിക്ക് മനസ്സിലായി. എങ്കിലും എപ്പോൾ എങ്ങോട്ട് എന്നുള്ള അയാളുടെ ചോദ്യത്തിന് എനിക്ക് യാതൊരു ഉത്തരവുമുണ്ടായിരുന്നില്ല.കാരണം അത് തീരുമാനിക്കേണ്ടത് സുരേന്ദ്രനാഥൻ സാറാണല്ലോ. കഴിഞ്ഞ യാത്ര എന്റെ പ്ലാനിംഗും സുരേന്ദ്രനാഥൻ സാറിന്റെ സഹായവുമായിരുന്നെങ്കിൽ ഇനിയുള്ളത് അദ്ദേഹത്തിന്റെ പ്ലാനിഗും അദ്ദേഹത്തിന്റെ തീരുമാനവുമാണ്.. ഈ യാത്രയിൽ എനിക്ക് എന്തെങ്കിലും സഹായം തന്നെ ചെയ്യുവാൻ കഴിയുമോ എന്നു പോലുമറിയില്ല. കാരണം ഇതിൽ ഇപ്പോൾ വന്നു നിൽക്കുന്ന വിഷയം മനുഷ്യതീതമോ അതീന്ദ്രിയമോ ആണ്. അപ്പോൾ പിന്നെ ഞാനെങ്ങനെ പറയും എവിടേയ്ക്ക് എപ്പോൾ എന്നിങ്ങനെയൊക്കെയുള്ള ചോദ്യത്തിനു ഉത്തരം?. പക്ഷെ ഞാൻ കൃഷ്ണകുമാറിനോട് പറഞ്ഞു. യഥാർത്ഥിൽ ആത്മാവുണ്ടോ എന്ന കാര്യത്തിൽ ഞാനിപ്പോഴും സംശയാലുവാണ്. കാരണം പലതാണ്. ശാസ്ത്രത്തിന്റെ വെളിച്ചത്തിൽ കഴിഞ്ഞ സംഭവങ്ങളെ മൊത്തം നമുക്ക് വ്യാഖ്യാനിക്കുവാൻ കഴിയും. വിശ്വാസത്തിന്റെ രീതിയിലും രണ്ടും കൂട്ടിമുട്ടാത്ത വഴികളാണെങ്കിലും. പക്ഷെ സമാന്തരമായ രണ്ട് വഴികളിൽ ഒന്ന് ശരിയും ഒന്ന് തെറ്റും എന്നൊന്നും ഞാൻ വിചാരിക്കുന്നില്ല. ഇഷ്ടമുള്ളവർ ഇഷ്ടമുള്ള വഴിയിലൂ

ടെ സഞ്ചരിയ്ക്കട്ടെ. അതാണ് എനിയ്ക്ക് തോന്നുന്നത്. കൃഷ്ണകുമാർ നീ ഇതിലൊക്കെ ശരിക്കും ആത്മാർത്ഥമായി വിശ്വസിക്കുന്നുണ്ടോ?' അയാൾ ഒന്നു ചിരിച്ചു. 'എന്റെ വിശ്വാസത്തിനല്ല സർ പ്രസക്തി. സർ പറയൂ ... എന്നോട് ആത്മാവ് ഉണ്ടോ എന്ന് ചോദിച്ചാൽ ഉണ്ട് എന്നേ പറയാൻ കഴിയൂ. എന്റെ അനുഭവങ്ങൾ ഒട്ടുമിക്കതും അങ്ങനെയാണ്. ആ അനുഭവങ്ങൾ സാറ് തിരുത്തും എന്ന പ്രതീക്ഷയാണ് എനിക്കുള്ളത്. അത് വ്യക്തമായി തിരുത്തി കിട്ടണം.എന്നിട്ട് വെറുതെ ഭയപ്പെടുത്തിക്കൊണ്ടിരിയ്ക്കുന്ന ഈ വിശ്വാസങ്ങളൊക്കെ ഒന്ന് വലിച്ചെറിയണം. പക്ഷെ സർ എപ്പോഴും ചെയ്യുന്നത് രണ്ടിനും നടു ഭാഗത്തു പിടിയ്ക്കുന്ന ഒരു രീതിയല്ലേ? ചെറിയ കുട്ടികൾ അച്ഛന്റെയും അമ്മയുടേയും നടുക്ക് കിടക്കുമ്പോൾ അമ്മ ചോദിക്കും അമ്മേടെ കുട്ടിയ്ക്ക് ആരേയാണിഷ്ടം? .കുട്ടി പറയും ന്റെ അമ്മയെ അച്ഛൻ ചോദിക്കുമ്പോൾ കുട്ടി പറയും ന്റെ അച്ഛനെ ഇതല്ലെ സാർ, സാർ ചെയ്തു കൊണ്ടിരിയ്ക്കുന്നത്? ഇല്ല എന്ന് ഉറപ്പിച്ച് സർ പറഞ്ഞതായി എനിക്ക് ഓർമ്മയിലൊന്നുമില്ല. എന്നാൽ ഉണ്ടെന്ന് വിശ്വാസിക്കാവുന്ന ഒരുപാട് കഥകൾ സർ പറഞ്ഞിട്ടുമുണ്ട്. സർ സത്യം പറയൂ. ഒരു കുട്ടിയാകാതെ നിങ്ങൾ ഇതിൽ വിശ്വസിക്കുന്നുണ്ടോ ഇല്ലയോ?' എന്റെ മനസ്സാകെ ചഞ്ചലമായി. ശരിക്കും അയാൾ പറഞ്ഞതല്ലേ ശരി. ഇല്ല എന്ന് പൂർണ ബോധ്യമുണ്ടെങ്കിൽ ഇത്തരം ഒരു സങ്കല്പത്തിന്റെ പിറകെ ആരെങ്കിലും സഞ്ചരിക്കുമോ? ഇനി ഉണ്ട് എന്ന തിരിച്ചറിവുണ്ടെങ്കിൽ ആരെങ്കിലും ആ വഴി പോകാൻ ധൈര്യപ്പെടുമോ? ഞാൻ കൃഷ്ണകുമാറിനോട് പറഞ്ഞു. 'ഇപ്പോൾ ഞാനും ഒരു കൺഫ്യൂഷനിലാണ് നീ പറഞ്ഞ പോലെ ഞാനൊരു ശിശുവാണ്. അതാണ് എന്റെ പ്രശ്നവും ആത്മാവ് പ്രേതം ഇതൊക്കെ ഉള്ളതാണോ? അതൊ ഇതൊക്കെ, പലകാലങ്ങളിലായി നമ്മുടെയുള്ളിൽ കടന്നു കൂടിയ കണ്ടീഷനിംഗിന്റെ ഫലമായി നമുക്ക് തോന്നുന്നതാണോ? ഒരു എൺപത് ശതമാനം ഇല്ല എന്നു ഉറച്ച് എന്റെ മനസ്സ് പറയുന്നുണ്ട്. എന്നാൽ ഒരു ഇരുപത് ശതമാനം ഉണ്ടാകുമോ എന്നൊരാശങ്ക ഇപ്പോൾ എന്നിലുമുണ്ട്. കാരണം പലതാണ്. നമ്മുടെ അനുഭവങ്ങൾ മാത്രമല്ല വായിച്ചതും കേട്ടറിഞ്ഞതുമായ പല പല കാര്യങ്ങൾ . പിന്നെ നമുക്കുണ്ടായ പല അനുഭവങ്ങളെയും ചെറുതായി കാണാൻ കഴിയില്ലല്ലോ. അത് കൃഷ്ണകുമാറിനും അറിയാവുന്നതല്ലേ ?'

കൃഷ്ണകുമാർ എന്നെ തന്നെ ശ്രദ്ധിക്കുകയായിരുന്നു. എന്റെ മനസ്സിന്റെ ചാഞ്ചല്യം അയാൾ തിരിച്ചറിയുമോ എന്ന് എനിക്ക് തോന്നിയപ്പോൾ ഞാൻ ചോദിച്ചു. 'കൊഞ്ചുറിങ്, കൊഞ്ചുറിങ് രണ്ട്, അന്നാബല്ല

എന്നീ പ്രശസ്തമായ ഭീകര സിനിമകളെ കുറിച്ച് നീ കേട്ടിട്ടുണ്ടോ?'

' ഉണ്ടോ എന്നോ ? ഞാൻ കണ്ടിട്ടുണ്ട് എനിക്ക് ഏറെ ഇഷ്ടപ്പെട്ടത് അതിന്റെ ഒന്നാം ഭാഗമാണ്. ആദ്യത്തെ രണ്ട് ഭാഗങ്ങളെ അപേക്ഷിച്ച് അന്നാബല്ല പോരാ എന്നാണ് എന്റെ അഭിപ്രായം.'

എന്നാൽ അതിൽ പറയുന്ന അന്നാ ബല്ല എന്ന പാവ ഒരു യാഥാർത്ഥ്യമാണെന്നും അമേരിക്കയിൽ പോകുന്നവർക്ക് ഇന്നും അതിനെ കാണാൻ കഴിയുമെന്ന കാര്യവും അറിയുമോ?'

'ഇല്ല എന്ത് അങ്ങനെയൊരു പാവയുണ്ടെന്നോ? അത് സത്യമാണോ?'

'അതെ അങ്ങനെ ഒരു പാവയുണ്ട്. അമേരിക്കയിലെ മോൺറോയ് ടൗണിലുള്ള വാറൻസ് ഒക്കൾട്ട് മ്യൂസിയം സന്ദർശിച്ചാൽ ഒരു ഗ്ലാസിന്റെ പേടകത്തിലിരിക്കുന്ന ആ പാവയെ ഇന്നും ആർക്കും കാണാൻ കഴിയും.' കൃഷ്ണകുമാർ എന്തോ ഒരു അത്യത്ഭുതകരമായ കാര്യം കേട്ട പോലെ എന്നെ തുറിച്ച് നോക്കി . ഞാൻ ചിരിച്ച് കൊണ്ടു പറഞ്ഞു. 'അത്ഭുതപ്പെടേണ്ട ഞാൻ പറഞ്ഞത് ആ സിനിമകളിലുള്ളത് മുഴുവൻ അതുപോലെ സംഭവിച്ചതാണെന്നൊന്നുമല്ല.മറിച്ച് ആ സിനിമകൾക്ക് കാരണമായ ആ പാവ ഒരു യാഥാർത്ഥ്യമാണെന്ന് മാത്രം. സിനിമയിൽ ഒരു ഭീകര അനുഭൂതി സൃഷ്ടിക്കുവാൻ കഥയിൽ ഏറെ മാറ്റങ്ങൾ വരുത്തിയിട്ടുണ്ട്. ഞാൻ പറയാം. അമേരിക്കൻ ദമ്പതികളായ എഡ്വേർഡ് വാറനും റോറൻ വാറനും ഡീമോണോളജിയിൽ വളരെ താൽപര്യമുള്ളവരായിരുന്നു. വാറൻസ് ദമ്പതികൾ എന്നാണ് അവരറിയപ്പെട്ടിരുന്നത്. 1952 ൽ ന്യൂ ഇംഗ്ലണ്ട് സൊസൈറ്റി ഫോർ സൈക്കിക്കൽ റിസർച്ച് എന്ന പേരിൽ പ്രേത ഗവേഷകരുടെ ഒരു സംഘടന തന്നെ അവർ രൂപീകരിച്ചിരുന്നു. 1970ൽ ആണ് അന്നാ ബല്ലയുടെ കഥ നടക്കുന്നത്. ഡോണ എന്ന നഴ്സിംഗ് വിദ്യാർത്ഥിയ്ക്ക് അവരുടെ ഇരുപത്തെട്ടാം പിറന്നാളിന് അമ്മ ഒരു പാവയെ സമ്മാനിച്ചു. അല്പം പഴക്കമുള്ള ഒരു പാവയായിരുന്നു അത്. ഡോണയും സുഹൃത്ത് ആൻജിയയും ഒരേ അപ്പാർട്ട്മെന്റിലായിരുന്നു താമസിച്ചിരുന്നത്. അവിടെ ഇടയ്ക്ക് വരാറുള്ള ഡോണയുടെ ഒരു സുഹൃത്തുണ്ടായിരുന്നു. ലൂ എന്നായിരുന്നു അവരുടെ പേര്. അവർ ആ പാവയെ അങ്ങേയറ്റം വെറുത്തിരുന്നു.

പാവ സ്വയം ചലിയ്ക്കുന്നുണ്ടോ എന്ന സംശയമാണ് ഡോണയ്ക്ക് ആദ്യം തോന്നിയത്. അലമാരിയിൽ വച്ച പാവ ചിലപ്പോൾ കിടക്കയിലിരിക്കുന്നത് കാണാം. ടേബിളിൽ കയറ്റി വച്ചാൽ അത് ചിലപ്പോൾ ജനവാതിലിന്റെ പടിയിലേക്കെത്തും. ഇത് ഡോണ അത്ര കാര്യമായെടു

ത്തില്ല. എന്നാൽ ഡോണ പഠിക്കാനിരിക്കുന്ന ടേബിളിൽ ചില കുറിപ്പുകൾ പ്രത്യക്ഷപ്പെട്ടു തുടങ്ങിയതോടെ കാര്യങ്ങളിലെ അസാധരണത്വം അവർക്ക് വ്യക്തമായി. ഈ കുറിപ്പുകൾ പാർക്ക്മെന്റ് പേപ്പറുകളിലായിരുന്നു കണ്ടിരുന്നത്. ഡോണ അത്തരം പേപ്പർ ഉപയോഗിക്കാറുണ്ടായിരുന്നില്ല എന്നു മാത്രമല്ല, അവിടെ അത് വാങ്ങിയ്ക്കാറുമുണ്ടായിരുന്നില്ല. ഒരു നാൾ പാവയിൽ നിന്ന് രക്തം വരുന്നതവൾ കണ്ടു. പിന്നീടൊരിക്കൽ ലൂ പാവയെ ശപിച്ചു കൊണ്ടു സംസാരിച്ചപ്പോൾ അവളുടെ ശരീരത്തിലും ചെറിയ മുറിവുകളുണ്ടായി. നഖക്ഷതമേറ്റ പാടുകൾ, വിണ്ട് പൊട്ടിയ മുറിവുകൾ അവരിൽ പ്രത്യക്ഷപ്പെട്ടു. ആ പാവയിൽ എന്തോ പൈശാചിക ശക്തിയുണ്ടെന്ന് ലൂ ഉറപ്പിച്ചു പറഞ്ഞു.അങ്ങനെ അവരതിനെ കുറിച്ചന്വേഷിയ്ക്കാൻ തുടങ്ങി.ഏഴു വയസ്സുകാരി അന്നാ ബല്ല എന്ന പെൺകുട്ടി ആ അപ്പാർട്ട്മെന്റിൽ വെച്ച് മരിച്ചതായി അവർക്ക് മനസ്സിലായി. അതിന്റെ ആത്മാവ് ഈ പാവയിലുണ്ടെന്നാണ് പിന്നീട് ബോധ്യപ്പെട്ടതത്രെ. പുരോഹിതനായ ഫാദർ ഹെഗനെ ഡോണ വിവരങ്ങളറിയിച്ചു. അദ്ദേഹമാണ് വാറൻസിനെ വിവരമറിയിച്ചത്. വാറൻസ് വന്നു പാവയെ കൊണ്ടുപോകുന്ന വഴി കാറാരു പ്രത്യേക സ്ഥലത്ത് വച്ച് നിന്നു . പുരോഹിതൻ വിശുദ്ധ ദ്രാവകം തളിച്ചപ്പോഴാണ് കാറ് വീണ്ടും ചലിച്ചതെത്രെ. പിന്നീട് അദ്ദേഹം അന്നാ ബല്ലയെ ഒരു കണ്ണാടിപ്പെട്ടിയിൽ സൂക്ഷിച്ചു. അന്നാ ബല്ലയുമായി ബന്ധപ്പെട്ട് ഒരു മരണം മാത്രമേ വാറൻസ് ദമ്പതികൾ രേഖപ്പെടുത്തിയിട്ടുള്ളു. അതും രസകരമാണ്. വാറൻസ് ഒക്കൾട്ട് മ്യൂസിയത്തിൽ സ്ഥാപിച്ച അന്നബല്ലയെ കാണാൻ സന്ദർശകർ ഏറെയായിരുന്നു. പാവ അപ്പോഴേയ്ക്കും പ്രശസ്തമായെന്ന് സാരം. അങ്ങനെ അതിനെ കാണാൻ ഒരു യുവാവും അയാളുടെ ഗേൾഫ്രെണ്ടും കൂടി ഒരിക്കൽ വന്നു. ആയുവാവ് പാവയെ നോക്കി കുറെ അസഭ്യം പറഞ്ഞുവത്രെ. ഗേൾഫ്രണ്ട് അതിനെ വിലക്കാൻ ശ്രമിച്ചെങ്കിലും അയാൾ സമ്മതിച്ചില്ല. അയാൾ വീണ്ടും വീണ്ടും പറഞ്ഞു കൊണ്ടിരുന്നു. അവർ സഞ്ചരിച്ചത് ഒരു സ്കൂട്ടറിലായിരുന്നു. തിരിച്ചു പോകുമ്പോഴും അയാൾ അന്നാ ബല്ലയെ ചീത്ത പറയുകയായിരുന്നുവെത്രെ. പെട്ടന്ന് നിയന്ത്രണം തെറ്റി സ്കൂട്ടർ ഒരു മരത്തിൽ പോയി ഇടിച്ചു. അയാൾ തൽക്ഷണം മരിച്ചു. എന്നാൽ പിന്നിലിരുന്ന ഗേൾഫ്രണ്ടിന് ഒരു നിസ്സാര പരിക്കു പോലുമുണ്ടായിരുന്നില്ല. ഇതാണ് അന്നാ ബല്ലയുമായി ബന്ധപ്പെട്ട കഥയിൽ വാറൻസ് രേഖപ്പെടുത്തിയ ഏക മരണം. 2006ൽ എഡ്വേർഡ് വാറൻ അന്തരിച്ചുവെങ്കിലും ഇന്നും വാറൻസ് ഒക്കൾട്ട് മ്യൂസിയം പ്രവർത്തിക്കുന്നുണ്ട്. അന്നാ ബ

ല്ലയെ കാണാൻ ധാരളം ആളുകൾ ചെല്ലുന്നുമുണ്ട്. ഇപ്പോൾ ഞാൻ പറഞ്ഞത് ഒരു കഥയല്ല. ചരിത്രമാണ്. എന്നാൽ ചരിത്രം എന്ന് രേഖപ്പെടുത്തിയതൊക്കെ സത്യമാവണമെന്നില്ല. വിശ്വാസികളുടെ വഴിയിൽ രേഖപ്പെട്ടതാണ് ഇത്. വാറൻസ് ദമ്പതികൾ പ്രേതങ്ങളിൽ വിശ്വച്ചിരുന്നു.' ഞാൻ കഥ പറഞ്ഞു നിറുത്തി കൃഷ്ണകുമാറിനെ ശ്രദ്ധിച്ചു. അയാൾ ഏതോ ഒരു അജ്ഞാത ലോകത്തിലാണെന്ന് എനിക്ക് തോന്നി. ഞാൻ ചോദിച്ചു 'കൃഷ്ണകുമാറെ നീയെവിടെയാണ്' അയാൾ ഒരു ദീർഘ നിശ്വാസം വിട്ടു കൊണ്ട് ചോദിച്ചു. 'ഇതൊക്കെ സത്യമായിരിക്കുമോ സർ, അതൊ ഓരോരുത്തർ എഴുതി വെയ്ക്കുന്ന കഥകളൊ ?' വാറൻസ് ദമ്പതികൾ സത്യമാണ്. അവരുടെ പ്രേത ഗവേഷണ യജ്ഞവും , വാറൻസ് ഒക്കൾട്ട് മ്യൂസിയവും സത്യമാണ്. അത്രയും എനിയ്ക്കറിയാം. അതിലപ്പുറം ഞാനെന്ത് പറയും അവരുടെ കാഴ്ചപാടുകൾ മാത്രമാവാം അവർ എഴുതി വച്ചതെന്ന് വേണമെങ്കിൽ തർക്കിയ്ക്കാം. ഞാൻ പറഞ്ഞല്ലോ അവർ പ്രേത വിശ്വാസികളായിരുന്നു. അതുകൊണ്ട് അവരുടെ വിശ്വാസങ്ങൾ അവരുടെ പഠനത്തേയും സ്വാധീനിച്ചിരിയ്ക്കാം. പക്ഷെ അവരുടെ കാഴ്ചപ്പാടുകൾ അനുഭവങ്ങൾ എല്ലാം മിഥ്യാബോധമാണെന്നു പറയാൻ മാത്രം ആധികാരിക വിവരം എനിക്കില്ല. ആവാം ആവാതിരിയ്ക്കാം.' കൃഷ്ണകുമാർ എന്നെ നോക്കി ഒന്നു ചിരിച്ചു. 'എന്തിനും അങ്ങനെ ഒരു മറുപടിയുണ്ടല്ലോ അതാണല്ലോ സാറിന്റെ സ്ഥിരം പ്രയോഗം.' ഇപ്പോൾ ചിരിച്ചത് ഞാനാണ്. ഞാൻ പറഞ്ഞു.

'കൃഷ്ണകുമാർ , പലർക്കും പല അനുഭവങ്ങളാണ്. ചിലരുടെ അനുഭവങ്ങൾ നമുക്ക് തമാശയായി തോന്നാറുണ്ടെങ്കിൽ ചിലരുടേത് വലിയ ഗൗരവത്തിൽ നാം കാണും. ചിലരെ നമ്മൾ കളിയാക്കും ചിലരെ അംഗീകരിക്കും. ഈ കഥ ലോകമറിയപ്പെടുന്നതെന്തു കൊണ്ടാണ്, വാറൻസ് ദമ്പതികൾ പ്രശസ്തരായത് കൊണ്ട് മാത്രം. അവർ പ്രശസ്തരായിരുന്നില്ലെങ്കിൽ ഇന്നീ കഥ ഞാൻ പറയുകയുമില്ല,നീ കേൾക്കുകയുമില്ല. വളരെ പ്രശസ്തനായ ജസ്റ്റിസ് വി.ആർ കൃഷ്ണയ്യർ മരിച്ചുപോയ ഭാര്യയുമായി സംസാരിച്ചിരുന്നു എന്ന് പറഞ്ഞപ്പോൾ നമ്മൾ അത്ഭുതപ്പെട്ടു. അത് ഒരു സാധാരണക്കാരാനായിരുന്നു പറഞ്ഞതെങ്കിൽ നമ്മളെന്തു പറയും. വെറും അന്ധവിശ്വാസം എന്നായിരിയ്ക്കും പറയുക ഞാൻ. അല്ലേ? . അതാണ് ലോകം. പറയുന്നത് സത്യമാണോ അനുഭവമാണോ എന്നൊക്കെ നമ്മൾ കണക്കുകൂട്ടുന്നത് പലപ്പോഴും പറയുന്നവരുടെ നിലയും വിലയും നോക്കിയാണ്. അല്ലാതെ അവരുടെ അനുഭവങ്ങളെ ചുഴിഞ്ഞ് നോക്കിയിട്ടൊന്നുമല്ല.' കൃഷ്ണകുമാർ തലയാട്ടി. പി

ന്നെ പറഞ്ഞു ' സത്യമാണ് സർ. ഇതാണ് സത്യം. ഇപ്പോഴാണ് സാറിന്റെ ഒരോ വാക്കിലും വരുന്ന സംശയം എനിക്ക് മനസ്സിലാവുന്നത്. സർ എന്തിനാണ് സമൂഹത്തെ പേടിയ്ക്കുന്നത്. വിശ്വാസിയാണ് എന്ന് പറഞ്ഞാൽ തിരസ്കരിക്കുന്ന സമൂഹത്തെ സാറിനും തിരസ്കരിച്ചു കൂടെ. എനിക്ക് ചിരി യാണ് വന്നത്. ഞാൻ ഉദ്ദേശിച്ചത് എന്ത് ? അദ്ദേഹം മനസ്സിലാക്കിയതെന്ത്. അതെന്തങ്കിലുമാവട്ടെ. 'അതു പോട്ടെ , അത് വാറൻസ് ദമ്പതികളുടെ അനുഭവം. എന്റെ ഒരനുഭവം പറയട്ടെ. വീട്ടിൽ എപ്പോഴും വരുന്ന മോഹനനെ നി കണ്ടിട്ടുണ്ടാവും. അയാളുടെ അമ്മ മരിയ്ക്കുന്ന സമയത്ത് അയാളുടെ അച്ഛന്റെ പ്രേതം മോഹനന്റെ പെങ്ങളുടെ മകന്റെ ശരീരത്തിൽ വന്നു. ഈ അച്ഛനെ ആ പയ്യൻ കണ്ടിട്ടു പോലുമില്ല.എന്നിട്ടും അവന്റെ സംസാരത്തിലും നടത്തത്തിലുമൊക്കെ ആ അച്ഛൻ അതുപോലെ നിഴലിച്ചിരുന്നു. ബാധയാണെന്ന് വിശ്വസിച്ചിട്ടാണവർ എന്നെ വിളിച്ചത്. അത്തരം ചില അത്ഭുത പ്രവർത്തനങ്ങൾ മുമ്പ് കണ്ട് പരിചയമുള്ളത് കൊണ്ട് ഹിസ്റ്റീരിയ തന്നെ എന്ന് ഞാൻ വിശ്വസിച്ചു. പക്ഷെ, എന്നെ കണ്ടപ്പോൾ ആ പയ്യന്റെ ശരീരത്തിലുള്ളു പ്രേതം പറഞ്ഞു. ഓ താനിപ്പോൾ ജയകൃഷ്ണനെ തേടി നടക്കുകയല്ലേ നല്ലതാണ്. ഗതി കിട്ടാത്ത ആത്മാക്കൾക്ക് നിത്യശാന്തി നൽകുന്നത് നല്ലതാണ്. ആദ്യം ആ വാക്കുകൾ എന്നെ അത്ഭുതപ്പെടുത്തി. പിന്നെ എനിയ്ക്കു മനസ്സിലായി. ജയകൃഷ്ണന്റെ കഥ ആ പയ്യൻ വായിച്ചിട്ടുണ്ടെന്ന്. അതോടെ ആ ഭയം നീങ്ങി. എന്നാൽ ഞാൻ ഇവളെ കൊണ്ടുപോവുകയാണ്. ഇവളുടെ ശരീരം എന്റെ അടുത്ത് തന്നെ കിടത്തണം എന്ന് പറഞ്ഞ് ആ പയ്യൻ ബോധശൂന്യനായ അതേ നിമിഷം മോഹനന്റെ അമ്മ മരിയ്ക്കുകയും ചെയ്യ്തു. ഞാനടക്കം അവിടെയുള്ളവരെ മുഴുവൻ അത്ഭുതപ്പെടുത്തിയ ഒരു സംഭവമാണത്. ഇതിനെ എങ്ങനെ വ്യാഖ്യാനിയ്ക്കും എന്ന് എനിയ്ക്കിതുവരെ മനസ്സിലായിട്ടില്ല. ഇത് ആരോടും പറയാനും വയ്യ. ഇതാണെന്റെ സ്ഥിതി. എവിടെയൊ എന്തൊക്കെയൊ നമ്മുടെ സാമാന്യ ബുദ്ധിയ്ക്ക് മനസ്സിലാക്കാൻ കഴിയാത്തതുണ്ട്. അത് എന്താണെന്ന് മാത്രം ഒരു ബോധ്യവുമില്ല.'

കൃഷ്ണകുമാർ എന്നെ തന്നെ ശ്രദ്ധിയ്ക്കുകയായിരുന്നു. അയാളുടെ മുഖം കണ്ടാലറിയാം അയാൾ ഏതോ അതിശയ ലോകത്തിലാണെന്ന്. ഞാൻ ചിരിച്ചു കൊണ്ട് പറഞ്ഞു. 'നീയതത്ര കാര്യമാക്കേണ്ട ചിലപ്പോൾ നമുക്കറിയാത്ത യുക്തി അതിനു പിന്നിലുമുണ്ടാവും. അതുപോട്ടെ, സമയം വൈകി.ബാക്കി നമുക്ക് വീണ്ടും പിന്നീട് സംസാരിക്കാം. നീ ഭക്ഷണം കഴിയ്ക്കുന്നോ അതോ പോകുന്നോ?'

ഇന്ന് കഴിയ്ക്കാനില്ല സാർ അവിടെ വീട്ടിൽ ഇന്ന് പോയേ പറ്റു ചില ബന്ധുക്കൾ വരുന്നുണ്ട്.'

'എന്നാൽ ശരി' നാളെ തുടരാമെന്ന അർത്ഥത്തിൽ അയാളെഴുന്നേറ്റു . 'ങാ പിന്നെ ഞാനിന്നലെ ഒരു സ്വപ്നം കണ്ടു. അത് പറയാനാണ് ഞാൻ വന്നത്. പാടവരമ്പിലൂടെ നടന്നുകൊണ്ട് പറയാമെന്നാണ് കരുതിയത്. പിന്നെ സാറിന് മൂഡില്ലെന്ന് പറഞ്ഞപ്പോൾ ആ വിഷയത്തിൽ നിന്ന് മാറി പോയി. പിന്നെ സ്വപ്നമെന്താണെന്നറിയണ്ടേ?' 'സ്വപ്നമല്ലേ, അതിൽ വലിയ കാര്യങ്ങളൊന്നുമില്ല. നമ്മുടെ ചിന്തയോ സങ്കല്പമോ, കേൾവിയൊ കാഴ്ച്ചയോ അതുമായി ബന്ധപ്പെട്ട എന്തെങ്കിലുമാണ് സ്വപനമായി നാം കാണുന്നതെന്ന് ഫ്രോയിഡ് പറഞ്ഞിട്ടുണ്ട്. എന്തായാലും പറ' 'ചിലപ്പോൾ ശരിയായിരിയ്ക്കും. ജയകൃഷ്ണനായിരുന്നു സ്വപ്നത്തിൽ .നമ്മൾ ഇന്നലെ മുഴുവൻ അയാളെ കുറച്ച് തന്നെയാണല്ലോ സംസാരിച്ചിരുന്നത്. ഒരു പക്ഷെ അതു കൊണ്ടായിരിയ്ക്കാം രാത്രി അയാളെ തന്നെ കണ്ടത്. ഒരു ഇരുണ്ട വനത്തിനടുത്ത് തടിച്ച് കുറിയ ഒരു മാന്ത്രികന്റെ സമീപത്ത് ജയകൃഷ്ണൻ നില്ക്കുന്നതാണ് കണ്ടത്. ജയകൃഷ്ണൻ വല്ലാത്ത സങ്കടത്തിലായിരുന്നു. മറ്റെയാൾ എന്തോ മാന്ത്രിക കർമം ചെയ്യുന്നുണ്ട്.'

ഒരു നിമിഷം ഞാൻ പകച്ചു പോയി. ഒരേസ്വപ്നം വ്യത്യസ്ഥ ദിവസങ്ങളിൽ രണ്ടു പേർ കാണുക ! ഇതേ സ്വപ്നം ഞാനും കണ്ടിരുന്നു എന്ന കാര്യം തത്കാലം കൃഷ്ണകുമാറിനോട് പറഞ്ഞില്ല. എനിയ്ക്കു തോന്നി ആ സ്വപ്നത്തിലെന്തോ സന്ദേശമുണ്ട്. സ്വപനങ്ങളിൽ ചിലപ്പോൾ ചില ഇ.എസ്.പി അനുഭവങ്ങളുണ്ടാകും എന്ന് പലരും പറഞ്ഞിട്ടുണ്ടല്ലോ.ഞാൻ വിശ്വസിച്ചില്ലെങ്കിൽ കൃഷ്ണകുമാറെങ്കിലും വിശ്വസിയ്ക്കുമെന്ന പ്രതീക്ഷയാവാം ആസന്ദേശം കൈമാറിയ ആൾക്കുള്ളത്. അതെ അതാവാനേ തരമുള്ളൂ. ജയകൃഷ്ണൻ പല വഴികളിലൂടെ ഞങ്ങളിലേയ്ക്ക് അടുത്തു കൊണ്ടിരിയ്ക്കുക തന്നെയാണ്.

മോഹനന്റെ വീട്ടിൽ വന്ന പ്രേതത്തിന് ജയകൃഷ്ണന്റെ കാര്യത്തിൽ എന്ത് താല്പര്യം എന്ന ചോദ്യം എനിയ്ക്കുണ്ടായിരുന്നു. കൃഷ്ണകുമാറിനു മുണ്ടാകാം. പക്ഷെ അതിനെ വിശദീകരിയ്ക്കാൻ നിന്നാൽ സമയം വീണ്ടും വൈകും. അത് പിന്നീടൊരിയ്ക്കൽ അല്പം വിശദമായി സംസാരിയ്ക്കാമെന്ന് അയാളും തീരുമാനിച്ചിട്ടുണ്ടാകും. എന്തായാലും സംശയങ്ങളുടെ ഭാണ്ഡകെട്ടും മനസ്സിലെടുത്തു കൊണ്ടാണ് അയാൾ പോകുന്നതെന്ന് ആ പോക്കു കണ്ടപ്പോൾ എനിയ്ക്കു തോന്നി. എന്റെയുള്ളിലും അസഹ്യമായ ഭാരം ഉണ്ടായിരുന്നല്ലോ.

അധ്യായം 7

അറിവിന്റെ ശ്രീകോവിൽ

പടിപ്പുരയ്ക്ക് മുമ്പിൽ കൃഷ്ണകുമാറിന്റെ ബുള്ളറ്റ് ഒരു വശത്ത് ഒതുക്കിയിട്ടതിന് ശേഷം ഞാനും കൃഷ്ണകുമാറും കൂടി ചാരിയിട്ടിരുന്ന ആ പഴകിയ പടിപ്പുരയുടെ മരവാതിൽ തള്ളിതുറന്ന് ഉള്ളിലേയ്ക്ക് കടന്നു. മതിലു കെട്ടിതിരിച്ച വിശാലമായ ഒരു നടവഴിയായിരുന്നു അത്. അതിന്റെ ഇരു വശങ്ങളിലും പുത്തരി ചുണ്ടയും ചെറുവെള്ളരിയും കാടു കെട്ടി കിടക്കുന്ന തെങ്ങിൻ തോപ്പാണ്. നീണ്ട വഴി കടന്നു വേണം മുറ്റത്തേയ്ക്ക് എത്തുവാൻ. പഴയ രീതിയിൽ അതിർത്തി തിരിച്ച് മതിൽ കെട്ടിയ മുറ്റത്തിന്റെ അരികിൽ നിറയെ കർപ്പൂര തുളസി നട്ടുപിടിപ്പിച്ചിരുന്നു. തുളസിയുടെ എരിവുള്ള മണം അവിടെയാകെ നിറഞ്ഞു നിന്നിരുന്നു. പുരാതനമെങ്കിലും വലിയ തലയെടുപ്പാടെ നിന്നിരുന്ന ആ വലിയ ഇല്ലത്തിന്റെ പൂമുഖത്ത് ഒരു ചാരു കസേരയിൽ തന്നെ കൃഷ്ണൻ നമ്പൂതിരി കാലു രണ്ടും ചാരുകസേരയുടെ പടിയിലേയ്ക്ക് കയറ്റി വച്ച് മലർന്ന് കിടന്നിരുന്നു. കസേരയ്ക്കരികിലുള്ള ചാരുപടിയിൽ ചിത്രപ്പണികളുള്ള ഓട്ടു ചെല്ലം തുറന്നിരിക്കുന്നുണ്ട്. കാസേരയുടെ താഴത്ത് വലിയ ഒരു ഓട്ടു കോളാമ്പിയും. ഒറ്റനോട്ടത്തിൽ തന്നെ ആള് മുറുക്കി അതിന്റെ ഒരു സുഖത്തിൽ ലയിച്ചിരിക്കുകയാണെന്ന് മനസ്സിലാവും. ഞങ്ങളെ കണ്ടതും അദ്ദേഹം കോളാമ്പിയെടുത്ത് ഒന്നു തുപ്പിയതിന് ശേഷം പറഞ്ഞു. 'അവിടെയെവിടെയ്ങ്കിലും അങ്ങട്ട് ഇരിയ്ക്ക്യാ നല്ല സമയത്താ വരവ്'

'അതെന്തേ? സമയത്തിന് ഒരു പ്രത്യേകത എവിടേയ്ക്കെങ്കിലും പോവാൻ നില്ക്കായിരുന്നോ?' ഞാൻ സംശയത്തോടെ ചോദിച്ചു.

'അത് നല്ല കഥ! ഞാൻ ഇവിടെ വെറുതെ ഇരിയ്ക്കണത് താൻ കാണുന്നില്ലേ പോവാൻ നിലക്കാണോ ശുദ്ധ ഏഭ്യൻമാരല്ലാതെ ആരെങ്കിലും ഇങ്ങനെ ചോദിയ്ക്ക്യോ.?' അത് പറഞ്ഞു കൊണ്ട് അദ്ദേഹം ഒന്ന് ചിരിച്ചു. ഞങ്ങളും ചിരിച്ചെന്നു വരുത്തി.

' ഒരു വിഷയം സംസാരിയ്ക്കാൻ പറ്റിയ സമയം അതായത് യാതൊരു തത്രപ്പാടുല്ല്യാതെ സ്വസ്ഥമായിരിക്ക്ണ സമയം. അതാണ് ഞാനർത്ഥമാക്കിയത്. കുടിയ്ക്കാൻ ചായ വേണോ കാപ്പി വേണോ അ

തോ സംഭാരാക്കണോ ഏതാച്ചാ പറയ്യാ' ഞാൻ പറഞ്ഞു. 'ഒന്നും വേണ്ട, വെറുതെ അന്തർജ്ജനത്തിനെ ബുദ്ധിമുട്ടിയ്ക്കണ്ട.'

'ഇപ്പോ അന്തർജ്ജനം ഒന്നും ഇല്ല്യടോ ഒക്കെ ബഹിർജ്ജനാ അവർക്കൊരു ബുദ്ധിമുട്ടും ണ്ടാവ് ല്യ അവര് പൊറത്തേയ്ക്ക് പോയിരിയ്ക്ക്ണു. അപ്പൊ ചായോ കാപ്യോ ?'

'എന്നാൽ ചായയായിക്കോട്ടെ.' അദ്ദേഹം എഴുന്നേറ്റ് അകത്തു പോയി. അപ്പോൾ കൃഷ്ണകുമാർ എന്നോട് ചോദിച്ചു. 'ഇത്രയും കുറച്ചാളുകൾ ഇത്രയും വലിയ വീട്ടിൽ എങ്ങനെയാ കഴിയുക. ഇവർക്കൊന്നും ഒരു പേടിം ഉണ്ടാവൂലേ ?' ഞാൻ ചിരിച്ചു.

'ആരാ പറഞ്ഞത് കുറച്ചാളുകളെന്ന് തിരുമേനിയുടെ സഹോദരങ്ങൾ നാല് പേരും അവരുടെ ഭാര്യമാരും കുട്ടികളും ഒക്കെ ഇവിടെത്തന്നെയാണ്. സ്ത്രീകളൊക്കെ അടുക്കളയുടെ ഭാഗത്തായിരിക്കും. അനിയൻമാർക്ക് എന്നും എവിടെയെങ്കിലും താന്ത്രിക കർമ്മങ്ങളുണ്ടായിരിക്കും. പൊതുവേ അവരൊന്നും അത്രമാത്രം സമൂഹവുമായി ഇടപെടുന്നവരല്ല. ഇദ്ദേഹത്തെ എല്ലാവർക്കുമറിയുന്നതിന് കാരണം എവിടെ എന്തു കാര്യമുണ്ടായാലും ഈ മനയെ പ്രതിനിധീകരിച്ച് ഉണ്ടാവുക ഇദ്ദേഹമാണ്. പിന്നെ ആരെ കണ്ടാലും വീട്ടുകാര്യവും നാട്ടുകാര്യവും ഒക്കെ ചോദിക്കുന്ന ഒരു സ്വഭാവം കൂടി ഇദ്ദേഹത്തിനുണ്ട്. അതു കൊണ്ടു തന്നെ ഇദ്ദേഹം മാത്രമേ നാട്ടുകാർക്ക് പരിചിതനായിട്ടുള്ളു. എന്റെ സങ്കല്പത്തിൽ എല്ലാം കൂടി ഒരു ഇരുപതിരുപത്തഞ്ച് പേരെങ്കിലും ഇവിടെയുണ്ട്. പക്ഷെ ഇവിടെ വരുമ്പോൾ ആർക്കും ആളും മനുഷ്യനുമൊന്നുമില്ലന്നേ തോന്നു പിന്നെ നീ പറഞ്ഞ പേടി. ചെറുപ്പം മുതലേ ശീലിച്ചു വന്നാൽ ആർക്കും ഒന്നും പേടിയാവില്ല. ചിന്തിച്ചിട്ടില്ലേ, ശ്മാശാനം കാവൽക്കാരെ കുറിച്ച് അവർക്ക് അവിടെ താമസിക്കുന്നതിനൊ അവിടെ എന്തെങ്കിലും ശബ്ദം കേട്ടാൽ പോയി നോക്കുന്നതിനോ വല്ല പേടിയുമുണ്ടോ? പേടിയും ധൈര്യവുമൊക്കെ ചില ശീലങ്ങളിൽ നിന്നുണ്ടാകുന്നതാണ്.' അകത്തു നിന്നുള്ള കാലടി ശബ്ദം കേട്ടപ്പോൾ ഞാൻ പിന്നെ ഒന്നും പറഞ്ഞില്ല. തിരുമേനി തിരുച്ചു വരുന്നുണ്ടെന്ന് കൃഷ്ണകുമാറിനും ബോധ്യമായതു കൊണ്ടായിരിക്കണം അയാൾ ഒന്നും ചോദിയ്ക്കുവാനും നിന്നില്ല.

തിരുമേനി വന്ന് വീണ്ടും ആ ചാരുകസേരയിൽ കയറിയിരുന്നു. 'അകത്ത് പറഞ്ഞിട്ടുണ്ട്. ഇപ്പോൾ വരും ചായ അതുവരട്ടെ. നമുക്ക് സംസാരിയ്ക്കാം.'

'തിരുമേനി കാണണമെന്നു പറഞ്ഞിരുന്നില്ലേ. അതുകൊണ്ടു വന്ന

താണ്.'

'അത് മനസ്സിലായി. അത് പറയാം അതിനു മുമ്പ് എനിക്ക് നെന്നോട് ചിലത് ചോദിയ്ക്കുവാനുണ്ട്. നീയൊരു ഹിപ്നോട്ടിസ്റ്റാണല്ലോ. ഒറ്റ വാക്കിൽ പറയാമൊ എന്താണ് ഹിപ്നോട്ടിസം?' അദ്ദേഹം ചോദ്യം ചോദിച്ചു കൊണ്ട് എന്നെ നോക്കി. 'വാക്കുകൾ കൊണ്ട് ഉറക്കുന്ന വിദ്യ'

ഞാൻ പറഞ്ഞു. ' അപ്പോൾ വാക്കുകളുടെ സഹായമില്ലാത ഒരിയ്ക്കലും നിങ്ങൾക്ക് ഒരാളെ ഉറക്കാൻ കഴിയില്ല , അല്ലേ ?ശരിയല്ലേ. അതായത് നിങ്ങളുടെ സംസാരിയ്ക്കുവാനുള്ള കഴിവ് ഏതെങ്കിലും കാരണവശാൽ പെട്ടന്ന് നഷ്ടപ്പെട്ടു എന്നു കരുതുക. അപ്പോൾ നിങ്ങൾക്ക് ഈ വിദ്യ ഉപയോഗിക്കുവാൻ കഴിയുമോ ? അതാണ് ഞാൻ ചോദിച്ചതിന്റെ അർത്ഥം? വ്യക്തമായോ?'

'വ്യക്തമായി. ഇല്ല. ഹിപ്നോട്ടിസം ചെയ്യാൻ കഴിയില്ല. മറ്റു ചില തന്ത്രങ്ങളൊക്കെ ഉപയോഗിച്ച് വേണമെങ്കിൽ ഒരു തരത്തിൽ സബ്ജക്ടിനെ ഒരു മയക്കത്തിലെത്തിയ്ക്കുവാൻ കഴിഞ്ഞെന്നു വരും പക്ഷെ ഒരുറക്കം മാത്രമല്ലല്ലോ ഹിപ്നോട്ടിസം.'

'ഞാൻ ചോദിച്ചത്, ഒരു മാന്ത്രികൻ അയാളുടെ സ്തംഭനക്രിയയിലൂടെ നിങ്ങളുടെ സംസാരത്തെ സ്തംഭിപ്പിച്ചാൽ പിന്നെ അതിൽ നിന്ന് രക്ഷപ്പെടാൻ വല്ലതും ഈ ഹിപ്നോട്ടിസം ഉപയോഗിച്ച് നിങ്ങൾക്ക് ചെയ്യാനാവുമോ? എന്നതാണ്.' ഞാൻ വെറുതെ ചിരിയ്ക്കുക മാത്രം ചെയ്തു. അപ്പോൾ അദ്ദേഹം തന്നെ തുടർന്നു. 'ഓ തനിയ്ക്ക് ഈ സ്തംഭനക്രിയയിലൊന്നും വിശ്വാസമുണ്ടാകില്ലല്ലോ. ഞാൻ വെറുതെ ചോദിച്ചു എന്നേയുള്ളു. എടോ ഒരു കാര്യം ശ്രദ്ധിച്ചിട്ടുണ്ടോ ഓരോരുത്തർക്കും അവർ ചെയ്യുന്നതെന്തൊ അതാണ് പരമസത്യം. അതിനപ്പുറം എന്തെങ്കിലുമുണ്ടെന്നോ ഉണ്ടെങ്കിൽ തന്നെ അത് അത്രമഹത്തരമാണെന്നോ സാധാരണ ആരും സമ്മതിയ്ക്കില്ല. അലോപ്പതി ഡോക്ടർക്ക് ആയുർവേദം അന്ധവിശ്വാസമാണ്. എന്നാൽ ആയുർവേദകാരന് അലോപ്പതി മാരക അപകട ചികിത്സയും. രണ്ടു കൂട്ടരുടെ കൈയിലും നിരവധി വാദങ്ങളുണ്ട്. രണ്ടും രണ്ട് ശരിയാണെന്ന് ആരും അംഗീകരിക്കില്ല എന്നു മാത്രം. ശുദ്ധ ഏഭ്യൻമാരാണ് ഇപ്പോ എല്ലാടത്തുമുള്ളത് അവരുടെ വിശ്വാസത്തെ , അതല്ലാത്ത ഒന്നിനേയും അവരൊന്നും അംഗീകരിക്കില്ല. യഥാർത്ഥത്തിൽ സത്യം ഒന്നേയുള്ളു എന്ന വാദത്തിൽ നിന്നാണ് ഇങ്ങനെ ഒരു മർക്കടമുഷ്ടി ഉണ്ടായതെന്ന് എനിക്കു തോന്നുന്നു. സത്യം ഒന്നു മാത്രമല്ല. സത്യം പലതാണ്. അത് മനസ്സിലാക്കാൻ ഏഭ്യൻമാർക്കൊന്നും കഴിഞ്ഞിട്ടില്ലാന്ന് സാരം.' എനിയ്ക്ക് സത്യത്തിൽ ബോ

റടിയ്ക്കുന്നുണ്ടായിരുന്നു. കാരണം അത്യാവശ്യമായി കാണണമെന്നും വളരെ പ്രധാനപ്പെട്ട ഒരു കാര്യം പറയാനുണ്ടെന്നും പറഞ്ഞ് വിളിച്ചു വരുത്തിയിട്ട് ഒരു ബന്ധവുമില്ലാത്ത വിഷയം. സംസാരിക്കുന്നതിലെ അനൗചിത്യം തന്നെ. പക്ഷെ അദ്ദേഹത്തിനതൊന്നും ഒരു വിഷയമേയല്ല. അദ്ദേഹം പിന്നെയും സംസാരിയ്ക്കുവാൻ തുടങ്ങുകയായിരുന്നു. അപ്പോഴാണ് ഒരു സ്ത്രീ അകത്ത് നിന്ന് ചായയും ബിസ്കറ്റും ഒക്കെ കൊണ്ടു വച്ചത്. അവരെ ചൂണ്ടി തിരുമേനി പറഞ്ഞു മകന്റെ വേളിയാണ്. അവരൊന്നു ചിരിച്ചു. ഞങ്ങളും. അവർ അകത്തേയ്ക്കു പോയതിൽ പിന്നെ തിരുമേനി വീണ്ടും സംസാരിച്ചു.

'നിങ്ങൾക്ക് വിശ്വാസമുണ്ടാകുമോ എന്നറിയില്ല, ആത്മാവ് എന്നത് ഉള്ളതാണെന്നാണെന്റെ വിശ്വാസം ഊർജ്ജം നശിക്കില്ല എന്നല്ലേ ശാസ്ത്രം പറയുന്നത് അപ്പോൾ മനുഷ്യ ശരീരത്തിലുണ്ടെന്നു പറയുന്ന ഊർജ്ജത്തിന് നമ്മുടെ മരണശേഷം എന്ത് സംഭവിയ്ക്കും. ഊർജ്ജം ഉണ്ടാകുന്നുമില്ല ഇല്ലാതാകുന്നുമില്ല എന്ന ശാസ്ത്രജ്ഞന്റെ സിദ്ധാന്ത പ്രകാരം മനുഷ്യൻ മരിച്ചാലും ആ ഊർജം ഇവിടെ ഉണ്ടാകണം. അതായാത് ഒരു മനുഷ്യനിലുണ്ടാകും എന്ന് വിശ്വസിക്കപ്പെടുന്ന രണ്ടായിരത്തിനാനൂറ് കലോറി ഊർജ്ജം മറ്റൊരു രൂപത്തിൽ ഇവിടെ തന്നെ ഉണ്ടാകണം. ഒന്നുകിൽ അത് ഈ പ്രപഞ്ചത്തിന്റെ ഊർജത്തിൽ ലയിച്ചിരിയ്ക്കാം. അല്ലെങ്കിൽ അത് വെറും ചെറിയൊരു ഊർജ്ജമായി നമുക്ക് കാണാൻ കഴിയാതെ നിലനില്ക്കാം. പ്രപഞ്ചത്തിന്റെ ഊർജ്ജവുമായി ലയിക്കുക എന്നതിനെയാണ് പൂർവികഋഷികൾ മോക്ഷം എന്ന് പറഞ്ഞത്. അങ്ങനെ ലയിക്കാതെ വിഘടിച്ചു നിൽക്കുന്ന ഒരു ഊർജ്ജമായി ഒരു മനുഷ്യശരീരത്തിലെ ഊർജ്ജം പരിണമിച്ചിട്ടുണ്ടെങ്കിൽ അതിനെയാണ് നാം ആത്മാവ്, പ്രേതം എന്നൊക്കെ പറഞ്ഞത്. അപ്പോൾ ഒരാത്മാവ് പ്രേതം ഉണ്ടെങ്കിൽ അതിനെ ഇല്ലാതാക്കുന്നതിന് ഒരു വഴിയേയുള്ളു ഈ പ്രപഞ്ചത്തിന്റെ അനശ്വരമായ ഊർജ്ജ സ്രോതസ്സിലേയ്ക്ക് അഥവാ ഈശ്വരനിലേയ്ക്ക് അതിനെ ലയിപ്പിക്കണം. അതായത് ജയകൃഷ്ണൻ എന്ന ഒരാത്മാവുണ്ടെങ്കിൽ അവന് മോക്ഷം കിട്ടിയിട്ടില്ല. മോക്ഷം കിട്ടാത്ത ഊർജ്ജങ്ങളൊക്കെ നെഗറ്റിവ് എഫക്ടാണ് ഉണ്ടാക്കുന്നത്. അവിടെയാണെങ്കിൽ നിങ്ങൾക്കൊരു സംശയമുണ്ടാകാം. അങ്ങനെയാണെങ്കിൽ ജയകൃഷ്ണൻ എന്ന ആത്മാവ് എന്ത് കൊണ്ട് നിങ്ങൾക്ക് പോസിറ്റീവായി നിന്നു. ഞാൻ നിങ്ങളെ വിളിച്ചു വരുത്തിയതും പറയാനുദ്ദേശിയ്ക്കുന്നതും അതു മാത്രമാണ്. പ്രപഞ്ചത്തിന്റെ അനശ്വരമായ ശക്തി വിശേഷത്തിൽ ലയിക്കാൻ കഴിയാത്ത ഊർജ്ജം നെ

ഗറ്റീവ് എഫക്ടുമാത്രമുണ്ടാക്കുമ്പോൾ ജയകൃഷ്ണൻ എന്ന ആത്മാവും നെഗറ്റീവായിരിക്കണം. എന്നാൽനിങ്ങൾക്കത് നെഗറ്റീവായ് ഫീൽ ചെയ്തില്ല. എന്തായിരിയ്ക്കും കാരണം ? ആ ഊർജത്തെ നിങ്ങൾക്കുവേണ്ടി മറ്റാരോ പോസിറ്റീവാക്കി മാറ്റിയെന്ന് സാരം. ഇനി മറ്റൊരു വഴിയും കൂടി നിങ്ങളിൽ അധികമായി നിന്ന പോസീറ്റീവ് അവനെ നിങ്ങളിലേയ്ക്ക് അകർഷിച്ചാലും മതി. എന്താ ഞാൻ പറയുന്നത്ന്ന് മനസ്സിലാവുന്നുണ്ടോ? അതോ ഞാൻ പറയുന്നത് ശുദ്ധ ഏഭ്യന്റെ വാക്കുകളായിട്ടാണോ കാണുന്നത് ?'

ഞാനൊന്നും മിണ്ടിയില്ല. സത്യത്തിൽ എനിയ്ക്ക് അദ്ദേഹം പറയുന്നതു മുഴുവൻ ഉൾകൊള്ളാൻ തന്നെ കഴിഞ്ഞിരുന്നില്ല. ശാസ്ത്രം എന്ന നാട്യത്തിൽ എത്ര മനോഹരമായാണ് ഓരോരുത്തരും വിശ്വാസങ്ങളുടിച്ചേൽപ്പിക്കുന്നത് എന്ന് ഒരു നിമിഷം ഞാൻ ചിന്തിച്ചു. ഒരു തരത്തിൽ പറഞ്ഞാൽ ഇത് തന്നെയല്ലേ സ്യൂഡോ സയൻസ്. എന്നാൽ കൃഷ്ണകുമാർ പെട്ടന്നുത്തരം പറഞ്ഞു. 'മനസ്സിലാവ്ണ് ണ്ട് .തിരുമേനി പറഞ്ഞോളൂ.' തിരുമേനി അദ്ദേഹത്തെ നോക്കിയിട്ട് ചോദിച്ചു. 'ഉവ്വോ ന്നാൽ പറയ്യാ എന്താ മനസ്സിലായത്?' കൃഷ്ണകുമാർ പെട്ടന്ന് പറഞ്ഞു. 'ഈ നാട്ടിലെല്ലാവരും ശുദ്ധ ഏഭ്യൻമാരാണെന്ന്.' എനിക്ക് ചിരിയ്ക്കാതിരിയ്ക്കാൻ കഴിഞ്ഞില്ല. തിരുമേനിയ്ക്ക് ദേഷ്യം വരും എന്നാണ് ഞാൻ വിചാരിച്ചത്. എന്നാൽ അദ്ദേഹം ചിരിച്ച് കൊണ്ടാണ് ചോദിച്ചത്. 'അക്കൂട്ടത്തിൽ താനും ഉണ്ടെന്നും കൂടി ബോദ്ധ്യപ്പെട്ടോ?' കൃഷ്ണകുമാർ ഒന്ന് വിനയാന്വിതനായി പറഞ്ഞു. 'ഉവ്വ് , അതും ബോദ്ധ്യപ്പെട്ടു.'

'എന്നാൽ ഇനി ബോദ്ധ്യപ്പെടാൻള്ള കാര്യം കൂടി ഞാനങ്ങട്ട് പറയാം. വൃത്തിയായിട്ട് കേട്ടോളണം. ശാസ്ത്രവും ഹിപ്നോട്ടിസവുമൊന്നുമുപയോഗിച്ചല്ല,ഞാൻ ജയകൃഷ്ണനെ മനസ്സിലാക്കിയത്. അത് എന്റെ പരിമിതിയായ് നിങ്ങൾക്ക് തോന്നാം. അത് വലിയ കാര്യമാക്കണ്ട. ആ ജയകൃഷ്ണൻ , അദ്ദേഹം എന്തിന് വീണ്ടും നിങ്ങളിലേയ്ക്ക് വരണം എന്ന കാര്യത്തിലുള്ള എന്റെ ചില ഊഹങ്ങളും ഉൾവിളികളുമാണ് ഇപ്പോൾ ഞാൻ പറയുന്നത്. യഥാർത്ഥത്തിൽ അത് പറയാനാണ് നിങ്ങളെ ഇങ്ങോട്ട് വിളിച്ചതു തന്നെ. ഏഭ്യൻ നമ്പൂതിരി ഒരു വെറ്റിലയെടുത്ത് അതിന്റെ തുമ്പ് മുറിച്ച് മാറ്റി ഞരമ്പു കളഞ്ഞ് ഏതോ മഹത്തായ ഒരു കർമ്മം ചെയ്യുന്നതുപോലെ ചുണ്ണാമ്പ് തേച്ച് ചെല്ലത്തിൽ നിന്ന് പെറുക്കിയെടുത്ത ഒരു അടയ്ക്കാ കഷണവും ചേർത്ത് വായിലേയ്ക്ക് തിരുകിവെച്ചു. ചെല്ലത്തിന്റെ ഒരറയിൽ നിന്ന് നല്ല ഭംഗിയുള്ള പിടിയോടു കൂടിയ ഒരു കത്തിയെടുത്തു ഒരു പുകയില കഷണം മുറി

ച്ചു.എന്നിട്ട് അതും വായിലേയ്ക്ക് തിരുകി കയറ്റി. കുറച്ചൊന്നു വായിലിട്ട് ചവച്ചതിന് ശേഷം താഴെ ഉണ്ടായിരുന്ന കോളാംബിഎടുത്ത് അതിലേയ്ക്ക് ഒന്നു നീട്ടി തുപ്പി. പിന്നെ കാലുകൾ രണ്ടുമെടുത്ത് കസേര കൈയിലേയ്ക്ക് കയറ്റി വച്ച് കസേരയിൽ ചാരികിടന്നു. പിന്നീട് ഞങ്ങളെ നോക്കി ഒന്ന് പുഞ്ചിരിച്ചതിന് ശേഷം പറയാൻ തുടങ്ങി. 'അതായത് എല്ലാ ആത്മാക്കളും അഥവാ പ്രേതങ്ങളും നെഗറ്റീവ് ഊർജ്ജമായിരിക്കണം. നെഗറ്റീവ് മാത്രമായ ഊർജ്ജത്തിന്റെ ശക്തി തിരിച്ചറിയാൻ പെട്ടന്ന് കഴിയില്ല. അതിലേയ്ക്ക് വേണ്ടത്ര പോസിറ്റീവ് കൂടി ചേർക്കപ്പെടുമ്പോഴേ അതിന്റെ ശക്തി നമുക്ക് തിരിച്ചറിയുവാൻ കഴിയു . ഈ പോസിറ്റീവ് ഊർജ്ജം ചേർക്കുന്നത് മന്ത്രവാദികളോ പാരാസൈക്കോളജിസ്റ്റുകളോ ആണ്. അതായത് അവരാണ് ഒരു പ്രേതത്തെ പ്രവർത്തി പഥത്തിലെത്തിയ്ക്കുന്നതെന്ന് സാരം. അതല്ലെങ്കിൽ ആകസ്മികമായ കാരണത്താൽ ഒരു പോസിറ്റീവ് പവർ ഈ നെഗറ്റീവിനെ ഉത്തേജിപ്പിക്കണം. അങ്ങനെയുണ്ടാവാം. ഉണ്ടായിട്ടുണ്ട്. എന്നാൽ ഇവിടെ അങ്ങനെയുള്ള ഒരു ആകസ്മിതയ്ക്കു വഴി കാണുന്നില്ല. ഇതിന്റെ പിന്നിൽ ആരോ ഉണ്ട്. ഉണ്ടെന്ന് തന്നെയാണ് എന്റെ വിശ്വാസം.' തിരുമേനി പറഞ്ഞു കൊണ്ടിരുന്നു. ഞങ്ങൾ രണ്ടു പേരും ശ്രദ്ധയോടെ കേൾക്കുകയായിരുന്നു. 'ഹോണ്ടഡ് പ്ലെയ്സ് എന്നൊക്കെപ്പറയുന്ന പ്രത്യേക സ്ഥലത്ത് പ്രത്യേക സമയങ്ങളിൽ പ്രേതങ്ങളെ കണ്ടവർ ഏറെയുണ്ട്. അത് ആസ്ഥലത്തിന്റെ പ്രത്യേക പോസിറ്റീവ് എനർജി മരിച്ച ആത്മാവിന്റെ നെഗറ്റീവ് ഊർജവുമായി സമ്മേളിയ്ക്കുമ്പോൾ സംഭവിയ്ക്കുന്നതാണ്. ഞാൻ പറഞ്ഞു വന്നത് വളരെ ചുരിക്കി ഇങ്ങനെ ക്രോഡീകരിയ്ക്കാം. ജയകൃഷ്ണന്റെ സഞ്ചാരത്തിനു പിറകിൽ ഇതുവരെ നിങ്ങൾക്ക് മുന്നിലെത്താത്ത ആരോ ഉണ്ട്. അയാൾ ഒരിയ്ക്കലും നിങ്ങൾക്ക് മുന്നിലെത്താനാഗ്രഹിയ്ക്കുന്നില്ല. അയാൾക്ക് മറ്റെന്തോ ലക്ഷ്യമുണ്ട്. ആ ലക്ഷ്യം നിറവേറ്റാനുള്ള ഒരു ഉപകരണമാണ് ജയകൃഷ്ണൻ. ജയകൃഷ്ണനെ കുറിച്ച് അറിയുന്നവർ നിങ്ങൾ മാത്രമായത് കൊണ്ട് നിങ്ങളുടെ പ്രവർത്തി ഏതെങ്കിലും തരത്തിൽ അയാളുടെ ലക്ഷ്യത്തിന് തടസ്സമാകുമെന്ന് അയാൾക്ക് തോന്നിയാൽ പിന്നെ നിങ്ങളെ എങ്ങനെ നശിപ്പിയ്ക്കാം എന്നതായിരിയ്ക്കും അയാളുടെ ചിന്ത. ചുരുക്കി പറഞ്ഞാൽ നിങ്ങളുടെ ഓരോ ചലനവും ഇപ്പോൾ അയാളുടെ ദൃശ്യപഥത്തിലുണ്ടായിരിയ്ക്കും. നിങ്ങൾ ചെയ്യുന്ന കാര്യങ്ങൾ അയാൾ സസൂക്ഷ്മം ശ്രദ്ധിയ്ക്കുകയാണ്. അതുകൊണ്ട് തന്നെ പ്രതീക്ഷിയ്ക്കാത്ത ഏതെങ്കിലും ഒരു സന്ദർഭത്തിൽ നിങ്ങൾക്ക് എന്തെങ്കിലും അപകടം വന്നാൽ അത്ഭു

തപെടേണ്ടതില്ല.' അത്രയും പറഞ്ഞ് തിരുമേനി ഞങ്ങളെയൊന്നു നോക്കി. എപ്പോഴും അദ്ദേഹത്തിന്റെ മുഖത്ത് കാണാറുള്ള ആ നർമ്മ ഭാവം ഇപ്പോൾ ആ മുഖത്തുണ്ടായിരുന്നില്ല. മാത്രമല്ല ആ വാക്കുകൾക്ക് വല്ലാത്ത ഗൗരവമുണ്ടായിരുന്നുതാനും. ഞാനൊന്നും മിണ്ടാതെ അദ്ദേഹത്തിന്റെ മുഖത്തേയ്ക്കു തന്നെ നോക്കിയിരുന്നു. കൃഷ്ണകുമാർ ചോദിച്ചു. 'എന്തെങ്കിലും പ്രതിവിധിയുണ്ടാകില്ലേ തിരുമേനി?'

'ഉണ്ടാവും ഒരു പ്രശ്നമുണ്ടങ്കിൽ അതിനൊരു പരിഹാരവുമുണ്ടാകും. ഒരു രോഗമുണ്ടെങ്കിൽ അതിനൊരു മരുന്നും ഉണ്ടാവും. ഉണ്ടാകണമല്ലോ. പക്ഷെ രോഗമെന്താണെന്ന് ആദ്യം മനസ്സിലാക്കണം എങ്കിലേ മരുന്നിനെ കുറിച്ച് ചിന്തിയ്ക്കാൻ ഒരു വൈദ്യന് കഴിയൂ. ഇവിടെ പ്രശ്നമെന്താണെന്ന് ആദ്യം കണ്ടെത്തണം. എന്നാലെ എങ്ങിനെയുള്ള പരിഹാരമാണ് ഉചിതം എന്ന് ആലോചിയ്ക്കുവാൻ കഴിയൂ...' തിരുമേനി പിന്നെയും തുടരുകയായിരുന്നു. പുറത്ത് ചെറിയ കാറ്റുണ്ടായിരുന്നു. ചെടികളുടെ ഇല മർമ്മരങ്ങൾ വ്യക്തമായി കേൾക്കാനുണ്ടായിരുന്നു. ചില സന്ദർഭങ്ങളിൽ തിരുമേനി ഒരു മഹാതാപസന്റെ ഗൗരവം ആർജ്ജിയ്ക്കും. ചിലപ്പോൾ ഒരു പൊട്ടനെ പോലെ പ്രതികരിയ്ക്കും. ആ സന്ദർഭത്തിൽ തോന്നും നാട്ടുകാർ അയാൾക്ക് കല്പിച്ചു നൽകിയിരിയ്ക്കുന്ന ഏഭ്യൻ തിരുമേനി എന്ന പട്ടം അയാൾക്ക് തികച്ചും അർഹതപെട്ടതാണെന്ന് . യഥാർത്ഥത്തിൽ ഇദ്ദേഹത്ത എങ്ങനെയാണ് വിലയിരുത്തേണ്ടതെന്ന കാര്യത്തിൽ ആർക്കും സംശയം തോന്നുക സ്വഭാവികം മാത്രം.

അധ്യായം 8

വാമാചാരത്തിനു പിറകേ

കൃഷ്ണേട്ടന്റെ മുഖഭാവം വളരെ ഗൗരവത്തിലായിരുന്നു. എപ്പോഴുമുള്ള ആ നർമ ഭാവം കാണാനേ കഴിഞ്ഞില്ല. പൊതുവെ എന്തിനേയും ഒരു തമാശയായി കാണുന്ന കൃഷ്ണേട്ടനെ ഇത്ര ഗൗരവത്തിൽ ഞാൻ മുമ്പ് കണ്ടിട്ടില്ല. അദ്ദേഹത്തിന്റെ ആഭാവത്തിൽ നിന്നറിയാം വിഷയത്തിന് അദ്ദേഹം നൽകുന്ന പ്രാധാന്യം. എന്തെങ്കിലും ചോദിച്ച് അദ്ദേഹത്തിന്റെ സംസാരത്തിന്റെ ഒഴുക്ക് നഷ്ടപ്പെടുത്തേണ്ട എന്ന് ഞങ്ങൾ ചിന്തിച്ചു. അദ്ദേഹം പറഞ്ഞു കൊണ്ടിരുന്നത് ജയകൃഷ്ണൻ എന്ന ആത്മാവിനെ കുറിച്ചുള്ള അദ്ദേഹത്തിന്റെ ചില നിഗമനങ്ങളാണ്.

'അതായത് തന്ത്രയുടേയും മന്ത്രശാസ്ത്രത്തിന്റെയും വെളിച്ചത്തിൽ സമീപിക്കുമ്പോൾ ജയകൃഷ്ണൻ എന്ന ആത്മാവ് അപകടകാരിയായി കൊണ്ടിരിക്കുകയാണ്. ഇതു വരെ നിങ്ങൾ കണ്ട ആസ്വാത്വികഭാവത്തിൽ നിന്ന് അതിനൊരു മാറ്റം എപ്പോഴും വന്നേയ്ക്കാം. അത് നിങ്ങളോടുള്ള വിയോജിപ്പ് കൊണ്ടായിരിക്കണമെന്നില്ല. നിങ്ങളോട് വിയോജിക്കേണ്ട കാര്യവുമില്ലല്ലോഅതിന്. ഞാൻ കാണുന്ന കാരണങ്ങൾ ആദ്യം നിങ്ങളോട് പറയാം. ഏറ്റവും സാത്വികനായ ഒരു മനുഷ്യൻ മരിയ്ക്കുമ്പോൾ അയാൾക്ക് മോക്ഷം കിട്ടുകയാണ് വേണ്ടത്. മരണം ഏത് തരത്തിലാകട്ടെ അത് അയാളുടെ ജൻമ നിയോഗമാണ്. ആർക്കും മാറ്റാവുന്നതല്ല. ചിലർ അയാളെ കൊന്നതാണെങ്കിലും അയാൾ മോക്ഷസ്ഥനായാൽ പിന്നെ അയാളില്ല. അപ്പോൾ അദ്ദേഹത്തിന് മോക്ഷം കിട്ടിയില്ല. എന്തുകൊണ്ട്. പിതൃക്രിയകളൊന്നും ആരും ചെയ്തില്ല, അതുകൊണ്ടാവാം എന്ന് ചിലപ്പോൾ സംശയിക്കാം. എന്നാൽ നാട്ടിൽ അങ്ങനെ എത്ര കൊലപാതങ്ങൾ, മരണങ്ങൾ, നടക്കുന്നു. അവർക്കെല്ലാം പിതൃക്രിയ കിട്ടുന്നുണ്ടോ? എന്നിട്ട് അവരെല്ലാം പ്രേതാത്മാക്കളായി അലഞ്ഞ് തിരിഞ്ഞ് പ്രതികാരം ചെയ്യുന്നുണ്ടോ? ഇല്ലെന്നാണെനിക്ക് തോന്നുന്നത്. ചില ഏഭ്യൻമാർ തർക്കിയ്ക്കും ഞാനതിനില്ല അപ്പോൾ എന്റെ ഒരു ഊഹവും കാഴ്ചപ്പാടും ശരിയാണെങ്കിൽ ഇങ്ങനെയൊക്കെ അയാളെ കൊണ്ടു ചെയ്യിച്ചത് മറഞ്ഞിരിയ്ക്കുന്ന മറ്റാരോ ആണ്. അതായത് അവന്റെ ആത്മാവിനെ മോക്ഷം കിട്ടാത്ത വഴിയിലേയ്ക്ക് തിരി

ച്ചു വിട്ട മറ്റൊരാൾ. അയാളെ കണ്ടെത്തുക എളുപ്പമല്ല. വാമാചാരത്തിൽ അങ്ങനെയുള്ളവരെ കണ്ടെത്താൻ പല മാർഗങ്ങളുമുണ്ട് എന്ന് പറയപ്പെടുന്നു. ഞാൻ മനസ്സിലാക്കിയതും അനുഷ്ഠിയ്ക്കുന്നതും വാമാചാരമല്ല. സമയാചാരമാണ്.അതാണ് ഞങ്ങളുടെ പൈതൃകം. വാമാചാരം പരീക്ഷിയ്ക്കുന്നതു പോലും ഞങ്ങൾക്ക് നിഷിദ്ധമാണ്. എന്നാൽ വായിച്ചറിഞ്ഞ ചില കാര്യങ്ങളുണ്ട്. കൗളാചാരികൾക്ക് ആത്മാക്കളേയും പ്രപഞ്ചത്തിലെ മറ്റ് അമാനുഷശക്തികളേയും നിയന്ത്രിയ്ക്കുവാൻ കഴിയും. സ്വന്തം കാര്യം നേടുന്നതിനു വേണ്ടി അവരെ കൂടുതൽ പ്രകോപിതരാക്കുവാനും അവരുടെ സാത്വികഭാവം പൂർണമായി നശിപ്പിച്ച് അവരെ ക്രൂര ശക്തികളാക്കുവാനും കഴിയും. സമയാചാരത്തിൽ താമസമൂർത്തികളെ സാത്വികരാക്കി പരിവർത്തനപെടുത്തുകയാണ് പതിവ്. ഇത് തന്ത്രയുടെ മാർഗം. പാരാസൈക്കോളജിസ്റ്റുകളും പ്രേത ഗവേഷകരും സ്വന്തംകാര്യത്തിനായി അവരെ ഉപയോഗിക്കുന്നുണ്ടെങ്കിൽ അതും വാമമാർഗികളുടെ രീതിയിൽ തന്നെ പരിഗണിയ്ക്കാനേ കഴിയൂ. കുലം എന്ന വാക്കിൽ നിന്നാണ് കൗളം എന്ന വാക്കുണ്ടായത്. അതായത് കുലാചാരത്തിൽ നിന്നാണ് കൗളാചാരമുണ്ടായത്. പഞ്ചമകാരങ്ങൾ ഉപയോഗിച്ചാണ് അവരുടെ കർമ്മങ്ങൾ . ഞാൻ വാമമാർഗികളുടെ പല ഗ്രന്ഥങ്ങളും വായിച്ചു നോക്കിയിട്ടുണ്ട് എന്നല്ലാതെ അതിൽ പറയത്തക്ക പരിജ്ഞാനമൊന്നും എനിക്കില്ല. വാമാചാരം എന്നാൽ പഞ്ചമകാരങ്ങൾ ചേർന്ന കർമ്മമാണ്. മദ്യം, മാംസം, മത്സ്യം , മുദ്ര , മൈഥുനം ഇതൊന്നും ഞങ്ങൾ സമയാചാരികളുടെ കർമ്മങ്ങളിൽ അനുവദനീയമല്ല എന്നു മാത്രമല്ല, നിഷിദ്ധവുമാണ്. അത് കൊണ്ട് അറിയുക പ്രയോഗിയ്ക്കാതെ ഇരിയ്ക്കുക തന്ത്രയിൽ ദക്ഷിണം, വാമം, സമയം, ദിവ്യം ,കൗളം ഇങ്ങനെ അഞ്ച് രീതിയാണുള്ളത്. തന്ത്ര എന്നാൽ എന്താണെന്നറിയോ? തന്യ തേ വിസ്താര്യതേ ഇതി തന്ത്ര ഉള്ളിലെ ബോധത്തെ വിസ്തരിക്കുന്നത് തനുവിൽ നിന്ന് അതായത് ശരീരത്തിൽ നിന്നുള്ള ത്രാണനം കൂടിയാണ് തന്ത്ര. പലരും വിചാരിയ്ക്കുന്നത് വേറെ പലതുമാണ്. വാമാചാരികൾ നിങ്ങൾ പറഞ്ഞ പ്രേതാന്വേഷികളെ പോലെയാണ്. പാരാസൈക്കോളജിസ്റ്റുകളും ഒരു തരത്തിൽ വാമാചാരികളാണ്.അഘോരികളെ കുറിച്ച് കേട്ടിട്ടില്ലേ ? ഹരിദ്വാരിലെ ശ്മശാനങ്ങളിൽ മനുഷ്യ മാംസം ഭക്ഷിയ്ക്കുന്ന അഘോരികളെ കണ്ടതായി പലവക വായിച്ചിട്ടുണ്ട്. അവർ അവിടെ വച്ചു തന്നെ പലതരം ക്ഷുദ്ര കർമങ്ങൾ ചെയ്യാറുള്ളതായും കേട്ടിട്ടുണ്ട്. അവരുടെ അതീന്ദ്രിയ ശക്തിയെ കുറിച്ചും അതികഠിനമായ സാധനയെ കുറിച്ചും അവരുടെ ജീവിതം പഠിച്ചിട്ടുണ്ടെ

ങ്കിൽ അറിയാം. പോട്ടെ അവിടേയ്ക്ക് കയറണ്ട .യഥാർത്ഥത്തിൽ വാമം എന്നാൽ സ്ത്രൈണമാണ്. ഇടത് കൈ കൊണ്ടാണ് വാമാചാരികൾ കർമ്മം ചെയ്യുന്നത്. അവർക്ക് ചന്ദനവും ചെളിയും ഒരുപോലെയാണ്. നിവേദ്യവും ശവശരീരവും അവർ രണ്ടായി കാണുന്നില്ല. അതിനൊക്കെ സാധനയുടെ അങ്ങത്തലയിൽ എത്തണം. അതിലേക്ക് കൂടുതൽ പോകണ്ട കാരണം അത് കേൾക്കാനല്ല നിങ്ങളെ ഞാൻ വിളിച്ചിട്ടുള്ളത്. ജയകൃഷ്ണൻ എന്ന ആത്മാവിനെ നിയന്ത്രിക്കുന്നതാരാണ്? എന്തിനുവേണ്ടി ? ഈ കാര്യങ്ങൾ അറിഞ്ഞാൽ ഈ പ്രശ്നത്തിൽ നിന്ന് നിങ്ങൾക്ക് രക്ഷപ്പെടാൻ കഴിയും. നിങ്ങൾക്കറിയുമോ ? ഒന്നുകിൽ അയാൾ വാമാചാരി ആയിരക്കും. അല്ലെങ്കിൽ നിങ്ങൾ പറയുന്ന പോലെ ഒരു പാരാസൈക്കോളജിസ്റ്റ് വാമാചാരി എന്ന് പറഞ്ഞാൽ മോശവും പാരാസൈകോളജിസ്റ്റ് എന്ന് പറഞ്ഞാൽ മാന്യതയുമായതു കൊണ്ട് നമുക്കയാളെ പാരാസൈക്കോളജിസ്റ്റ് എന്ന് വിളിയ്ക്കാം. എന്തേ അങ്ങനെയല്ലേ?' തിരുമേനി ചോദിച്ചപ്പോൾ ഞാനൊന്നും പറഞ്ഞില്ല. പക്ഷെ കൃഷ്ണകുമാർ ചോദിച്ചു. 'വാമാചാരം എന്നാൽ കൗളം അല്ലേ ? അവർ മദ്യവും മംസവും എല്ലാമുപയോഗിച്ചു കർമ്മങ്ങൾ, ചെയ്യുന്നവരാണന്നല്ലേ പറഞ്ഞത് അപ്പോൾ അതൊക്കെ ക്ഷുദ്ര കർമ്മമോ ആഭിചാരമോ ആവില്ലേ?'

ആ ചോദ്യം തിരുമേനിയ്ക്ക് വല്ലാതെ ഇഷ്ടപ്പെട്ടന്ന് തോന്നി. അദ്ദേഹം പറഞ്ഞു. 'മറ്റു വിദ്യകളൊക്കെ വേശ്യകളേ പോലെ ആരുടെ മുമ്പിലും പ്രദർശിക്കപ്പെടും. എന്നാൽ കൗളം കുലവധുവിനെപ്പോലെ ഭർത്താവിന്റെ മുമ്പിലേ പ്രദർശിപ്പിക്കു അതായത് 'അന്യസ്തു സകലാ വിദ്യാ പ്രകടാ ഗണികായിവ, ഇയന്തു ശാംഭവി വിദ്യ ഗുപ്താ കുലവധൂരിവ.' മൂലാധാരത്തിൽ ഉറങ്ങികിടക്കുന്ന കുണ്ഡലിനി ശക്തിയെ ഷഡാധാരങ്ങൾ വഴി സഹസ്രാരപത്മത്തിൽ നിലകൊള്ളുന്ന ശിവ ചൈതന്യത്തോട് ചേർക്കുന്നവനാണ് കൗളൻ അത് മനസ്സിലാക്കാതെ പല ഏഭ്യൻമാരും കൗളാചാരികളായി അവതരിയ്ക്കാറുണ്ട്. കുലം കൗളവുമായി ബന്ധപ്പെട്ടതാണ് എന്ന് പറഞ്ഞല്ലോ. യഥാർത്ഥത്തിൽ കൗളം ഒരു ഗുരുവിൽ നിന്ന് മാത്രം പഠിയ്ക്കാൻ കഴിയുന്ന ഒന്നാണ്. അതൊക്കെ പിന്നീട് പറയാം. ഇങ്ങനെ അല്പം പറഞ്ഞാൽ നിങ്ങളാകെ കൺഫ്യൂഷനാവും. അയാൾ നമ്മുടെ ജയകൃഷ്ണൻ ഇപ്പോൾ ഏതോ ഒരു വാമാചാരിയുടെ വലയിൽ കുടുങ്ങിയിരിക്കുന്നു. അതിനെ അതിജീവിയ്ക്കാനുള്ള ശക്തി നിങ്ങൾക്കുണ്ടെങ്കിൽ മാത്രം അതായത് ജയകൃഷ്ണൻ എന്ന ഊർജ്ജത്തെ പ്രാപഞ്ചിക ഊർജ്ജവുമായി ചേർക്കാൻ നിങ്ങൾ

തെയ്യാറാണെങ്കിൽ മാത്രം ഇനിയും അതിന്റെ കൂടെ പോകാം. അല്ലെങ്കിൽ കീഴടങ്ങാം. കീഴടങ്ങിയാലും നിങ്ങളെ അയാൾ , ഞാനുദ്ദേശിച്ചത് ജയകൃഷ്ണനെ ഇങ്ങന ആക്കിയെടുത്തയാൾ വെറുതെ വിടുമെന്ന് എനിക്ക് തോന്നുന്നില്ല. അത് കൊണ്ടു തന്നെ കണ്ടെത്തുന്നതാവും നല്ലത്. ഒരവസരം കിട്ടിയാൽ ആ ആത്മാവ് മറ്റുള്ളവരുടെ അതായത് തന്നെ ഉപയോഗിക്കുന്നയാളുടെ നിയന്ത്രണത്തിൽ നിന്ന് മോചിതനാകും. അപ്പോൾ അയാളുടെ സഹായം നിങ്ങൾക്കാവും. അതുവരെ കുറച്ച് ബുദ്ധിമുട്ടുണ്ടാവും. അത്രയേയുള്ളു. പിന്നെ. ശ്രീവിദ്യാ ഉപാസകർ മനസ്സിലാക്കിയ ഒരു കാര്യമുണ്ട്. അവർക്ക് കണ്ണു കൊണ്ട് കാണുന്ന ദേവീസ്വരൂപമാണ് യന്ത്രം കാതു കൊണ്ട് കേൾക്കുന്ന ദേവിയുടെ സൂക്ഷ്മ ശരീരമാണ് മന്ത്രം. അത് കൊണ്ട് അന്വേഷണം തുടരാനാണ് ഭാവമെങ്കിൽ ഇതിൽ ഒന്ന് നിങ്ങളുടെ കൂടെയുണ്ടാവണം. നിങ്ങൾക്ക് വിശ്വാസമില്ലെങ്കിലും വേണ്ടതില്ല. ഞാൻ പറയുന്നത് നിങ്ങൾ അനുസരിയ്ക്കണം. അല്ലെങ്കിൽ ഈ യാത്രയ്ക്ക് ഞാനും വരും. അതിന് നിങ്ങൾ സമ്മതം തന്നാലും മതി. രാമേട്ടനോ പോയി. ഇനി നിങ്ങൾ കൂടി അപകടത്തിലേയ്ക്ക് എടുത്തു ചാടരുത്. അത് പറയാനാ ഞാൻ വരാൻ പറഞ്ഞത്. ഇനി ചില കാര്യങ്ങളുണ്ട് അത് പറയാം.

മുമ്പ് നീ ജയകൃഷ്ണൻ എന്നാത്മാവിനോട് സംസാരിച്ചിട്ടുണ്ടെങ്കിൽ ഇനിയും നിനക്കതിന് കഴിയും. ഒരു ഉപദ്രവവും അയാൾ ഉണ്ടാക്കില്ല. പക്ഷെ ഏത് യന്ത്രമാണ് അന്നതിന് ഉപയോഗിച്ചത് അതേ യന്ത്രം തന്നെ വേണം. അതായത്, പാരസൈക്കോളജിസ്റ്റുകളുടെ ഭാഷയിൽ പറഞ്ഞാൽ മീഡിയം മാററുത്. അതേ മീഡിയത്തെ ഉപയോഗിച്ചാൽ ജയകൃഷ്ണൻ കാര്യങ്ങൾ പറയും. കാരണം ഒരിക്കലും ആത്യന്തികമായി അയാൾക്ക് നിങ്ങളെ ഉപദ്രവിയ്ക്കുവാൻ ആഗ്രഹമില്ല. ഉപദ്രവിയ്ക്കാൻ അയാളെ പ്രേരിപ്പിക്കുന്നത് മറ്റാരോ ആണ്. അയാൾ ആരെന്നറിയാൻ നിങ്ങൾക്ക് ജയകൃഷ്ണനെ ഉപയോഗിക്കാം. ചിലപ്പോൾ ഒന്നും വ്യക്തമായി പറഞ്ഞെന്നു വരില്ല. നിർബന്ധിക്കരുത്. പക്ഷ നല്ല രീതിയിൽ സംസാരിച്ചാൽ ചിലതൊക്കെ കിട്ടും. എന്നാണ് ഞാൻ മനസ്സിലാക്കിയത്. നീ ജയകൃഷ്ണനുമായി സംസാരിച്ചത് ടെസ്സ, ബീന, ഹസീന എന്നിവരിലൂടെയാണെന്ന് നീ എഴുതിയിട്ടുണ്ടല്ലോ? ഇവരിലാരെയാണ് ഇനി നിനക്ക് ഒന്നുകൂടി വിളിച്ച് വരുത്തി മീഡിയമാക്കാൻ കഴിയുക?' തിരുമേനി എന്നെ നോക്കി കൊണ്ടു ചോദിച്ചു. ഞാൻ പറഞ്ഞു.

'ഇവരിലാരെയും ഇനിയും ഉപയോഗിക്കാൻ കഴിയുമെന്ന് എനിയ്ക്ക് തോന്നുന്നില്ല. എന്നാൽ ഹസീനയുടെ ഒരു സഹോദരനുണ്ട് ഒരു

നജീബ്. അയാളെ ഉപയോഗിച്ചും ഞാൻ ജയകൃഷ്ണനിലെത്തിയിട്ടുണ്ട്. എന്നാൽ ജയകൃഷ്ണനോട് നേരിട്ടു സംസാരിച്ചിട്ടില്ല. വിളിച്ചാൽ വീണ്ടുമൊരിക്കൽ കൂടി അയാൾ വരാൻ സാധ്യതയുണ്ട് . ജയകൃഷ്ണനെ കാണാനും അയാൾ പറയുന്നത് കേൾക്കാനും മുമ്പ് അയാൾക്ക് കഴിഞ്ഞിട്ടുണ്ട്.'

'എനിയ്ക്കോർമ്മയുണ്ട്. നീ എഴുതിയത്. അയാളിലൂടെ ശ്രമിയ്ക്കാം. ജയകൃഷ്ണനെ കാണാനായാൾക്ക് സാധിക്കും എന്നാൽ ജയകൃഷ്ണൻ നേരിട്ടു വരികയുമില്ല . ഒരു കണക്കിൽ പറഞ്ഞാൽ അയാളാണ് നല്ലത്. അയാൾ ജയകൃഷ്ണന്റെ അവസ്ഥകൾ കണ്ട ആളാണ്. ജയകൃഷ്ണൻ അയാളിലൂടെ പലതും നിങ്ങൾക്ക് കാണിച്ചു തന്നു. എന്നാൽ ജയകൃഷ്ണൻ നേരിട്ടു വന്നതുമില്ല. അതുകൊണ്ടു തന്നെ പൂർണ അർത്ഥത്തിൽ അയാൾ ഒരു മീഡിയമാകുന്നില്ല. ഒരു വഴി കാട്ടി മാത്രമാണയാൾ. ശരിയാണ്. അയാളാണ് നല്ലത്. ജയകൃഷ്ണൻ നേരിട്ടു വരുന്നത് ഒളിഞ്ഞിരിക്കുന്ന ജയകൃഷ്ണനെ നിയന്ത്രിക്കുന്ന നമ്മുടെ അജ്ഞാത ശത്രു മനസ്സിലാക്കും. ജയകൃഷ്ണൻ എവിടെ പോകുന്നു എന്തു പറയുന്നു എന്നൊക്കെ മനസ്സിലാക്കുവാനുള്ള സിദ്ധി അയാൾക്കുണ്ടാവും.എന്നാൽ ജയകൃഷ്ണന് കാണിക്കുവാനുള്ളത് നജീബിലൂടെ നമ്മളെ അറിയിച്ചാൽ നജീബുമായി അയാൾക്ക് പ്രത്യക്ഷ ബന്ധമില്ലാത്തതിനാൽ അയാൾ അറിയണമെന്നില്ല. അറിഞ്ഞുകൂടെന്നുമില്ല. എങ്കിലും അറിയണമെന്ന് നിർബന്ധമില്ല. അയാളുടെ സിദ്ധിയും സാധനയും എത്രമാതമാണെന്നതിനനുസരിച്ചാവും അതിന്റെ കാര്യം. അത്രയും കഴിവുള്ള ഒരാളാണെങ്കിൽ ചിലപ്പോൾ അറിയാൻ കഴിഞ്ഞേയ്ക്കാം. അതിനൊരു മറപിടിയ്ക്കാൻ എന്തെങ്കിലും വഴിയുണ്ടോ എന്ന് ഞാനൊന്ന് നോക്കാം. എന്തെങ്കിലും വഴിയുണ്ടെങ്കിൽ അത് ഞാൻ നിങ്ങളെ അറിയിക്കാം. അപ്പോൾ അതങ്ങനെ തീരുമാനിച്ചു. എന്റെ ഫോൺനമ്പർ നിന്റെ കൈയിലുണ്ടല്ലോ. എല്ലാം വിളിച്ച് പറയണം. അതിന്നിടയിൽ വല്ല ഏഭ്യത്തരവും കാണിക്കരുത് .പറഞ്ഞത് മനസ്സിലായല്ലോ. പിന്നെ ഞാനീ പറഞ്ഞതും ചെയ്തതും ഒന്നും നിന്റെ സുഹൃത്ത് ആ പ്രൊഫസറെ ഇപ്പോൾ അറിയിക്കേണ്ട . അതൊക്കെ സമയം പോലെ നമുക്ക് വിശദീകരിയ്ക്കാം. എന്ന് വിചാരിച്ച് എന്റെ കാര്യം മാത്രം ഒഴിവാക്കി ഹസീനയുടെ സഹോദരനെ വിളിയ്ക്കുന്നതും അതിൽ നിന്ന് കിട്ടുന്ന കാര്യങ്ങൾ പങ്കുവയ്ക്കുന്നതിലും ഒരു വിരോധവും ഇല്യ ട്ടോ. അതായത് എന്റെ കഥാപാത്രത്തെ ഇപ്പോൾ ആ പ്രൊഫസർ തിരിച്ചറിയേണ്ട.' തിരുമേനി പറഞ്ഞ് നിറുത്തിയപ്പോൾ കൃഷ്ണകുമാറിനൊരു സംശയം. 'തിരുമേ

നി പറഞ്ഞല്ലോ രാമേട്ടനെ പോലെ വെറുതെ അപകടം ഉണ്ടാക്കരുതെന്ന്. അതെന്താ കാരണം ?'

'അര വൈദ്യൻ ആളെ കൊല്ലുമെന്ന് കേട്ടിട്ടില്ലേ? അയാൾ വേണ്ടാത്ത ചില കാര്യങ്ങൾ ചെയ്തിരിയ്ക്ക്ണു. ന്യൂട്ടറും ഫെയ്സും അറിയാത്തവൻ വയറിങ്ങിന് പോയാൽ ഷോക്കടിച്ച് ചാവും അതിലിത്ര അത്ഭുതപ്പെടാനൊന്നുമില്ലല്ലോ. അതെന്നെ കാരണം. അറിയാത്ത പല കാര്യങ്ങളും ചെയ്ത് മരണത്തെ രാമേട്ടൻ വിളിച്ചു വരുത്തി. ഇപ്പോൾ ബോധ്യമായോ?'

'ഒന്നു വിശദീകരിച്ചു തരാമോ?' ഞാനാണ് ചോദിച്ചത്. തിരുമേനി എന്നെയൊന്ന് നോക്കി. പിന്നെ സാവധാനം പറഞ്ഞു.

' അദ്ദേഹത്തിന് അറിയാത്ത കാര്യങ്ങൾ അദ്ദേഹം ചെയ്തു. അതും വെറുതെ നിങ്ങളുടെ വാക്കുകേട്ട് അതിന്റെ പിറകെ കൂടി. അദ്ദേഹത്തിന് എല്ലാം ഒരു കൗതുകമായിരുന്നു. എന്നിട്ട് ഒന്നും വേണ്ട പോലെ ചെയ്തതുമില്ല. അതൊക്കെ പിന്നീട് ഞാൻ വിശദീകരിയ്ക്കാം. ഇപ്പോൾ ഊണ് കാലായിട്ടുണ്ടാവും. അത് കഴിച്ചിട്ട് ആവാം ബാക്കിയൊക്കെ അദ്ദേഹം മെല്ലെ എഴുന്നേറ്റ് ഇല്ലത്തിന്റെ അകത്തേയ്ക്കു നടന്നു. ഞാനും കൃഷ്ണകുമാറും പരസ്പരം മുഖത്തോട് മുഖം നോക്കി. ഒരു എത്തും പിടിയും രണ്ടു പേർക്കും കിട്ടിയിരുന്നില്ല. ഇനിയെന്ത് ചെയ്യണം എന്ന് ആലോചിക്കാനല്ലാതെ. അകപ്പെട്ടു കിടക്കുന്ന കെണിയിൽ നിന്ന് ഊരിപ്പോരുവാനുള്ള ഒരു മാർഗം തേടിയിട്ടാണ് കൃഷ്ണൻ നമ്പൂതിരിയെ സമീപിച്ചത്. ഇപ്പോൾ കൂടുതൽ ഊരാകുടുക്കുകൾ കൊണ്ട് കെണിയിൽ കൂടുതൽ ബന്ധിപ്പിക്കപ്പെട്ടതുപോലെയാണ് തോന്നുന്നത്. ആലോചിച്ച് നിൽക്കുന്നത് കണ്ടിട്ടാവണം തിരുമേനി പറഞ്ഞു. 'ചിന്തിയ്ക്കണം. ചിന്തിയ്ക്കാതെ ചെയ്യുന്ന ഒരു പ്രവർത്തിയും ഫലവത്താവില്ല. എന്നാൽ കൂടുതൽ ചിന്തിക്കേണ്ട കൂടുതൽ ചിന്തിയ്ക്കുന്നവർ പ്രവർത്തിയ്ക്കാറുമില്ല. വരു ഊണു കഴിയ്ക്കാം. അത് കഴിഞ്ഞിട്ട് ബാക്കിയെല്ലാം. കുറച്ചു കൂടി വിശദമായി സംസാരിയ്ക്കാം. ഒന്നിച്ച് കൂടിയിരുന്നു സംസാരിയ്ക്കുമ്പോൾ പല വാതിലുകൾ തുറക്കപ്പെടും. ചിലത് എന്നെന്നേയ്ക്കുമായി അടച്ചു വയ്ക്കാനും കഴിയും. പല പ്രശ്നങ്ങൾക്കുമുള്ള പരിഹാരം നമ്മളിൽ തന്നെയുണ്ട്. നമ്മൾ അത് കണ്ടെത്തുന്നില്ല എന്ന് മാത്രം. ഒന്നിച്ചിരുന്നു സംസാരിയ്ക്കുമ്പോൾ ഒരാളുടെ ഉള്ളിലെ പരിഹാരമാർഗം മറ്റൊരാൾ കണ്ടെത്തും. എന്താ അങ്ങനല്ലേ ?' കൃഷ്ണൻ നമ്പൂതിരി ഞങ്ങളെ ഒന്നു നോക്കി. ഞങ്ങൾ ഒന്നും മിണ്ടുന്നില്ലെന്ന് കണ്ടപ്പോൾ അദ്ദേഹം നടത്തം തുടർന്നു. കൂടെ ഞങ്ങളും.

അധ്യായം 9

സ്നേഹത്തിന്റെ സന്ദേശം

കൃഷ്ണൻ നമ്പൂതിരിയുടെ ഇല്ലത്ത് നിന്ന് തിരിച്ചെത്തിയപ്പോഴേയ്ക്കും രാത്രി എട്ടര കഴിഞ്ഞിട്ടുണ്ടാകുമായിരിയ്ക്കും. മറ്റു ബുദ്ധിമുട്ടൊന്നുമില്ലെങ്കിൽ കൃത്യം പത്ത് മണിയ്ക്ക് തന്നെ കിടക്കുന്ന ഒരു ശീലം എനിയ്ക്കുണ്ട് അതുകൊണ്ട് വന്ന ഉടനെ കുളിച്ച് ഭക്ഷണം കഴിച്ചു. പോസ്റ്റലായി വന്ന ചില പ്രസിദ്ധീകരണങ്ങളും കത്തുകളുമൊക്കെ ഒന്ന് ഓടിച്ച് മറച്ചു നോക്കി കൊണ്ട് പത്തുമണി വരെ ഉമ്മറത്തു തന്നെയിരുന്നു. പത്തുമണിയായി എന്ന് ക്ലോക്ക് ബെല്ലടിച്ച് കൊണ്ട് അറിയിച്ചപ്പോൾ ചാരു കസേരയിൽ നിന്ന് എഴുന്നേറ്റു. കിടക്കാനുള്ള തയ്യാറെടുപ്പിലായിരുന്നു. അപ്പോഴാണ് മൊബൈൽ അടിയ്ക്കാൻ തുടങ്ങിയത്. പരിചയമില്ലാത്ത നമ്പറായിരുന്നു. ഫോണെടുത്തു കൊണ്ട് ഞാൻ ചോദിച്ചു. 'ഹലോ ആരാണ്?' അപ്പുറത്തു നിന്ന് മറുപടി 'സർ , സാറുറങ്ങിയിട്ടില്ലല്ലോ. ഒരത്യാവശ്യ കാര്യമായതു കൊണ്ടാണ് ഈ സമയത്ത് വിളിച്ചത്. ഞാൻ ഹരീഷാണ് സർ. വയനാട്ടിൽ നിന്ന് . എന്റെ അയൽപക്കത്ത് ഒരു പെൺകുട്ടിയ്ക്ക് ഏതോ ബാധ കയറിയിരിയ്ക്കുന്നു. തമിഴാണ് ആ കുട്ടി സംസാരിയ്ക്കുന്നത്. സാറിനെ തന്നെ കാണണം എന്നാലെ പോകു എന്ന് ആബാധ പറയുന്നുണ്ട്. ഇതിലൊരദ്ഭുതം സാറിന്റെ പേര് പറയുന്നു എന്നതാണ്' 'ആ കുട്ടി മുമ്പ് ഇവിടെ വന്ന ആളാണൊ?'

'ഇല്ല സർ, ഒരിയ്ക്കലും സാറിനെ കണ്ടിട്ടില്ല. പിന്നെ മലയാളം മാത്രം അറിയുന്ന ആളാണ്. ഇപ്പോൾ ഒഴുക്കോടെ തമിഴ് പറയുന്നത് കേട്ട് ഞങ്ങളൊക്കെ വല്ലാത്ത അത്ഭുതത്തിലാണ്.' 'തമിഴല്ലെ ഒട്ടുമിക്ക മലയാളികൾക്കും തമിഴരുമായി നിരന്തരം സമ്പർക്കമുണ്ടല്ലോ. അത് കൊണ്ട് തമിഴ് നിരന്തരം കേൾക്കുന്നുമുണ്ട്.. അപ്പോൾ പിന്നെ ഒരാൾ അബോധത്തിൽ തമിഴ് സംസാരിച്ചാൽ അതിൽ വലിയ അത്ഭുതമൊന്നും കാണേണ്ടതില്ല. പിന്നെ എന്റെ പേരെങ്ങനെ ആ കുട്ടിയ്ക്ക് ബോധ്യമായി. ഹരീഷ് എപ്പോഴെങ്കിലും എന്നെ കുറിച്ച് പറഞ്ഞിട്ടുണ്ടോ?'

'ഉണ്ടാവാം സാർ. സാറിനെ കുറിച്ച് ഞാൻ പലരോടും പറഞ്ഞിട്ടുണ്ട്. ആ കുട്ടിയുടെ വീട്ടിലും പറഞ്ഞിട്ടുണ്ടാകാം. അപ്പോൾ ആ കുട്ടിയും കേട്ടിരിയ്ക്കാൻ സാധ്യതയുണ്ട്. പിന്നെ സാറിന്റെ ജയകൃഷ്ണ

നെ എന്റെ കൈയിൽ നിന്ന് വായിയ്ക്കാൻ ആ കുട്ടിയുടെ അച്ഛൻ കൊണ്ടുപോയിരുന്നു. ആ കുട്ടിയും അത് വായിച്ചിട്ടുണ്ടെന്ന് അദ്ദേഹം എന്നോടു പറഞ്ഞിട്ടുണ്ട് . പിന്നെ ഞാൻ വിളിച്ചത് നാളെ വന്നാൽ സാറിനെ കാണാൻ കഴിയുമോ എന്നറിയാനാണ്. അങ്ങനെയാണെങ്കിൽ രാവിലെ തന്നെ പുറപ്പെടാമെന്ന് കരുതുന്നു' ഹരീഷിനോട് 'ഒ കെ വന്നോളു..' എന്ന് മാത്രം പറഞ്ഞു. നാളെ പ്രത്യകിച്ച് ഏറ്റ കാര്യങ്ങളൊന്നുമില്ല. പിന്നെ ഹരീഷ് ഒരു നല്ല സുഹൃത്താണ്. അത്ര അത്യാവശ്യമുണ്ടങ്കിലേ വിളിയ്ക്കാറുള്ളു. അദ്ദേഹം ഒരു ഹിസ്റ്റീരിക് രോഗിയായി വർഷങ്ങൾക്ക് മുമ്പ് ഇവിടെ വന്നതാണ്. അത് മാറിയതിന് ശേഷം അയാൾക്ക് വല്ലാത്ത ഒരു സ്നേഹമാണ്. പുതിയതായി ഞാനെഴുതിയ ഏതെങ്കിലും പുസ്തകമിറങ്ങിയാൽ അത് അപ്പോൾ തന്നെ വായിച്ച് അഭിപ്രായം പറയാറുണ്ട്. ഹരീഷിന്റെ നമ്പർ ഫോണിൽ സേവ് ചെയ്തതാണ്. അയാളുടെ ഫോണിൽ നിന്നായിരിക്കില്ല വിളിച്ചിട്ടുണ്ടാവുക. രോഗിയുടെ വീട്ടിലെ ആരുടെയെങ്കിലും നമ്പറായിരിക്കും. ഏതായാലും വരട്ടെ നാളെ കാണാമെന്ന് മനസ്സിൽ കരുതി ഞാൻ കിടക്കുവാൻ പോയി. ഓരോന്നാലോചിയ്ക്കാൻ സമയം കിട്ടിയില്ല. നല്ല ക്ഷീണമുണ്ടായിരുന്നത് കൊണ്ട് പെട്ടന്നുറങ്ങിപ്പോയി.

പുലർച്ചെ എഴുന്നേറ്റു കുളിയും പ്രാഥമികകാര്യങ്ങളും കഴിഞ്ഞ് കുറച്ചുനേരം ഫോണിൽ നോക്കിയിരിക്കാമെന്ന് വിചാരിച്ച് ചാരു കസേരയിലേക്ക് നടക്കുകയായിരുന്നു. അപ്പോഴാണ് വീണ്ടും ഫോൺ വന്നത്. 'സർ ഞങ്ങൾ കോഴിക്കോടെത്തി. ഒരു ഒന്നരമണിക്കൂറിനുള്ളിൽ തിരൂരെത്തും.' ഞാൻ വെറുതെ ക്ലോക്കിലേയ്ക്കൊന്നു നോക്കി. സമയം ആറുമണി കഴിഞ്ഞ് പത്ത് മിനിറ്റ്. ഏഴരയാകുമ്പോഴേയ്ക്കും അവർ തിരൂരെത്തും. സ്ഥാപനത്തിന്റെ ചാവി അവിടെ ജോലി ചെയ്യുന്ന പയ്യന്റെ കൈയിലാണ്. അവൻ എട്ടരയ്ക്കേ വരൂ. 'നിങ്ങൾ ഇത്ര തിരക്ക് പിടിച്ച് വരണ്ട. അവിടെ എട്ടരയ്ക്ക തുറക്കൂ. വഴിയിൽ എവിടെയെങ്കിലും ഇറങ്ങി ഭക്ഷണമൊക്കെ കഴിച്ച് എട്ടരയ്ക്ക് ശേഷം എത്തുന്ന രീതിയിൽ വന്നാൽ മതി. അപ്പോഴേയ്ക്കും ഡോക്ടറെത്തും. ഞാനും പരമാവധി നേരത്തെ അവിടെയെത്താം.'

' ഒകെ സർ, ഞങ്ങൾ എട്ടരയാകുമ്പോഴേയ്ക്കും അവിടെയെത്താം. കുട്ടിയ്ക്ക് ഇടയ്ക്കിടയ്ക്ക് അസുഖം ഉണ്ടാകുന്നുണ്ട്. അതു കൊണ്ടു കൂടിയാണ് സാറിനെ വിളിച്ചത്. എന്നാൽ ശരിസാർ' സംസാരിച്ചത് ഹരീഷായിരുന്നില്ല. പക്ഷെ ഇന്നലെ വിളിച്ച നമ്പർ തന്നെയായിരുന്നു. 'പാവം ഇപ്പോൾ ഫോണിലൂടെ ഒരു പരിഹാരവും കാണാൻ കഴിയില്ലല്ലേ.'

എന്ന് ഞാൻ മനസ്സിൽ ചിന്തിച്ചു. അപ്പോഴേയ്ക്കും പത്രം വന്നിരുന്നതു കൊണ്ട് പിന്നെ അതിലേയ്ക്കായി എന്റെ ശ്രദ്ധ മുഴുവൻ. പത്രം ഒന്നു ഓടിച്ച് മറച്ചു നോക്കി. മനസ്സതിൽ കേന്ദ്രീകരിയ്ക്കാൻ കഴിയുന്നില്ല. മനസ്സ് എവിടെയൊക്കെയൊ അലഞ്ഞുതിരിയുകയായിരുന്നു. എവിടെയോ അല്ല ആ ജയകൃഷ്ണനെ ചുറ്റിപ്പറ്റി തന്നെ. ഒരു ഒഴിയാബാധയായി അയാൾ എന്റെ പിറകെ നടക്കാൻ തുടങ്ങിയിട്ട് നാളുകളൊരുപാടായി.പെട്ടന്നാണ് സുരേന്ദ്രനാഥൻസാർ പറഞ്ഞ ചില കാര്യങ്ങൾ ഓർമ്മയിലേയ്ക്ക് ഓടി കയറി വന്നത്. 'പ്രേതബാധ എന്ന് പറഞ്ഞു വരുന്ന എല്ലാ വിഷയങ്ങളും ഒരു ഹിപ്നോട്ടിസ്റ്റിന്റെ കണ്ണിലൂടെ മാത്രം കാണുന്നത് നിന്റെ പരിമിതിയാണ് സുധീർ. എല്ലാ പ്രേതബാധകളും ഹിസ്റ്റീരിയ എന്ന രോഗമല്ല. ചിലത് ചില സന്ദേശങ്ങൾ കൈമാറാൻ പെട്ടന്നുണ്ടാകുന്നതാണ്. അത്തരത്തിലുള്ളവ ആ സന്ദേശങ്ങൾ കൈമാറി കഴിഞ്ഞാൽ ഉടൻ തന്നെ പോകും. വേറെ ചിലതുണ്ട് അത് മുന്നറിയിപ്പു നൽകാനുള്ളതാകാം. മറ്റു ചിലത് പരസ്പരം അകലാൻ കഴിയാത്ത ചില ബന്ധങ്ങളിൽ നിന്നുള്ളതാകാം. ശ്രീരാമകൃഷ്ണ പരമഹംസർ മരിച്ചപ്പോൾ ഭാര്യ ശാരദാംബ ഒരു തരി പോലും കരഞ്ഞിട്ടില്ല. അവർ തമ്മിലുള്ള ബന്ധത്തിന്റെ ആഴമറിഞ്ഞിട്ടുള്ള ശിഷ്യൻമാർക്കൊക്കെ അതൊരത്ഭുതമായിരുന്നു. പിന്നെ ആത്മീയതയുടെ ഉയർന്ന പടവുകൾ കയറിക്കഴിഞ്ഞ ഒരാളയത് കൊണ്ട് ജനിമൃതികളിൽ ആകുലപ്പെടാതിരിയ്ക്കുന്നതാവാമെന്നേ അവർ കരുതിയൊള്ളൂ. അദ്ദേഹത്തിന്റെ മരണം കഴിഞ്ഞ് കുറച്ച് ദിവസത്തിന് ശേഷം ഒരു ശിഷ്യൻ വീട്ടൽ വന്നപ്പോൾ അമ്മ ചോറു വിളമ്പികൊണ്ടിരിയ്ക്കുന്നു. നിർത്താതെ സംസാരിയ്ക്കുന്നുമുണ്ട്. എന്താ കഴിയ്ക്കാത്തത് ? ഇന്ന് ഒന്നിനും രുചി തോന്നുന്നില്ലേ? ഞാൻ പ്രത്യേകമായി ഉണ്ടാക്കിയ ഇലക്കറി അങ്ങയ്ക്ക് വളരെ ഇഷ്ടമാണല്ലോ അത് കഴിയ്ക്കൂ കുറച്ചു കൂടി വിളമ്പട്ടേ? ശിഷ്യൻ അത്ഭുതപ്പെട്ടു പോയി ആരോടാണ് അമ്മ ഇങ്ങനെ സംസാരിയ്ക്കുന്ന് ശിഷ്യൻ ചോദിച്ചു. അമ്മേ ആരോടാണ് അമ്മ സംസാരിയ്ക്കുന്നത്. അത് കേട്ട് അമ്മ പറഞ്ഞു. ശിഷ്യൻമാരൊക്കെ അങ്ങയെ മറന്നു. അവർക്കൊന്നും അങ്ങയെ കാണാൻ കഴിയുന്നില്ല. അല്ലേ? ശിഷ്യൻ വായും പൊളിച്ച് അനങ്ങാതെ നിന്നിട്ടുണ്ടായിരിക്കണം. ഇതിനെ എന്താണ് പറയുക പരസ്പരബന്ധം കൊണ്ട് മരിച്ചു പോയ ഓരാത്മാവിനോടുള്ള സംസാരം. നിങ്ങളിതിനെ ഹിസ്റ്റീരയയുടെ കൂട്ടത്തിൽ പെടുത്തും അല്ലേ?' എന്തുകൊണ്ടായിരിയ്ക്കണം പെട്ടന്ന് എന്റെ മനസ്സിലേയ്ക്ക് സുരേന്ദ്രനാഥൻ സാറിന്റെ സംഭാഷണം കയറിവന്നത് എന്നതിനേക്കാളാറേ ആ സംഭാ

ഷണത്തിലെ ചിലഭാഗങ്ങളെന്നെ ചിന്തിപ്പിച്ചു. തമിഴ് പറയുന്ന ഒരു പെൺകുട്ടി എന്നെ തന്നെ കാണണം എന്ന് വാശി പിടിച്ചു കൊണ്ടുവരുന്നു. ഒരു നോട്ടത്തിൽ ആർക്കും ഹിസ്റ്റീരിയ എന്ന് പറയാവുന്ന ഒരു ഡ്യുവൽ പേർസനാലിറ്റിയുമായി . അത് എന്തെങ്കിലും സന്ദേശം എന്നെ അറിയിക്കുവാനായിരിക്കില്ലേ? പക്ഷെ ജയകൃഷ്ണൻ പലരിലൂടെ എന്നെ തേടി വന്നപ്പോഴൊക്കെ മലയാളമാണ് സംസാരിച്ച് കേട്ടത്. തമിഴല്ല. അപ്പോൾ ഇത് ജയകൃഷ്ണനല്ല. അത്രയും ചിന്തിച്ചപ്പോഴേയ്ക്കും എന്റെ ഉത്കണ്ഠ കൂടി. എത്രയും പെട്ടന്ന് അവരെ കാണണമെന്നായി. പിന്നെ ഒക്കെ വളരെ വേഗത്തിലായിരുന്നു.

നീണ്ട് മെലിഞ്ഞ് ഇരു നിറത്തിലുള്ള ഒരു കുട്ടിയായിരുന്നു. മുഖത്ത് വല്ലാത്തൊരു ക്ഷീണ ഭാവമുണ്ടായിരുന്നു. പ്രായം ഒരു പതിനെട്ടോ പത്തൊൻപതാ ഏതായാലും ഇരുപത് വയസിന് താഴെയായിരിയ്ക്കും. എന്റെ മുൻപിലെത്തുന്ന സമയത്ത് അവർക്ക് പൂർണ ബോധമുണ്ടായിരുന്നു. അതുകൊണ്ട് തന്നെ കുറച്ചുനേരം ആ കുട്ടിയോട് സംസാരിച്ചു. ഇടയ്ക്ക് തലവേദന വരുന്നുണ്ടെന്നും അതിൽ പിന്നെ സംഭവിയ്ക്കുന്നത് ഒന്നും ഓർമ്മയില്ലെന്നുമാണ് അവർ പറഞ്ഞത്. ഒരു സ്വപ്നത്തിൽ കണ്ട രീതിയിലുള്ള ഓർമ്മയെങ്കിലും വരുന്നുണ്ടോ എന്ന് ഞാൻ ചോദിച്ചെങ്കിലും ഇല്ലെന്നാണ് അവർ പറഞ്ഞത്. സത്യത്തിൽ ഒരു ഹിസ്റ്റീരിക് രോഗിയ്ക്ക് കഴിഞ്ഞതൊക്കെ അവ്യക്തമായിട്ടാണെങ്കിലും ഓർക്കാൻ കഴിയും. അവർ തറപ്പിച്ചു പറഞ്ഞു. അല്പം പോലും ഒന്നും തനിയ്ക്ക് ഓർമ്മയില്ലെന്ന് . തനിയ്ക്ക് തമിഴറിയില്ല. താനിന്നു വരെ ആരോടും ബോധപൂർവമോ അബോധപൂർവമോ തമിഴ് സംസാരിച്ചിട്ടില്ല. പിന്നെ അമ്മയുടെ വീട്ടിൽ ധർമ്മ ദൈവങ്ങളൊക്കെയുണ്ട്. അവർ വയനാട്ടിൽ തന്നെ ചീരാൽ എന്ന് പറയുന്ന ഒരു പ്രദേശത്താണ്. നോവൽ വായിച്ചതിന് ശേഷം ആ ജയകൃഷ്ണൻ തന്റെ ആരോ ആണെന്ന ഒരു തോന്നൽ വന്നു. അമ്മയ്ക്ക് അകന്ന ബന്ധത്തിൽ ഒരു ചേച്ചിയുണ്ട്. അവരുടെ മകന്റെ പേര് ജയകൃഷ്ണൻ എന്നായിരുന്നു. അവരുടെ ഭർത്താവ് മരിച്ചതിൽ പിന്നെ ഏതോ ഒരാൾ അവിടെ നിത്യസന്ദർശകനായി. അയാളുമായി അവർക്കെങ്ങനെയാണ് പരിചയമെന്നൊന്നും ആർക്കും അറിയില്ല. ഏതായാലും അയാൾ ആ നാട്ടുകാരനായിരുന്നില്ല നാട്ടിലൊക്കെ അന്ന് വലിയ സംസാരവിഷയമാരുന്നുവെത്രെ അത്. ഒക്കെ പറഞ്ഞു കേട്ടതാണ് അതിന്റെ പേരിൽ അമ്മയും മകനും നിരന്തരം വഴക്കായി . അങ്ങനെയുണ്ടായ വഴക്കിന്റെ അവസാനം ജയകൃഷ്ണൻ നാടുവിട്ടു. ഏറ്റവും രസകരമായ ഒരു കാര്യം അമ്മയുടെ ആ കാ

മുകനാട് ജയകൃഷ്ണൻ ഒരിക്കലും വഴക്കിട്ടിട്ടില്ലത്രെ. അയാൾ ജയകൃഷ്ണനോടും .അമ്മയോടായിരുനു ജയകൃഷ്ണന് ദേഷ്യം മുഴുവനും. ആ ജയകൃഷ്ണന്റെ ഒരു മുഖച്ഛായ നോവൽ വായിച്ചപ്പോൾ മുതൽ ഉള്ളിലുണ്ടെന്ന് രോഗിയായ ആ പെൺകുട്ടി പറഞ്ഞു. സരള എന്നായിരുന്നു അവളുടെ പേര്. ഞാൻ ചോദിച്ചു. 'മോളേ, നല്ലവണ്ണം ആലോചിച്ചു പറയണം എന്നെ എങ്ങിനെയെങ്കിലും മോൾ കേട്ടു പരിചയമുണ്ടോ?' 'ഹരീഷേട്ടന്റെ ബാധ ഒഴിവാക്കിയത് സാറാണെന്ന് അവിടെ എല്ലാവരും പറയാറുണ്ട്. പിന്നെ നോവൽ വായിക്കുമ്പോൾ എന്തായാലും എഴുത്തുകാരനേയും ശ്രദ്ധിക്കില്ലേ സർ ?' ആ ചോദ്യം കേട്ടപ്പോൾ അത്ഭുതത്തിനുള്ള ഒരു വകയും അതിലില്ലെന്ന് മനസ്സിലായി. പിന്നെ ഒരാൾ ഹിസ്റ്റീരിക്കാവാൻ മാത്രം മാനസികമായ അടിച്ചമർത്തലുകളുണ്ടായിട്ടുണ്ടോ എന്നതായിരുന്നു എന്റെ അന്വേഷണം. അവിടെയും ഞാൻ കാരണം കണ്ടെത്തി. അച്ഛനും അമ്മയും തമ്മിൽ നിരന്തരം വഴക്കാണ്. ഒരു സ്വസ്ഥതയുമില്ലാത്ത വീടാണ്. പിന്നെ ഒരു ഹിസ്റ്റീരിയാക് ഉദയം ചെയ്യാൻ വേറെ എന്ത് കാരണം വേണം?. മനസ്സ് പ്രതിരോധത്തിനു വേണ്ടി കേട്ടകഥയിലെ ഒരു കഥാപാത്രത്തെ സ്വീകരിച്ചിരിയ്ക്കാം.പിന്നെ തറവാട്ടിൽ കൊല്ലത്തിലൊരിയ്ക്കൽ ധർമ ദൈവങ്ങൾക്കുള്ള പൂജയും കർമ്മങ്ങളുമൊക്കെയുണ്ട്. അവിടെ പലരും സ്ത്രീകളും പുരുഷൻമാരും തുള്ളാറും കല്പിയ്ക്കാറുമുണ്ട്. കാര്യങ്ങൾ മനസ്സിലാക്കിയപ്പോൾ എന്റെ പ്രതീക്ഷ ഒരു പരിധിവരെ അസ്തമിച്ചിരുന്നു. ഇനി എന്തായാലും ഒരു ഹിപ്നോസിസിലൂടെ വന്ന പ്രേതം അഥവാ വല്ല മൂർത്തിയുമാകാം അതിനെ ഒഴിവാക്കാമെന്ന് വിചാരിച്ച് ഞാൻ ആ കുട്ടിയെ ഹിപ്നോസിസിന് വിധേയമാക്കി. ഹിപ്നോസിൽ അക്രമവാസ നയോടെ പുറത്ത് വന്നത് ഒരു തമിഴ് സ്ത്രീയാണ്. ഞാൻ ചോദിച്ചു. നിങ്ങൾ ആരാണ് ആരാണെങ്കിലും എനിയ്ക്കുത്തരം കിട്ടണം. 'തെരിയാതാ ഉനക്ക് എന്നൈ തെരിയാതാ? നാൻ താൻ പൂവാത്ത' പിന്നെ ഒരു ചിരിയായിരുന്നു. അതിന് ശേഷം അവർ ചോദിച്ചു. 'തെരിഞ്ചിതാ?' ഞാനൊരു നിമിഷം ഒന്നു പകച്ചു. പിന്നെ ഹരീഷ് പറഞ്ഞതോർമ്മയിൽ വന്നു. നോവൽ സരള വായിച്ചിട്ടുണ്ട്. ആ നിലയ്ക്ക് അത്ഭുതങ്ങൾക്ക് പ്രസക്തിയില്ല അവളെ സ്വാധീനിച്ചകഥാപാത്രം അത്ര കണ്ടാൽ മതി. മുമ്പ് ബാലരമയിലെ മായാവി ബാധിച്ച് വന്ന ഒരു കുട്ടിയെ ഞാനോർമ്മിച്ചു. അതിലും വലുതല്ലല്ലോ ഇത്. പക്ഷെ ഞാൻ വിചാരിച്ച പോലെ കാര്യം അത്ര നിസ്സാരമല്ല എന്ന് എനിയ്ക്ക് മനസ്സിലായി. കൂടുതൽ സംസാരിച്ചപ്പോൾ പൂവാത്ത പറഞ്ഞു. ഞാൻ ഒരു കാര്യം പറയാനാണ് വന്നത്. മറ്റു വഴി

കളില്ലാത്തതു കൊണ്ടാണ് സരളയെ സ്വീകരിച്ചത്. സരളക്ക് എന്നെ അത്രമാത്രം ഇഷ്ടമായിരുന്നു. അത് കൊണ്ട് ഇവളിലൂടെ നിങ്ങളുടെ അടുത്തെത്താൻ പരിശ്രമിച്ചു. ജയകൃഷ്ണൻ ഒരു തടവിലാണ്. അവനെ രക്ഷിയ്ക്കാൻ നിങ്ങൾക്ക് കഴിയും. അവന് മോക്ഷം കിട്ടണം. എന്നാലേ എനിയ്ക്കും മോക്ഷം ലഭിയ്ക്കൂ അതിന് തടസ്സം നില്ക്കുന്ന ഒരാളുണ്ട് അയാളെ കാണണം അത് അവന്റെ ബന്ധുവാണ് അവന്റെ അമ്മയ്ക്ക് അയാളിൽ ഒരു മകനുണ്ട്. അവന്റെ പേരും ജയകൃഷ്ണൻ എന്നാണ് കാഴ്ചയിൽ അവർ രണ്ടു പേരും തമ്മിൽ അധികം വ്യത്യാസമില്ലാ . അയാളുടെ മകനുവേണ്ടി അയാൾ പ്രവർത്തിയ്ക്കുന്നുണ്ട് അത് തനിയ്ക്ക് വിഷയമല്ല പക്ഷേ അവനെ ബുദ്ധിമുട്ടിയ്ക്കുന്നത് തനിയ്ക്ക് സഹിയ്ക്കാൻ കഴിയില്ല. നിങ്ങൾക്ക് ആരും സഹായമുണ്ടാകില്ല എന്ന് നിങ്ങൾ വിശ്വസിയ്ക്കണ്ട താൻ ഒപ്പമുണ്ടാവും ഒരു അപകടവുമില്ലാതെ താൻ നോക്കാം ഭയപ്പെടരുത്. അയാൾ അപാരമായ കഴിവുള്ള ഒരാളാണ്. അയാളുടെ കഴിവിന് മുന്നിൽ നിങ്ങൾക്ക് പലതും ചെയ്യാൻ കഴിയില്ല. പക്ഷെ ഭയം വേണ്ട ഞാൻ സ്വതന്ത്രയാണ്. പിന്നെ ഒന്നുകൂടി ജയകൃഷ്ണൻ നിങ്ങളെ ഉപദ്രവിയ്ക്കില്ല അയാൾ പറഞ്ഞതെല്ലാം അവൻ അനുസരിയ്ക്കും അതേ അവന് കഴിയൂ പക്ഷെ അയാൾ എത്ര പറഞ്ഞാലും നിങ്ങളെ ഉപദ്രവിയ്ക്കില്ല ഈ കുട്ടിയിൽ നിന്ന് ഞാൻ പോകാം . ഇനി മറ്റൊരു വിവരം തരണമെന്ന് തോന്നിയാൽ മറ്റൊരാളിലുടെ വരാം. സാധാരണ ഹിപ്നോസിസിൽ സംഭവിയ്ക്കുന്നതിന് കടക വിരുദ്ധമായിരുന്നു സരളയിൽ നിന്ന് കിട്ടിയ വിവരങ്ങൾ . അവൾ പറഞ്ഞത് മുഴുവൻ തമിഴിൽ തന്നെ. അവളിലൂടെ വരില്ല എന്ന് പറഞ്ഞത് എനിയ്ക്കുള്ള ഒരു മാന്യതയാണ്. വീണ്ടും അവളിൽ തന്നെ വന്നാൽ എന്റെ ഹിപ്നോട്ടിസം ഫലിച്ചില്ലെന്നേ ആരും പറയൂ . അതുണ്ടാക്കില്ലെന്ന് സാരം. എന്തായാലും ബന്ധുക്കളെ ആരെയും ഒപ്പം നിറുത്താതിരുന്നത് നന്നായി എന്ന് എനിയ്ക്ക് തോന്നി. സാധാരണ ഞാൻ ഹിപ്നോട്ടിസം ചെയ്യുമ്പോൾ എല്ലാവരേയും കൂടെ നിർത്താറുണ്ട്. എന്തു കൊണ്ടോ ഇന്ന് ആരും നില്ക്കേണ്ട എന്ന് പറയാൻ തോന്നി. ഒരു തരത്തിൽ പറഞ്ഞാൽ ഗുരു കാരണവൻമാരുടെ അനുഗ്രഹം. പിന്നെ ഇതൊരു സന്ദേശമാകാൻ സാധ്യതയുണ്ടെന്ന ഉൾവിളി. എന്തായാലും വന്നവരൊക്കെ വളരെ ഹാപ്പി ആയിരുന്നു. അര മണിക്കൂർ കൊണ്ട് സരളയുടെ ബാധപോയെന്നറിഞ്ഞതിലുള്ള സന്തോഷം ഉറക്കമുണർന്ന സരളയെ കണ്ടാൽ തന്നെ അവളുടെ മുഖഭാവത്തിൽ വന്ന മാറ്റം ആർക്കും തിരിച്ചറിയാം. അതുകൊണ്ട് അവർക്ക് സംശയമുണ്ടായില്ല. പിന്നെ

ഫീസ് എത്ര എന്നതായിരുന്നു അവരുടെ അന്വേഷണം. ഹരീഷാണ് വന്ന് ചോദിച്ചത് ഇന്ന് ഫീസൊന്നും വേണ്ട എന്ന് ഞാൻ പറഞ്ഞു. പക്ഷെ അവർ സമ്മതിച്ചില്ല. വേണ്ട എന്ന് ഞാൻ തീരുമാനിച്ചതായിരുന്നു പക്ഷെ അവർ പണം മേശമേലിട്ടിട്ടാണ് പോയത് അത് വാങ്ങാൻ എനിയ്ക്ക് തെല്ലും താല്പര്യമുണ്ടായിരുന്നില്ല കാരണം എന്നെ സഹായിയ്ക്കാനാണല്ലോ പൂവാത്ത വന്നതെന്ന കാര്യം എന്നെ അലട്ടുകയായിരുന്നു. എന്തായാലും അവർ വളരെ സന്തോഷത്തോടെ പോയി. ഡോക്ടറോട് കുറച്ച് സംസാരിച്ചതിന് ശേഷം ഞാൻ വേഗം വീട്ടിലേയ്ക്ക് തിരിച്ചുപോരികയും ചെയ്തു.

ഈ വിവരം ആരെയാണാദ്യം അറിയിക്കേണ്ടതെന്ന കാര്യത്തിൽ ഞാൻ വല്ലാത്ത കൺഫ്യൂഷനിലായിരുന്നു. സുരേന്ദ്രനാഥൻ സാറെ അറിയിക്കണോ അതോ കൃഷ്ണൻ നമ്പൂതിരിയെ അറിയിക്കണോ? ജയകൃഷ്ണനെ വീണ്ടും അന്വേഷിയ്ക്കാനുള്ള പ്രേരണ തന്നതു മുഴുവൻ സുരേന്ദ്രനാഥൻസാർ ആണ്.. എന്നാൽ അതിന്റെ അപകട സാധ്യതകളെ സ്നേഹപൂർവം പരിചയപ്പെടുത്തിയത് തിരുമേനിയും ആരോടാണ് ആദ്യം പറയേണ്ടത് അവസാനം ഞാൻ തീരുമാനിച്ചു രണ്ട് പേരോടും പറയാം. ഇപ്പോൾ വേണ്ട. ഒരവസരം വരുമ്പോൾ . രണ്ട് പേരും രണ്ട് വീക്ഷണത്തിൽ കാര്യങ്ങളെ ഉൾക്കൊള്ളും. എതാണ് എനിയ്ക്ക് ശരിയെന്ന് തോന്നുന്നത് സ്വീകരിയ്ക്കാം. അതായിരിയ്ക്കും നല്ലത് . കുറച്ച് കൂടി ഫ്രീയായി പറയാൻ കഴിയുന്നത് കൃഷ്ണകുമാറിനോടും അശോകൻ സാറോടുമാണ്. എന്നാൽ അവരേയും ഇപ്പോൾ അറിയിയ്ക്കേണ്ടതില്ലെന്ന് എനിയ്ക്കു തോന്നി. അത് മറ്റൊരവസരത്തിൽ സരസമായ ഒരു കഥ പോലെ അവരെ കേൾപ്പിക്കാവുന്നതല്ലേയുള്ളൂ. ഞാൻ ഫോണെടുത്തു ഒരു അബോധ പ്രേരണ പോലെ ആദ്യമമർത്തിയ നമ്പർ സുരേന്ദ്രനാഥൻ സാറിന്റെയായിരുന്നു ...

ആകാശം ചുവന്ന് തുടുത്തിരുന്നു. ഒരു അസ്തമനത്തിന് ഒരുങ്ങുന്ന സൂര്യൻ അത്രമാത്രം സുന്ദരനായി പടിഞ്ഞാറ് കാണുവാനുണ്ട് ഫോൺ ബെല്ലടിയ്ക്കുന്നതേ ഉണ്ടായിരുന്നുള്ളു. അപ്പോൾ വെറുതെ എന്റെ നോട്ടം പാളം തെറ്റിയതാണ്. പുറത്തേയ്ക്ക്. നല്ലൊരു കാഴ്ചയാണ് കണ്ടത് നമ്മുടെ ആ സ്ഥിരം കാക്ക മുറ്റത്തെ ദേവതാരു മരത്തിൽ തന്നെയുണ്ട്. സാധാരണ അദ്ദേഹം വരുമ്പോൾ പ്രത്യേക ശബ്ദത്തിൽ കരയാറുണ്ട്. വന്നതറിയിക്കാൻ . ഇന്ന് അതൊന്നുമില്ല. വളരെ കൗതുകത്തോടെ എന്നെ തന്നെ ചാഞ്ഞും ചെരിഞ്ഞും നോക്കി കൊണ്ടിരിപ്പാണ്. എന്നെ ബുദ്ധിമുട്ടിയ്ക്കേണ്ടതില്ല എന്ന് അത് കരുതിയിട്ടുണ്ടാവാം. ഞാൻ കുറ

ച്ചു നേരമേ അതിനെ നോക്കിയിരുന്നുള്ളൂ അപ്പോഴേയ്ക്കും സുരേന്ദ്രനാഥൻ സാർ ഫോണെടുത്തു.

അധ്യായം 10

ചിതറിയ ചിന്തകൾ

തിരുമേനി പറഞ്ഞത് ശരിയാണെന്നെനിയ്ക്കും തോന്നി. അന്വേഷണ വഴിയിലൂടെ ഒരു യാത്രയാകുമ്പോൾ അതുമായി ബന്ധപ്പെട്ട എല്ലാ കാര്യങ്ങളും സ്വീകരിക്കേണ്ടതുണ്ട്. നജീബിൽ നിന്ന് അങ്ങനെ എന്തെങ്കിലും കിട്ടുമോ എന്ന് ഒന്നു പരീക്ഷിയ്ക്കാവുന്നതാണ്. യഥാർത്ഥത്തിൽ പേരൂരിലേയ്ക്കുള്ള യാത്രയിൽ അയാളിൽ നിന്നു കിട്ടിയ അറിവ് കുറച്ചൊന്നുമല്ല ഉപകരിയ്ക്കപ്പെട്ടിട്ടുള്ളത്. ഇപ്പോൾ സരളയിലൂടെ തന്നെ ചില കാര്യങ്ങളറിയിയ്ക്കണമെന്ന ഉദ്ദേശത്തോടെ വന്ന പൂവത്ത പറഞ്ഞതും ചേർത്ത് നജീബിൽ നിന്ന് ചിലത് കണ്ടെത്താൻ കഴിഞ്ഞേയ്ക്കും. എന്തായാലും തിരുമേനി ഒരു കാര്യംപറഞ്ഞിട്ടുണ്ട്. തിരുമേനിയുടെ ഇടപെടൽ സുരേന്ദ്രൻ സാറെ അറിയിക്കരുതെന്ന് തിരുമേനി പറഞ്ഞ കാര്യങ്ങൾ അറിയിക്കരുതെന്നാണ് പറഞ്ഞത്. അല്ലാതെ നജീബിൽ നിന്ന് കിട്ടുന്ന കാര്യങ്ങൾ പങ്കുവയ്ക്കരുത് എന്നല്ല എന്തുകൊണ്ടായിരിക്കാമത്? രണ്ട് പേരും രണ്ട് രീതിയിലാണെങ്കിലും ഒരേ ലക്ഷ്യത്തിലേക്ക് സഞ്ചരിക്കുന്നവരാണല്ലോ. എന്നിട്ടും. അതിനെ കുറിച്ച് ഇപ്പോൾ ചിന്തിക്കേണ്ട . എന്തെങ്കിലും കാരണം തിരുമേനി കണ്ടിട്ടുണ്ടാവും. നജീബിനെ വിളിയ്ക്കുന്നതിനു മുമ്പ് സുരേന്ദ്രനാഥൻസാറിന്റെ അഭിപ്രായമൊന്ന് ചോദിയ്ക്കുന്നത് നല്ലതാണ്. അതിൽ തിരുമേനിയ്ക്കും വിരോധമില്ല. സുരേന്ദ്രൻ സാർ അറിയാതെ അങ്ങനെ ഒരു സാഹസം ചെയ്താൽ പിന്നെ ചിലപ്പോൾ അദ്ദേഹത്തിനത് മറ്റെന്തെങ്കിലും തോന്നാൻ കാരണമായാലോ? തിരുമേനി ആവശ്യ പ്പെട്ടത്. അങ്ങനെത്തന്നെയാവട്ടെ. തിരുമേനി എന്ന ഒരു കഥാപാത്രത്തെ കുറിച്ച് ഇപ്പോൾ സുരേന്ദ്രനാഥൻ സാറോട് പറയേണ്ട . പക്ഷെ നജീബിനെ വിളിയ്ക്കുന്നതിന് മുമ്പ് എല്ലാ കാര്യങ്ങളും അദ്ദേഹത്തെ അറിയിക്കണം. ഞാൻ കൃഷ്ണകുമാറിനോട് എന്റെ ചിന്തകൾ പങ്കുവച്ചപ്പോൾ കൃഷ്ണകുമാറും എന്റെ അഭിപ്രായത്തോട് യോജിക്കുകയായിരുന്നു. തിരുമേനി പറയുന്നത് കേട്ട് നജീബിനെ വിളിച്ചു വരുത്തണ്ട . അദ്ദേഹം തന്ത്രയും മന്ത്രയും ഒക്കെയാണ് പറയുന്നത്. അതൊന്നും ഇന്നത്തെ കാലത്ത് അത്രമാത്രം വില പോവില്ല. എന്തെങ്കിലും അപകടമുണ്ടായാൽ എല്ലാവരും കൈ

യൊഴിയും. അതുകൊണ്ട് എന്ത് ചെയ്യുകയണെങ്കിലും സുരേന്ദ്രനാഥൻ സാറോട് ചോദിച്ചിട്ടു മതി ,എന്നതായിരുന്നു , കൃഷ്ണകുമാറിന്റെ അഭിപ്രായം. ഈ തന്ത്രമന്ത്ര എന്നൊക്കെ പറയുന്നതിലും വലിയ ശരിയാണ് പാരാസൈക്കോളജി എന്ന് അയാൾ വിശ്വസിച്ചിട്ടുണ്ടാവാണം . എന്തായാലും കൃഷ്ണകുമാറിന്റെ വീക്ഷണത്തെ അംഗീകരിയ്ക്കാൻ കഴിഞ്ഞില്ലെങ്കിലും ആ അഭിപ്രായം ശരിയാണെന്ന് എനിയ്ക്കും തോന്നി. അതുകൊണ്ടു തന്നെയാണ് സുരേന്ദ്രനാഥൻ സാറെ വിളിയ്ക്കാൻ ഞാൻ തീരുമാനിച്ചത്. വൈകുന്നേരം ഒരു മൂന്ന് മണിയ്ക്ക് വിളിയ്ക്കാമെന്നാണ് കരുതിയത്. കാരണം ഉച്ചയുറക്കം കഴിഞ്ഞ് അദ്ദേഹം എഴുന്നേൽക്കുന്ന സമയമാണത്. അപ്പോൾ ഒരു കാപ്പിയൊക്കെ കുടിച്ച് അദ്ദേഹം വെറുതെ ഇരിയ്ക്കുകയാവും. ആ സമയത്ത് വിളിച്ചാൽ അത് അദ്ദേഹത്തിന് യാതൊരു ബുദ്ധിമുട്ടുമുണ്ടാക്കില്ല. ഈ ചിന്തയോടെയാണ് ഞാൻ വീട്ടിൽ നിന്ന് പുറത്തിറങ്ങിയത്.

വീടിന് തൊട്ടടുത്തുള്ള ചായക്കടയിൽ പോയിരിയ്ക്കാമെന്നാണ് വിചാരിച്ചത്. അവിടെയിരുന്നാൽ കുറച്ചേറെ പേരെ കാണാം. മാത്രമല്ല, കുറച്ചുനേരത്തേയ്ക്ക് അവരുടെ സംഭാഷണങ്ങളിൽ മുഴുകി ഇരിയ്ക്കുന്നതോടെ നമ്മുടെ മനസ്സൊന്നു ഫ്രഷാവും. എല്ലാം നാട്ടിലെ കാരണവൻമാരായിരിയ്ക്കും. അവരുടെ അനുഭവങ്ങൾ വലുതാണല്ലോ. എന്തെങ്കിലും ഇട്ടു കൊടുത്താൽ മതി. ബാക്കി അവർ പറഞ്ഞു കൊണ്ടേയിരിയ്ക്കും. ഞാൻ ചെന്നപ്പോൾ ചായക്കടയിൽ ഇഷ്ടം പോലെ ആളുകളുണ്ടായിരുന്നു. നല്ലൊരു തർക്കം നടക്കുന്ന പോലെയാണെനിയ്ക്ക് തോന്നിയത്. വിഷയം രാമേട്ടന്റെ ആത്മഹത്യയാണെന്ന് മനസ്സിലായതോടെ ഞാൻ പറഞ്ഞു. ‘ഒരു ചായ വെള്ളം കൊറവ്.’ അവരുടെ ചർച്ച കേൾക്കാനായിരുന്നു എനിക്കിഷ്ടം. അതുകൊണ്ട് അതിൽ ഇടപെടാതിരിയ്ക്കാൻ ശ്രദ്ധിച്ചു കൊണ്ടാണ് ഞാൻ പറഞ്ഞത്. ‘അല്ല മാഷേ ഇങ്ങളെ കണ്ടിട്ട് കുറച്ചു ദിവസായല്ലോ? രാമേട്ടൻ മരിച്ച അവിടെയും ഞാൻ ശ്രദ്ധിച്ചു. നിങ്ങളെയൊന്നും കണ്ടില്ലല്ലോ? നിങ്ങൾ ഇവിടെ ഉണ്ടായിരുന്നില്ലേ ? ‘ കടക്കാരനാണ് ചോദിച്ചത്. ഞാൻ പറഞ്ഞു.’ ഞാൻ ഇവിടെ ഉണ്ടായിരുന്നില്ല ഞാൻ ഒരു അത്യാവശ്യകാര്യത്തിന് കോയമ്പത്തൂർ വരെ പോയിരുന്നു. അവിടുന്നാണ് മരണ വാർത്തയറിഞ്ഞത്. പക്ഷെ എനിയ്ക്ക് വരാൻ കഴിയുന്ന ഒരു അവസ്ഥയിലായിരുന്നില്ല. പിന്നെവന്നിട്ടെന്തിനാ അവര് കുടുംബക്കാര് തീരുമാനിക്കുന്നതുപോലെ കാര്യങ്ങൾ നടക്കും. നമ്മൾ ചിലപ്പോൾ ഓടി കിതച്ച് വന്നിട്ട് ഒന്നു കാണാനും കൂടി കഴിഞ്ഞില്ലെങ്കിൽ എന്തായിരിക്കും അവസ്ഥ?’ ഞാൻ പറ

ഞ്ഞത് കടക്കാരനിഷ്ടപ്പെട്ടു എന്നു തോന്നുന്നു. 'അതു ശരിയാ മാഷേ പോകണ്ടോരു പോയി പിന്നെ കാണുന്നേലൊന്നും വല്യ അർത്ഥമില്ല. അവരായി അവരുടെ പാടായി. പിന്നെ കാണലും പങ്കെടുക്കലുമൊക്കെ നമ്മടെ ഒരു സന്തോഷം അത്രേയുള്ളു.' അയാൾ ഒരു നെടുവീർപ്പിട്ടു. 'അതിന്റെ തലേന്നും ഇവടെ ചായ കുടിയ്ക്കാൻ വന്നിരുന്നു. അന്ന് എന്തെങ്കിലും ഒരു വെഷമം നിയ്ക്ക് തോന്നീട്ടില്ല. പിന്നെ ഒക്കെ ഓരോ വിധ്യേരി യ്ക്കും. ഓരോരുത്തർക്ക് പോവണ്ട സമയാവുമ്പോൾ ഓരോന്നും തോന്നും മാഷ്കെന്താ കടിയ്ക്കാൻ വേണ്ട്?' ഞാൻ പറഞ്ഞു 'ഒരു പഴായിക്കോട്ടെ.' അദ്ദേഹം പഴം കൊണ്ട് തരുമ്പോഴും അവിടെ ചർച്ച തുടരുകയായിരുന്നു. 'വീട്ടിൽ നിന്നുള്ള കുത്ത് സഹിയ്ക്കാത്തതു കൊണ്ടാവും അല്ലാതെ അയാൾക്ക് എന്തിന്റെ കാരണാ?' 'മൂപ്പരുടെ ഭാര്യ പ്രശ്നണ്ടാക്കീട്ടാന്നാ കേൾക്കണത്.' 'അതിലൊന്നും വല്യ കാര്യമില്ല. മൂപ്പരെന്നെങ്കിലും രണ്ട് കാലിൽ പോയിട്ടുണ്ടോ? ഏത് ഭാര്യമാർക്കാ ഇതൊക്കെ സഹിയ്ക്കാൻ കഴിയുക.'

കുറച്ചുനേരം കേട്ടിരുന്നപ്പോൾ എനിയ്ക്ക് വല്ലാത്ത വിഷമം തോന്നി. അദ്ദേഹത്തിന്റെ മരണം ഇത്രയൊക്കെ ചർച്ച ചെയ്യപ്പെടേണ്ടതുണ്ടോ? ജീവിച്ചിരിക്കുന്ന കാലത്ത് ആരും തിരിഞ്ഞു നോക്കിയില്ലെങ്കിലും മരിച്ചാൽ ചർച്ച ചെയ്യാൻ എത്ര പേരുണ്ടാവും. അതാണ് ലോകം. മരിച്ചവനെ കുഴിമാടത്തിൽ നിന്ന് പൊക്കിയെടുത്ത് അവന്റെ അടിയന്തിരം നടത്തുന്ന നാട്ടുകാർ, ഇവരൊക്കെ തന്നെയാണ് മരണ വീട്ടിൽ പോയി കണ്ണുനിറയ്ക്കുന്നതും. കഷ്ടം ഞാൻ ചായയുടെ കാശ് കൊടുത്ത് പുറത്തിറങ്ങാൻ നില്ക്കുമ്പോൾ കടക്കാരൻ ചോദിച്ചു. 'എന്തേ ഇത്ര വേഗം പോണു. ഇങ്ങളെ കാണാൻ കാത്തിരിക്കായിരുന്നു ഞാൻ ഇപ്പൊന്നും പറയാൻ വയ്യ നാളെ ഞാൻ അങ്ങട്ട് വരാം വീട്ടിലുണ്ടാവില്ലേ?' ഞാൻ തല കുലുക്കി. എന്തുതരം മനുഷ്യരാണ് നാട്ടിൽ ഒരാൾ മരിച്ചതിന്റെ രഹസ്യം അന്വേഷിക്കാനുള്ള അവരുടെ ത്വര അത്ഭുതകരമാണ് കഷ്ടം ഞാൻ ചിന്തിച്ചു. വീട്ടിലെത്തി ഭക്ഷണം കഴിച്ച് ഒന്നു കിടന്നു. ഉണർന്നെണീറ്റപ്പോൾ സമയം മൂന്നു മണി കഴിഞ്ഞിരിയ്ക്കുന്നു. പിന്നെ നേരെ സുരേന്ദ്രൻ സാറിനെ വിളിച്ചു.

'സർ,ഞാൻ സുധീറാണ് '

'എന്താടോ നിന്റെ നമ്പർ എന്റെ ഫോണിലില്ലേ? എനിയ്ക്ക് നമ്പർ കണ്ടാൽ മനസ്സിലാവില്ലേ ? പിന്നെന്താ ഒരു പ്രത്യേക പരിചയപ്പെടുത്തൽ?. ങാ അതു പോട്ടേ പറയാനുള്ള കാര്യം പറയൂ അല്ലെങ്കിലും ഞാൻ ചില കാര്യങ്ങൾ പറയാൻ അങ്ങോട്ട് വിളിയ്ക്കാൻ വിചാരിച്ചതാ

ണ്. ഇപ്പോൾ നീയാണല്ലോ വിളിച്ചത് അത് കൊണ്ട് നിന്റെ കാര്യം ആദ്യം പറയൂ '

'ഞാൻ ആലോചിച്ചപ്പോൾ എനിക്ക് ചിലത് തോന്നി. ജയകൃഷ്ണനെ കുറിച്ച് അന്വേഷിക്കണം എന്ന് സാർ പറഞ്ഞ ദിവസം മുതൽ ആലോചിക്കുകയായിരുന്നു എവിടെ നിന്ന് തുടങ്ങണം എന്ന്? ഇപ്പോൾ തോന്നിയത് പഴയ ആ നജീബിനെ ഒന്ന് വിളിച്ചാലോ. നമ്മുടെ ഹസീനയുടെ സഹോദരനെ . അയാളുടെ ക്യാരക്ടർ നോക്കിയിട്ട് എനിയ്ക്ക് തോന്നുന്നത് നജീബ് ഒരിക്കലും ജയകൃഷ്ണനായിട്ടില്ല. അതായത് ആ ആത്മാവുമായിട്ട് താദാത്മ്യം പ്രാപിച്ചിട്ടില്ല. അയാളിൽ നിന്ന് കിട്ടിയതൊക്കെ പുറത്ത് നിന്ന് കാണുന്ന രൂപത്തിലേയുള്ളു. അത് കൊണ്ട് തന്നെ അയാളെ ഒന്നുകൂടി ശ്രമിച്ചാൽ എന്തെങ്കിലും പുതിയതായി കിട്ടില്ലേ? സാറിന്റെ അഭിപ്രായം കേട്ടിട്ടു വേണം ബാക്കിതുടരാൻ എന്തു വേണം.'

'നല്ല കാര്യം. അയാൾ വിളിച്ചാൽ വരുമെങ്കിൽ കുറച്ചു ഗുണം ചെയ്യും. ഒന്ന് വിളിച്ചു നോക്കു പിന്നെ ജയകൃഷ്ണന്റെ പിറകെ നമ്മൾ വീണ്ടും പോകുന്നു എന്ന തോന്നലൊന്നും അയാൾക്കുണ്ടാക്കരുത്. അക്കാര്യം ശ്രദ്ധിക്കണം വേറെ എന്തെങ്കിലും പറഞ്ഞ് നീ അയാളെ ഹിപ്നോസിലെത്തിയ്ക്കണം . അയാൾ ഞാൻ മനസ്സിലാക്കിയത് വച്ച് പറയുകയാണെങ്കിൽ നല്ലൊരു മീഡിയമാണ്. അതിനു മുമ്പേ ഒന്നുകൂടി ശ്രദ്ധിച്ച് മൂഡിയെ ഒന്ന് വായിക്കാൻ ശ്രമിക്കണം. അപ്പോൾ നിനക്ക് പാരാസൈക്കോളജി എന്താണ് എന്ന് മനസ്സിലാകും. പിന്നെ ഞാൻ പോവാൻ തീരുമാനിച്ചു. നീയും നിന്റെ സുഹൃത്തുക്കൾ എത്ര പേർ സ്വയം വരാൻ തയ്യാറാവുന്നുണ്ട് അവരയും കൂട്ടിക്കോ. ആരു കൂടെ വന്നാലും നമുക്ക് അവർ സഹായികളാകും. സംശയം വേണ്ട. എന്നാൽ ആരേയും നിർബന്ധിച്ച് വിളിയ്ക്കണ്ട.' സുരേന്ദ്രനാഥൻ സാർ പറഞ്ഞു നിർത്തിയത് എനിയ്ക്ക് സന്തോഷമുണ്ടാക്കി. 'എന്നാണ് പോകുന്നത് എങ്ങോട്ടാണ് പോകുന്നത് എന്നൊക്കെ തീരുമാനിച്ചോ അതായത് അന്വേഷണം എവിടുന്ന് തുടങ്ങണമെന്ന് തീരുമാനമായോ.' 'അടുത്ത ആഴ്ചയിൽ തന്നെ പോകണം സമയവും തിയ്യതിയും ഞാൻ വിളിച്ച് പറയാം. ആദ്യം നമ്മൾ വയനാട്ടിൽ പോകുന്നു. ചീരാൽ എന്ന ഗ്രാമത്തിൽ അയാൾക്ക് വല്ല ബന്ധു ക്കളോ കൂട്ടുകാരൊ ഉണ്ടെങ്കിൽ അവരെ കണ്ട് അവരിൽ നിന്ന് ചില കാര്യങ്ങൾ മനസ്സിലാക്കണം. അവിടുന്ന് പിന്നെയുള്ള യാത്രയുടെ വഴികൾ തുറക്കപ്പെടും എന്നെനിയ്ക്കുറപ്പുണ്ട്.' സുരേന്ദ്രനാഥൻ സാറോട് സംസാരിച്ച് ഫോൺ വച്ചപ്പോൾ വലിയ ഒരു സമാധാനം തോന്നി. സുഹൃത്തുക്കളെ എത്ര പേരെ വേണമെങ്കിലും കൂ

ട്ടാനാണ് പറഞ്ഞത്. അത് നന്നായി. ഇനിയിപ്പോൾ കൃഷ്ണേട്ടനെ കൂട്ടത്തിൽ കൂട്ടുന്നതിന് അങ്ങോട്ട് സമ്മതം ചോദിക്കേണ്ടതില്ലല്ലോ. ഏതായാലും സുരേന്ദ്രനാഥൻ സാറിന്റെ സമ്മതം കിട്ടിയ സ്ഥിതിയ്ക്ക് നജീബിനെ ഒന്നു വിളിച്ചു നോക്കാൻ ഞാൻ തീരുമാനിച്ചു. ഫോൺ ഒന്നോ രണ്ടോ പ്രാവശ്യം റിങ്ങ് ചെയ്തിട്ടുണ്ടാവും. അപ്പോഴേയ്ക്കും അയാൾ എടുത്തു. 'ഹലോ സർ, ഞാൻ സാറിനെ അങ്ങോട്ടു വിളിയ്ക്കണം എന്ന് എന്നും വിചാരിയ്ക്കും.പിന്നെ സാറ് തിരക്കിലാണെങ്കിലോ സാറിനൊരു ബുദ്ധിമുട്ടായാലോഎന്ന് സംശയിച്ച് വിളിയ്ക്കാൻ മടിയ്ക്കും. എന്തൊക്കെയുണ്ട് സർ വിശേഷങ്ങൾ?'

' സുഖം. നജീബിന്റെ വിശേഷങ്ങൾ പറയൂ .എന്തിനാണ് എന്നെ വിളിയ്ക്കണമെന്ന് വിചാരിച്ചത്?'

' വെറുതെ , സാറിന്റെ വിശേഷങ്ങളൊക്കെ അറിയാൻ അത്രയേയുള്ളു. എനിയ്ക്ക് ഇപ്പോൾ സുഖമാണ് ഒരു കുഴപ്പവുമില്ല. ഹസീനയും സന്തോഷവതിയായിരിയ്ക്കുന്നു.' 'ഞാൻ വിളിച്ചത് നജീബിനെ ഒന്നു കാണണം എന്നൊരു തോന്നൽ. വെറുതെ നജീബിന് സമയമുണ്ടാകുമോ ഒന്ന് ഇവിടെ വരെ വരാൻ കഴിയുമോ?'

'പിന്നെന്താ സാർ എപ്പോൾ വേണമെങ്കിലും വരാമല്ലോ. സാറ് സമയം പറഞ്ഞോളു കൂട്ടുകാരെ ആരെയെങ്കിലും കൂട്ടി അങ്ങോട്ട് വരാം.' 'തിരക്ക് കുട്ടണ്ട നജീബിന്റെ ഒഴിവിനനുസരിച്ച് വന്നാൽ മതി. പ്രത്യേകിച്ച് കാര്യമൊന്നുമുണ്ടായിട്ടല്ല ഒന്നു കാണണം കുറച്ചു സംസാരിയ്ക്കണം അത്രയേയുള്ളു.' 'അതിനെന്താ സാർ സാറിനോട് സംസാരിയ്ക്കുവാൻ എനിയ്ക്കും താല്പര്യമുണ്ട്. ഇവിടെ അടുത്തെങ്ങാനുമായിരുനെങ്കിൽ എന്നെ കൊണ്ട് സാർ ബുദ്ധിമുട്ടിയേനേ!ഞാൻ നാളെ കഴിഞ്ഞ് മറ്റന്നാൾ രാവിലെ ഒരു പത്ത് മണിയ്ക്ക് സാറിന്റെ വീട്ടിലെത്താം. എന്താ പോരേ ? ' നജീബ് ചോദിച്ചു. 'ധാരാളം' ഞാൻ മറുപടിയും പറഞ്ഞു. പിന്നെ ചില നാട്ടുകാര്യങ്ങളും കൂടി സംസാരിച്ചിട്ടാണ് ഫോൺ വച്ചത്. എന്തായാലും ആ വഴിയുള്ള ശ്രമം വളരെ എളുപ്പമായി എന്നെനിയ്ക്കു തോന്നി. സുരേന്ദ്ര നാഥൻ സാർ എപ്പോഴാണ് യാത്രയ്ക്കിറങ്ങുക എന്ന് പറയാൻ കഴിയില്ല. ചിലപ്പോൾ പെട്ടന്നായിരിക്കും. നാളെ അല്ലെങ്കിൽ മറ്റന്നാൾ എന്നൊക്കെ പറഞ്ഞു കൊണ്ടായിരിയ്ക്കും അദ്ദേഹം വിളിയ്ക്കുക. അതിനാൽ നമ്മളും മുൻകരുതലൊക്കെയെടുത്ത് എപ്പോഴും ഒരുങ്ങിയിരിക്കണം. ഏതായാലും സാറു പറഞ്ഞതല്ലേ മൂഡിയുടെ ചിന്താഗതികൾ ഒന്നു കൂടി മനസ്സിരുത്തി വായിക്കാം. മരണനന്തര ജീവിതത്തെ കുറിച്ച് ചിന്തിയ്ക്കുന്നവർക്ക് പല പുതിയ കാഴ്ചപ്പാടു

കളും നൽകുന്ന ഒരു കൃതിയാണ് അത് എന്ന കാര്യത്തിൽ സംശയമില്ല. വളരെ മുമ്പ് വായിച്ചതാണ്. ഒന്നുകൂടി വായിക്കുക തന്നെ ഞാൻ മെല്ലെ എഴുന്നേറ്റ് പുസ്തകങ്ങൾ ഒതുക്കി വച്ചിരിക്കുന്ന അലമാരിയ്ക്കടുത്തേയ്ക്കു നടന്നു. മരിച്ചു എന്ന് ശാസ്ത്രം വിധിച്ച പലരും വീണ്ടും ജീവിതത്തിലേക്ക് തിരിച്ചു വന്നിട്ടുണ്ട്. ലോകത്തിന്റെ പല ഭാഗത്തും നടന്ന അത്തരം സംഭവങ്ങളെ ആഴത്തിൽ പഠിച്ച് തന്റെ സിദ്ധാന്തങ്ങൾ അവതരിപ്പിയ്ക്കുകയാണ് മൂഡി ചെയ്യുന്നതെന്ന് മുമ്പ് വായിച്ച ഓർമ്മയിലുണ്ട്. അതിപ്പോൾ ഒന്നു കൂടി വായിച്ചതു കൊണ്ടു വലിയ പ്രയോജനം എന്തെങ്കിലും തോന്നിയിട്ടല്ല. സാർ പറഞ്ഞതു കേട്ടില്ലെന്നു വേണ്ട. ആ കാരണം കൊണ്ടു മാത്രമാണ് പുസ്തകം തെരഞ്ഞത്. എത്ര തെരഞ്ഞിട്ടും ആ പുസ്തകം കിട്ടിയില്ല. തിരച്ചിൽ തുടർന്നു കൊണ്ടിരിയ്ക്കുന്നതിനിടയിലാണ് ഫോൺ ബെല്ലടിച്ചത്. പിന്നെ ഫോണിലേയ്ക്കായി ശ്രദ്ധ മുഴുവൻ . അറിയാത്ത നമ്പറായിരുന്നു. ഫോണെടുത്തു. അപ്പുറത്ത് നിന്നൊരു ചോദ്യം 'മിസ്റ്റർ സുധീറല്ലേ? ' 'അതേ, ഞാൻ വിളിച്ചത് താങ്കളെ ഒരു കാര്യം ഓർമ്മിപ്പിയ്ക്കാനാണ്. ഇപ്പോൾ താങ്കൾ പോകുന്ന വഴി താങ്കളുടെ യഥാർത്ഥ വഴിയല്ല. കൃഷ്ണൻ നമ്പൂതിരിയും പ്രൊഫസർ സുരേന്ദ്രനാഥനും വിശ്വാസികളാണ്. അവരുമായുള്ള സമ്പർക്കം കൊണ്ടായിരിയക്കണം താങ്കളുടെ ചിന്തയിൽ യുക്തിയ്ക്ക് നിരക്കാത്ത പലതും കടന്നുവരുന്നത്. അതുകൊണ്ട് അടുത്ത ഒരു സുഹൃത്തെന്ന നിലയിൽ ഒന്നോർമ്മിപ്പിക്കുകയാണ്. തലച്ചോർ മറ്റുള്ളവർക്ക് പണയം വെയ്ക്കരുത്.'

'ഹലോ താങ്കളാരാണ് മനസ്സിലായില്ല.'

'ഞാനാരെന്നത് ഒരു വിഷയമല്ല. താങ്കളുടെ ഒരു അഭ്യുദയകാംക്ഷിയാണെന്ന് കരുതിക്കോളൂ. ഇപ്പോൾ എനിയ്ക്ക് എന്നെ വെളിപ്പെടുത്താൻ നിർവാഹമില്ല. പറഞ്ഞ കാര്യം ശ്രദ്ധിയ്ക്കുമല്ലോ.' അത്രയും പറഞ്ഞ് അയാൾ ഫോൺ കട്ട് ചെയ്തു. അതാരാണെന്ന് ഒരു പിടിയും കിട്ടാത്തത് കൊണ്ട് ആ നമ്പറിലേയ്ക്ക് തിരിച്ചു വിളിച്ചെങ്കിലും നമ്പർ പരിധിയ്ക്ക് പുറത്താണെന്നാണ് പറഞ്ഞത്. പല പ്രാവശ്യം ശ്രമിച്ചെങ്കിലും അയാളെ പിന്നെ കോൺടാക്റ്റ് ചെയ്യാൻ കഴിഞ്ഞില്ല. ആരായിരിയ്ക്കും ഈ അഭ്യുദയകാംക്ഷി ?

ആശബ്ദം ഞാൻ മുമ്പ് കേട്ടതല്ലെന്ന് ഉറപ്പുണ്ടായിരുന്നു. അതു കൊണ്ട് തന്നെ നമ്പർ സേവ് ചെയ്യാൻ മറന്നില്ല. അല്ലെങ്കിലും അതുകൊണ്ട് വലിയ കാര്യമൊന്നുമുണ്ടാവില്ല. പക്ഷെ നമ്മൾ ചെയ്യേണ്ടത് നമ്മൾ ചെയ്തിരിയ്ക്കണമല്ലോ . അയാൾ ഒരു ഭീഷണി മുഴക്കാൻ വേണ്ടി മാത്രം

വിളിച്ചതാണെങ്കിൽ ഇനി ഒരിക്കൽ കൂടി അതേ നമ്പറിൽ നിന്ന് വിളിയ്ക്കാൻ ഒരു സാധ്യതയുമില്ല. നല്ലൊരു തട്ടിപ്പുകാരനാണെങ്കിൽ ആ നമ്പർ ഇനി ഉപയോഗത്തിലേ ഉണ്ടാവില്ല. അതൊന്നും ആലോചിച്ച് തല പുണ്ണാക്കുന്നതിൽ കാര്യമില്ല. എങ്കിലും അത് സേവ് ചെയ്തിരിയ്ക്കുന്നത് നല്ലതാണെന്ന് എനിയ്ക്കു തോന്നി. അല്ലെങ്കിലും ചില തോന്നലുകളിലാണല്ലോ നാം ജീവിച്ചിരിയ്ക്കുന്നത്. അഥവാ ജീവിച്ചിരിയ്ക്കുന്നു എന്നത് പോലും ചില തോന്നലുകളാണങ്കിലോ ചിന്ത അത്രയും കാടു കയറിയപ്പോൾ ഞാൻ മെല്ലെ എഴുന്നേറ്റു. ഇനിയും മനസ്സിനെ വിട്ടു കൊടുത്താൽ അവൻ ആവശ്യമില്ലാത്ത മേഖലകളിലേയ്ക്ക് ചേക്കേറും.

അദ്ധ്യായം 11

കാണാത്ത കാഴ്ചകളിലേയ്ക്ക്

രാവിലെ തന്നെ ഞാൻ കുളിച്ച് റെഡിയായി കാത്തിരുന്നു. നജീബ് പത്ത് മണിയാകുമ്പോഴേയ്ക്കും വരാം എന്ന് പറഞ്ഞിട്ടുണ്ട്. കൃഷ്ണ കുമാറിനോടും ആ സമയത്തിന് കണക്കായി എത്താൻ വേണ്ടി പറഞ്ഞിരുന്നു. പക്ഷെ ആരും ഇതുവരെയെത്തിയില്ല. അപ്പോഴാണ് പഴയ ആ കാക്ക വന്ന് മുറ്റത്തെ ദേവതാരു മരത്തിൽ ഇരുന്നത്. ഇന്ന് പ്രത്യേക തരത്തിലുള്ളകരച്ചിലൊന്നുമില്ല. എന്നെയൊന്ന് നോക്കി പിന്നെ തല വെട്ടി തിരിച്ചു. ഞാൻ ശ്രദ്ധിക്കുന്നുണ്ടാ എന്നു നോക്കുന്നതുപോലെ ഒളികണ്ണിട്ടൊന്നുകൂടെ എന്നെ നോക്കി. ഞാൻ അകത്ത് ചെന്ന് ഒരു ബ്രഡ് എടുത്തു കൊണ്ടു വന്നു. എന്റെ ചാരുകസേരയിൽ തന്നെ ഇരുന്നുകൊണ്ട് അത് കാണിച്ച് കാക്കയെ മാടി വിളിച്ചു. ഉടൻ അത് വന്ന് ചാരുപടിയിലിരുന്നു. ഇന്ന് എന്തു പറ്റി വല്ലാത്ത ശബ്ദത്തിലുള്ള കരച്ചിലൊന്നുമില്ലല്ലോ. ഞാൻ അത്ഭുതപ്പെട്ടുകൊണ്ട് ചോദിച്ചു. അത് തല ഒന്നു വെട്ടിച്ച് കൊണ്ട് വേറെയെവിടെയ്ക്കോ നോക്കുന്നതു പോലെയിരുന്നു. പിന്നെ ഞാൻ നീട്ടി കാണിച്ച ബ്രഡ് അത് കൊത്തിവലിച്ച് തിന്നു. എനിക്ക് തോന്നി ഇന്ന് അതിന് വളരെ സന്തോഷമാണെന്ന്. മറ്റുദിവസങ്ങളിൽ കണ്ടിരുന്ന ഒരു സങ്കടഭാവം ഇന്നതിന്റെ മുഖത്തില്ലായിരുന്നു. ഭക്ഷണം കൊത്തി വിഴുങ്ങുന്നതിനിടയിൽ അത് ഇടയ്ക്കിടയ്ക്ക് വഴിയിലേയ്ക്ക് ശ്രദ്ധിയ്ക്കുന്നുണ്ടായിരുന്നു. എന്നെ പോലെ അതും വല്ലവരേയും പ്രതീക്ഷിയ്ക്കുന്നുണ്ടാവുമോ? കാക്കയ്ക്ക് ഭക്ഷണം കൊടുത്തുകൊണ്ടിരിയ്ക്കുമ്പോഴാണ് ഒരു ഓട്ടോ വന്ന് ഗെയ്റ്റിന് സമീപം നിന്നത്. ബാക്കിവന്ന ബ്രഡ് മുഴുവൻ ഞാൻ കാക്കയ്ക്ക് കൊടുത്തു. അവൻ അതുമായി തിരിച്ച് ദേവതാരു മരത്തിൽ തന്നെ ചെന്നിരുന്നു. ഞാൻ പ്രതീക്ഷിച്ചതു പോലെ ഓട്ടോയിൽ വന്നത് റിയാസും നജീബുമായിരുന്നു. രണ്ട്പേരും ചിരിച്ച്കൊണ്ടു കടന്നുവന്നു. രണ്ടുപേരോടുമായി ഞാൻ പറഞ്ഞു. 'ഗുഡ് മോർണിംഗ് യാത്ര സുഖമായിരുന്നില്ല ?' അവർ തിരിച്ചും ഗുഡ് മോർണിംഗ് പറഞ്ഞു. സുഖമായിരുന്നു എന്ന അർത്ഥത്തിൽ ചിരിച്ചു. ഞാൻ അവരേയും കൂട്ടി വീട്ടിനകത്തേയ്ക്ക് കയറി. അപ്പോഴാണ്

ദേവതാരു മരത്തിലുരുന്ന് കാക്ക വീണ്ടും കരഞ്ഞത്. സാധാരണ ഒരു കാക്കയുടെ ശബ്ദം എന്നതിനപ്പുറം അതിന് യാതൊരു പ്രത്യേകതയുമുണ്ടായിരുന്നില്ല. എങ്കിലും ഞാൻ ശ്രദ്ധിച്ചു. കാരണം അത് എന്തോ സന്ദേശമറിയിക്കാൻ വരുന്നതാണെന്ന ഒരു തോന്നൽ എന്നിൽ ബലപ്പെട്ടിരുന്നു. മനുഷ്യനറിയുന്ന എല്ലാ കാര്യവും മറ്റൊരു ജീവിയ്ക്കും അറിഞ്ഞു കൊള്ളണമെന്നില്ല. എന്നാൽ അവർക്കറിയുന്ന പല കാര്യങ്ങളും തിരിച്ചറിയാൻ മനുഷ്യന് കഴിവുണ്ടാകണമെന്നില്ലല്ലോ. കാഴ്ചയിലും കേൾവിയിലുമൊക്കെ മനുഷ്യരുടേതിൽ നിന്ന് അവയ്ക്ക് വ്യത്യാസമുണ്ടെങ്കിൽ അറിവിന്റെ കാര്യത്തിലും ആ വ്യത്യാസമുണ്ടാകാം.ആരോടും പറഞ്ഞില്ലെങ്കിലും. എന്റെ മനസ്സിന്റെ അടിത്തട്ടിലെവിടെ നിന്നോ പഴയവിശ്വാസങ്ങൾ വന്നതായിരിക്കാം. ചില അനുഭവങ്ങൾ ചിലരെ മാറ്റി തീർക്കും എന്നു തന്നെയാണ് എന്റെ വിശ്വാസം. എന്നാൽ അപ്പോഴും മുമ്പണിഞ്ഞ കുപ്പായം അഴിച്ചു വയ്ക്കാൻ നമുക്ക് മടി തോന്നും. ഒറ്റ നിമിഷം കൊണ്ട് നമ്മൾക്ക് മാറണമെന്നാഗ്രഹിച്ചാലും സമൂഹത്തെ ഭയപ്പെടുന്നതാണല്ലോ നമ്മുടെ രീതി. അല്ലെങ്കിൽ തന്നെ എനിക്ക് സമൂഹത്തെ ഭയമില്ല എന്നാക്കെ പറയുന്നതിലും വലിയ വിഢിത്തം വേറെയുണ്ടോ? ഒരു സമൂഹത്തെ നാം വെല്ലുവിളിക്കുമ്പോൾ മറ്റൊരു സമൂഹം രക്ഷയ്ക്കുണ്ടെന്ന ഒരു വിശ്വാസമാണ് . ഒരു സമൂഹജീവിയായിട്ടല്ലാതെ ഇന്നത്തെ കാലത്ത് മനുഷ്യന് ജീവിക്കാൻ കഴിയില്ല. പണ്ട് ജീവിച്ചിട്ടുണ്ടോ എന്ന് ചോദിച്ചാൽ ഉണ്ടാവില്ല എന്ന് പറയാനാണ് എനിയ്ക്കാഗ്രഹം. പക്ഷെ അത്രമാത്രം ചരിത്രബോധമില്ലാത്തതു കൊണ്ട് ഞാൻ ചിലപ്പോൾ മൗനിയായേയ്ക്കാം. അത്രയേയുള്ളു. എന്നാലും ഒരു കാര്യത്തിൽ എനിയ്ക്കുറപ്പുണ്ട്. സമൂഹം എന്നത് ഒരു പ്രൊക്രോസ്റ്റസിന്റെ കട്ടിലാണ്. അതിനേക്കാൾ വലുതാണ് മനുഷ്യന്റെ മനസ്സെങ്കിൽ വെട്ടിമാറ്റിയും അടിച്ചു പരത്തിയും അതിന് പാകപ്പെടുത്താൻ വിധിക്കപ്പെട്ടവരാണ് നാമോരോരുത്തരും. കാക്കയുടെ ശബ്ദം സാധാരണ രീതിയിൽ തന്നെ. അതിൽ എന്തെങ്കിലും സന്ദേശമുണ്ടെന്ന് തോന്നുന്നില്ല. ഞാൻ ഇവിടെയുണ്ടെന്ന ഒരോർമ്മപ്പെടുത്തൽ മാത്രം. ഞാൻ കാക്കയെ ശ്രദ്ധിക്കുന്നത് വന്നവർക്ക് മനസ്സിലാവാതിരിയ്ക്കാൻ ഞാൻ ശ്രമിച്ചിരുന്നു. അല്ലെങ്കിൽ അവരുടെ മുമ്പിൽ ഞാനൊരു ശുദ്ധ അന്ധ വിശ്വാസിയായി പരിണമിക്കുക തന്നെ ചെയ്യും.

രണ്ട് പേരയും ഞാൻ കൊണ്ടുപോയത് മുകളിലെ ബാൽക്കണിയിലേക്കാണ്. പോകുമ്പോൾ തന്നെ ഞാൻ അടുക്കളയിൽ ചെന്ന് ചായ വേണം എന്ന് ഭാര്യയോട് സ്വകാര്യത്തിൽ പറഞ്ഞത് വന്നവർ ശ്രദ്ധിച്ചി

രിക്കാൻ വഴിയില്ല. ഞങ്ങളിരുന്ന് സംസാരിയ്ക്കാൻ തുടങ്ങി. റിയാസാണ് തുടങ്ങിവെച്ചത്. 'സാറിന് കാണണം എന്നും നജീബിനെ വിളിച്ചെന്നും പറഞ്ഞു. കാരണം എന്തെങ്കിലുമുണ്ടോ? വെറുതെ സർ വിളിയ്ക്കില്ലെന്നെനിക്ക് തോന്നി. അതുകൊണ്ടാണ് സാർ വിളിച്ച ഉടനെ ഞങ്ങൾ ചാടി പുറപ്പെട്ടത്.' ഞാനൊന്ന് ചിരിച്ചു കൊണ്ട് ചോദിച്ചു. 'ഞാൻ നജീബിനോട് കാണണം എന്ന് പറഞ്ഞതിന് പ്രത്യേക കാരണമുണ്ടോ എന്ന് ചോദിച്ചാൽ ഇല്ല. എന്നാൽ ചെറിയതാണെങ്കിലും ചില കാര്യങ്ങളുണ്ട്താനും. ഞാൻ വിളിച്ചപ്പോൾ നജീബിനെന്ത് തോന്നി? നജീബ് ഒന്നും പറഞ്ഞില്ല?'

'സർ, എന്നോട് പറഞ്ഞത് അതേസമയത്ത് ഞാൻ റിയാസിനെ അറിയിച്ചിരുന്നു. ഞങ്ങൾ വിഷയം ചർച്ച ചെയ്തു. എന്തെങ്കിലും ഒരു കാര്യമുണ്ടാകും എന്ന് തന്നെയാണ് തോന്നിയത്. പിന്നെ റിയാസ് എല്ലാറ്റിനും സാക്ഷി ആയിരുന്ന ഒരാളല്ലേ? വേറെ ആരെയെങ്കിലും അറിയിച്ചാൽ അവർ ഞാനൊരു മനോരോഗിയാണോ എന്ന് കരുതും. അതുകൊണ്ട് ഈ കഥ ഞാനും റിയാസും മാത്രം അറിഞ്ഞാൽ മതി എന്ന് എനിക്ക് തോന്നി.'

'അത് നന്നായി. എന്നാലും എന്റെ അപ്രതീക്ഷിതമായ കാൾ നജീബിന്റെ ഉള്ളിൽ ഭയമുണ്ടാക്കിയോ? എന്തെങ്കിലും ആപത്ത് പ്രതീക്ഷിച്ചോ. അതുകൊണ്ടായിരുന്നോ ഉടനെ റിയാസിനെ അറിയിച്ചത്. ഇത്തരം കാര്യങ്ങൾ അറിഞ്ഞവരോട് മാത്രം പങ്കുവെയ്ക്കുന്നത് തന്നെയാണ് എപ്പോഴും നല്ലത്. ഒന്നുമറിയാത്ത ഒരാളോട് വിശദീകരിക്കാൻ നിന്നാൽ സമയനഷ്ടം മാത്രമല്ല ചിലപ്പോൾ മാനനഷ്ടവും ഉണ്ടാവാം. റിയാസിനെത്തന്നെ കൊണ്ടുവന്നത് എതായാലും നന്നായി. സത്യത്തിൽ ഒരു സുഹൃത്തിനേയും കൊണ്ട് വരാമെന്ന് പറഞ്ഞപ്പോൾ പുറത്ത് നിന്നാവാരുതേ എന്ന് ഞാൻ മനസ്സിൽ പ്രാർത്ഥിച്ചിരുന്നു. കാരണം, നിങ്ങളാവുമ്പോൾ മറ്റു കാര്യങ്ങളൊന്നും വിശദീകരിച്ച് പറയേണ്ടതില്ലല്ലോ. എല്ലാമറിയുന്നതല്ലേ? മറ്റുള്ളവർ വന്നാൽ പലതും പറഞ്ഞ് നമ്മൾ കാര്യങ്ങൾ മനസ്സിലാക്കിക്കൊടുക്കുവാൻ തന്നെ ഏറെ സമയം പിടിയ്ക്കും. മാത്രമല്ല, അനുഭവമുള്ളവരും അറിവുള്ളവരും രണ്ട് തരക്കാരാണ്. കൊണ്ടുവരുന്നത് വല്ല യുക്തിവാദികളൊക്കെയാണെങ്കിൽ കുടുങ്ങിയതു തന്നെ. യുക്തിബോധം കൂടിയവർക്ക് ഒരു പ്രത്യകതയുണ്ട്. തർക്കിയ്ക്കാനല്ലാതെ ഒന്നും അംഗീകരിയ്ക്കാനവർക്ക് കഴിയില്ല. പിന്നെ മക്കളില്ലാത്തത് കൊണ്ട് അതിന് വേണ്ടി ഗുരുതി നടത്തി പ്രാർത്ഥിച്ച ഒരു യുക്തിവാദിയെ എനിക്ക് എന്റെ കുടുംബത്തിൽ നിന്ന് തന്നെ ഉദാഹരിയ്ക്കാൻ പറ്റും. അതിനെപറ്റി ചോദിച്ചാൽ അയാൾ പറയും എനിയ്ക്ക് വിശ്വാസമുണ്ടാ

യിട്ടല്ല വീട്ടുകാരുടെ നിർബന്ധത്തിന് ചെയ്തതാണെന്ന്. യുക്തിവാദികളോട് സംസാരിയ്ക്കാൻ വളരെ രസമാണ്. പക്ഷെ, ചില സമയങ്ങളിൽ അവരുടെ വാക്കുകളിൽ അല്പം പോലും യുക്തിയുണ്ടാവില്ല...' ഞാൻ പറഞ്ഞ് നിറുത്തുന്നതിനു മുമ്പാണ് നജീബ് ചോദിച്ചത്. 'അപ്പോൾ സർ ഒരു യുക്തിവാദിയല്ലേ? ഞങ്ങൾ വിചാരിച്ചത് സർ യുക്തിവാദി ആയിരിക്കുമെന്നാണ്.' എനിക്ക് ചിരി വന്നു. ഞാൻ പറഞ്ഞു. 'ഒരു ആശയത്തിന്റേയും അടിമയായി ജീവിയ്ക്കാൻ എനിക്ക് താൽപര്യമില്ല. ഇന്ന് എന്റെ കാഴ്ചകളിൽ വന്ന ശരിയെന്താണോ അതിനുവേണ്ടി ഞാൻ വാദിയ്ക്കും. നാളെ ഞാൻ പറഞ്ഞത് തെറ്റാണെന്ന് തോന്നിയാൽ അത് തിരുത്തുകയും ചെയ്യും. എനിയ്ക്കതിന് ആരേയും പേടിയ്ക്കേണ്ട. കാരണം ഒരു ആശയത്തിനും ഞാൻ എന്നെ അടിയറവു വെച്ചിട്ടില്ല. എന്റെ ഒരു തോന്നൽ യുക്തിവാദവും ഒരു മതമെന്നതാണ്. സെമിറ്റിക്ക് മതങ്ങളെ പോലെ ഏറ്റവും പെട്ടന്ന് പൊള്ളുന്ന മതം. അവർക്ക് അതിനെതിരെ പറയുന്നത് അൽപം പോലും സഹിക്കാൻ കഴിയില്ല. അത് പോട്ടെ. അത്തരം വിഷയങ്ങൾ സംസാരിക്കാനല്ലല്ലോ ഞാൻ നിങ്ങളെ വിളിച്ചുവരുത്തിയത്. നമുക്ക് ജയകൃഷ്ണനിലേയ്ക്ക് തന്നെ പോകാം. ഇവിടെനിന്ന് പോയതിന് ശേഷം നജീബ് എപ്പോഴെങ്കിലും ജയകൃഷ്ണനെ കുറിച്ച് ചിന്തിച്ചിട്ടുണ്ടോ?'

'ഇല്ല എന്ന് പറയാൻ കഴിയില്ല. പല പ്രാവശ്യം അയാളെ കുറിച്ച് ചിന്തിച്ചിട്ടുണ്ട്. പക്ഷെ പിന്നീട് എനിയ്ക്ക് അയാളുമായി ബന്ധപ്പെട്ട ഒരു തരത്തിലുള്ള ഹലൂസിനേഷനും ഉണ്ടായിട്ടില്ല. എന്നാലും അങ്ങനെ ഒരാളുണ്ടായിരുന്നോ? ഉണ്ടായിരുന്നുവെങ്കിൽ അയാൾ എന്തിനായിരിക്കണം എന്നെ തേടിവന്നത്. അയാളെ കാണുകയോ സംസാരിക്കുകയാ ഒന്നും ചെയ്യാത്ത എന്റെ ജീവിതത്തിലേയ്ക്ക് അയാൾ കടന്നുവരാനുള്ള കാരണമെന്തായിരിക്കും. അതോ അതൊക്കെ എന്റെ മനോവിഭ്രാന്തി മാത്രമായിരുന്നോ? ഹസീനയിൽ നിന്ന് ഷെയർ ചെയ്ത ഹിസ്റ്റീറ്റീരിയയായിരുന്നോ എന്റെ പ്രശ്നം? ഇങ്ങനെ നൂറ് നൂറ് ചോദ്യങ്ങൾ എന്നെ അലട്ടിയിരുന്നു. പലപ്പോഴും ഞാനും റിയാസും ഈ വിഷയം ചർച്ച ചെയ്യുകയുമുണ്ടായി.'

'ജയകൃഷ്ണൻ എന്നൊരാൾ ജീവിച്ചിരിന്നിരുന്നു എന്നത് ഒരു സത്യം തന്നെയാണ്. ജയകൃഷ്ണന്റെ ആത്മാവിനെ കുറിച്ചുള്ള ചോദ്യങ്ങൾക്ക് ഇപ്പോഴും വ്യക്തമായ ഉത്തരമില്ല. മനശ്ശാസ്ത്രത്തിന്റെ കണ്ണിലൂടെ നോക്കിയാൽ നജീബിനും ഹസീനയ്ക്കും ബാധിച്ചത് ഹിസ്റ്റീരയയുടെ ഒരു വകഭേദമായി കാണാവുന്ന പൊസഷൻ സിൻഡ്രോം മാത്രമാണ്.

എന്നാൽ പാരസൈക്കോളജിയുടെ കണ്ണിലൂടെ നോക്കുമ്പോൾ ആ ആത്മാവിന് എന്നെ ചില കാര്യങ്ങളറിയിക്കാനുണ്ടായിരുന്നു. അതിന് പറ്റിയ മീഡിയമായി അത് നിങ്ങളെ തെരഞ്ഞെടുത്തു. എന്തുകൊണ്ടു നിങ്ങളെ തെരഞ്ഞെടുത്തു എന്ന് ചോദിച്ചാൽ എനിയ്ക്ക് പെട്ടന്ന് ഉത്തരം പറയാൻ കഴിയില്ല. സമാന ഐക്യൂവും ഈക്യൂവും ഉള്ളവരിലൂടെ ആശയങ്ങൾ പെട്ടന്ന് കമ്മ്യൂണിക്കേറ്റ് ചെയ്യാം എന്ന് പറയപ്പെടുന്നു. അങ്ങനെ എന്തെങ്കിലും പ്രത്യേകത അയാൾ നിങ്ങളിൽ കണ്ടെത്തിയിട്ടുണ്ടാവണം. എന്നെ അലട്ടുന്ന ചില ചോദ്യങ്ങളുണ്ട്. അതായത് ഞാൻ നജീബിനെ ഹിപ്നോട്ടൈസ് ചെയ്ത് ചോദിച്ച ചില കാര്യങ്ങൾ. ആ കാര്യങ്ങളിൽ ചില വിശദീകരണങ്ങളാവശ്യമുണ്ട്. ശരിയ്ക്കും പറഞ്ഞാൽ ഹിപ്നോട്ടിസ്റ്റിന് സബ്ജക്ടിൽ ചില മായാ കാഴ്ചകളുണ്ടാക്കുവാൻ കഴിയും. അതൊന്നും സത്യമാവണമെന്നില്ല. സബ്ജക്ടിന്റെ ഭാവനയ്ക്കനുസരിച്ച് അയാളിൽ രൂപം കൊള്ളുന്നതാണ് അത്. എന്നാൽ നജീബ് അന്ന് ഹിപ്പ്നോസിസിൽ പറഞ്ഞ കാര്യങ്ങൾ ഒക്കെ സത്യമായിരുന്നു. നജീബ് ഒരിക്കലും കാണുകയാ കേൾക്കുകയൊ ചെയ്യാത്ത ഒരു മനുഷ്യന്റെ രൂപം പോലും കൃത്യമായപ്പോളാണ് ഞാൻ സംശയാലുവായത്. അന്ന് നജീബ് പറഞ്ഞതൊക്കെ സത്യമാണെന്ന് നേരിട്ട് കണ്ടറിഞ്ഞതിന് ശേഷമാണ് ഞാൻ ഇത് പറയുന്നത്. അതുകൊണ്ടുതന്നെയാണ് ഞാൻ നജീബിനെ വിളിച്ചു വരുത്തിയതും.' നജീബും റിയാസും എന്റെ വാക്കുകൾ സാകൂതം കേൾക്കുകയായിരുന്നു. ഞാൻ വീണ്ടും തുടർന്നു. 'വെറുതെ ജയകൃഷ്ണനെ കുറിച്ചുള്ള ഒരമ്പേഷണത്തിലായിരുന്നു ഞാനും എന്റെ ചില കൂട്ടുകാരും. ആ അമ്പേഷണം നൂറ് ശതമാനവും വിജയിച്ചു എന്ന് തന്നെ പറയാം. അതിന് ഏറ്റവും ഉപകാരപ്രദമായത് നജീബിൽനിന്ന് കിട്ടിയ ചില വിവരങ്ങളായിരുന്നു. ഇക്കാര്യങ്ങൾ നിങ്ങളെ അറിയിക്കേണ്ടത് എന്റെ സാമാന്യ മര്യാദയാണല്ലോ. അന്ന് ഞാൻ എല്ലാം വെറും മായാ കാഴ്ചയാവാനേ തരമുള്ളൂ എന്ന് പറഞ്ഞതാണല്ലോ. ജയകൃഷ്ണന്റെ ആഗ്രഹം പൂർത്തിയായി കഴിഞ്ഞു. പിന്നെ നജീബിന്റെ സംശയം ഒരു തരത്തിലും ബന്ധപ്പെടാത്ത നജീബിനെ തേടി അയാൾ എന്തിനു വന്നു. ഈ സംശയം എനിയ്ക്കുമുണ്ട്. അയാളെ കാണുകയോ ഏതെങ്കിലും തരത്തിൽ ബന്ധപ്പെടുകയോ ചെയ്യാത്ത ഒരാളാണല്ലോ ഞാൻ. അപ്പോൾ അയാൾ എന്നെ തേടി എന്തിനു വന്നു. ഞാൻ അയാളെ സഹായിക്കും എന്ന പ്രതീക്ഷ അതെങ്ങനെ അയാൾക്കുണ്ടായി. ഞാൻ ഹിപ്നോസിസുമായി ബന്ധപ്പെട്ട് ഇത്തരം കഥകൾ എഴുതിയത് ഒരിക്കലും അയാൾ വായിക്കാൻ സാധ്യതയില്ല. കാരണം ഞാൻ മനസ്സിലാക്കിയട

ത്തോളം അയാൾ മലയാളം പ്രസിദ്ധീകരണങ്ങളൊന്നും വായിക്കുകയോ എന്തിന് കാണുക കൂടി ചെയ്യാറില്ല. അതിനുള്ള യാതൊരു സാഹചര്യവും അയാൾക്കുണ്ടായിരുന്നില്ല. പിന്നെ എന്തിന് നമ്മളെ തേടി അയാൾ വന്നു എന്നത് ആലോചിക്കേണ്ടതുണ്ട്. ഉത്തരം കിട്ടിയാൽ ഞാൻ അറിയിക്കാം. അതുപോട്ടെ. ഇപ്പോൾ നജീബിന് ജയകൃഷ്ണന്റെ സന്ദേശങ്ങൾ ഒന്നും വരുന്നില്ലല്ലോ. അങ്ങനെയാണെങ്കിൽ എനിക്കൊരു ആശയം തോന്നുന്നു. ഇപ്പോൾ ശ്രമിച്ചാൽ നജീബിന് എങ്ങനെയുള്ള ജയകൃഷ്ണനെയായിരിക്കും കാണാൻ കഴിയുക? അഥവാ കാണാൻ തന്നെ കഴിയാതെ വരുമോ? അന്ന് അലറിക്കരയുന്ന ജയകൃഷ്ണനെയാണ് നജീബ് കണ്ടത്. എന്താ നജീബ്, എന്നോട് സഹകരിക്കാമോ?' ഞാൻ നജീബിനെ നോക്കി കൊണ്ടു ചോദിച്ചു.

'പിന്നെന്താ സർ, ഒരു കുഴപ്പവുമില്ല. സാറിന് എന്നെക്കൊണ്ട് ഒരു ഉപാകാരമുണ്ടാവുക എന്ന് പറഞ്ഞാൽ അതിൽ എനിയ്ക്ക് സന്തോഷം മാത്രമേയുള്ളൂ. അതു മാത്രമല്ലല്ലോ. ഇപ്പോൾ എനിയ്ക്കും ഈ ജയകൃഷ്ണനെ കുറിച്ചറിയാൻ താൽപര്യമുണ്ടല്ലോ. എങ്കിലും ചോദിയ്ക്കട്ടെ, എന്നെ പാരാസൈകോളജിസ്റ്റുകളുടെ സങ്കല്പത്തിലുള്ള മീഡിയമാക്കാനാണോ സർ ഉദ്ദേശിക്കുന്നത്. അതായത് എന്നെ ഉപയോഗിച്ച് ജയകൃഷ്ണൻ എന്ന ആത്മാവിനോട് ആശയവിനിമയം നടത്താൻ ?' 'അതെ. ആശയ വിനിമയം നടത്താൻ കഴിയുമെന്ന് എനിക്കു തോന്നുന്നില്ല. അന്നും അതിന് കഴിഞ്ഞിട്ടില്ല. പകരം അയാളെ കാണാൻ നജീബീന് ചിലപ്പോൾ കഴിഞ്ഞേയ്ക്കും. അത്രമാത്രം.' 'ഒ.കെ സർ ഞാൻ ഇവിടെ തന്നെ ഇരുന്നാൽ മതിയോ?' 'മതി. ഞാൻ പറയുന്നത് നല്ല ഏകാഗ്രതയോടെ ശ്രദ്ധിച്ചാൽ മതി.' അത്രയും പറഞ്ഞ് അയാളെ ഹിപ്നോസിസിന് വിധേയമാക്കാൻ ഞാൻ എഴുന്നേറ്റതേയുള്ളു. പുറത്ത് ബുള്ളറ്റിന്റെ ശബ്ദം കേട്ടു. കൃഷ്ണകുമാറായിരിയ്ക്കും. രാവിലെ നേരത്തെ വരുമെന്ന് പറഞ്ഞ ആളാ.. പ്രതീക്ഷിച്ച പോലെ കൃഷ്ണകുമാർ തന്നെ ആയിരുന്നു അത്. ഏതായാലും കറക്റ്റ് സമയത്ത് തന്നെ അയാളെത്തി. ഞാൻ നജീബിനോടും റിയാസിനോടുമായി പറഞ്ഞു. എന്റെ സുഹൃത്താണ്. അയാൾ കൂടി വന്നോട്ടെ. എന്നിട്ടാകാം. നമ്മൾ തുടങ്ങി കഴിഞ്ഞതിന് ശേഷം ആരെങ്കിലും വരുന്നത് ഡിസ്റ്റർബ് ആകും.' അങ്ങനെയെങ്കിൽ അങ്ങനെ എന്നതായിരുന്നു അവരുടെ മുഖത്തുണ്ടായിരുന്ന ഭാവം.

പുറത്ത് നല്ല വെയിലുണ്ടായിരുന്നു. ഞാൻ വെറുതെ ഒന്ന് പുറത്തേക്കിറങ്ങി. മുറ്റത്ത് ദേവതാരു മരത്തിൽ ആ കാക്ക അപ്പോഴുമുണ്ടായിരുന്നു. അതൊന്നു കരയുക കൂടി ചെയ്തില്ലല്ലോ എന്ന് ഞാനോർമ്മിച്ചു.

രാവിലെ കൊടുത്ത ബ്രഡിന്റെ ഒരു കഷണം ദേവതാരുവിന്റെ ഒരു കൊമ്പ ത്തിരിയ്ക്കുന്നുണ്ട്. പെട്ടന്ന് എനിയ്ക്കു തോന്നി ചിലപ്പോൾ ഇന്ന് ഇവിടെ നടക്കുന്നതൊക്കെ അറിയാൻ വന്നിരിയ്ക്കുന്നതായിരിക്കുമോ അത്. അതായത് വല്ല ചാരപ്രവർത്തനവും. ആവോ ചിന്ത വഴിമാറിയപ്പോൾ എന്തോ ഒരു ഉത്കണ്ഠ അനുഭവപ്പെട്ടു. എത്ര ഒഴിവാക്കാൻ ശ്രമിച്ചിട്ടും ആ കാക്കയുടെ ഒളിഞ്ഞുനോട്ടത്തിൽ നിന്ന് മാറി നിൽക്കാനാവുന്നില്ല. ആ നോട്ടത്തിൽ എന്തോ രഹസ്യം പതിയിരിക്കുന്നതു പോലെ. ഇനി കൃഷ്ണേട്ടനെ കാണുമ്പോൾ ഈ കാക്കയുടെ കാര്യം കൂടി പറയണം എന്ന് തീരുമാനിച്ചതിന് ശേഷമാണ് ഞാൻ കൃഷ്ണകുമാറിനേയും വിളിച്ച് അകത്തേയ്ക്ക് കയറിയത്. നജീബ് വളരെ പെട്ടന്ന് ഹിപ്നോസിലെ ത്തുന്ന പ്രകൃതക്കാരനായിരുന്നു. രണ്ടോ മൂന്നോ പ്രാവശ്യമേ നിർദ്ദേശം കൊടുക്കേണ്ടി വന്നതുള്ളൂ. അപ്പോഴേയ്ക്കും അയാൾ ഹാർഡ് ട്രാൻ സിലെത്തിക്കഴിഞ്ഞിരുന്നു.

അദ്ധ്യായം 12

ഹിപ്നോസിസിന്റെ ഇടവഴിയിലൂടെ

'ഈ ഏകാന്ത വിജനതയിൽ ഇരുന്ന് ഒരാത്മാവിനെ കുറിച്ച് ചർച്ച ചെയ്യുന്നതിൽ പരം എന്തു രസമാണ് വേറെയുള്ളത്. ഇതിൽപരം വലിയ അനുഭൂതി എന്ത് ? നിറച്ചു വച്ച ചഷകവും ഈന്തപ്പന കാടുകളും കണ്ട് ഇവിടെയാണ് സ്വർഗം എന്ന് പറഞ്ഞ ഒമർഖയാമെന്ന ഒരു കവിയെ കുറിച്ച് ഞാൻ കേട്ടിട്ടുണ്ട്. അതു പോലെ ഇവിടെയാണെങ്കിൽ നിറച്ചു വച്ച ഗ്ലാസും കേട്ടിരിക്കാൻ പ്രേത കഥയും. ഹാ ഇവിടെയാണ് നരകം എന്ന് പറയേണ്ടിവരുമോ ? ആവോ ?. അത് പോട്ടെ , ഇന്നലെ എന്താ ഉണ്ടായത് അതു പറയണം അതാണ് പറയേണ്ടത്. ഞാൻ സ്വല്പം കൂടുതൽ കഴിച്ചിട്ടുണ്ട്. നിങ്ങളുടെ അടുത്ത് എത്തുന്നതിന് മുമ്പ് ഞാൻ കഴിച്ചിരുന്നു. ഇതും കൂടിയായപ്പോൾ ലേശം ലേശം മാത്രം കൂടിയോന്ന് ഒര് സംശയം. എന്നാലും കഥ കേട്ടാൽ അത് മനസ്സിലാക്കാനുള്ള ബോധമൊക്കെ എനിയ്ക്കുണ്ട്.എന്തൊക്കെയാണ് ഇന്നലെ സംഭവിച്ചത്. പറയടോ കുറച്ചു കൂടുതലാ വുമ്പോൾ കൂടുതൽ ചിന്തിയ്ക്കുവാൻ കഴിയും. ഹിപ്നോസിസിൽ നജീബ് പറഞ്ഞതെന്തൊക്കെയായിരുന്നു?' അശോകൻ സർ അത്യാവശ്യം മൂഡിലാണെന്ന് എനിയ്ക്ക് തോന്നി. അദ്ദേഹം പറഞ്ഞത് തന്നെ വീണ്ടും വീണ്ടും ആവർത്തിച്ചു കൊണ്ടിരിയ്ക്കുകയാണ്.ഇന്നലെ അവർ വന്നതും നജീബിനെ ഹിപ്നോസിസിന് വിധേയമാക്കിയതുമായ കാര്യങ്ങൾ ഞാൻ വിശദീകരിച്ചു.

'പ്രതീക്ഷിച്ചതു പോലെ വളരെ പെട്ടന്നുതന്നെ നജീബ് ഹിപ്നോസിസിന്റെ ഹാർഡ് ട്രാൻസിൽ എത്തി. പിന്നെ അയാളോട് ഞാൻ പറഞ്ഞു. നിങ്ങളിപ്പോൾ ജയകൃഷ്ണനെ കാണുന്നുണ്ട്. നന്നായി വ്യക്തമായി കാണുന്നുണ്ട്. ശ്രദ്ധിച്ചു നോക്കു കാണുന്നില്ലേ ഉണ്ട് വ്യക്തമായി കാണുന്നുണ്ട്. വളരെ പതുക്കെ ശബ്ദം പുറത്തു കൊണ്ടുവരാൻ വളരെ ബുദ്ധിമുട്ടിയിട്ടെന്ന പോലെ അയാൾ പറഞ്ഞു. നിങ്ങൾ കാണുന്ന അയാളുടെ രൂപം ഒന്നു വിവരിയ്ക്കൂ.ഞാൻ ആവർത്തിച്ചു പറഞ്ഞു. 'ചെറിയ താടിയുണ്ട്. ഒരു ഇരുപത്താറ് ഇരുപത്തേഴ് വയസ് പ്രായം തോന്നിയ്ക്കും. ഇളം നീല ഷർട്ടും വെള്ള മുണ്ടുമാണ് ധരിച്ചിരിക്കുന്നത് ' .'അയാൾ വളരെ സന്തോഷവാനാണോ?'

'അല്ല , അയാൾ കരയുന്നൊന്നുമില്ലെങ്കിലും മുഖത്ത് വല്ലാത്ത ഒരു ദുഃഖഭാവമാണുള്ളത്'. ഇത്രയും കേട്ടപ്പോൾ എനിയ്ക്ക് സംശയമായി. യഥാർത്ഥത്തിൽ അദ്ദേഹം ആഗ്രഹിച്ചതുപോലെ അദ്ദേഹത്തിന്റെ മരണ രഹസ്യം വെളിപ്പെട്ടു കഴിഞ്ഞെങ്കിലും അദ്ദേഹത്തിനിപ്പോഴും ഒരു സംതൃപ്തിയും കാണുന്നില്ല. അതിന് കാരണമെന്തായിരിക്കും. ഞാൻ നജീബിനോട് പറഞ്ഞു. 'അദ്ദേഹം ആവശ്യപ്പെട്ട കാര്യങ്ങളൊക്കെ ഞങ്ങൾ ചെയ്തു കഴിഞ്ഞു.എന്നിട്ടും അദ്ദേഹം സംതൃപ്തനല്ലെങ്കിൽ അതിനൊരു കാരണമുണ്ടാവും ജയകൃഷ്ണൻ ഇപ്പോൾ അത് പറയും. അത് നജീബിന് മാത്രം കേൾക്കാം. കേൾക്കുന്നുണ്ടോ നജീബ് ? '

'ഉണ്ട് കേൾക്കുന്നുണ്ട്.'

'എങ്കിൽ പറയു എന്താണ് കേട്ടത് ?'

'അയാൾ സ്വതന്ത്രനല്ല. കൂടുതലൊന്നും ചോദിയ്ക്കരുത്. ചെയ്തു തന്ന സഹായത്തിന് നന്ദി.ഇത്രയുമാണ് അയാൾ പറയുന്നത്.' 'ആരാണ് അയാളെ തടങ്കലിലാക്കിയിരിക്കുന്നത്. അത് അയാൾ പറയും കേൾക്കുന്നുണ്ടോ നജീബ് ?' 'ഇല്ല. ഇപ്പോൾ കണ്ണിൽ വെള്ളം നിറച്ചിരിയ്ക്കുകയാണ്. ഒന്നും പറയുന്നില്ല'.

'അയാൾ നിൽക്കുന്ന സ്ഥലം എവിടെയാണെന്ന് ഒന്നു ശ്രദ്ധിച്ച് നോക്കു എന്തെങ്കിലും മനസ്സിലാകുന്നുണ്ടോ?'

'അത് , ഒരു മരത്തിന് ചുവട്ടിലാണ് അയാൾ നില്ക്കുന്നത്. ദൂരെ ഓലയൊ പുല്ലോ പോലുള്ള എന്തോ കൊണ്ട് മേഞ്ഞ ഒരു കൊച്ചു വീടു കാണാം. ചുറ്റുഭാഗത്തും നിറയെ മരങ്ങളുണ്ട്. ഒരു കാട്ടുപ്രദേശമാണെന്ന് തോന്നുന്നു. വേറെ തിരിച്ചറിയാൻ പറ്റിയ എന്തെങ്കിലും അടയാളങ്ങളുണ്ടോ ?

ചില മരത്തിൽ പശുക്കളെ കെട്ടിയിട്ടുണ്ട് മൂന്നണ്ണത്തിനെ എനിക്ക് കാണാനുണ്ട്.

പിന്നെ എനിയ്ക്ക് തീരെ പരിചയമില്ലാത്ത ഒരു വൻ മരമിവിടെ കാണാനുണ്ട്. മുമ്പ് ഞാനത് കണ്ടിട്ടേയില്ല. വലിയ മരമാണ്. പക്ഷെ തടി മരത്തിൽ പോലും നിറച്ച് പൂക്കളും കായ്കളുമുണ്ട്. ഒരു പ്രത്യേകതരം മരം. ചെറിയ ഫുഡ് ബോളിന്റെ വലിപ്പത്തിലുള്ള കായ അതിലുണ്ട്.' 'ജയകൃഷ്ണന് ഞങ്ങളെ എന്തെങ്കിലും അറിയിക്കണമെന്നുണ്ടെങ്കിൽ തീർച്ചയായും ഇപ്പോൾ അത് നജീബിനോട് പറയും. കേൾക്കു എന്താണ് പറഞ്ഞത് '.

'ഒറ്റവാക്ക് മാത്രമേ പറഞ്ഞൊള്ളു. മോക്ഷം. അതാ അയാൾ പോയി ആ മൺകുടിലിനകത്തേയ്ക്കാണ് അയാൾ പോകുന്നത്. അവിടെ

നിന്ന് എന്തൊക്കെയൊ ശബ്ദം കേൾക്കുന്നുണ്ട്. എന്തൊക്കെയൊ വാദ്യങ്ങളുടെ ശബ്ദമാണ്. എനിയ്ക്ക് തോന്നുന്നത് അവിടെ എന്തോ പൂജ നടക്കുന്നുണ്ടെന്നാണ്. അയാൾ മറഞ്ഞ് പോയി ഇപ്പോൾ പുറത്ത് വരുന്നത് നരകലർന്ന താടിയുള്ള ഒരാളാണ്. താടി എന്ന് പറഞ്ഞാൽ വല്ലാത്ത താടിയാണ് കൃത്യമായി ഒതുക്കി വെട്ടാത്ത ഭീകരൻ താടി. അയാൾ ഒരു മുണ്ട് മാത്രം എടുത്തിട്ടുള്ളു. ഷർട്ടിട്ടില്ല. പുറത്ത് വന്ന് ചുറ്റും പാടും ഒന്നു നോക്കി അകത്തേയ്ക്ക് പോയി. അയാൾക്ക് ഒരു അമ്പത്തഞ്ച് അറുപതിനടുത്ത് പ്രായം തോന്നും പക്ഷെ വലിയ ഗൗരവക്കാരനാണ്. ആ നോട്ടത്തിലും ഭാവത്തിലും വല്ലാത്ത ഗൗരവമുണ്ട്. കുറച്ച് തടിച്ച് നീളം കുറഞ്ഞ പ്രകൃതി.കഴുത്തിൽ ഒരു മാലയണ്ട്. സ്വാമിമാരുടെ ഒക്കെ കഴുത്തിൽ കാണാറില്ലേ, അതേ പോലെയൊന്ന്. അയാളുടെ മുഖത്തെന്തോ വല്ലത്ത ഒരു തേജസ്സുള്ളപോലെ . ഇപ്പോൾ അയാളും മറഞ്ഞു പോയി ' നജീബ് നിറുത്തിയപ്പോൾ ഞാൻ വീണ്ടും ചോദിച്ചു. 'തടിച്ചു കുറുതായിട്ടാണെന്ന് പറഞ്ഞ അയാളുടെ നിറം എങ്ങനെ'

'ഇരുനിറത്തിലാണ്. പക്ഷെ നല്ല ആകർഷണീയമാണയാളുടെ മുഖം.' 'ഷർട്ട് ധരിച്ചിട്ടില്ലെന്ന് പറഞ്ഞു. മുണ്ടാണോ അതോ മറ്റെന്തെങ്കിലും? അയാൾ എന്തെങ്കിലും പറയണത് കേട്ടുവോ?' പറയുന്നതൊന്നും കേൾക്കുന്നില്ല. അവിടെ വേറെയാരൊക്കയൊ ഉണ്ട്. ചില ഇംഗ്ലീഷ്കാരുണ്ടെന്ന് തോന്നുന്നു. എനിക്കൊന്നും മനസ്സിലാവുന്നില്ലെങ്കിലും വിദേശികളുടെ ഉച്ചാരണം പോലെ തോന്നുന്ന ഇംഗ്ലീഷ് പതിഞ്ഞ ശബ്ദത്തിൽ കേൾക്കുന്നുണ്ട് പിന്നെ അയാൾ ധരിച്ചിരിക്കുന്നത് സാധാരണ കാവി മുണ്ടാണ് നെറ്റിയിൽ ചെറിയ ഒരു ചന്ദനക്കുറിയുമുണ്ട്.'

'നജീബ് ആ ശബ്ദം കേൾക്കുന്നിടത്തേയ്ക്ക് പ്രവേശിക്കുകയാണ് അതെ അങ്ങോട്ട് കയറി കഴിഞ്ഞു. ഇപ്പോൾ നോക്കു അവിടെ ജയകൃഷ്ണനെ കാണുന്നുണ്ടോ?' 'അതെ ഞാൻ കയറി. അവിടെ അയാളുണ്ട്. അയാളുടെ കൂടെ രണ്ട് വിദേശികളെയും കാണാനുണ്ട്. അദ്ദേഹത്തെ പോലെ തന്നെ തടിച്ച് നീട്ടം കുറഞ്ഞ ഒരാൾ കൂടിയവിടെയുണ്ട്. അയാൾ നിലത്താണിരിയ്ക്കുന്നത്.പക്ഷെ അയാളുടെ മുഖത്ത് ഒരു ക്രൂരതയാണ്. ഇടയ്ക്കിടയ്ക്ക് അയാൾ ജയകൃഷ്ണനെ നോക്കുന്നുണ്ട്. ജയകൃഷ്ണൻ അയാളെയാണ് പേടിയ്ക്കുന്നതെന്ന് തോന്നുന്നു. അവിടെയുള്ള വിദേശികൾ ഇംഗ്ലീഷുകാരാണെന്ന് തോന്നുന്നു. ചെമ്പിച്ച മുടിയും വെള്ളാരം കണ്ണും വെളുത്ത ശരീരവുമുള്ള രണ്ടു പേർ. അവർ ധരിച്ചിരിക്കുന്നത് , ടീഷർട്ടും ഹാഫ് പാന്റും ആണ്. അയ്യോ എന്റെ കാഴ്ച നഷ്ടപ്പെട്ടുവല്ലോ. ആരോ ഒരു കറുത്ത തുണി തൂക്കിയിരിക്കുന്നു.

അപ്പുറത്തുള്ളത് ഞാൻ കാണാതിരിക്കാൻ ചെയ്തതാണ്. ഒന്നും ഒന്നും ഇപ്പോൾ കാണുന്നില്ല.' പിന്നെ എത്രമാത്രം ശ്രമിച്ചിട്ടും നജീബിൽ നിന്നൊന്നും കിട്ടിയില്ല. ഞാൻ ചോദിയ്ക്കുന്ന ചോദ്യങ്ങൾക്ക് അയാൾ മറുപടിയൊന്നും പറഞ്ഞില്ല. സാധാരണ നിലയ്ക്ക് ചിലർ ഹിപ്നോസിസിൽ നിന്ന് സാധാരണ ഉറക്കത്തിലേയ്ക്ക് വഴുതി വീഴാറുണ്ട്. അങ്ങനെ സംഭവിച്ചതാവും എന്ന് ഞാൻ കാരുതി. ഉണരാനുള്ള സജഷൻ പല പ്രാവശ്യം കൊടുത്തിട്ടും അയാളുണർന്നില്ല ഞാൻ അയാളുടെ കൈത്തണ്ടയിലെ നാഡിമിടിപ്പ് നോക്കി. കൃത്യമായിരുന്നു. ഭയപ്പെടാനൊന്നുമില്ലെന്ന് എനിയ്ക്ക് തോന്നി. പക്ഷെ റിയാസ് ആകെ പരിഭ്രാന്തിയിലായിരുന്നു. ഞാൻ പറഞ്ഞു. പേടിയ്ക്കാനൊന്നുമില്ല. അദ്ദേഹം സാധാരണ ഉറക്കത്തിലേയ്ക്കു പോയിരിയ്ക്കുന്നു. അതായിത് സെൻട്രി പോസ്റ്റ് റാപ്പോ റിലേഷൻ നഷ്ടപ്പെട്ടു .അത്രയേയുള്ളു. ഒരഞ്ച് മിനിറ്റ് കഴിഞ്ഞിട്ട് അദ്ദേഹം ഉണർന്നില്ലെങ്കിൽ നോക്കാം.' റിയാസിന് സമാധാനമായി അയാളുണരുന്നതും കാത്ത് ഞങ്ങൾ പരസ്പരം നോക്കിയിരിക്കുകയായിരുന്നു. കൃഷ്ണകുമാർ എന്നൊരാൾ അവിടെ ഉണ്ടെന്ന് പോലും അറിയിക്കാത്ത നിശബ്ദതയിലായിരുന്നു അയാൾ. എങ്കിലും റിയാസ് ചോദിച്ചു. 'എന്താണ് സാർ സെൻട്രി പോസ്റ്റ് ' ഞാൻ വിശദീകരിച്ചു. ഞങ്ങൾ ഹിപ്നോട്ടിസ്റ്റുകൾ പറയുന്ന ചില സാങ്കേതിക പദങ്ങളുണ്ട്. ഒരു ഹിപ്നോട്ടിസ്റ്റും സബ്ജക്ടും തമ്മിലുള്ള ബന്ധത്തെ സാങ്കേതികമായി പറയുന്നത് സെൻട്രി പോസ്റ്റ് റാപ്പോ റിലേഷൻ എന്നാണ്. സബ്ജക്റ്റിന്റെ സെൻട്രി പോസ്റ്റിനെ ഹിപ്നോട്ടിസ്റ്റിന്റെ റാപ്പോ കീഴടക്കുന്നതാണ് ഹിപ്നോസിസ് ആ ബന്ധം മുറിഞ്ഞാൽ സബ്ജക്ട് സാധാരണ ഉറക്കത്തിലേയ്ക്കു പോവും. അതാണ് നജീബിന് സംഭവിച്ചത് ' പറഞ്ഞുകൊണ്ടിരിക്കെ അഞ്ച് മിനിട്ട് കഴിഞ്ഞു കാണണം. ഒരു ഉറക്കത്തിൽ നിന്ന് എന്ന പോലെ നജീബ് ഉണർന്നു. ഉണർന്നതിന് ശേഷം വല്ലാത്ത ഒരു പരിഭ്രാന്തി അയാൾക്കുണ്ടായിരുന്നു. ഞാൻ സാവധാനം കാര്യങ്ങൾ ബോധ്യപ്പെടുത്തി. അതോടെ അയാൾ ഒ.കെ. ബാക്കി ഞാൻ പറയാത്തതെന്തെങ്കിലുമുണ്ടെങ്കിൽ കൃഷ്ണകുമാർ പറയും.' ഞാൻ പറഞ്ഞു നിറുത്തിയപ്പോൾ കൃഷ്ണകുമാർ പറഞ്ഞു. ' ഒരു വിധം കാര്യങ്ങളൊക്കെ സാറു പറഞ്ഞു. പക്ഷെ, ആ പുറത്തുവന്ന ആളുടെ രൂപം കറുപ്പും വെളുപ്പും ഇടകലർന്ന നല്ല താടിയുള്ള കുറച്ച് കറുത്ത് അധികം നീളമില്ലാത്ത ഒരാളായിരുന്നു. ജയകൃഷ്ണൻ അകത്ത് പോയതിന് ശേഷം അയാൾ ചുറ്റുപാടും ഒന്ന് വീക്ഷിച്ചിട്ടാണ് അകത്ത് പോയത്. ജയകൃഷ്ണൻ തീരെ താല്പര്യമില്ലാതെയാണ് പോയത്. പ്രത്യേകം അയാൾ

പോകുമ്പോൾ വിഷാദത്തോടെ ഒന്നു ചിരിച്ചു കൈവീശി കാണിച്ചു. നജീബ് പറഞ്ഞത് ഞാനും കേട്ടതാണല്ലോ. ഇത് വളരെ പ്രധാനപ്പെട്ട ഒരു ഇൻഫർമേഷനാണെന്ന് എനിയ്ക്ക് തോന്നി. സാറിന് ചിലപ്പോൾ തോന്നിയിട്ടുണ്ടാവില്ല. ഇത്രയേ എനിയ്ക്ക് കൂട്ടി ചേർക്കാനുള്ളു. അതിൽ നിന്ന് എനിയ്ക്ക് തോന്നുന്നത് ജയകൃഷ്ണന് ഇപ്പോഴും നമ്മളെ ഇഷ്ടമാണ്. അയാൾ നമുക്കെതിരെ ഒന്നും ചെയ്യില്ല. പക്ഷെ അയാൾക്ക് നമ്മളെ സഹായിക്കാൻ കഴിയില്ല. അയാൾക്ക് എന്തോ അപകടമുണ്ട്. അതെന്താണ് എന്ന് കണ്ടെത്തിയാൽ കാര്യം നമ്മൾ വിചാരിച്ച വഴിയ്ക്കു വരും.' അശോകൻ സാർ ചോദിച്ചു. 'അയാൾ വല്ല മന്ത്രവാദിയുമായിരിയ്ക്കുമോ?'

'അങ്ങനെ വരാൻ ഒരു സാധ്യതയുമില്ല എന്ന് പറയാൻ വയ്യ.. ഒരു മന്ത്രവാദിയുടെ രൂപവുമായി കണക്റ്റ് ചെയ്യാൻ പറ്റിയ ചിലതൊക്കെ നജീബിന്റെ വാക്കുകളിലുണ്ട്. അയാളിൽ കണ്ടതായി നജീബ് പറഞ്ഞ. നെറ്റിയിലെ കുറി. ഉടുത്തിരിക്കുന്ന കാവി മുണ്ട് രുദ്രാക്ഷം പോലെയുള്ള മാല അങ്ങനെ പലതും. എങ്കിലും ഞാൻ വിചാരിക്കുന്നു മന്ത്രവാദി ആയിരിക്കില്ല എന്ന്.' ഞാൻ പറഞ്ഞത് കൃഷ്ണകുമാറിന് അംഗീകരിക്കാൻ കഴിഞ്ഞില്ല.. 'അങ്ങനെ ഉറപ്പിക്കാൻ എനിക്ക് കഴിയില്ല.കാരണം അകത്ത് നിന്ന് ചില വാദ്യങ്ങൾ കേൾക്കാമെന്ന് നജീബ് പറഞ്ഞിരുന്നു. സാറത് ശ്രദ്ധിച്ചില്ല എന്ന് തോന്നുന്നു.' കൃഷ്ണകുമാറിന്റെ അഭിപ്രായം കേട്ടപ്പോൾ ഞാനൊന്നും മിണ്ടിയില്ല വാദ്യം എന്നത് കൊണ്ട് എന്തായിരിക്കും ഉദ്ദേശിക്കുക. ചെണ്ട, ചേങ്ങില അതൊന്നും ആയിരിക്കണമെന്നില്ല. ചിലപ്പോൾ മണിയടിയ്ക്കുന്ന ശബ്ദമായാലും മതി. അങ്ങനെയാണെങ്കിൽ അവിടെ എന്താ പൂജ നടക്കുന്നുണ്ടെന്ന് വിചാരിയ്ക്കാം. ഞാൻ മിണ്ടാതിരിയ്ക്കുന്നത് കണ്ടിട്ടാവാം അശോകൻസാർ ചോദിച്ചു. 'നിന്റെ ഊഹം അയാളാരായിരിക്കുമെന്നാണ് ? മാന്ത്രികനല്ലെങ്കിൽ പിന്നെ ആര് ? ഒരാത്മാവിനെ നിയന്ത്രിയ്ക്കുവാൻ ശക്തിയുള്ള ഒരാൾ എന്നു പറയുമ്പോൾ എനിയ്ക്കു തോന്നുന്നു അയാൾ ശുദ്ധ മാന്ത്രികൻ തന്നെ ആയിരിക്കണം.' ഞാൻ പറഞ്ഞു. 'നമ്മൾ ഹിപ്നോസിസാണ് ചെയ്തത്. പാരാസൈക്കോളജിസ്റ്റുകൾ ചെയ്യുന്ന പോലെ ഒന്നുമല്ല ഇത്. ഹിപ്നോസിസിൽ ഒരു വ്യക്തിയിൽ പല തരത്തിലുള്ള ഹലൂസിനേഷൻസ് ഉണ്ടാകാം. ഒരു ഹിപ്നോട്ടിസ്റ്റ് വിചാരിച്ചാൽ ഉണ്ടാക്കി എടുക്കുവാനും കഴിയും. ആ അർത്ഥത്തിൽ ഇതൊക്കെ സത്യമാണെന്ന് നമ്മൾ പൂർണമായും വിശ്വസിക്കുന്നത് വിഢിത്തമാണ്. നമുക്ക് ഇക്കാര്യങ്ങൾ സുരേന്ദ്രനാഥൻ സാറോട് സംസാരിക്കാം. ഇതിൽ എ

ന്തെങ്കിലും പാരാനോർമൽ അനുഭവങ്ങളുണ്ടോ എന്ന് അദ്ദേഹം വിലയിരുത്തട്ടെ ഞാൻ നാളെ അദ്ദേഹത്തെ വിളിച്ച് ചോദിച്ചതിന് ശേഷം പറയാം.' ഞാൻ പറഞ്ഞത് ശരിയാണെന്ന അഭിപ്രായമായിരുന്നു രണ്ട് പേർക്കും. എന്നാലും കൃഷ്ണകുമാറിന് ഒരു സംശയം. 'ഇത് സുരേന്ദ്രനാഥൻ സാറെ അറിയിച്ചോളു. അതോടൊപ്പം ആ ഏഭ്യൻ നമ്പൂരിയെ കൂടി അറിയിക്കുന്നതാണ് നല്ലതെന്നാണ് എന്റെ പക്ഷം അദ്ദേഹം ഇക്കാര്യത്തിൽ പറഞ്ഞത് മാഷിന് ഓർമ്മയില്ലേ? അയാൾ കൃത്യമായി വിലയിരുത്തിയിട്ടുണ്ട്. അയാളെ അറിയിക്കണം എന്താ വേണ്ടേ?' അതിനെന്താ കൃഷ്ണേട്ടനെ വിളിച്ച് പറയാം. ഒരു കണക്കിൽ കൃഷ്ണകുമാർ പറഞ്ഞതാണ് ശരി.. അദ്ദേഹം വല്ലാത്ത അറിവുള്ള ഒരു വ്യക്തിയാണ്. നമ്മൾ വളരെ നിസ്സാരനായി കാണുന്നുവെങ്കിൽ അതിന് കാരണം നമ്മുടെ പരിമിതി മാത്രമാണ്. ഞാൻ അദ്ദേഹത്തെയും വിളിച്ചു കാര്യങ്ങൾ പറയാം.' അപ്പോൾ കൃഷ്ണകുമാർ പറഞ്ഞു. 'സാറ് പറഞ്ഞോളു പക്ഷെ മുഴുവൻ കാര്യങ്ങളും പറയേണ്ട . കൃഷ്ണകുമാർ വന്ന് പറയും എന്ന് പറഞ്ഞാൽ മതി. അങ്ങനെയാണെങ്കിൽ എനിക്കവിടെയൊന്നു പോകാം. അദ്ദേഹത്തോട് കുറച്ച് നേരം സംസാരിയ്ക്കാം. സാറ് അങ്ങനെ ചെയ്യുമോ?.. എനിയ്ക്ക് അദ്ദേഹത്തെ ഒന്ന് ഒറ്റയ്ക്ക് കാണണം. അദ്ദേഹത്തെ വെറും ഒരു ഏഭ്യൻ നമ്പൂതിരി എന്ന നിലയ്ക്കേ ഞാൻ കണ്ടിരുന്നുള്ളു. പക്ഷെ അന്ന് നമ്മൾ പോയപ്പോൾ അദ്ദേഹത്തിന്റെ വാക്കുകളിൽ നിന്ന് അയാളുടെ അറിവും ബോധവും മനസ്സിലായി. എനിയ്ക്ക് ഒറ്റായ്ക്ക് ഒന്ന് അയാളെ കാണണം. മാഷേ വിളിച്ച് പറയോ?' കൃഷ്ണകുമാറിന്റെ വിഷയം എനിയ്ക്കു മനസ്സിലായി.. അയാൾ അങ്ങനെയാണല്ലോ പണ്ട് രാമേട്ടനെ കൊണ്ട് ചരടുണ്ടാക്കി കെട്ടിയ ആളാണ്. അത് മനസ്സിലാക്കിയത് കൊണ്ട് ഞാൻ പറഞ്ഞു. 'ശരി , ഞാൻ വിളിച്ചു പറയാം. കാര്യങ്ങൾ നീ അവിടെ പോയി ബോധിപ്പിച്ചാൽ മതി. ഒ.കെ. നമുക്ക് ഇന്ന് പിരിയാം. ബാക്കി നാളെ അശോകൻ സാറെ എഴുനേൽക്കു പോവണ്ടെ സമയം ഇരുട്ടായി. ആപാടവരമ്പ് നിങ്ങൾക്കറിയുന്നതല്ലേ? നിങ്ങൾ അവിടെ , എവിടെ എങ്കിലും വീണാൽ ഞാൻ കുഴങ്ങിയതുതന്നെ നിങ്ങളെ നാട്ടുകാർക്കറിയില്ല. എന്നെ ഇവിടെ എല്ലാവർക്കുമറിയാം ഞാനാണ് മോശക്കാരനാവുക എഴുനേൽക്കു.' 'അശോകൻ എന്ന ഈ ഞാൻ നിനക്ക് ഒരു മോശവുമുണ്ടാക്കില്ല, അല്ല പിം..' അതും പറഞ്ഞു കൊണ്ട് അശോകൻ സാർ എഴുന്നേറ്റു . നടക്കുമ്പോൾ വല്ലാതെ ആടിയുലയുന്ന അശരീരത്തെ ഞാനും കൃഷ്ണകുമാറും രണ്ട് ഭാഗത്തു നിന്നും സംരക്ഷിച്ച് ഒരു വിധം

പാടവരമ്പിലൂടെ നടന്നു. അതിനിടയിൽ കൃഷ്ണകുമാർ പറഞ്ഞു. 'സർ ഞാൻ കണ്ട ഒരു സ്വപ്നത്തെ കുറിച്ച് സാറിനോട് പറഞ്ഞിരുന്നില്ലേ ആ സ്വപ്നത്തിൽ ജയകൃഷ്ണന്റെ കൂടെ ഉണ്ടായിരുന്ന ആളും നജീബ് പറഞ്ഞ ആളും ഏകദേശം ഒരു പോലെയാണ് എനിയ്ക്ക് തോന്നിയത്. അക്കാര്യവും നാളെ തിരുമേനിയോടും സുരേന്ദ്രനാഥൻ സാറോടും പറയണം.' കൃഷ്ണകുമാർ പറയുന്നതിനു മുമ്പേ അക്കാര്യം ഞാൻ തീരുമാനിച്ചിരുന്നു. ഞാൻ കൃഷ്ണകുമാറിനെ അറിയിച്ചിട്ടില്ലെങ്കിലും ആ സ്വപ്നം ഞാനും കണ്ടതായിരുന്നുവല്ലോ. സമാനമായ സ്വപ്നം രണ്ട് പേർ കാണുക അതേ രൂപം തന്നെ മീഡിയം പരിചയപ്പെടുത്തുക അങ്ങനെ നോക്കുമ്പോൾ അതിലൊരു അസാധാരണത്വമുണ്ട്. എല്ലാം സാറിനോട് വിശദമായി ചർച്ച ചെയ്യണം. കൃഷ്ണകുമാറിന്റെ ആഗ്രഹം രണ്ട് പേരോടും ചർച്ച ചെയ്യണമെന്നാണ്. സാറിനോട് പറയാമെന്ന് ഞാൻ പറഞ്ഞാൽ അപ്പോൾ അയാൾ തിരുമേനിയോട് പറയേണ്ടതിന്റെ ആവശ്യകത വ്യക്തമാക്കും . തിരുമേനിയോട് പറയാമെന്നാണ് ഞാൻ പറഞ്ഞാൽ അപ്പോൾ സാറിനെ അയിക്കേണ്ടതിന്റെ പ്രാധാന്യം പറയും. രണ്ട് പേരെയും അറിയിച്ച് രണ്ടു പേരും വിലയിരുത്തി ആ അഭിപ്രായം കേട്ടാലേ അയാൾക്ക് സമാധാനമാവൂ. പാവം കൃഷ്ണകുമാർ.

അധ്യായം 13

അജ്ഞാതന്റെ പിറകിൽ

സുരേന്ദ്രനാഥർ സാറെ തന്നെ വിളിച്ചത് നന്നായി എന്ന് തോന്നി. എനിയ്ക്ക് പങ്കുവെയ്ക്കാനുള്ളതിൽ കൂടുതൽ കാര്യങ്ങൾ അദ്ദേഹത്തിന് പറയാനുണ്ടായിരുന്നു. അദ്ദഹം ഞാൻ പറയുന്നത് കേൾക്കുന്നതിന്നു മുമ്പ് തന്റെ അഭിപ്രായങ്ങൾ ഇങ്ങോട്ട് പറഞ്ഞു. ഏതായാലും അത് കഴിഞ്ഞിട്ടാവാം എനിയ്ക്ക് പറയാനുള്ളത് എന്ന് ഞാനും കരുതി. അദ്ദേഹം പറയുകയാണ്. ' സുധീർ ഈ വിഷയത്തിൽ നമ്മൾ ഇറങ്ങാൻ എന്തായാലും തീരുമാനിച്ചു. അപ്പോൾ ചില വിദഗ്ദ്ധാഭിപ്രായങ്ങൾ ആവശ്യമാണല്ലോ. അന്ന് ഞാൻ നിന്നോട് പറഞ്ഞിരുന്നില്ലെ ഒരു രാഘവ് ജിയെ കുറിച്ച് ഞാൻ ഗുരുസ്ഥാനത്ത് കാണുന്ന ഒരു മഹാരഥൻ. കേരളീയർക്ക് അത്ര പരിചിതനല്ലെങ്കിലും ഇന്ത്യയിൽ പല സ്ഥലത്തും വിദേശത്തും അയാൾക്ക് ഏറെ ആരാധകരുണ്ട്. പാരാസൈക്കോളജിയിൽ അഗാധ പണ്ഡിതനാണ്. മനശ്ശാസ്ത്രം, ജ്യോതിഷം, പാമിസ്റ്ററി , തന്ത്ര , മന്ത്ര എന്നു വേണ്ട ഒട്ടുമിക്ക കാര്യങ്ങളിലും അഗാധമായ അറിവുള്ള മനുഷ്യൻ. യഥാർത്ഥത്തിൽ എനിയ്ക്ക് യുക്തിവാദ കാലത്തുള്ള പരിചയമാണ്. അയാളുടെ പ്രഭാഷണവും പിന്നെ നിരന്തരമുള്ള സംസാരവുമാണ് എന്റെ മനോഗതി തന്നെ മാറ്റിയത്. എന്തായാലും . എന്റെ യുക്തിവാദത്തെ ഇല്ലാതാക്കി എന്നെ ആത്മീയ മാർഗത്തിലേക്ക് നയിച്ച എന്റെ ഗുരുവാണ് രാഘവ് ജി. ഇതൊക്കെ മുമ്പ് നിന്നോട് പറഞ്ഞതാണ് . ഇപ്പോൾ പറയാൻ പ്രത്യേക കാരണമുണ്ട്. വളരെ തിരക്കുള്ള മനുഷ്യനല്ലെ , എപ്പോഴും വിളിച്ച് ബുദ്ധിമുട്ടിയ്ക്കുന്നത് ശരിയുമല്ല പിന്നെ ഞാൻ ഒന്നും ചിന്തിച്ചില്ല. നേരെ ഹൈദരാബാദിന് ഒരു ടിക്കറ്റെടുത്തു.ഞാൻ പോയി അദ്ദേഹത്തെ കണ്ടു. അദ്ദേഹത്തിന്റെ ആശ്രമത്തിൽ പണ്ടേ പലതവണ ഞാൻ പോയതാണ്. സത്യം പറഞ്ഞാൽ അതിൽ നിന്നൊക്കെ ഒരു പാട് മാറ്റം വന്നിരിയ്ക്കുന്നു. എന്തൊരു ഭംഗിയാണെന്നോ അശ്രമത്തിന് . വാർപ്പ് ബിൽഡിംഗാണെങ്കിലും അതിനുമുകളിൽ പുല്ലുകൾ നിരത്തി ഒറ്റ നോട്ടത്തിൽ ഒരു പുൽകുടിൽ പോലെ ആക്കിയിരിയ്ക്കുന്നു. . അത്ര മാത്രം മനോഹരം. നിറയെ മരങ്ങൾ വെച്ച് പിടിപ്പിച്ച് ഒരു കൃത്രിമവനത്തിന്റെ പ്രതീതിയുണ്ട് അവിടെ ചെന്നാൽ. പി

ന്നെ അതിനു മുമ്പിൽ ഒരു സർപ്പഗന്ധി നിറച്ചു പൂവും കായുമായി നിൽക്കുന്നുണ്ട്. കാണേണ്ട കാഴ്ചയാണത്. ഞാൻ ചെന്നപ്പോൾ നിരവധി വിദേശികൾ അവിടെയുണ്ടായിരുന്നു. അവർക്കിടയിൽ നിന്ന് അദ്ദേഹം എന്നെ തിരിച്ചറിഞ്ഞു. ശുദ്ധ മലയാളത്തിൽ ഒരു ചോദ്യം. എന്താ ഹേ ഒരു മുന്നറിയിപ്പുമില്ലാതെ പണ്ടും ഞങ്ങൾ സംസാരിച്ചിരുന്നത് മലയാളത്തിൽ തന്നെയാണ്. പക്ഷെ അദ്ദേഹത്തിന്റെ ക്ലാസ് ഞാൻ കേട്ടത് അധികവും ഏറ്റവും ലളിതമായ ഇംഗ്ലീഷിൽ തന്നെയായിരുന്നു. പിന്നെ അദ്ദേഹത്തെ കുറിച്ച് പറയാനല്ല , അദ്ദേഹം പറഞ്ഞത് പറയാനാണ് ഞാൻ നിന്നെ വിളിയ്ക്കണമെന്ന് വിചാരിച്ചത്. അപ്പോഴാണടോ താൻ എന്നെ വിളിയ്ക്കുന്നത്. എന്തായാലും വിഷയം മുഴുവൻ ഞാൻ അദ്ദേഹത്തിന്റെ മുന്നിലവതരിപ്പിച്ചു. മുമ്പ് വിളിച്ച് ഞാൻ സംസാരിച്ചപ്പോൾ അതിൽ നിന്ന് പിൻമാറാനാണ് അദ്ദേഹം പറഞ്ഞത്. അത് കൊണ്ടാണ് നേരിൽ കണ്ട് കാര്യത്തിന്റെ ഗൗരവം ബോധ്യപെടുത്താമെന്ന് തോന്നിയത്. വിഷയം കേട്ടപ്പോൾ അത് വേണോ അതിന്റെ പിന്നിൽ പോകുന്നത് ശുഭമാവില്ല എന്ന് അന്ന് ഫോണിൽ പറഞ്ഞ പോലെത്തന്നെയാണ് അദ്ദേഹം തുടങ്ങിയത്. പിന്നെ ഒരു വിഷമകരമായ കാര്യം പറഞ്ഞു. നിങ്ങൾ യാത്ര തുടരണമെന്നാണ് ആഗ്രഹിയ്ക്കുന്നതെങ്കിൽ ഞാൻ തടയില്ല. പക്ഷെ ഒന്നു പറയാം. യാത്ര പോയാൽ അവസാനിയ്ക്കുന്നിടത്ത് ഒരു മരണം സുനിശ്ചയം. അത് നിങ്ങളിലൊരാളാവാം അല്ലെങ്കിൽ എതിരാളികളിൽ ഒരാളാവാം. പക്ഷെ താങ്കൾ പറഞ്ഞത് കേട്ടപ്പോൾ തോന്നുന്നത് പിൻമാറുരുത് എന്നാണ് . മരണം കൂടെയിരിയ്ക്കുന്നു കൂടെ സഞ്ചരിയ്ക്കുന്നു. അതിനെ ഭയപ്പെടുന്നതിലിർത്ഥമില്ല.. അത് കൊണ്ട് കഴിയുന്നതും നല്ലതുമാത്രം ചെയ്യുക . ആരുടെ പിറകിൽ സഞ്ചരിയ്ക്കുകയാണെങ്കിലും അനാവശ്യമായ വഴികളിലൂടെ സഞ്ചരിയ്ക്കാതിരിയ്ക്കുക. നിങ്ങളുടെ ലക്ഷ്യം നല്ലതും സ്വാർത്ഥ താൽപര്യമില്ലാത്തതുമാണല്ലോ . അതുകൊണ്ട് നല്ല മാർഗത്തിലൂടെ തന്നെയായിരിയ്ക്കണം യാത്ര. അങ്ങനെയാണെങ്കിൽ ഏത് അപകട സമയത്തും എന്റെ സഹായമുണ്ടാകും. അദ്ദേഹം ഒരു തരത്തിലും സഹായിക്കുവാൻ താൽപര്യപ്പെടില്ല എന്നാണ് ഞാൻ കരുതിയിരുന്നത്. ഇപ്പോൾ ആ അഭിപ്രായം മാറി. നേരിട്ടു കണ്ടു പറഞ്ഞതിന്റെ ഗുണമുണ്ടായി എന്ന് സാരം. ഇനി നമുക്കൊന്നും പേടിയ്ക്കാനില്ല. അദ്ദേഹം ഒപ്പമുണ്ടെങ്കിൽ പിന്നെ ഒരു പാരസൈക്കോളജിസ്റ്റിനേയും ഒരു മാന്ത്രികനേയും നമ്മൾ ഭയപ്പെടേണ്ടതില്ല.'

സുരേന്ദ്രനാഥൻ സാർ വല്ലാത്ത സന്തോഷത്തിലായിരുന്നു. എ

ന്നാൽ ആസമയത്ത് അദ്ദേഹത്തിന്റെ സന്തോഷം എനിയ്ക്ക് അത്ര മാത്രം ആസ്വദിയ്ക്കുവാൻ കഴിഞ്ഞില്ല. എവിടെയൊക്കെയൊ എന്തോക്കെയൊ പ്രശ്നങ്ങൾ എനിയ്ക്ക് ഫീൽ ചെയ്തു. അതുകൊണ്ടാണ് ഞാൻ ചോദിച്ചത്, 'രാഘവ്ജി മലയാളിയാണെന്ന് സർ മുമ്പേ പറഞ്ഞതായി ഓർമ്മയുണ്ട്. ഇത്ര നന്നായി ഇപ്പോഴും മലയാളം പറയുന്ന ഒരാളാണെങ്കിൽ അയാൾക്ക് മലയാളികളുമായി നിരന്തര ബന്ധമുണ്ടാകാൻ സാധ്യതയുണ്ടല്ലോ?' 'സംശയിക്കേണ്ട അദ്ദേഹം മലയാളി തന്നെ . വയനാട്ടിലാണ് ജനനം. ഇടയ്ക്കിടയ്ക്ക് അയാൾ ഇപ്പോഴും വയനാട്ടിൽ വരാറുണ്ടെന്ന് എനിയ്ക്കറിയാം. അത് തികച്ചും സ്വകാര്യമായതുകൊണ്ട് ആരും വല്ലാതെ അറിയാറില്ല. പിന്നെ വയാനാട്ടിൽ എവിടെയാണ് ഇയാൾ ജനിച്ചതെന്ന് എനിയ്ക്കറിയില്ല. എന്നാൽ കുറച്ച് കാലം ഇദ്ദേഹം നമ്മുടെ ജയകൃഷ്ണൻ ജനിച്ച ചീരാൽ എന്ന ഗ്രാമത്തിലുണ്ടായിരുന്നു എന്ന് എനിയ്ക്കറിയാം. ഇപ്പോഴും മലയാളികളുമായി നിരന്തര ബന്ധമുണ്ടാകാം. പിന്നെ ഒരു കാര്യം അദ്ദേഹം പ്രത്യകം പറഞ്ഞിട്ടുണ്ട്. യാത്ര ആരംഭിയ്ക്കുന്നതും എത്ര പേർ പോകുന്നുണ്ടെന്ന കാര്യവും ഒക്കെ അദ്ദേഹത്തെ മുൻകൂട്ടിയറിച്ചാൽ അവർക്കൊന്നും ഒരാപത്തും വരാതിരിയ്ക്കാൻ തന്നാൽ കഴിയുന്നത് അദ്ദേഹം ചെയ്തു തരാമെന്ന്. അതു തന്നെ വലിയ കാര്യമല്ലെ ? അദ്ദേഹം അത്ര ചെയ്തു തരുമെന്ന് പറഞ്ഞാൽ തന്നെ നമ്മെ സംബന്ധിച്ചിടത്തോളം, നമ്മുടെ രക്ഷ അദ്ദേഹം ഏറ്റെടുത്തു എന്നു തന്നെയാണ്. വലിയ വളരെ വലിയ കാര്യമാണത് . അതുകൊണ്ട് ഇനി സധൈര്യം നമുക്ക് പോവേണ്ട തിയ്യതിയെ കുറിച്ച് ചിന്തിയ്ക്കാം.' സുരേന്ദ്രനാഥൻസാറിന്റെ വിശ്വാസം അതിരുകവിഞ്ഞിരുന്നു. പിന്നെ ഇത്രയും കേട്ടപ്പോൾ ഞാൻ അദ്ദേഹത്തോട് പറയാൻ വിചാരിച്ച പലതും പറഞ്ഞില്ല . രാഘവ്ജിയെ കുറിച്ച് സുരേന്ദ്ര നാഥൻ സാർ പറഞ്ഞു കേട്ടത് ഒന്ന് മനസ്സിൽ നന്നായി അപഗ്രഥിച്ചു നോക്കി. എന്തെന്നറിയില്ല എന്തോ അപകടത്തിന്റെ സൂചന എനിയ്ക്ക് വല്ലാതെ അനുഭവപ്പെട്ടു. അത് അദ്ദേഹത്തോട് പറയാനും തോന്നിയില്ല. 'അവിടെ അദ്ദേഹത്തിന്റെ ആശ്രമത്തിനുമുന്നിൽ ഒരു വലിയ സർപ്പഗന്ധി മരമുണ്ട് അടിമുതൽ മുടിവരെ പൂത്തു നിൽക്കുന്ന കാഴ്ച വളരെ ഭഗിയുള്ളതാണ് ഇടയ്ക്ക് ഇടയ്ക്ക് അതിന്റെ കായകളും. സുധീർ നീ കണ്ടിട്ടുണ്ടോ സർപ്പഗന്ധി പൂത്തും കായ്ച്ചും നില്ക്കുന്നത്. ചിലർ നാഗലിംഗമരം എന്നാണ് പറയാറ്. ഞാൻ ശരിയ്ക്കും അത്ഭുതപ്പെട്ടു.. ആ മരത്തെ പറ്റി കേട്ടിട്ടുണ്ടെന്നെല്ലാതെ അത് ആദ്യമായി കാണുന്നത് അന്നായിരുന്നു. മുമ്പ് പോയപ്പോൾ ആമരം അവിടെ ഉണ്ടായിരുന്നില്ല..

അതെതേണ് മരം എന്ന് ചോദിച്ചപ്പോൾ അദ്ദേഹം തന്നയാണ് പറഞ്ഞത് ഇതാണ് സർപ്പഗന്ധി എന്ന്. അപ്പോഴാണ് മരത്തിന്റെ പേര് മനസ്സിലായത് പൂവിനിടയിൽ ചില കായ്കളുമുണ്ട്. ഒരു നല്ല തണ്ണിമത്തന്റെ വലിപ്പത്തിൽ അതൊക്കെ തടി മരത്തിൽ തന്നെയാണ് ചില്ലകളിൽ പൂവും കായും ഒന്നുമില്ല നീ കണ്ടിട്ടുണ്ടോ ആ മരത്തെ?' ചില സംസാരം കേൾക്കു മ്പോൾ തോന്നും ഇദ്ദേഹം ചെറിയ കുട്ടിയാവുന്നുണ്ടെന്ന്. അല്ലെങ്കിലും എല്ലാ മനുഷ്യരിലും ഒരു കുട്ടിത്തം എപ്പോഴുമുണ്ടല്ലോ. അതാണല്ലോ അവരെ വളരാൻ പ്രേരിപ്പിയ്ക്കുന്നത്. സർപ്പഗന്ധി മരത്തിന്റെ വിവരണമായിരിയ്ക്കണം എന്റെ ആശങ്കയ്ക്ക് പ്രധാന കാരണമായത്. നജീബിനെ ഹിപ്നോസിസിന് വിധേയമാക്കിയപ്പോൾ അദ്ദേഹം കണ്ട നിറയെ പൂത്തു നിൽക്കുന ഫുട്ബോൾ പോലെ വലിപ്പമുള്ള കായയോട് കൂടിയ ഒരു മരത്തെ കുറിച്ച് പറഞ്ഞിരുന്നു. ആ മരം തന്നെയാകുമോ സുരേന്ദ്രനാഥൻ സാർ പറഞ്ഞ സർപ്പഗന്ധി ? സർപ്പഗന്ധി എന്ന് പറയുന്ന ഒരു ആയുർവേദ മരുന്നുണ്ട്. അതൊരു കുറ്റിചെടിയാണ്. നാടൻഭാഷയിൽ അമൽ പൊരി എന്നു പറയുന്ന അതിനെ ഇഷ്ടം പോലെ കണ്ടിട്ടുണ്ടെങ്കിലും സാറു പറഞ്ഞ ഈ നാഗലിംഗം എന്നു പേരുള്ള സർപ്പഗന്ധിയെ കണ്ടതായി എനിയ്ക്കാർമ്മയില്ല. എന്തായാലും ആ വിവരണം കേട്ടപ്പോൾ തന്നെ സംശയം ശക്തമായി മനസ്സിൽ വന്നതുകൊണ്ട് അത് പുറത്തു കാണിക്കാതെ ഞാൻ ചോദിച്ചു. 'അല്ല ഈ രാഘവ്ജിയെ കണ്ടാൽ എങ്ങനെ?' അദ്ദേഹത്തിന്റെ ഉത്തരം കൂടി കേട്ടപ്പോൾ വല്ലാത്ത ഒരു ഭയമാണെനിയ്ക്ക് തോന്നിയത്. 'രൂപം എന്ന് പറഞ്ഞാൽ, ഇടതൂർന്ന അലസമായ താടി. വലിയ ഉയരമില്ലാത്ത തടിച്ച പ്രകൃതം. ഇരുണ്ട നിറം. വളരെ തേജസുള്ള കണ്ണുകൾ ഒറ്റ കാഴ്ചയിൽ തന്നെ ആരുടെ മനസ്സിലും പതിഞ്ഞു നിൽക്കുന്നതിത്രയുമാണ്.' സുരേന്ദ്രനാഥൻ സാർ പറഞ്ഞ രൂപവും താൻ സ്വപ്നത്തിൽ കണ്ട രൂപവും നജീബ് പറഞ്ഞ രൂപവും ഏതാണ്ടൊക്കെ ഒരു പോലെ തന്നെ. പക്ഷെ സ്വപ്നത്തിൽ കണ്ട രൂപത്തിന് ഇത്ര താടിയില്ലായിരുന്നു എന്നത് ഞാനോർമ്മിച്ചു. അപ്പോൾ ഞങ്ങളന്വേഷിയ്ക്കുന്നത് ഈ രാഘവ്ജിയെ തന്നെയായിരിക്കണം. അയാളുടെ കസ്റ്റഡിയിലായിരിയ്ക്കണം ജയകൃഷ്ണനുള്ളത്. അപ്പോൾ സുരേന്ദ്രനാഥൻ സാർ അറിയാതെയാണെങ്കിലും വേലിയിൽ കിടക്കുന്ന പാമ്പിനെ എടുത്ത് തോളത്തിട്ടപോലെയൊരു പണിയായി ചെയ്തത്. അറവുകാരന്റെ കൈയിൽ തലവച്ചു കൊടുക്കൽ. ചിലപ്പോൾ സാറിനും ജയകൃഷ്ണൻ അയാളുടെ കൂടെയുണ്ടെന്നറിവുണ്ടാവുമോ? അറിഞ്ഞിട്ടുണ്ടെങ്കിൽ അദ്ദേഹം ശരിയ്ക്കും

ആരുടെ കൂടെയാവും. തന്റെ ഗുരുവിനെതിരെ ഒരു വിരൽ ചലിപ്പിയ്ക്കാൻ പോലും അദ്ദേഹത്തിന് കഴിയില്ല. അപ്പോൾ അറിഞ്ഞു കൊണ്ട് അദ്ദേഹം ഞങ്ങളെ ചതിയ്ക്കുകയായിരിയ്ക്കുമോ? അതിന് സാധ്യതയില്ല. അത്തരത്തിൽ ഞങ്ങളെ ചതിച്ചിട്ട് അദ്ദേഹത്തിന് എന്തുലഭിയ്ക്കാനാണ്. അദ്ദേഹത്തിന് രാഘവ്ജി ഇതിന്റെ പിന്നിലുണ്ടെന്ന് ഒരിയ്ക്കലും ചിന്തിയ്ക്കാൻ കഴിയാത്തതാവാം കാരണം.ആദ്യം സഹായിക്കാൻ വിസമ്മതം കാണിച്ച രാഘവ്ജി ഒരു കൂടി കാഴ്ചയിൽ എന്തു സഹായവും ചെയ്യാമെന്ന് പറയാൻ കാരണമെന്തായിരിയ്ക്കും. അയാളുടെ സഹായമില്ലെങ്കിലും ഇറങ്ങിത്തിരിയ്ക്കുമെന്നയാൾക്ക് ബോധ്യമായിട്ടുണ്ടാവാം. അപ്പോൾ പിന്നെ പുതിയ മാർഗം കണ്ടെത്തിയതാവാം ഈ സഹായി ഭാവം. എന്തായാലും ഇനിയുള്ള എല്ലാ കാര്യങ്ങളും സാറിനോട് തുറന്ന് ചർച്ച ചെയ്യാൻ കഴിയില്ല. അതൊക്കെ സാർ രാഘവ്ജിയുമായി കൂടിയാലോചിച്ചാൽ അത് അന്വേഷണത്തിന്റെ ഗതിതന്നെ മാറ്റും. ഇക്കാര്യങ്ങളെല്ലാം കൃഷ്ണകുമാറിനോടൊ അശോകൻ സാറോടെ ചർച്ച ചെയ്യാനും കഴിയില്ല. യാത്രയിൽ അവരിൽ നിന്ന് സുരേന്ദ്രനാഥൻ സാർ ചിലതെങ്കിലുമറിഞ്ഞാൽ അതും വിഷമകരമാവും. എന്തു ചെയ്യണന്നറിയാത്ത വല്ലാത്തൊരു പ്രതിസന്ധിയിലായിരുന്നു എന്റെ മനസ്സ്. ദയനീയമായ മുഖത്തോടെ എന്നെ രക്ഷിയ്ക്കണേ എന്ന ഭാവത്തിൽ നിൽക്കുന്ന ജയകൃഷ്ണന്റെ രൂപം ആലോചിയ്ക്കുമ്പോൾ ഈ യാത്രയിൽ നിന്ന് പിൻ തിരിയാനും തോന്നുന്നില്ല. പിന്നെ എന്റെ മുമ്പിലുള്ള ഒരേയൊരു മാർഗംതിരുമേനി മാത്രമായിരുന്നു. അതുകൊണ്ട് തന്നെ ഒറ്റയ്ക്ക് പോയി തിരുമേനിയെ കാണുവാൻ തന്നെ ഞാൻ തീരുമാനിച്ചു.

ഞാൻ ചെല്ലുമ്പോൾ പതിവു പോലെ നാലുംകൂട്ടി മുറുക്കി അതിന്റെ ലഹരിയിൽ ചാരു കസേരയിലിരുന്നു വായിക്കുകയായിരുന്നു തിരുമേനി. ചാരുപടിയിൽ ഓട്ടു ചെല്ലം തുറന്നു വച്ചിട്ടുണ്ട്. കസേരയ്ക്ക് താഴെ ഓട്ടു കോളാമ്പിയുമിരിയ്ക്കുന്നുണ്ട്. സത്യത്തിൽ ഒരു ഫ്യൂഡൽ പ്രഭുവിന്റെ ചിത്രമാണ് എന്റെ മനസ്സിലേയ്ക്ക് വന്നത്. ഞാൻ തൊട്ടടുത്ത് ചെന്ന് ഒന്നു ചുമച്ച് ശബ്ദമുണ്ടാക്കിയുപ്പാഴാണ് അദ്ദേഹം പുസ്തകത്തിൽ നിന്ന് കണ്ണു മാറ്റിയത്. കുറച്ച് നേരം എന്നെ മിഴിച്ചു നോക്കി. 'എന്താടോ താൻ ഒറ്റയ്ക്ക് ഒരു മുന്നറിയിപ്പുമില്ലാതെ അല്ല തന്റെ ആശിങ്കിടി കൂടെയില്ലേ?' അത്ഭുതത്തോടെ അദ്ദഹം ചോദിച്ചു. ഞാൻ ചാരുപടിയിൽ ഇരുന്നു കൊണ്ട് പറഞ്ഞു. 'തിരുമേനിയെ കാണണമെന്ന് തോന്നി നേരെ ഇങ്ങോട്ട് പോന്നു. സമയത്തെ കുറിച്ചൊന്നും ചിന്തിച്ചില്ല.'

'അത് നന്നായി. തോന്നുന്നത് ചെയ്യുക എന്നത് ഒരു നല്ല സ്വഭാവമാ

ണ്. തോന്നിയ പോലെ വസിയ്ക്കണം അതാണ് ശരി. പക്ഷെ തോന്ന്യാസി എന്ന് പറയുന്നത് മലയാളത്തിൽ ഒരു ചീത്ത വാക്കായി മാറി. എല്ലാവരും തോന്നുന്ന തൊക്കെ മറച്ചു പിടിച്ച് ശുദ്ധഹിപ്പോക്രാറ്റാവണം അതാണ് പരിഷ്കാരം എന്താ ചെയ്യാ അതുപോട്ടെ നിനക്ക് കുടിയ്ക്കാനെന്താ?' 'ഇപ്പോൾ ഒന്നും വേണ്ട കുറച്ച് കഴിഞ്ഞതിന് ശേഷം എന്താച്ചാൽ ആവാം.'

'ന്നാൽ അങ്ങന്യാവട്ടെ വന്ന കാര്യം പറ.' ഞാൻ വന്ന കാര്യം മുഴുവൻ പറഞ്ഞു.. അതിനൊന്നുമായിരുന്നില്ല അദേഹത്തിന്റെ മറുപടി. അദ്ദേഹം ചോദിച്ചു . 'നീ തുത്തൻ ഖാമൂൻ എന്ന ഫറോവയെ കുറിച്ച് കേട്ടിട്ടില്ലെ ?' ഉണ്ടെന്ന് ഞാൻ തല കുലുക്കി. അദ്ദേഹം തുടർന്നു. 'ഈജിപ്റ്റിലെരാജാക്കൻമാരുടെ താഴ്‌വാരം എന്ന സ്ഥലം സ്വർണവേട്ടക്കാരുടേയും ചരിത്ര ഗവേഷകൻമാരുടെയും പുണ്യഭൂമിയാണ്. അവിടെയാണത്രേ ഫറോവമാരുടെ ശരീരം മമ്മി ഫൈ ചെയ്ത വെച്ചിട്ടുള്ളത്. പ്രശസ്ത ബ്രിട്ടീഷ് പുരാവസ്തു ഗവേഷകനായ ഹൊവാർഡ് കാർട്ടർ 1922 ൽ ആണ് തുത്തൻഖമൂന്റെ മമ്മി കണ്ടെത്തുന്നത്. സത്യത്തിൽ ഒരു പാട് പ്രതീക്ഷകളോടെയായിരുന്നു കാർട്ടർ അങ്ങോട്ട് പോകുന്നത്. കൂട്ടത്തിൽ ചരിത്ര ഗവേഷകനായ ലോർഡ് കനാവിന്നും സംഘവുമുണ്ടായിരുന്നു. സത്യത്തിൽ പ്രതീക്ഷിച്ചതൊന്നും കണ്ടെത്താതെ ആ സംഘം നിരാശയിലായിരുന്നു. അപ്പോഴാണ് വളരെ വലിയ ഒരു ഒറ്റക്കൽ കാർട്ടറുടെ കണ്ണിൽ പെടുന്നത്. സംഘത്തിലെ എല്ലാവരും കൂടി ഏറെ നേരം പരിശ്രമിച്ചതിന് ശേഷം ആകല്ല് ഉയർത്തി അതിന്റെ താഴെ പടികെട്ടുകൾ പ്രത്യക്ഷപ്പെട്ടതോടെ അവർ അതിയായ സന്തോഷത്തിലായി. പടികളിറങ്ങി അവർ ചെന്നപ്പോൾ അവരുടെ പ്രതീക്ഷ പോലെ അത്ഭുതമായ നിധികുംഭങ്ങളുടെ ഒരു വലിയ ശേഖരം . നിധി ശേഖരത്തിനു നടുവിൽ സ്വർണത്തിന്റെ ഒരു ശവപ്പെട്ടി. അതിന് മുകളിൽ പ്രാചീന ഈജിപ്ഷ്യൻ ഭാഷയിൽ എഴുതി വച്ചിരുന്നത് കാനാവിനും കാർട്ടറും കൂടി വായിച്ചു. ഞാൻ ഉറങ്ങുകയാണ് ഉറക്കത്തിന് തടസ്സം നിൽക്കുന്ന വരെ ഞാൻ ഇല്ലാതാക്കും എന്നായിരുന്നുവെത്രെ അതിലെഴുതിയിരുന്നത്. പക്ഷെ അതൊന്നും അവർ കാര്യമാക്കിയില്ല. അവർ ശവപ്പെട്ടി തുറന്നു. അതിനകത്ത് മറ്റൊരു ശവപ്പെട്ടി ഇങ്ങനെ മൂന്ന് സ്വർണ്ണ ശവപ്പെട്ടി തുറന്നപ്പോഴാണ് മമ്മി ഫൈ ചെയ്ത ഫറോവയുടെ ശവശരീരം കാണുന്നത്. ഒമ്പതാം വയസ്സിൽ ഫറോവയായി അഭിഷേകം ചെയ്ത തുത്തുൻ ഖാമൂൻ പത്തൊൻപതാം വയസ്സിൽ കാലിൽ കുന്തമേറ്റ് അതിൽ നിന്നുണ്ടായ ഇൻഫെക്ഷൻ കാരണം മരിച്ചതാണെന്ന് അവർ വി

ലയിരുത്തി. ഖനനം തുടങ്ങി ഇരുപത്തിരണ്ടാം ദിവസം ഒരു കമ്പി കുത്തി കയറി ലോർഡ് കനാവിൻമരിച്ചു. അതിനു കുറച്ചു ദിവസങ്ങൾക്ക് ശേഷം കാര്യമായ ഒരു അസുഖവുമില്ലാത്ത ഭാര്യ കുഴഞ്ഞുവീണു മരിച്ചു. ഏറ്റവും പ്രിയപ്പെട്ട വളർത്തു നായ രാവിലെ കൂടുതുറക്കുമ്പോൾ മരിച്ചു കിടക്കുന്നു. ഭാര്യയുടെ ഗവമടക്കത്തിന് ശവം കൊണ്ടുപോയ കുതിരവണ്ടി മറിഞ്ഞ് മകനും മരിച്ചു. എന്തിന് പറയുന്നു. തുത്തുൻഖാമന്റെ പ്രതികാരം അവിടെ തീർന്നില്ല. ശവപ്പെട്ടി വെട്ടിതുറന്ന ആതർ മേസ് ആരാത്രി തന്നെ മരിച്ചു. ശവം പുറത്തെടുത്ത് ആറുമാസമാകുന്നതിന് മുമ്പ് ആ സംഘത്തിലെ ഇരുപത്തിരണ്ടു പേരും അവരുമായി ബന്ധപ്പെട്ട ചിലരും മരിച്ചു. ആ സംഘത്തിൽ അവസാനം മരിച്ചത് രക്താർബുദം ബാധിച്ച് ഏറെ നരകയാതന അനുഭവിച്ച്ഹൊവാർഡ് കാർട്ടറാണ്. തുത്തുൻ ഖാമുന്റെ കല്ലറ ഞാൻ തുറക്കരുതായിരുന്നു.എന്റെ ഈ നരകവിധിയ്ക്ക് കാരണം അതാണ് എന്ന് കാർട്ടർ തന്റെ അവസാനം എഴുതി വച്ചിരുന്നുവെത്രെ. ചില ആത്മാക്കളുടെ ശക്തി കണ്ണുള്ളവർക്ക് കാണാൻ ചരിത്രം തന്നെ രേഖപ്പെടുത്തിയിട്ടുണ്ട്. അത് കാണാത്തതാണ് നമ്മുടെ കഴിവു കേട്. നീ ഭയപ്പെടേണ്ട. രാഘവ്ജി എന്നല്ല ഒരാൾക്കും ദൈവത്തിന്റെ നിയോഗത്തെ മാറ്റാൻ കഴിയില്ല. നമ്മുടെ മരണം ആസന്നമായപ്പോൾ നമുക്ക് ജയകൃഷ്ണനെ കുറിച്ച് അന്വേഷിയ്ക്കാൻ തോന്നിയതാണെങ്കിൽ അങ്ങനെ, അതല്ല രാഘവ്ജിയാണതിന്റെ പിന്നിലെങ്കിൽ അയാളുടെ മരണത്തിന് കാരണക്കാരാവാൻ നമുക്ക് വിധിയുണ്ടെങ്കിൽ അങ്ങനെ .എന്തായാലും നമ്മൾ തീരുമാനിച്ചു. അപ്പോൾ പിന്നെ പിന്നോട്ട് പോവണ്ട. ഒരു ഏഭ്യനും ദൈവത്തിനപ്പുറമല്ല. പിന്നെ നീ പറഞ്ഞ പോലെ സുരേന്ദ്രനാഥൻ സാർ ഇപ്പോൾ സംശയത്തിന്റെ നിഴലിൽ നില്ക്കട്ടെ . സത്യം വൈകാതെ നമുക്ക് മനസ്സിലാവും. അതുവരെ കാത്തിരിയ്ക്കുക.

അധ്യായം 14

വഴികാട്ടികളുടെ കൂടെ

'കൃഷ്ണേട്ടാ നജീബ് ഹാർഡ് ട്രാൻസിൽ കണ്ട കാഴ്ചകൾ ഞാൻ പറഞ്ഞു വല്ലോ. എന്നാൽ എന്റെയടുത്ത് സരള എന്ന പേരിൽ ഒരു രോഗി വന്നിരുന്നു. അവരുടെ കാര്യം കൂടി പറയണം എന്ന് തോന്നുന്നു . ഇതിൽ ഏറ്റവും പ്രധാനപ്പെട്ടതും തിരുമേനി കാര്യമായി ഓർമ്മിക്കേണ്ടതുമായ കാര്യം ഞാനാദ്യം പറയാം. ഈ രോഗിയെ എന്റെ സമീപത്തെത്തിയ്ക്കുന്നത് എനിക്ക് നല്ലവണ്ണം അറിയാവന്നതും എന്നെ നല്ലവണ്ണം മനസ്സിലാക്കിയിട്ടുള്ളതുമായ ഒരു ഹരീഷാണ്. അയാൾ ജയകൃഷ്ണന്റെ കഥയും വായിച്ചിട്ടുണ്ട്. അയാളുടെ സമീപത്ത് താമസിയ്ക്കുന്ന ഈ പെൺകുട്ടിയും ആ കൃതി വായിച്ചിട്ടുണ്ട്. ജയകൃഷ്ണന്റെ ബന്ധുവാണ് ആ കുട്ടി എന്നാണ് അവർ പറയുന്നത്. അവളിൽ കടന്നുവന്ന ദ്വിതയ വ്യക്തിത്വം പൂവാത്ത ആയിരുന്നു. നോവൽ വായിച്ചത് കൊണ്ട് അതിൽ അത്ഭുതപ്പെടാനൊന്നുമില്ല. പക്ഷെ ജയകൃഷ്ണന്റെ ബന്ധുത്വം എന്നെ കൂടുതൽ അന്വേഷിയ്ക്കുവാൻ പ്രേരിപ്പിച്ചു. അവരുടെ കൂടെ വന്ന പലരുമായി ഞാൻ ഒറ്റയ്ക്കും കൂട്ടായും സംസാരിച്ചു. അവരുടെ കുടുംബത്തിൽ നിന്നൊരു ജയകൃഷ്ണൻ നാടുവിട്ടുപോയിട്ടുണ്ട്. അതു സത്യമാണെന്ന് ആ കുട്ടിയുടെ അച്ഛൻ പറഞ്ഞു. പേരിലും സ്ഥലത്തിലുമുള്ള സാമ്യമേയുള്ളൂ എന്നാണ് അച്ഛൻ പറഞ്ഞത്. ആ ജയകൃഷ്ണൻ പോകാനുള്ള പ്രധാനകാരണം അമ്മയുടെ ദുർനടപ്പാണെന്നാണ് അദ്ദേഹം വിശ്വസിയ്ക്കുന്നത്. ആ ജയകൃഷ്ണന്റെ അച്ഛൻ മരിച്ച് പോയതിന് ശേഷം ഏതോ ഒരു മന്ത്രവാദിയ്ക്ക് അവരോട് അടുപ്പമുണ്ടായെന്നും അയാൾ സ്ഥിരമായി വീട്ടിൽ വന്നു പോകുന്നത് ജയകൃഷ്ണൻ ചോദ്യം ചെയ്തതിന്റെ പേരിലുള്ള വഴക്കിലാണ് നാട്ടുവിട്ടതെന്നും അയാൾ പറയുന്നു. ഞാനെഴുതിയ പല ഭാഗങ്ങളും ചേർത്തു വായിച്ചാൽ അത് രണ്ടും രണ്ട് പേർ ആകാനേ സാധ്യതയുള്ളൂ എന്നാണയാൾ പറഞ്ഞത്. അയൾ പറഞ്ഞ ജയകൃഷ്ണൻ പോയതിന് ശേഷം ഭർത്താവില്ലാതെ തന്നെ ആ സ്ത്രീ ഒന്നുകൂടി പ്രസവിച്ചു. അതോട് കൂടി കുടുംബവും ബന്ധവുമൊക്കെ അവരെ ഒറ്റപ്പെടുത്തി. ആ പയ്യന്റെ പേരും ജയകൃഷ്ണൻ എന്നു തന്നെയാണ്. പോയ മകന് പകരമായി അവർ അവനെ കണ്ടിട്ടുണ്ടാവാം. അതുകൊണ്ടായിരിയ്ക്കും ആ പേര്

നൽകിയത്. എന്തായാലും ആ കുട്ടിയും അമ്മയും ഇപ്പോഴുമുണ്ട്. അത്ര വലിയ ഭൂസ്വത്തോ മറ്റോ ഇല്ലെങ്കിലും ഒരു പണിയ്ക്കും പോവാതെ അവർ സുഖമായി ജീവിയ്ക്കുന്നുമുണ്ടത്രെ. പയ്യൻ ഇപ്പോൾ ബി.ടെക്കിന് പഠിയ്ക്കുകയാണെന്നാണ് അവർ പറഞ്ഞത്. അവരുടെ ജീവിത ചെലവ് എങ്ങനെ നടക്കുന്നു എന്ന കാര്യത്തിൽ ഗ്രാമത്തിൽ പല കഥകളുമുണ്ട്. പ്രധാനമായും ആ പഴയ മന്ത്രവാദി രഹസ്യമായി എത്തിയ്ക്കുന്നുണ്ടെന്നാണ് നാട്ടുകാർ പറഞ്ഞു നടക്കുന്നത്. എന്നാൽ അയാളിപ്പോൾ എവിടെയാണെന്നോ ഇവരുമായി വല്ല ബന്ധവുമുണ്ടോ എന്നോ ആർക്കും അറിയില്ല എന്നതാണ് സത്യം. എല്ലാം ചേർത്തു വച്ചു വായിക്കുമ്പോൾ പല സംശയവും വരുന്നു. ഈ രാഘവ്ജി കുറച്ചു കാലം അവിടെ ഉണ്ടായിരുന്നു എന്ന് സുരേന്ദ്രനാഥൻ സാർ പറഞ്ഞപ്പോഴാണ് ഞാൻ ആകെ കൺഫ്യൂഷനിലായത്. നാട്ടുകാരും അകന്ന ബന്ധുക്കളുമായ അവർ പറയുന്ന മന്ത്രവാദി രാഘവ്ജി തന്നെ ആയിരിക്കുമോ? അങ്ങനെയാണെങ്കിൽ ഇനിയും പലതും നമുക്ക് കണ്ടെത്തേണ്ടി വരില്ലേ?'

'എടോ ഏഭ്യാ താനെന്തിനാണ് ഇങ്ങനെ കാടു കയറി ചിന്തിയ്ക്കുന്നത്. അങ്ങനെ ആണെന്ന് വച്ച് തനിയ്ക്കെന്താ കുഴപ്പം അങ്ങനെ ആയിക്കോട്ടെ അതിൽ തനിയ്ക്കു വല്ല പരാതിയുമുണ്ടോ ?. ഭർത്താവ് നഷ്ടപ്പെട്ട ഒരു സ്ത്രീ മറ്റൊരാളുടെ കൂടെ കഴിയുന്നു. അതിൽ അയാൾക്കൊരു കുഞ്ഞു ജനിയ്ക്കുന്നു. ഇതൊന്നും നാട്ടിൽ നടക്കാത്തതോ നടന്നതിൽ വച്ച് ഏറ്റവും വലിയ സംഭവമോ അല്ല. ഇതൊന്നും ആലോചിച്ച് തലപുണ്ണാക്കേണ്ട ഏതായാലും എന്നോട് പറഞ്ഞു. ഇനി പ്രൊഫസറോട് പറയണ്ട. പറയാം അതിനൊക്കെ ഒരു സമയം കിട്ടും. അല്ലാതെ പെട്ടന്ന് കേറി ഒന്നും പറയണ്ട . മനസ്സിലായില്ലേ?' കൃഷ്ണേട്ടൻ പറഞ്ഞതിന്റെ പൊരുൾ എനിയ്ക്ക് മനസ്സിലായി. അതുകൊണ്ട് തന്നെ ഒരു ചിരിയിലൂടെ എന്റെ സമ്മതം അറിയിച്ചു. അപ്പോൾ അദ്ദേഹം പറഞ്ഞു ' നീ വിചാരിയ്ക്കുന്നതുപോലെ നിന്റെ ആ പ്രൊഫസർക്ക് യാതൊരു കുബുദ്ധിയുമില്ല. ഉണ്ടാവാൻ ഒരു സാധ്യതയുമില്ല. അയാളെ സംബന്ധിച്ചിടത്തോളം തല്ക്കാലം കാര്യങ്ങൾ വ്യക്തമായിട്ടില്ല. വ്യക്തമാകുന്നതു വരെ നമുക്കറിയുന്ന കാര്യങ്ങൾ പലതും അദ്ദേഹം അറിയാതിരിയ്ക്കട്ടെ .പിന്നെ അയാൾ അത്യാവശ്യം കാര്യങ്ങൾ ചിന്തിയ്ക്കുവാൻ കഴിവുള്ള ഒരാളാണ്. അതുകൊണ്ട് തന്നെ അധികം വൈകാതെ തന്നെ കാര്യങ്ങൾ അയാൾക്ക് വ്യക്തമാവും. അതിന് ശേഷം നമ്മുടെ അറിവുകൾ നമുക്ക് അദ്ദേഹവുമായി പങ്കുവെയ്ക്കാം. അല്ലാതെ ചെ

യ്താൽ നമ്മൾ വെറും ഏഭ്യൻമാരാകും അതു വേണ്ട മനസ്സിലാക്കുന്നുണ്ടോ ഞാൻ പറഞ്ഞത് ?'

'ഉണ്ട് തിരുമേനി' എന്ന് ഞാൻ പറഞ്ഞപ്പോൾ അദ്ദേഹം ചിരിച്ചു. അത് എന്തോ അർത്ഥം വെച്ച ചിരിയായി എനിയ്ക്ക് തോന്നി. അദ്ദേഹം തുടർന്നു. പിന്നെ എനിയ്ക്ക് ഒരു രാഘവ്ജിയെ അറിയാം. അയാൾ തന്നെയാണോ ഇയാൾ എന്നറിയില്ല. വർഷങ്ങൾക്ക് മുമ്പ് തന്ത്രയിലെ ചില കാര്യങ്ങൾ പഠിയ്ക്കാൻ ഇവിടെ കുറച്ച് ദിവസം നിന്നിട്ടുണ്ട്. ബഹുമിടുക്കനായിരുന്നു. അദ്ദേഹം ആദിവാസി ഗോത്ര ചികിത്സയും അവരുടെ ആചാരാനുഷ്ഠാനങ്ങളും പഠിയ്ക്കാൻ കുറച്ച് കാലം അയാൾ വയാനാട്ടിൽ താമസിച്ചതായും അറിയാം.

ഞാനുദ്ദേശിയ്ക്കുന്ന ആളാണെങ്കിൽ അയാളുടെ യഥാർത്ഥ മേഖല പാരസൈക്കോളജി തന്നെ. അപാരമായ ഇഎസ്പി ഒക്കെയുള്ള ഒരു മനുഷ്യനാണ്. തന്റെ മേഖലയിൽ കൂടുതൽ കരുത്തു നേടുന്നതിന്റെ ഭാഗമായി പലസ്ഥലത്തും അലഞ്ഞ് മാന്ത്രികവും താന്ത്രികവും ജ്യോതിഷവും ഒക്കെ അദ്ദേഹം അഭ്യസിച്ചിട്ടുണ്ട്. ഡി.ഡി ഹോം എന്ന അതിപ്രശസ്തനായ പാരാസൈക്കോളജിസ്റ്റിനെ കുറിച്ച് കേട്ടിട്ടില്ലേ, അയാളുടെ വലിയ ഒരാരാധകൻ കൂടി ആയിരുന്നു ഇദ്ദേഹം. ഇപ്പോൾ കുറച്ച് കാലമായി ബന്ധമൊന്നുമില്ല. എവിടെയുണ്ടെന്നോ എന്താണിപ്പോഴത്തെ അവസ്ഥയെന്നോ അറിയില്ല.' അദ്ദേഹം പറഞ്ഞതു കേട്ടപ്പോൾ രണ്ട് പേർ പറയുന്നതും ഒരാളെ കുറിച്ച് തന്നെ ആയിരിയ്ക്കണമെന്ന് എനിയ്ക്കു തോന്നി. അസാധാരണ സിദ്ധിയുള്ള മനുഷ്യനാണെന്ന് സുരേന്ദ്രനാഥൻ സാർ പല പ്രാവശ്യം പറഞ്ഞിട്ടുണ്ട്. അത് കൊണ്ട് ആള് അതു തന്നെയായിരിയ്ക്കും എന്ന് ഞാൻ മനസ്സിൽ പറഞ്ഞു. 'അല്ല കൃഷ്ണേട്ടാ ഈ ഡി ഡി ഹോമിന്റെ പ്രത്യേകതകൾ എന്തൊക്കെയാണ്?'

' ഡാനിയൽ ഡഗ്ലസ് ഹോം എന്ന ഡി.ഡി. ഹോം 1833 മാർച്ച് 20 ന് സ്കോട്ട്ലാന്റിൽ ജനിച്ച്, തന്റെ അമ്പത്തിമൂന്നാം വയസ്സിൽ 1886ജൂൺ 21 ന് പാരീസിൽ മരിച്ചു. തന്റെ പാരാ നോർമൽ കഴിവുകളാൽ ലോകപ്രശസ്തനായ മനുഷ്യൻ. അത്ഭുതങ്ങളുടെ ഈറ്റില്ലമായിരുന്നു അദ്ദേഹം. അദ്ദേഹം കണ്ണടച്ചിരുന്നു പ്രാർത്ഥിക്കുമ്പോൾ കാണികൾക്ക് മുമ്പിൽ കസേരകളും മേശകളും വായുവിലുയർന്നു വട്ടം കറങ്ങി. എന്നാൽ അതിന്റെ മേലെ വെച്ച ചെറിയ കടലാസുകളാ പേപ്പർ വെയ്റ്റോ താഴേയ്ക്ക് വീണില്ല. ചില സമയത്ത് കാണികളെ ഭയപ്പെടുത്തുന്ന ചില കൈകളും മുഖങ്ങളും അവരുടെ മുമ്പിൽ വന്ന് ഉൻമത്ത നൃത്തമാടി. കാണികളുടെ പോക്കറ്റിലും ബേഗിലുമുള്ള സാധനങ്ങൾ പോലും ഈ അ

ജ്ഞാത കൈകൾ എടുത്തു കൊണ്ടുപോയി. തന്റെ കൂടെയുള്ള പ്രേത ങ്ങളുടെ സഹായത്തോടെയാണ് താൻ ഈ അത്ഭുത വിദ്യകൾ നടു ത്തുന്നതെന്ന് അദ്ദേഹം പരസ്യമായി പറഞ്ഞു. അതീന്ദ്രിയസിദ്ധിയുള്ള മനുഷ്യൻ എന്ന നിലയ്ക്ക് ഒരു വിഭാഗം അദ്ദേഹത്തെ ആരാധിച്ചപ്പോൾ മറുവിഭാഗം തട്ടിപ്പുകാരൻ എന്ന നിലയ്ക്ക് അവഹേളിയ്ക്കുകയും ചെ യ്തു. അതിന്റെ പേരിൽ കേസായി. എന്നാൽ തന്റേത് അതീന്ദ്രിയസി ദ്ധി മാത്രമാണെന്ന വാദത്തിൽ ഹോം ഉറച്ചു നിന്നു. വിദഗ്ദ്ധരായ ചില മനശ്ശാസ്തജ്ഞൻമാരും പാരസൈക്കോളജിസ്റ്റുകളും അടങ്ങിയ ഒരു സംഘം ഹോമിനെ നിരന്തര പരിശോധനയ്ക്ക് വിധേയമാക്കി. എന്നാൽ അവരുടെ റിപ്പോർട്ട് അത്ഭുതപ്പെടുത്തുന്നതായിരുന്നു.ഹോമിന്റെ പ്രവർ ത്തിയിൽ യാതൊരു തട്ടിപ്പുകളുമില്ലെന്നും മനശക്തി കൊണ്ടോ അമാ നുഷ ശക്തിയുടെ സഹായം കൊണ്ടോ ആയിരിയ്ക്കാം ഇത്തരം അ ത്ഭുതങ്ങൾ നടക്കുന്നതെന്ന് വിദഗ്ദ്ധരായ കമ്മറ്റി അംഗങ്ങളും വിധി യെഴുതി. അതോടെ ഇദ്ദേഹം കേസിൽ നിന്നൊഴിവാകുകയും ചെയ് തു. അതിന് ശേഷവും അദ്ദേഹം അത്ഭുത പ്രവർത്തനങ്ങൾ കാണിച്ചു കൊണ്ടേയിരുന്നു .അതായത് ലോകത്തിന്റെ പല ഭാഗത്തു. ഇത്തരം അതീന്ദ്രിയ ശക്തിയുള്ളവർ ഉണ്ടായിട്ടുണ്ട് എന്ന് തന്നെയാണ് ചരിത്രം പരിശോധിച്ചാൽ മനസ്സിലാക്കുന്നത്. ചിലർ മാജിക്കുകളുപയോഗിച്ച് അ തെല്ലാം അതീന്ദ്രിയമായ കഴിവുകളാണെന്ന് വാദിച്ചിട്ടുണ്ട്. എന്നാൽ അ തിൽ മിക്കതും പിന്നീടെപ്പോഴെങ്കിലും പൊളിഞ്ഞിട്ടുണ്ട്. ഡി.ഡി.ഹോ മിന് ഇന്നും പാരാസൈക്കോളജിസ്റ്റുകൾക്കിടയിൽ വലിയ ആരാധകരു ണ്ട്. ഞാൻ പറഞ്ഞ രാഘവ്ജിയും അതിൽ പെടുമെന്നാണ് ഞാൻ സൂ ചിപ്പിച്ചത്.' ദീർഘമായി സംസാരിച്ചതിന്റെ ക്ഷീണം തീർക്കുവാൻ തിരു മേനി വെറ്റിലയെടുത്ത് അതിൽ ചുണ്ണാമ്പ് തേയ്ക്കാൻ തുടങ്ങി. കലാപ രമായി വളരെ സൂക്ഷ്മതയോടെ വെറ്റിലയുടെ ഞരമ്പ് വകഞ്ഞ് മാറ്റി ചുണ്ണാമ്പ് പുരട്ടുന്നത് കുറച്ച് നേരം ഞാൻ ശ്രദ്ധിച്ചു. പിന്നെ വീട്ടിൽ അ ടുത്തദിവസമായി കണ്ടുവരുന്ന കാക്കയെ കുറിച്ച് സൂചിപ്പിച്ചു. ആ വി ഷയം തിരുമേനിയോട സംസാരിയ്ക്കണമെന്ന് കരുതിയിട്ട് കുറച്ചു ദിവ സങ്ങളായി. ഫോണിൽ പറഞ്ഞാൽ വേണ്ടത്ര ആത്മ സംതൃപ്തി കിട്ടി ല്ല എന്നു കരുതിയാണ് നേരിൽ കാണുമ്പോൾ പറയാമെന്ന് കരുതിയ ത്. അതിന്റെ പ്രത്യേക തരത്തിലുള്ള കരച്ചിലും ഒളിഞ്ഞുനോട്ടവും എ ന്നോടു മാത്രമുള്ള ഇണക്കവും സമയമല്ലാ സമയങ്ങളിലുള്ള സന്ദർശ നവും ഒക്കെ ഞാൻ വിശദമായി തന്നെ പറഞ്ഞു. എല്ലാം സാകൂതം കേ ട്ടിരിക്കുകയായിരുന്നു തിരുമേനി. അതിനിടയിൽ വായിൽ മുറുക്കാനിട്ട്

ചവച്ചു കൊണ്ടുമിരുന്നു. ഞാൻ പറഞ്ഞു കഴിഞ്ഞിട്ടും അല്പ നേരത്തേയ്ക്ക് അദ്ദേഹമൊന്നും പറഞ്ഞില്ല പിന്നെ സാവധാനം മുറുക്കാൻ കോളാംബിയിൽ തുപ്പിയതിന് ശേഷം അദ്ദേഹം പറഞ്ഞു തുടങ്ങി.

'നീ പറഞ്ഞ ലക്ഷണം വച്ചു നോക്കുമ്പോൾ അത് നിന്നെ സഹായിക്കാൻ വന്നതു തന്നെ. അതൊരിയ്ക്കലും ചാരപ്രവർത്തനത്തിന് നിയോഗിക്കപ്പെട്ടതല്ല. അതിന്റെ ലക്ഷ്യം എങ്ങനെയെങ്കിലും നിന്നെ സഹായിക്കുക എന്നതാണ്. ആരാണെന്നൊ ആരുടെയെങ്കിലും നിർദ്ദേശാനുസരണം വന്നതാണെന്നൊ അതിന് നിന്നെ അറിയിക്കേണ്ടതുണ്ടെങ്കിൽ അധികം വൈകാതെ അതു നിന്നെ അറിയിക്കുക തന്നെ ചെയ്യും. അതുവരെ കാത്തിരിയ്ക്കുക തന്നെ. പിന്നെ സ്വയം വെളിപ്പെടുത്താതെ സഹായിക്കലാണ് അതിന്റെ ധർമ്മമെങ്കിൽ നമ്മളെത്ര ശ്രമിച്ചാലും ഒരു കാര്യവുമുണ്ടാകില്ല. അതുകൊണ്ട് നീയതിനെ ഇടയ്ക്ക് ശ്രദ്ധിയ്ക്കണം. കുറേ ശ്രദ്ധിയ്ക്കുമ്പോൾ അത് പാസ് ചെയ്യുന്ന മെസ്സേജുകൾ മനസ്സിലാക്കുവാൻ കഴിയും. മനുഷ്യന്റെ കാഴ്ചയിൽനിന്ന് വ്യത്യസ്ഥമാണ് പക്ഷിമൃഗാധികളുടെ കാഴ്ച എന്നാണല്ലോ. അതെന്താണ് കാണുന്നതെങ്കിലും അത് നിന്നെ അറിയിക്കാൻ ശ്രമിക്കുന്നുണ്ട്. എന്നാൽ വേണ്ട വിധത്തിൽ കമ്മ്യൂണിക്കേഷൻ നടക്കുന്നില്ലെന്ന് മാത്രം.' തിരുമേനി അങ്ങനെയാണ്. എല്ലാം മനസ്സിലാക്കിയാലും ചിലത് അദ്ദേഹം തുറന്നു പറയില്ല. അത്തരത്തിൽ ഒഴുക്കൻ മട്ടിൽ ഒരു മറുപടി പറഞ്ഞ് അദ്ദേഹം വിദഗ്ദ്ധമായി ഊരി പോകും ഇവിടെ അത്തരം ഒരുനമ്പറാണ് നടന്നതെന്നെനിയ്ക്കു തോന്നി. കാരണം ഞാനാഗ്രഹിച്ചതോ പ്രതീക്ഷിച്ചതോ പോലുള്ള ഉത്തരമായിരുന്നില്ല അദ്ദേഹത്തിന്റേത്. അത് ആർക്കും പറയാൻ കഴിയുന്ന ഒരു സാധാരണ അഭിപ്രായം മാത്രമായിരുന്നു. എന്റെ മുഖത്തെ ഭാവത്തിൽ നിന്ന് അദ്ദേഹത്തിനെന്തെങ്കിലും തോന്നിയോ എന്നറിയില്ല. അദ്ദേഹം വളരെ ഗൗരവത്തോടെ പറഞ്ഞു. 'സുധീർ വളരെ എളുപ്പം നിരീക്ഷിച്ച് മനസ്സിലാക്കി ഒരു തീരുമാനത്തിലെത്താവുന്ന കാര്യമല്ല അതീതമനുഷ്യരുടെ ലോകം. വലിയ അതീന്ദ്രിയ സിദ്ധിയുള്ളവരെ സമൂഹം മുഴുവട്ടൻമാരായി ചികിത്സിച്ചിട്ടുണ്ടെന്ന് നീ മനസ്സിലാക്കണം. നീ കാണുന്ന കാക്കയുടെ കാര്യത്തിൽ അതേതെങ്കിലും തരത്തിൽ ഒരാത്മാവിന്റെ സാന്നിധ്യമുള്ളതാണെങ്കിൽ ആരുടെ എന്തിനു വന്നു ഇത്തരം കാര്യങ്ങൾ ഗൗരവമായി കണ്ടെത്തണം. അതിന് പ്രകൃതിയും നമ്മുടെ കർമ്മവും എല്ലാം കനിയണം. അത്തരം വിഷയങ്ങൾ ഒന്നു കൂടി ആലോചിച്ചിട്ട് പറയാം. പക്ഷെ എനിയ്ക്കുറപ്പുള്ള ഒരു കാര്യം അത് ഏതെങ്കിലും ആത്മാംശമുള്ള കാക്കയാണെങ്കിലും ഇനി ഒരു സാധാരണ

കാക്ക മാത്രമാണെങ്കിലും അത് നിന്റെ ശത്രുവല്ല. അത്രയും എനിയ്ക്കുറപ്പിച്ചു പറയാം. പിന്നെ ബാക്കി ഇത്തരം കാര്യങ്ങൾ മനസ്സിലിട്ട് ചർവ്വിത ചർവ്വണം ചെയ്യുമ്പോൾ ഒരു ഉൾവിളിയുണ്ടാകും. അതിൽ നിന്ന് കണ്ടെത്താനെ കഴിയൂ ....പിന്നെ ലോകത്ത് അതീന്ദ്രിയ സിദ്ധിയുള്ള പലരും ഉണ്ടായിട്ടുണ്ട്. മനുഷ്യന്റെ ശാസ്ത്രബോധത്തെ വെല്ലുവിളിച്ച പല തരത്തിലുള്ള കണ്ടെത്തലുമുണ്ടായിട്ടുണ്ട്. ഒട്ടു മിക്ക പാരാസൈക്കോളജിസ്റ്റുകളും കാക്ക വവ്വാൽ, മൂങ്ങാ ,നായ തുടങ്ങി പലജീവികൾക്കും ആത്മാവിനെ കാണാൻ കഴിയുമെന്ന് വിശ്വസിച്ചിരുന്നവരാണ്. അതു കൊണ്ട് അത്തരം ജീവികളിലൂടെ നിരന്തരം പരിശ്രമിച്ച് ചിലതെല്ലാം കണ്ടെത്തിയവരും ഒന്നും കണ്ടെത്താൻ കഴിയാതെ തന്റെ വിശ്വാസങ്ങൾ തന്നെ ഉപേക്ഷിച്ചവരുമുണ്ട്. കൈകുടന്നയിലെ നെല്ലിയ്ക്ക പോലെ ആർക്കും പൂർണമായി വെളിപ്പെടുന്ന ഒന്നല്ല പ്രപഞ്ചരഹസ്യം. അറിഞ്ഞതിനേക്കാൾ ഏറെ അറിയാനുള്ളതാണെന്നോർമ്മ വേണം. കേനോപനിഷത്തിൽ പറയുന്നുണ്ട്. അറിഞ്ഞു എന്നഹങ്കരിക്കുന്നവർ ഒന്നും അറിഞ്ഞിട്ടില്ല. അറിയില്ലെന്ന് കൈ മലർത്തിയവർ അറിയാൻ ശ്രമിക്കുകയെങ്കിലും ചെയ്തിരിയ്ക്കുന്നു. അതാണ് സത്യം. അതാണെന്റെ വിശ്വാസം.'

ഇത്രയും ശാന്തവും ഇത്രയും നിർവികാരവുമായി തിരുമേനി സംസാരിയ്ക്കുന്നത് ഒരിയ്ക്കലും കേട്ടിട്ടില്ല. ഇപ്പോൾ അദ്ദേഹം ഒരു പരമ ഗുരുവായി മാറുന്നതു പോലെ. എപ്പോഴും അദ്ദേഹം ഒരു നല്ല സുഹൃത്ത് മാത്രമായിരുന്നല്ലോ. അതുകൊണ്ട് അദ്ദേഹത്തിന്റെ സംസാര ഗതിയിലെ മാറ്റം പെട്ടന്ന് തിരിച്ചറിയുവാൻ കഴിയും. ഇത് വല്ലാത്ത മാറ്റം തന്നെ. അദ്ദേഹം തുടർന്നു. ' ഞാൻ മനുഷ്യാതീതമായ പല ശക്തികളിലും വിശ്വസിയ്ക്കുന്ന ഒരാളാണ്. ആത്മാവ് മൂർത്തി യക്ഷി, അങ്ങനെ പലതിലും . അല്ല അതിലൊന്നും വിശ്വസിയ്ക്കുന്നില്ലെങ്കിൽ പിന്നെ ഈ തന്ത്രവും മന്ത്രവും ഒന്നും പഠിക്കേണ്ടതില്ലല്ലോ. അതുകൊണ്ടു ജയകൃഷ്ണനിലും രാഘവ്ജി നേടിയ അതീന്ദ്രിയ കഴിവുകളിലും ഞാൻ വിശ്വസിയ്ക്കുന്നുണ്ട്. വിശ്വസിയ്ക്കുന്നത് ശരിയാണോ എന്ന് നന്നായി അന്വേഷിയ്ക്കാറുമുണ്ട് .അങ്ങനെ അന്വേഷിച്ചിട്ടു തന്നെയാണ് നിന്റെ ജയകൃഷ്ണൻ ശരിയാണെന്ന് ഞാൻ തീരുമാനിച്ചത്. ഒരു കാര്യം ചോദിച്ചോട്ടെ ജയകൃഷ്ണനെ കൊന്ന ശേഷം അവർ കുഴിച്ചുമൂടുകയാണോ ദഹിപ്പിയ്ക്കുകയാണോ ചെയ്തിട്ടുണ്ടാവുക?'

'അതിനെ കുറിച്ച് എനിയ്ക്ക് കൃത്യമായ വിവരമില്ല. അന്വേഷിച്ചാൽ വിവരം ലഭിയ്ക്കും.' 'എങ്കിൽ ആ സ്ഥലത്ത് നിന്ന് അല്പം മണ്ണ് കി

ട്ടാൻ എന്താണ് മാർഗം?'

'അതത്ര ബുദ്ധിമുട്ടാവില്ലെന്ന് തോന്നുന്നു. ഈ കേസ് അവസാനം അന്വേഷിച്ച ഉദ്യോഗസ്ഥൻ ഇപ്പോഴും എന്റെ സുഹൃത്താണ്. ഇത്തരം കാര്യങ്ങൾ അദ്ദേഹത്തിനറിയാമായിരിയ്ക്കും. ഇന്ന് രാത്രി ഞാനദ്ദേഹത്തെ വിളിച്ച് നോക്കട്ടെ . എന്നിട്ട് തിരുമേനിയെ ഞാൻ വിളിച്ച് പറയാം.'

'മതി, അതു കിട്ടുമെങ്കിൽ എനിയ്ക്കു തോന്നുന്നു തടഞ്ഞുവച്ചിരിയ്ക്കുന്നത് രാഘവ്ജിയാണെങ്കിൽ പോലും നമുക്കയാളെ തിരിച്ചു പിടിയ്ക്കാൻ കഴിയുമെന്ന്. അത് എന്റെ ഒരു വിശ്വാസംമാത്രമാണ്. തെറ്റാം എന്നാൽ തെറ്റാതിരിയ്ക്കട്ടെ എന്നാണെന്റെ പ്രാർത്ഥന.

അധ്യായം 15

വഴി തെളിയ്ക്കുന്ന വീഴ്ചകൾ

ഇല്ലത്ത് നിന്ന് തിരിച്ചെത്തിയ ശേഷം ആദ്യം ചെയ്തത് ശക്തി വേലിനെ വിളിക്കുകയായിരുന്നു. ശക്തി വേൽ ജയകൃഷ്ണൻ വധക്കേസ് അന്വഷിച്ച പോലീസ് ഓഫിസർ എന്നതിനപ്പുറം അതിനു ശേഷം ഇതു വരേയും സാഹൃദം നിലനിർത്തുന്നതിന് എപ്പോഴും ശ്രദ്ധിയ്ക്കാറുണ്ട്. അതുകൊണ്ട് തന്നെ ഇടയ്ക്ക് സംസാരിയ്ക്കാറുള്ളത് കൊണ്ട് എന്തും പറയാനുള്ള സ്വാതന്ത്ര്യവുമുണ്ട്.ഭാഗ്യം വിളിച്ച ഉടൻ അദ്ദേഹം ഫോണെടുത്തു. വിശേഷങ്ങൾ കുറച്ച് ചോദിച്ചതിന് ശേഷം ഞാൻ ജയകൃഷ്ണനിലേയ്ക്ക് വിഷയം തിരിച്ചു വിട്ടു. 'അതൊക്കെ കഴിഞ്ഞ് കുറച്ചായില്ലേ ? ഇപ്പോഴും അതിൽ നിന്നൊന്നും മുക്തനായില്ലേ എന്നാണ് അദ്ദേഹം ചോദിച്ചത്. മുമ്പ് സംസാരിച്ചപ്പോഴൊന്നും ജയകൃഷ്ണൻ കടന്നുവരാറുണ്ടായിരിന്നില്ലല്ലോ. അതുകൊണ്ടായിരിയ്ക്കാം. എങ്കിലും എനിയ്ക്ക് ചോദിയ്ക്കാതിരിയ്ക്കാനാവുമായിരുന്നില്ല. ജയകൃഷ്ണൻ വധക്കേസ് പുനരന്വേഷണത്തിന് വേണ്ടി ഏറ്റവും കൂടുതൽ പരിശ്രമിച്ച ഓഫീസർ എന്ന നിലയ്ക്ക് അദ്ദേഹത്തിനെന്തായാലും അറിയാതിരിയ്ക്കില്ലല്ലോ. ജയകൃഷ്ണന്റെ ശവം എങ്ങനെയാണ് ആ പ്രതികൾ നശിപ്പിച്ചത് ? കുഴിച്ചുമൂടിയതോ അതോ കത്തിച്ചതോ? എന്തായാലും അന്വേഷണത്തിന്റെ ഭാഗമായി ശാസ്ത്രീയ തെളിവുകൾക്ക് വേണ്ടി ആസ്ഥലമൊക്കെ താങ്കൾ കണ്ടെത്തിയിട്ടുണ്ടാവുമല്ലോ?' ചോദ്യം കേട്ടപ്പോൾ ആ വിഷയത്തിൽ എന്തോ വീണ്ടും ഞങ്ങളുടെ അന്വേഷണത്തിലുണ്ടെന്ന് അദ്ദഹത്തിന് മനസ്സിലായി. 'നിങ്ങൾക്ക് ആവശ്യമുള്ളതൊക്കെ കിട്ടിയെന്ന് അന്നു പറഞ്ഞതു കൊണ്ടാണ് പിന്നെ വിളിയ്ക്കുമ്പോഴും സംസാരിയ്ക്കുമ്പോഴും ഈ വിഷയം ഞാൻ പറയാതിരുന്നത്. അല്ലെങ്കിൽ നമ്മുടെ ആരുമല്ലാത്ത ഒരു വ്യക്തിയുടെ മരണവുമായി ബന്ധപ്പെട്ട വിഷയത്തിൽ ഒരു പരിധിയ്ക്കപ്പുറുത്തയ്ക്ക് നമുക്ക് പോവേണ്ടതില്ലല്ലോ. പിന്നെ ഞങ്ങൾ അന്വേഷണ ഉദ്യോഗസ്ഥർക്ക് പ്രതിയ്ക്ക് ശിക്ഷവാങ്ങി കൊടുക്കാനുള്ള ധാർമിക ബാധ്യതയുമുണ്ട്. അതുകൊണ്ടു തന്നെ ശവം എന്തു ചെയ്തു എന്നത് കോടതിയ്ക്കു മുന്നിൽ വെളിപ്പെടുത്തേണ്ടിവരും. അതിനാൽ അത്തരം കാര്യങ്ങളിലൊക്കെ അന്വേഷണം നട

ന്നു. ശവം അവർ പെട്രോൾ ഒഴിച്ച് കത്തിയ്ക്കുകയാണ് ചെയ്തത്. ചെറിയൊരു കുഴിയൊരുക്കി അതിനുള്ളിലേയ്ക്ക് ശവം തള്ളി പെട്രോൾ ഒഴിച്ച് കത്തിച്ചു. അത് അയാളുടെ വീടിന്റെ പിന്നിൽ ഒഴിഞ്ഞ് കിടക്കുന്ന കുറേ സ്ഥലമുണ്ട്. അവിടെ വെച്ചു തന്നെ. അവിടെ നിന്ന് ഫോറൻസിക്ക് വിദഗ്ദ്ധർ മണ്ണും ശവശരീരത്തിന്റെ അവശിഷ്ടവും ശേഖരിച്ചിരുന്നു. അത് ജയകൃഷ്ണന്റെ തന്നെയാണെന്ന് ലാബിൽ തെളിയിക്കപ്പെട്ടു. പ്രതികൾ ശിക്ഷിയ്ക്കപ്പെടുവാൻ ഈ തെളിവും ഉപകരിച്ചിട്ടുണ്ട്. എന്തേ ഇപ്പോൾ ഇത് ചോദിയ്ക്കാൻ?' ശക്തിയുടെ സംശയം ന്യായമായിരുന്നുവെങ്കിലും അതിനുത്തരം പറയാതെ ഞാൻ തുടർന്നു. 'അവിടെ നിന്നൊരിത്തിരി മണ്ണ് കിട്ടാൻ വല്ല വഴിയുമുണ്ടോ?' 'അതത്ര ബുദ്ധിമുട്ടുള്ള കാര്യമൊന്നുമല്ല ആ വീട്ടിന് കാവൽ നിൽക്കുന്നത് എന്നെ അറിയുന്ന ഒരാളാണ്. വേണമെങ്കിൽ ഇപ്പോൾ തന്നെ സംഘടിപ്പിയ്ക്കാവുന്നതേയുള്ളൂ. പക്ഷെ എങ്ങനെ അവിടെയെത്തിയ്ക്കും. രണ്ട് ദിവസം കഴിഞ്ഞിട്ട് കിട്ടിയാൽ മതിയെങ്കിൽ കോറിയർ ആയി അയച്ചു തരം. അതല്ല നാളെ തന്നെ കിട്ടണമെങ്കിൽ നിങ്ങളാരെങ്കിലും ഇവിടെ വന്ന് കൊണ്ടുപോകേണ്ടിവരും. അതല്ല എന്താ അവിടെ വല്ല മന്ത്രവാദവും നടക്കുന്നുണ്ടോ?' ശക്തി പെട്ടന്നങ്ങനെ ചോദിച്ചപ്പോൾ ഞാനൊന്നു പതറി. പിന്നെ ഞാൻ സംഭവിച്ച കാര്യങ്ങളുടെ രത്നചുരുക്കം അദ്ദേഹത്തോട് പറഞ്ഞു. അതോടെ അദ്ദേഹം പറഞ്ഞു 'അങ്ങനെയാണെങ്കിൽ നാളെത്തന്നെ അവിടെ എത്തിയ്ക്കാൻ ഞാൻ വഴിയുണ്ടാക്കാം. കോയമ്പൂത്തിരിൽ നിന്ന് എട്ട് മണിയ്ക്കുള്ള വണ്ടിയിൽ മുല്ലപ്പൂവുമായി കുറേ സ്ത്രീകൾ കയറാറുണ്ട്. അതിൽ തിരൂരിൽ ഇറങ്ങുന്ന ആരയെങ്കിലും കണ്ടെത്തിയാൽ പോരെ. അതൊരു വിഷയമല്ല. പിന്നെ ഞങ്ങൾ പോലീസുകാർ പറഞ്ഞാൽ അത് കൃത്യമായി അവർ ചെയ്യും. അതിന്റെ കൂടെ ചെറിയ പ്രതിഫലം കൂടി കൊടുത്താൽ ആത്മാർത്ഥത ഇരട്ടിയാകും. അത് ഞാൻ ഇപ്പോൾ തന്നെ അയയ്ക്കാനുള്ള ഏർപ്പാടുണ്ടാക്കാം. പിന്നെ അയച്ചതിന് ശേഷം ഞാൻ വിളിയ്ക്കാം. നിങ്ങളുടെ അന്വേഷണത്തിന്റെ ഒരു രണ്ടാം ഘട്ടം ഉണ്ടായത് കൊണ്ട് എനിയ്ക്ക് ചില കാര്യങ്ങൾ നിങ്ങളെ അറിയിക്കാനുണ്ട്. അത് രാത്രി വിളിയ്ക്കുമ്പോൾ പറയാം.' ശക്തി അങ്ങനെ തന്നെ ആയിരുന്നുവല്ലോ അന്നും. ഒരു കാര്യം ഏറ്റാൽ അത് എത്രയും പെട്ടന്ന് നിറവേറ്റാനുള്ള ഒരു വ്യഗ്രത അദ്ദേഹത്തിനുണ്ട്.

രാത്രി ശക്തിവേൽ വീണ്ടും വിളിച്ചു. ' സാധനം നന്നായി പാക്ക് ചെയ്ത് സ്റ്റേഷനിലെ ഒരു പോലീസുകാരൻ റൈൽ വേസ്റ്റേഷനിലെത്തിച്ചു

, സെൽവി എന്ന ഒരു സ്ത്രീയെ ഏൽപിച്ചിട്ടുണ്ട്. പിന്നെ ഇതെന്താണെന്നൊന്നും അവരെ അറിയിക്കാൻ കഴിയില്ലല്ലോ. രാത്രി ഇതുമായി പോകുമ്പോൾ വല്ല പോലീസുകാരും പരിശോധിച്ചാൽ എന്ത് പറയുമെന്നവർ ചോദിച്ചു വെത്രെ. അപ്പോൾ അയാൾ എന്റെ നമ്പർ കൊടുത്തിട്ടുണ്ട്. അങ്ങനെ ആരെങ്കിലും ചോദിച്ചാൽ അവർക്ക് എന്റെ നമ്പർ കൊടുക്കാനാണ് പറഞ്ഞിരിയ്ക്കുന്നത്. ഇത്തരക്കാരെ തീരെ വിശ്വസിക്കാൻ കഴിയില്ല. അവർ മുല്ലപ്പൂവിന്റെ മറവിൽ പലതും അങ്ങാട്ട് കൊണ്ടുവരുന്നുണ്ടാവും എല്ലാവരുമല്ല അതിനിടയിൽ കേറുന്ന ചിലർ. എന്തായാലും അവരുടെ നമ്പർ ഞാൻ അങ്ങോട്ട് മെസ്സേജ് ചെയ്തിട്ടുണ്ട്. രാവിലെ ആറുമണിയ്ക്ക് മുമ്പായി അവർ തിരൂരിൽ പൂവിൽക്കുന്ന എവിടെയെങ്കിലുമുണ്ടാകും. പതിനൊന്നു മണി വരെ അവിടെയുണ്ടാവും. പതിനൊന്നേ കാലിനോ മറ്റോ ഉള്ള ലോക്കലിന് അവർ തിരിച്ചു കയറുമെന്നാണ് പറഞ്ഞത്. അതിനിടയിൽ പോയി സാധനം കൈപറ്റണം. അയച്ചു തന്ന നമ്പറിൽ വിളിച്ചാൽ മതി. അവർ ഏത് ഭാഗത്താണെന്ന് പറഞ്ഞു തരും എന്താ ഇത്രയൊക്കെ പോരെ ?'

' ധാരാളം മതി.പിന്നെ താങ്കൾ ഒരു കാര്യം പറഞ്ഞിരുന്നു. എനിക്ക് ചിലത് പറയാനുണ്ടെന്ന് അതെന്താണെന്ന് പറഞ്ഞില്ല. അത് ഇങ്ങനെ പറഞ്ഞാൽ ശരിയാവില്ല എന്ന് എനിയ്ക്ക് തോന്നി. ഞാൻ എല്ലാം എഴുതി അതിന്റെ കൂടെ വച്ചിട്ടുണ്ട്. താങ്കൾ പേടിയ്ക്കേണ്ട ആ കത്ത് വായിച്ചാൽ ആ വിഷയവുമായി ബന്ധപ്പെട്ടവർക്ക് മാത്രമേ അതിൽ നിന്നെന്തെങ്കിലും കാര്യം മനസ്സിലാവു. അല്ലാത്തവർക്ക് കുറച്ച് മണ്ണിനോടൊപ്പം വച്ചിരിയ്ക്കുന്ന വെറും കടാലാസു മാത്രം. പിന്നെ അതിൽ പേക്ക് ചെയ്തത് ഭസ്മല്ല വെറും മണ്ണാണ് എന്ന് കാണുമ്പോൾ വിദഗ്ദരായ ചില ഉദ്യോഗസ്ഥർക്ക് സംശയം തോന്നാം. അതൊന്നും നമ്മൾ പ്രതീക്ഷി യ്ക്കേണ്ട . അവിടെ എത്തി കഴിഞ്ഞാൽ എന്തെങ്കിലും ബുദ്ധിമുട്ടുണ്ടാവുകയാണെങ്കിൽ സാറിന്റെ പരിചയങ്ങളും ബന്ധങ്ങളും ഉപയോഗിക്കുക പിന്നെ ഇത് വലിയ കള്ളകടത്തൊന്നുമല്ലല്ലോ. എങ്ങനെ പോയാലും അവസാനം ഒരു വിഷയവുമില്ലാത്ത കാര്യമല്ലേ പിന്നെ കത്തിൽ ഞാൻ എഴുതിയ കാര്യങ്ങളിൽ എന്തെങ്കിലും അവ്യക്തത ഉണ്ടെങ്കിൽ എന്നെ വിളിയ്ക്കണം മറക്കരുത് .' ഒരുപാട് നന്ദിയും ശുഭരാത്രിയുമൊക്കെ പറഞ്ഞ് ഞങ്ങൾ ഫോൺ വെച്ചു. അപ്പോഴും അദ്ദേഹത്തിന്റെ കത്തിൽ എന്തായിരിയ്ക്കു മെന്ന ഒരു ഉത്കണ്ഠ എന്നെ വല്ലാതെ വലച്ചിരുന്നു. ഞാൻ വെറുതെ പുറത്തിറങ്ങി ദേവതാരു മരത്തിലേയ്ക്ക് നോക്കി. അവിടെ പാവം കാക്ക എല്ലാം കേൾക്കുവാനെന്ന പോലെ നിശബ്ദ

നായി ഉറങ്ങാതെ ഇരിയ്ക്കുന്നുണ്ടായിരുന്നു. 'എന്താ മഹാത്മാവേ ഉറങ്ങാനൊന്നു മായില്ലേ? എപ്പോഴും ഇവിടെ തന്നെ തപസ്സിരിയ്ക്കാൻ ഞാനാരാ?' അതു കേട്ടഭാവം പോലും കാണിയ്ക്കാതെ മറ്റൊരു ദിശയിലേയ്ക്ക് തിരിഞ്ഞിരുന്നു. എന്തോ പരിഭവം പോലെ . ഇനി അത് എന്നൊക്കെപ്പറയുന്നതിനേക്കാൾ നല്ലത് അതിനെ അദ്ദേഹമെന്നൊക്കെ വിളിയ്ക്കുന്നതായിരിക്കും. ഒരു നാലോ അഞ്ചോ ശ്രീ യോ അല്ലെങ്കിൽ മറ്റെന്തെങ്കിലും വിശേഷണമോ വേണോ ആവോ ? ഹിസ് ഹൈനസ് എന്നൊക്കെ വിളിച്ചാലേ മഹാത്മാവ് എന്നെ നോക്കാൻ സാധ്യതയുള്ളൂ എന്ന് ഞാൻ കുറച്ചുറക്കത്തന്നെ പറഞ്ഞു. അപ്പോൾ കളിയാക്കുന്നതു പോലെ കാകാ എന്ന് പറഞ്ഞ് കൊണ്ട് അത് എനിയ്ക്ക് നേരെ പുറം തിരിഞ്ഞിരുന്നു. ഇനിയിപ്പോൾ അതിനോട് കൊഞ്ചാൻ സമയമില്ലെന്ന് കരുതി ഞാൻ എന്റെ ചാരു കസേരയിലേയ്ക്ക് വന്നിരുന്നു.

നല്ല നിലാവുണ്ടായിരുന്നു പുറത്ത് . അവ്യക്തമായ ചില ശബ്ദങ്ങൾ കേൾക്കുന്നതു പോലെ എനിയ്ക്കു തോന്നി. ആരാണ് എന്താണ് പറയുന്നതെന്ന് മനസ്സിലാവുന്നില്ല. എന്നെ കുറിച്ചാണ് അവർ പറയുന്നതെന്ന ഒരു തോന്നൽ. ഞാൻ പെട്ടന്ന് ഭാര്യയെ വിളിച്ചു. അവൾ കാത് കൂർപ്പിച്ചിരുന്നു. പിന്നെ തമാശ മായി പറഞ്ഞു. 'ന്റെ മാഷെ, വെറുതെ ഇല്ലാത്തത് കേൾക്കാൻ നിലക്കണ്ട ആളുകള് പറയും ഭ്രാന്താണെന്ന് . ഭക്ഷണം കഴിച്ച് വേഗം ഉറങ്ങാൻ നോക്ക് സമയം പത്ത് കഴിഞ്ഞു.. ഞാൻ സാധാരണ നേരത്തെ ഉറങ്ങാറുള്ളതു കൊണ്ട് എന്റെ ആ ഇരുത്തവും കേൾവിയുമൊക്കെ അവരെ വേദനിപ്പിച്ചിട്ടുണ്ടാകും അതു മനസ്സിലായതു കൊണ്ട് ഞാൻ വേഗം ബാത്ത്റൂമിൽ പോയി. കിടക്കുന്നതിന് മുമ്പ് ശരീരം ഒന്ന് കഴുകുന്ന ശീലമുണ്ട് . ബാത്ത്റൂം കുറ്റിയിട്ടതിന് ശേഷം ഒരു കാൽ വച്ചതേയുള്ളൂ അവിടെ ഒരു സോപ്പ് കിടന്നിരുന്നത് ഞാൻ ശ്രദ്ധിച്ചില്ല. അതിൽ ചവിട്ടി ഉരുണ്ട് പിരണ്ട് നിലത്ത് വീണു. എനിയ്ക്കാണെങ്കിൽ എഴുനേറ്റ് നിൽക്കാൻ കഴിയുന്നുമില്ല. എന്റെ നിലവിളി കേട്ടതു കാണ്ടായിരിയ്ക്കാം ഭാര്യയും മക്കളുമൊക്കെ വാതിൽ തുറക്കൂ തുറക്കു എന്ന് അലറിവിളിയ്ക്കുന്നുമുണ്ട് എനിക്ക് നിലത്തു നിന്ന് പൊന്താൻ കഴിയുന്നില്ല പരമാവധി ശ്രമിച്ചിട്ടും എഴുന്നേൽക്കാൻ കഴിയാത്തത് കൊണ്ട് ഞാൻ പറഞ്ഞു. എനിയ്ക്ക് എഴുന്നേൽക്കാൻ കഴിയുന്നില്ല. ഒരപകടവുമില്ല പേടിയ്ക്കേണ്ട അതു കേട്ടിട്ടും അവർക്കൊരു സമാധാനവുമുണ്ടായില്ല എന്ന് എനിയ്ക്ക് മനസ്സിലായി. കുറച്ചുനേരം ഞാൻ ആ കിടത്തം കിടന്നു. പുറത്ത് ഭാര്യയും മക്കളും കരയാൻ തുടങ്ങിയിരുന്നു. ഇടയ്ക്കിടയ്ക്ക് ഉറക്കെ വിളിയ്ക്കുന്നതു കൊണ്ടും ഞാൻ

മറുപടി കൃത്യമായി പറയുന്നതുകൊണ്ടും അവർക്കും ഒരു ധൈര്യം വന്നിരിയ്ക്കണം ഒരു കൈ എനിയ്ക്കില്ലാത്ത പോലെയാണ് തോന്നിയത്. മറ്റേ കൈ നിലത്തു കുത്തി ഞാൻ സാവാധാനം എഴുന്നേറ്റു , ആദ്യം കണ്ടത് ബാത്ത്റൂമിന്റ എക്സോസ്റ്റിം ഫേനിന്റെ പിറകിൽ ഇരിയ്ക്കുന്ന കാക്കയെ ആണ്. അത് അകത്തേയ്ക്ക് പ്രവേശിക്കാൻ നോക്കുന്നതു പോലെയാണ് എനിക്ക് തോന്നിയത്. കഷ്ടം. അതിനെന്നെ പൊക്കിയെടുക്കുവാൻ ഒരിക്കലും ആവില്ല. എന്നിട്ടുമതിന്റെ പരിശ്രമം ? ഞാൻ ഇടത് കൈകുത്തി മെല്ലെ എഴുന്നേൽക്കാതെ തന്നെ ഏന്തിവലിഞ്ഞ് മുട്ടിൽ നിന്നു. പിന്നെ ഇടതു കൈ ഒരു വിധം ഉയർത്തി ബാത്ത്റൂമിന്റെ ലോക്ക് മാറ്റി. അതോടെ ഭാര്യ അകത്തു വന്നു. എന്നെ താങ്ങി എഴുന്നേൽപ്പിച്ചു. അപ്പോഴും എനിയ്ക്ക് വലതു കൈ ഉണ്ടെന്നുറപ്പിയ്ക്കാൻ കഴിഞ്ഞില്ല. എന്റെ ഒരു കൈ എവിടെ പോയെന്നായിരുന്നു എന്റെ സങ്കടം പിന്നെ ക്രമേണ ഞാൻ മനസ്സിലാക്കി എന്റെ വലതു കൈ അതിന്റെ കുഴയിൽ നിന്ന് ഊരി വീണതാണ്. ആ ഭാഗത്ത് വേദനയുണ്ടെങ്കിലും ഞാൻ എന്റെ കൈയെ കുറിച്ച് കൂടുതൽ ചിന്തിച്ചു വിഷമിച്ച തുകൊണ്ടായിരിയ്ക്കാം എന്റെ കൈ പോയെന്ന പേടി എന്നെ കീഴ്പെടുത്തിയത്. ഭാര്യയുടെ സഹായത്തോടെ ഒരു വിധം എഴുന്നേറ്റിരുന്നു. പിന്നെ അടുത്ത വീട്ടിലെ ഒരു ചെറുപ്പാക്കാരനെ വിളിച്ച് നേരെ ഹോസ്പിറ്റലിലേയ്ക്ക്. അന്നത്തെ ദിവസം പിന്നെ അങ്ങനെ പോയി. കൈ യഥാസ്ഥാനത്ത് ഉറപ്പിച്ചുവെങ്കിലും നല്ല വേദനയുണ്ടായിരുന്നു. രാവിലെ ഉണർന്നപ്പോഴും വേദനയ്ക്ക് വലിയ കുറവില്ല. വേദനയുണ്ടെന്ന് കരുതി വെറുതെ ഇരിക്കാൻ കഴിയില്ലല്ലോ. ശക്തിവേൽ അയച്ചു തന്ന നമ്പറിലേയ്ക്ക് ഫോൺ ചെയ്തു അവർ തിരൂർ റെയിൽ വേസ്റ്റേഷന്റെ പരിസരത്ത് തന്നെയുണ്ടെന്ന് അറിഞ്ഞപ്പോൾ ഒരു സഹായിയെ വിളിച്ച് അയാളുടെ ബൈക്കിന് പിറകിലിരുന്ന് തിരൂരിലെത്തി. ഫോൺ നമ്പറുണ്ടായിരുന്നതു കൊണ്ട് ആളെ കണ്ടെത്തുവാൻ യാതൊരു പ്രയാസവുമുണ്ടായില്ല. സാധനം വാങ്ങി അവർക്ക് സന്തോഷത്തിനായി ഒരു നുറ് രൂപയും കൊടുത്ത് വീട്ടിൽ തിരിച്ചെത്തിയപ്പോഴാണ് ഒരു സമാധാനമായത്. ശക്തിയെ വിളിച്ച് സാധനം കിട്ടിയ വാർത്ത അറിയിച്ചതിന് ശേഷമാണ് പല്ലു തേയ്ക്കാനും കുളിയ്ക്കാനും മറ്റു പ്രാഥമിക കാര്യങ്ങൾക്കുമായി ഒരുങ്ങിയത്.

പ്രാതൽ കഴിഞ്ഞ ശേഷം ഡോക്ടർ പറഞ്ഞ പോലെ കൈവല്ലാതെ അനങ്ങാതിരിയിക്കാൻ മാറോട് ചേർത്ത് വച്ച് കൊണ്ട് ചാരു കസേരയിൽ മലർന്നു കിടക്കുകയായിരുന്നു. അപ്പോഴാണ് കൃഷ്ണകുമാറിന്റെ

ആഗമനം. എന്റെ മുഖം കണ്ടപ്പോഴേ എന്തോ സംഭവിച്ചിട്ടുണ്ടെന്ന് അയാൾക്ക് തോന്നിയിരിയ്ക്കണം. അയാളുടെ പരിഭ്രാന്തമായ ചോദ്യത്തിൽ അത് വ്യക്തമായിരുന്നു. കുളിയ്ക്കാൻ കയറിയപ്പോൾ സോപ്പ് ചവിട്ടി വീണ കഥ വള്ളിപുള്ളിവിടാതെ അയാളോട് വിവരിച്ചു. കഥ കേട്ട ശേഷം കൃഷ്ണകുമാർ പറഞ്ഞു. 'അന്ന് കൃഷ്ണൻ നമ്പൂതിരി പറഞ്ഞതാണ് ഏതപകടവും എപ്പോഴും സംഭവിയ്ക്കാമെന്ന്. ഇത് അതിന്റെ ഭാഗം വല്ലതുമായിരിയ്ക്കുമോ? ആ അജ്ഞാതനായ ആൾ തന്ന ചെറിയ പണി. അഡ്വാൻസ്. ബാക്കി പിറകിൽ വരുന്നുണ്ടെന്ന് കാണിയ്ക്കാൻ ' . ഞാൻ ചിരിച്ചു. ' അതൊക്കെ നിന്റെ തോന്നലാണെടോ. പിന്നെ നീയിന്ന് ഫ്രീയല്ലേ? നിനക്ക് കൃഷ്ണൻ നമ്പൂതിരിയെ ഒറ്റയ്ക്ക് കാണണമെന്ന് പറഞ്ഞിരുന്നില്ലേ? ഇന്ന് നിനക്ക് പോകാൻ കഴിയുമോ? ഞാൻ വിളിച്ച് പറയാം.' അയാൾ ആകെ ഉഷാറായി. 'പിന്നെന്താ ഞാൻ പോകാം. ഇപ്പോൾ പോണൊ? അതോ?'

'ഇപ്പോൾ മറ്റു തിരക്കൊന്നുമില്ലെങ്കിൽ ഇപ്പോൾ തന്നെ പൊയ്ക്കോ. അഥവാ എന്തെങ്കിലും അത്യാവശ്യ കാര്യമുണ്ടെങ്കിൽ അത് കഴിഞ്ഞിട്ട് മതി.'

'അത്യാവശ്യമൊന്നുമില്ല. എന്നാൽ ഇപ്പോൾ തന്നെ പോകാം. അദ്ദേഹത്തോട് വിശേഷിച്ചെന്തെങ്കിലും പറയാനുണ്ടോ ?'

'അതൊക്കെ ഞാൻ ഫോൺ വിളിച്ച് പറയാം. ഞാനൊരു സാധനം തരാം. അത് ഭദ്രമായി അവിടെ എത്തിയ്ക്കണം.' ഓക്കെ എന്നയാൾ പറഞ്ഞു. ഞാൻ അകത്ത് ചെന്ന് ശക്തി വേൽ കൊടുത്തയച്ച പാർസലിൽ നിന്ന് എനിയ്ക്ക് അദ്ദേഹം എഴുതിയ കത്തെടുത്ത് മാറ്റിവച്ച് ഒരിയ്ക്കൽ കൂടി നന്നായി പൊതിഞ്ഞ ശേഷം അത് കൃഷ്ണകുമാറിനെ ഏല്പിച്ചു. സാധാരണ നിലയ്ക്ക് അതെന്താണെന്ന് കൃഷ്ണകുമാർ ചോദിയ്ക്കേണ്ടതാണ്. എന്റെ പ്രതീക്ഷ തെറ്റിച്ചു. ഒന്നും ചോദിയ്ക്കാതെ കൃഷ്ണകുമാർ അതു വാങ്ങി. കൃഷ്ണകുമാറിന്റെ ബുള്ളറ്റ് പുറപ്പെട്ടതിന് ശേഷമാണ് ഞാൻ ശക്തിയുടെ കത്ത് തുറന്ന് വായിച്ചത്.

'പ്രിയ സുഹൃത്തേ , കേസിന്റെ അന്വേഷണത്തിൽ പ്രതികൾ ആദ്യമേ അകത്തായിരുന്നു എങ്കിലും തെളിവുകൾ ശേഖരിക്കേണ്ട ബാധ്യതയുണ്ടായിരുന്നു. അതിന്റെ ഭാഗമായി ജയകൃഷ്ണനെ കുറിച്ച് ഞങ്ങൾ കൂടുതലന്വേഷിച്ചു. അതൊക്കെ നേരിട്ടു കാണുമ്പോൾവിസ്തരിച്ച് പറയാമെന്നായിരുന്നു കരുതിയത്. എന്നാൽ നിങ്ങൾ പറഞ്ഞ കാര്യങ്ങൾ കേട്ടപ്പോൾ ജയകൃഷ്ണനെ കുറിച്ചുള്ള കൂടുതൽ അറിവ് നിങ്ങൾക്കുപകാരമാവും എന്ന് തോന്നുന്നു. അതുകൊണ്ടാണ് ഈ കത്തെഴുതു

ന്നത്.

വയനാട്ടിൽ ഒരു ഉൾനാടൻ ഗ്രാമമായ ചീരാൽ. കാപ്പിയും കുരുമുളകും നിറഞ്ഞുനിൽക്കുന്ന അതിമനോഹരമായ ഒരു സ്ഥലമാണ്. അവിടെ ഒരു ദരിദ്ര കുംടുംബത്തിലാണ് ജയകൃഷ്ണൻ ജനിച്ചത്. ആ കുട്ടിയ്ക്ക് ഏഴോ എട്ടോ വയസ്സാകുമ്പോൾ അച്ഛൻ മരിച്ചു. പിന്നെ അവിടെ വന്നു കൂടിയ ഒരാളുടെ സംരക്ഷണയിൽ കുറച്ചു കാലം കൂടി അവൻ അവിടെ ജീവിച്ചു. എന്നാൽ അമ്മയും അയാളും തമ്മിലുള്ള ബന്ധത്തിൽ ജയകൃഷ്ണൻ വളരെ അസ്വസ്ഥനായിരുന്നു. നാട്ടുകാർ പലരും അവനെ കളിയാക്കുകയും ചെയ്തിട്ടുണ്ട്. അതിന്റെ പേരിൽ ജയകൃഷ്ണൻ അമ്മയുമായി വഴക്കുണ്ടാക്കാറുണ്ടായിരുന്നു. എന്നാൽ സാമാന്യം സാമ്പത്തി കശേഷിയുള്ള അതിഥിയെ പറഞ്ഞു വിടാൻ അമ്മ തയ്യാറായില്ല. അവിടെ അയാൾ അങ്ങനെ തുടരുന്നത് ജയകൃഷ്ണനും സഹിയ്ക്കാൻ കഴിഞ്ഞില്ല. അതാണ് നാടുവിട്ടു പോവാനുള്ള അയാളുടെ പ്രേരണ....' കത്ത് വായിച്ചു തുടങ്ങിയ തേയുള്ളു കാക്ക വന്ന് ദേവതാരു മരത്തിലിരുന്നു. ഞാനിവിടെയുണ്ടെന്ന് അറിയിയ്ക്കാനെന്ന പോലെ ഒരു പ്രാവശ്യം കരഞ്ഞു. പിന്നെ എന്നെയും നോക്കി അതങ്ങനെ ഇരിപ്പായി. ഞാൻ വീണ്ടും കത്തിലേയ്ക്ക് തന്നെ ശ്രദ്ധ തിരിച്ചു.

അധ്യായം 16

ആത്മാന്വേഷണത്തിന്റെ പാതയിൽ

'ബന്ധുകളെ കണ്ടെത്തേണ്ടത് കേസിന് ആവശ്യമായിരുന്നതുകൊണ്ട് ഞങ്ങൾ വയനാട്ടിൽ ജയകൃഷ്ണൻ ജനിച്ചു വളർന്ന സ്ഥലത്ത് ഒരന്വേഷണം നടത്തി. ജയകൃഷ്ണന്റെ അച്ഛൻ മരിച്ച് വർഷങ്ങൾക്ക് ശേഷം അയാളുടെ അമ്മയ്ക്ക് ഒരു കുട്ടി കൂടി ജനിച്ചിട്ടുണ്ട്. അതിന് കാരണക്കാരൻ കരുണാകരൻ നമ്പ്യാർ എന്ന ഒരാളാണ്. അയാൾ ശരിയ്ക്കും കണ്ണൂർ സ്വദേശിയാണ്. മന്ത്രവാദവും ജ്യോതിഷവും എല്ലാമുണ്ട്. ആദിവാസി വൈദ്യം പഠിയ്ക്കുന്നതിന് വേണ്ടി വയനാട്ടിൽ എത്തിയപ്പോൾ അവിചാരിതമായി കണ്ടു പരിചയപ്പെട്ടതാണ് ജയകൃഷ്ണന്റെ അമ്മ ജാനകിയെ. അവരുടെ ബന്ധം നാട്ടിലൊക്കെ പാട്ടയപ്പോൾ അയാൾ അവിടെ നിന്ന് മുങ്ങി. എങ്കിലും ആരുമറിയാത്ത രീതിയിൽ അവർ തമ്മിൽ കാണുന്നുണ്ട്. ജാനകിയുടേയും മകന്റേയും സകല കാര്യങ്ങളും നോക്കുന്നത് ഇദ്ദേഹം തന്നെയാണ്. ജയകൃഷ്ണന്റെ കേസുമായി ബന്ധപ്പെട്ട് ആ സ്ത്രീയെ കോയമ്പത്തൂരിലേക്ക് വിളിപ്പിച്ചിരുന്നു. അപ്പോൾ അയാളും കൂടെയുണ്ടായിരുന്നു. സംസാരത്തിൽ നിന്ന് അയാൾക്ക് സാമൂഹിക കാര്യങ്ങളിൽ അത്യാവശ്യം അറിവും രാഷ്ട്രീയമായി അത്യാവശ്യം പിടിപാടുമുണ്ടെന്നാണ് മനസ്സിലാക്കിയത്. ചെറിയ താടിയൊക്കെ വച്ച തടിച്ച് അധികം ഹൈറ്റില്ലാത്ത ഇരുനിറത്തിലുള്ള ഒരാൾ. കഴുത്തിൽ രുദ്രാക്ഷമാലകളും കൈകളിൽ പലതരത്തിലുള്ള മോതിരങ്ങളുമുണ്ട്. താന്ത്രിക മാന്ത്രികരംഗത്ത് അത്യാവശ്യം പ്രശസ്തനാണെന്നും കരുണാകരൻ നമ്പ്യാർ എന്ന പേരിലല്ല ജോതിഷ സ്ഥാപനം നടത്തുന്നതെന്നും അയാൾ പറഞ്ഞു. ഇപ്പോൾ എല്ലാം തൂലികാനാമമല്ലേ ഞാനും ഒരു നല്ല തൂലികാനാമം സ്വീകരിച്ചു എന്ന് ചിരിച്ചു കൊണ്ടാണയാൾ പറഞ്ഞത്. ജയകൃഷ്ണൻ മരിച്ചപ്പോൾ അയാളുടെ സ്വത്ത് ബന്ധുക്കൾക്ക് അവകാശപ്പെട്ടതല്ലേ എന്നും അതിനിനി ഏക അവകാശി അവന്റെ അമ്മയായ ജാനകിയല്ലേ എന്നും അയാൾ ചോദിച്ചു. സത്യത്തിൽ ജയകൃഷ്ണൻ മരിച്ചതിലൊന്നും അവർക്കൊരു വിഷമവുമുണ്ടായിരുന്നില്ല. അയാളുടെ പേരിൽ എഴുതിവെച്ച സ്വത്ത് എങ്ങനെ കൈവശപ്പെടുത്താമെന്നാഗ്രഹിച്ചു കൊണ്ടാണ് അവർ വന്നത്. ഞാൻ

അവരോട് പറഞ്ഞു. യഥാർത്ഥത്തിൽ സ്വത്ത് അവർക്ക് അവകാശപ്പെട്ട താകാം. എന്നാൽ അവർ ജയകൃഷ്ണന്റെ അമ്മയാണെന്നു കോടതിയിൽ തെളിയിക്കേണ്ടിവരും. അത് അത്ര എളുപ്പത്തിൽ നടക്കുന്ന ഒരു കാര്യമല്ല. പിന്നെ അങ്ങനെ തെളിയിച്ചാൽ തന്നെ അവൻ നാടുവിടാനുള്ള കാരണം അങ്ങനെ പലവിധത്തിലുള്ള ചോദ്യങ്ങളുമുണ്ട്. പിന്നെ വേറൊരു കാര്യം അയ്യങ്കാരുടെ ഒരു മകൾ ജീവിച്ചിരിയ്ക്കുന്നുണ്ട്. അവർ താനാണ് ജയകൃഷ്ണന്റെ സഹോദരി എന്നും പറഞ്ഞ് ഒരു കേസു കൊടുക്കുകയാണെങ്കിൽ അത് തെളിയിക്കാൻ അവർക്ക് കഴിഞ്ഞാൽ അതായത് അച്ഛൻ ദത്തെടുത്ത പുത്രനാണ് ജയകൃഷ്ണൻ എന്ന് വാദിച്ച് ജയിച്ചാൽ സ്വത്തിന് അവരായിരിയ്ക്കും അവകാശി. എന്റെ സംസാരം അദ്ദേഹത്തിന് എന്തോ അസ്വസ്ഥത ഉണ്ടാക്കി. അവരുടെ മൊഴി രേഖപ്പെടുത്തി എല്ലാം കഴിഞ്ഞ് പോകുമ്പോൾ അദ്ദേഹം തമാശയ്ക്കെന്നപോലെ ഒരു ചോദ്യം ചോദിച്ചു. അല്ല സർ ജയകൃഷ്ണൻ മരിച്ചിട്ടില്ലെങ്കിൽ അയാൾക്കിഷ്ടപ്പെട്ട ആർക്കും ആ സ്വത്ത് കൊടുക്കാമല്ലോ. മരിച്ചു എന്ന് നിങ്ങൾ പറയുന്നത് യഥാർത്ഥ ജയകൃഷ്ണനല്ലെങ്കിൽ അല്ല ഞാൻ ചോദിച്ചു എന്നേയുള്ളൂ. അയാളുടെ പറുങ്ങലിൽ എനിയ്ക്ക് ഒരു സംശയം തോന്നി. എന്തെങ്കിലും ആൾമാറാട്ടം നടത്തുന്ന കാര്യമാണോ അയാൾ ചിന്തിയ്ക്കുന്നതെന്ന്. പക്ഷെ അതിനൊന്നും അയാൾക്ക് കഴിയില്ലെന്ന് എനിയ്ക്കുറപ്പുണ്ടായിരുന്നു. പക്ഷെ യഥാർത്ഥ ജയകൃഷ്ണൻ മരിച്ചിട്ടില്ലെന്ന് അമ്മ തന്നെ വാദിയ്ക്കാനിറങ്ങിയാൽ സാമ്പത്തികമായും രാഷ്ട്രീയമായും ഒരുപാട് സൗകര്യങ്ങളുള്ള പ്രതിയ്ക്ക് രക്ഷപ്പെടാൻ അത് ഒരു പഴുതൊരുക്കലായിരിയ്ക്കും. അത് കൊണ്ടു തന്നെ പ്രതികൾ ശിക്ഷിയ്കപ്പെട്ടു കഴിഞ്ഞാൽ പിന്നെ സ്വത്തൊക്കെ നിങ്ങൾക്ക് തന്നെ കിട്ടും. ആരെങ്കിലും എതിർവാദമുയർത്തുമ്പോഴല്ലേ പ്രശ്നമൊള്ളൂ. എന്നൊക്കെ പറഞ്ഞ് ഞാനവരെ സമാധാനിപ്പിച്ചു. എന്തൊക്കെയൊ ദുരൂഹതകളുള്ള ഒരാളായിട്ടാണ് എനിക്കയാളെ കണ്ടപ്പോൾ തോന്നിയത്. പിന്നെ ജയകൃഷ്ണന്റെ മരണവുമായി ബന്ധപ്പെട്ട് അയാളെ അനാവശ്യമായി വലിച്ചിഴയ്ക്കേണ്ട ഒരാവശ്യവുമില്ലല്ലോ. അതുകൊണ്ട് കൂടുതലൊന്നും അയാളെ കുറിച്ച് അന്വഷിയ്ക്കാൻ നിന്നില്ല. എങ്കിലും ഇപ്പോഴത്തെ നിങ്ങളുടെ അന്വേഷണത്തിന് കരുണാകരൻ നമ്പ്യാരെ കുറിച്ചുള്ള എന്റെ കാഴ്ചപാട് ആവശ്യം വന്നെങ്കിലോ എന്ന പ്രതീക്ഷയിലാണ് ഞാനിത് ഇവിടെ പ്രത്യേകം രേഖപ്പെടുത്തിയത്. സത്യത്തിൽ ശക്തിവേലിന്റെ കത്തിൽ ലയിച്ചിരുന്നതുകൊണ്ട് കൈയുടെ വേദന അത്ര മാത്രം അറിഞ്ഞിരുന്നില്ല. കത്ത് വീണ്ടും തുടരുകയായിരു

ന്നു. ഞാൻ ശ്രദ്ധയോടെ തന്നെ അത് മുഴുവൻ വായിച്ചു. കത്തിൽ പറഞ്ഞ പല കാര്യങ്ങളും എനിയ്ക്ക് പുതിയ ചില അറിവുകൾ തന്നു. ഈ കരുണാകരൻ നമ്പ്യാരുടെ പുതിയ തൂലികാനാമമായിരിക്കണം രാഘവ്ജി എന്ന കാര്യത്തിൽ എനിയ്ക്ക് യാതൊരു സംശയവുമുണ്ടായിരുന്നില്ല. പറഞ്ഞ ലക്ഷണപ്രകാരം നീളം കുറഞ്ഞ ഇരുണ്ടുരുണ്ട ശരീരം എന്റെയും കൃഷ്ണകുമാറിന്റേയും സ്വപ്നത്തിലുള്ളതാണ്. സുരേന്ദ്രനാഥൻസാർ പറഞ്ഞതും അങ്ങനെ തന്നെ. ഒരു ചെറിയ സംശയം മാത്രം എനിയ്ക്ക് തോന്നി. ഞാൻ സ്വപ്നത്തിൽ കണ്ട ആ മനുഷ്യന് ഒരു ചെറിയ താടി മാത്രമേ ഉണ്ടായിരുന്നുള്ളൂ. കൃഷ്ണകുമാർ പറഞ്ഞതും അങ്ങനെയാണ്. എന്നാൽ നജീബ് കണ്ട മനുഷ്യന് അലസമായി നീണ്ട് കിടക്കുന്ന നരകലർന്ന താടിയായിരുന്നു. അതേ താടി തന്നെയാണ് സുരേന്ദ്രനാഥൻ സാർ പറഞ്ഞ രൂപത്തിലുമുള്ളത്. എങ്കിലും ശരീര പ്രകൃതിയ്ക്ക് മാറ്റമില്ല. അപ്പോൾ ഞങ്ങൾ സ്വപ്നത്തിൽ കണ്ട രൂപം നജീബിനെ ഹിപ്നോസിസ് ചെയ്യുന്നതിനു മുമ്പേ യുള്ളതായിരിയ്ക്കണം. ആ സ്ഥലവും വ്യത്യസ്ഥമായിരിയ്ക്കണം. പിന്നെ താടിയൊക്കെ നീണ്ടു വളർന്നത് അടുത്ത കാലത്തെ രൂപമായിരിയ്ക്കണം. അതായിരിയ്ക്കണം നജീബും സുരേന്ദ്രൻ നാഥൻ സാറും പറഞ്ഞത്. സുരേന്ദ്രനാഥൻ സാറിന് വളരെ മുമ്പെ അദ്ദേഹത്തെ അറിയാം. ആ നിലയ്ക്ക് അയാളുടെ അക്കാലത്തെ രൂപവും ഓർമ്മയിലുണ്ടാകാം. അദ്ദേഹത്തോടൊന്ന് ചോദിച്ചാൽ കൃത്യമായ വിവരം കിട്ടും. പക്ഷെ വേണ്ട എന്ന് തീരുമാനിച്ചു. കാരണം അദ്ദേഹം ചോദിയ്ക്കും എന്താ ഇങ്ങനെ ഒരു സംശയത്തിന് കാരണമെന്ന്. അങ്ങനെ വരുമ്പോൾ കാര്യങ്ങൾ വ്യക്തമാക്കേണ്ടിവരും. അല്ലെങ്കിൽ ശുദ്ധ നുണ എന്തെങ്കിലും പറയേണ്ടിവരും. നുണ പറഞ്ഞാൽ ഇന്നല്ലെങ്കിൽ നാളെ അത് പൊളിയും. നിരുപദ്രവമായ ഒരു നുണ കൊണ്ട് ചിലപ്പോൾ തകർക്കപ്പെടുന്നത് ഏറെക്കാലത്തെ ഉറച്ച സൗഹൃദമായിരിയ്ക്കും. ശുദ്ധ സൗഹൃദങ്ങൾക്കിടയ്ക്ക് നുണകളുടെ നൂൽപാലങ്ങൾ കെട്ടിയുണ്ടാക്കാതിരിയ്ക്കുന്നതാണ് നല്ലത്. പിന്നെ ഞാനെന്തു പറഞ്ഞാലും ഈ നുണയുടെ കണ്ണിലൂടെ അദ്ദേഹം കണ്ടാൽ! വേണ്ട ഇപ്പോൾ അദ്ദേഹം അവിടെ ഇരിയ്ക്കട്ടെ കരുണാകരൻ നമ്പ്യാർ തന്നെയായിരിയ്ക്കണം രാഘവ് ജി. അത് തുടർന്നുള്ള കാര്യങ്ങളിലൂടെ വ്യക്തമാക്കപ്പെടുമായിരിയ്ക്കും ശക്തിവേലിനെ വിളിച്ചന്വേഷിയ്ക്കാം. ഇടയ്ക്കിടയ്ക്ക് വിളിയ്ക്കാറും പറയാറുമുണ്ടായതുകൊണ്ട് സുരേന്ദ്രനാഥൻസാർ അറിയേണ്ട എന്ന് പറഞ്ഞാൽ അദ്ദേഹം പറയില്ല. അദ്ദേഹത്തിന് ഇപ്പോൾ ബന്ധം കൂടുതൽ എന്നോടായി കഴിഞ്ഞു.

അദ്ദേഹത്തിന്റെ അച്ഛന്റെ സുഹൃത്ത് മാത്രമാണ് സുരേന്ദ്രനാഥൻസാർ ഞങ്ങൾ പരിചയപെടാൻ കാരണവും അവർ തമ്മിലുള്ള ബന്ധം തന്നെ. എന്നാൽ സുരേന്ദ്രനാഥൻ സാർ ബന്ധങ്ങൾ എന്നും നിലനില്ക്കുമെന്ന് ഉറച്ചു വിശ്വസിയ്ക്കുന്ന ഒരാളാണ്. യഥാർത്ഥ സ്നേഹ ബന്ധങ്ങൾക്കിടയിൽ ഒരു തരത്തിലുള്ള അഭിനയത്തിനും പ്രസക്തിയില്ല എന്നാണയാളുടെ വിശ്വാസം. അതിനെ ഇടയ്ക്കിടയ്ക്ക് പുതുക്കേണ്ടതില്ല എന്ന് വിശ്വസിയ്ക്കുന്നതുകൊണ്ടു തന്നെ വിളിയ്ക്കലും പറയലുമൊക്കെ വളരെ കുറയും. ആവശ്യത്തിന് മാത്രം ഉപയോഗിയ്ക്കാനാണ് ഫോൺ എന്നതാണ് അദ്ദേഹത്തിന്റെ ശരി . ആവശ്യത്തിന് സഹായിക്കുകയും സംരക്ഷിക്കുകയും ചെയ്യുന്നതാണ് സൗഹൃദം എന്നതാണ് അദ്ദേഹത്തിന്റെ തത്വം. അദ്ദേഹത്തിന്റെ ശരിയും തെറ്റും അദ്ദേഹം തുടരട്ടെ . പക്ഷെ ഇടയ്ക്കിടയ്ക്കുള്ള ഫോൺ വിളിയും കുശലാന്വേഷണവും തുടർന്നതു കൊണ്ടു തന്നെയാണ് ശക്തിയുമായുള്ള സൗഹൃദം ഇപ്പോഴും ശക്തമായി മുന്നോട്ട് പോകുന്നത് എന്ന് വിശ്വസിയ്ക്കാനാണ് എനിയ്ക്കിഷ്ടം.

കൃഷ്ണൻ തിരുമേനിയ്ക്ക് വല്ലാത്ത അത്ഭുതമായിരുന്നു. ഇത്ര പെട്ടന്ന് എങ്ങനെ മണ്ണ് സ്ഥലത്തെത്തി. ഒരേ ഒരു ദിവസം കൊണ്ട് ജയകൃഷ്ണനെ അടക്കം ചെയ്ത സ്ഥലത്തെ മണ്ണ് എത്തിയ്ക്കാൻ കഴിഞ്ഞതിലാണ് അദ്ദേഹം അത്ഭുതപ്പെട്ടത്. എന്തായാലും അത് നമ്മുടെ ഭാഗത്തെ വൻ വിജയമാണെന്ന് അദ്ദേഹം പറഞ്ഞു. പിന്നെ ബാത്ത്റൂമിൽ വീണതിന്റെ ബുദ്ധിമുട്ടുകൾ എന്തെങ്കിലും ബാക്കിയുണ്ടോ കൈയൊക്കെ ശരിയായോ എന്ന് അദ്ദേഹം ചോദിച്ചപ്പോൾ തന്നെ കാര്യം മനസ്സിലായി. അതൊക്കെ കൃത്യമായി വള്ളിപുള്ളിവിടാതെ കൃഷ്ണകുമാർ പറഞ്ഞിട്ടുണ്ടാവും. ഒരു കുഴപ്പവുമില്ല. എല്ലാം ശരിയാവും എന്ന് അദ്ദേഹം പറഞ്ഞപ്പോഴാണ് എന്തോ ഒരപകടം പോലെ തോന്നിയത്. പിന്നെ അദ്ദേഹം ഏറെ കാര്യങ്ങൾ പറഞ്ഞു. കൂട്ടത്തിൽ വളരെ പ്രശസ്തരായ ചില പാരസൈകോളജിസ്റ്റുകളേകുറിച്ചും. അദ്ദഹം പറഞ്ഞ വ്യക്തികളിൽ ഏറ്റവും പ്രധാനിയായ ഹാർ കോസിനെ കുറിച്ചറിയാൻ ഞാനൊന്നു ശ്രമിച്ചു. സത്യത്തിൽ അങ്ങനെ ഒരു പേര് ഞാൻ കേട്ടിട്ടുണ്ടായിരുന്നില്ല. അത് കൊണ്ടാണ് അത് പെട്ടന്ന് അന്വേഷിയ്ക്കുവാൻ എനിക്ക് പ്രരണയായത്.

വിക്കിപീഡിയയിൽ തിരഞ്ഞപ്പോഴാണ് അദ്ദേഹത്തെ കുറിച്ച് ഒരു ഏകദേശധാരണ കിട്ടിയത്. ദി സൈകിക്ക് വേൾഡ് ഓഫ് പീറ്റർ ഹർക്കോസ് എന്ന പേരിൽ നോർമ ബ്രൗണിഗ് എഴുതിയ ഒരു പുസ്തകം ആമ

സോണിൽ ലഭ്യമാണെന്ന് മനസ്സിലായി. അധികം വൈകാതെ തന്നെ അതൊന്ന് വാങ്ങി വായിക്കണമെന്ന് തീരുമാനിച്ചു. അത്ഭുതകരമായ പ്രവചനങ്ങൾ കൊണ്ട് ലോകത്തെ ഞെട്ടിച്ച ഒരു പാരസൈക്കോളജിസ്റ്റ് എന്ന നിലയ്ക്കാണ് പീറ്റർ ഹാർകൂസിനെ മനസ്സിലാക്കാൻ കഴിഞ്ഞത്. ഇഎസ്പി പ്രവർത്തനങ്ങൾ കൊണ്ട് അദ്ദേഹം ചെയ്ത അത്ഭുത പ്രവർത്തികൾ പലതാണ്. 1911 മെയ് 21ന് നെതർലന്റിൽ ജനിച്ച പീറ്റർ വാൻഡർഹർകൂസ് തന്റെ മുപ്പതാമത്തെ വയസ്സു മുതലാണ് അതീന്ദ്രിയ പ്രതിഭാസങ്ങൾ കാണിച്ച് തുടങ്ങിയത്. മുപ്പതാമത്തെ വയസ്സിൽ ഒരു കോണിയിൽ നിന്ന് വീണ അപകടത്തിൽ തലച്ചോറിന് മാരകമായ ക്ഷതം പറ്റി. കുറച്ച് ദിവസം കോമയിൽ കിടക്കേണ്ടിവന്ന അദ്ദേഹം ഉണർന്നത് അത്ഭുതകരമായ ഇഎസ്പി പ്രവർത്തനങ്ങളുമായിട്ടായിരുന്നു. വരാനിരിയ്ക്കുന്ന കാര്യങ്ങൾ പ്രവചിയ്ക്കുക കാണാതെ പോയവസ്തുക്കൾ മന കണ്ണു കൊണ്ട് കണ്ടെത്തുക തുടങ്ങിയവായിയിരുന്നു അവയിൽ പ്രധാനം. കേടുവന്ന യന്ത്രങ്ങൾ കണ്ടാൽ അതിന്റെ ഏത് ഭാഗത്താണ് തകർച്ച എന്ന് ഒനോട്ടത്തിൽ പറയുക എന്നത് മാത്രമല്ല, ചില ഉപകരണങ്ങൾ നോക്കി അതിന്റെ ഏതെങ്കിലുമൊരു ഭാഗം ഇന്ന ദിവസം മുതൽ പ്രവർത്തന ശേഷിയില്ലാതാകും എന്നു വരെ കൃത്യമായി പ്രവചിച്ചിട്ടുണ്ടത്രെ അദ്ദേഹം . കളവുമുതൽ കണ്ടെത്താനും ചില കുറ്റകൃത്യങ്ങൾ തെളിയിക്കാനും ഈ അസാധാരണ മനുഷ്യന്റെ സഹായം പല പ്രാവശ്യം ഡച്ച് പോലീസ് തേടിയിട്ടുണ്ടെന്ന് പറയപ്പെടുന്നു. എന്നാൽ ഇദ്ദേഹത്തെ പ്രഗൽഭരായ മനശ്ശാസ്ത്രജ്ഞൻമാരുടെ ഒരു സംഘം പലതരത്തിലുള്ള പരിശോധനയ്ക്ക് വിധേയമാക്കിയെങ്കിലും അത്തരത്തിൽ ഒരു ഇഎസ്പി ഉള്ള ഒരാളാണ് ഹർകൂസ് എന്ന് അവർക്ക് കണ്ടെത്താൻ കഴിഞ്ഞില്ല. ശാസ്ത്രലോകം അദ്ദേഹത്തെ തള്ളി പറഞ്ഞു വെങ്കിലും 1988 ജൂൺ 1 ന് ലോസ് ആഞ്ചലസിൽ വച്ച് മരിയ്ക്കുന്നതു വരേയും അദ്ദേഹം അത്ഭുതകരമായ പ്രവചനങ്ങൾ നടത്തി. കാലം എല്ലാം ശരിയെന്ന് തെളിയ്ക്കുകയും ചെയ്തു.

ഹാർകൂസിനെ പോലെ ഹോമിനെ പോലെ ആസ്ട്രിയായിൽ ജീവിച്ച നൈഡറെ പോലെ പോളണ്ടിൽ ഉണ്ടായിരുന്ന ക്ലൂസ്കിയെ പോലെ എത്രയോ പേർ അതീന്ദ്രിയ പ്രവർത്തനങ്ങളിലൂടെ ജനങ്ങളെ നിരന്തരം അത്ഭുതപെടുത്തിയിട്ടുണ്ട്. അത്തരം അതീന്ദ്രിയ ശക്തിയുള്ള ഒരാളാണ് രാഘവ്ജിയെങ്കിൽ ജയകൃഷ്ണന്റെ മോക്ഷം ഞങ്ങളാൽ ലഭിയ്ക്കുമോ? സാധ്യത കുറവാണെന്ന് എനിയ്ക്കു തോന്നി. എന്തായാലും ഇത്തരം കാര്യങ്ങളിൽ കൂടുതൽ അറിവും പരിചയവുമുള്ള സുരേന്ദ്ര

നാഥൻ സാറും തിരുമേനി യുമൊക്കെ കൂടെയുണ്ടല്ലോ എന്ന ഒരു സമാധാനം മാത്രമായിരുന്നു എനിയ്ക്ക്. ബാക്കി എല്ലാം വിധിയ്ക്ക് വിട്ടു കൊടുക്കുക തന്നെ.

വൈകുന്നേരം സുരേന്ദ്രനാഥൻ സാർ വിളിച്ചു. അദ്ദേഹം പറഞ്ഞു.

'നമുക്ക് യഥാർത്ഥ യാത്രയ്ക്കു മുമ്പേ ഒരു ട്രയൽ യാത്ര നടത്തിയാലോ ?. ജയകൃഷ്ണൻ ജനിച്ച വയനാട്ടിലേയ്ക്ക് . അവിടെ ചെന്ന് അയാളുടെ ബാല്യകാല ജീവിതമൊക്കെ ഒന്നുകണ്ടറിഞ്ഞാൽ നമുക്കു മുമ്പിൽ എതെങ്കിലും വാതിൽ തുറക്കാതിരിയ്ക്കില്ലെന്ന് എനിയ്ക്കു തോന്നുന്നു. നീയും കുട്ടുകാരും തയ്യാറാണെങ്കിൽ നാളെ തന്നെ പോകാമെന്ന് കരുതുന്നു.' പെട്ടന്നൊരു മറുപടി പറയാൻ എനിയ്ക്ക് കഴിഞ്ഞില്ല. 'ഞാൻ കൂട്ടുകാരോടൊക്കെ ഒന്ന് ചോദിച്ചതിന് ശേഷം അല്പം കഴിഞ്ഞ് വിളിയ്ക്കാ'മെന്ന മറുപടി നൽകി. മതി എന്നദ്ദേഹം സമ്മതിച്ചു. ഫോൺ വെച്ച ശേഷം ഞാൻ ആദ്യം വിളിച്ചത് തിരുമേനിയെ ആയിരുന്നു. അദ്ദേഹം പറഞ്ഞു .'ഞാനേതായാലും തിരുനെല്ലി വരെ ഒന്നു പോകണമെന്ന് കരുതിയിരിയ്ക്കുകയായിരുന്നു. പ്രൊഫസർ നാളെ പോകാമെന്ന് പറഞ്ഞത് വയനാട്ടിലേയ്ക്കല്ലേ അപ്പോൾ ഞാനും വരും. കാര്യങ്ങളൊക്കെ കഴിഞ്ഞ് നമുക്ക് തിരുനെല്ലിയും കൂടി സന്ദർശിച്ച് തിരിച്ചു വരാം. പിന്നെ ഒരു കാര്യം യാത്ര നമുക്ക് എന്റെ കാറിലാവാം. എല്ലാവർക്കും ഡ്രൈവിംഗ് അറിയുന്നതല്ലേ, മാറി മാറി ഓടിയ്ക്കാം ' . തിരുമേനിയ്ക്ക് പൂർണ്ണ സമ്മതമാണെന്നറിയിച്ച ഉടനെ അശോകൻ സാറിനേയും കൃഷ്ണകുമാറിനേയും വിളിച്ചു. എല്ലാവരും തയ്യാറായിരുന്നു. പിന്നെ വൈകേണ്ട കാര്യമില്ലല്ലോ. സുരേന്ദ്രനാഥൻസാറെ വിളിച്ചു. ട്രെനിൽ കോഴിക്കോട് റയിൽ വേസ്റ്റേഷനിലെത്താമെന്നായിരുന്നു സാറിന്റെ അഭിപ്രായം. കാറുമായി ഞങ്ങൾ അവിടെയെത്തിയാൽ മതി എന്ന് തീരുമാനമായി. 'അപ്പോൾ ജയകൃഷ്ണാ ഞങ്ങൾ വരുന്നു. നിന്നെ സഹായിക്കുവാൻ! നിന്റെ സഹായം പ്രതീക്ഷിയ്ക്കുന്നു. കൂടെ ഉണ്ടാവണേ.' എന്ന് ഞാൻ മനസ്സിൽ പറഞ്ഞു.

അദ്ധ്യായം 17

സൂക്ഷ്മം തേടുന്ന സ്ഥൂലത

രാവിലെ തന്നെ ഞാനും കൃഷ്ണകുമാറും അശോകൻ സാറും ഒരുമിച്ച് ഒരു യാത്രയ്ക്കു വേണ്ട അത്യാവശ്യ സാധനങ്ങളൊക്കെയെടുത്ത് കൃഷ്ണേട്ടന്റെ മനയിലെത്തി. എല്ലാം പെട്ടന്നായിരുന്നു. സുരേന്ദ്രനാഥൻസർ പെട്ടന്ന് വിളിച്ചത് കൊണ്ട് വേണ്ടത്ര ഒരുക്കങ്ങളില്ലാതെയാണ് ഞങ്ങളിറങ്ങിയത്. തോന്നിയതൊക്കെ വാരിക്കെട്ടിയെടുത്തു എന്ന് മാത്രം. കാത്തിരുന്ന് കാത്തിരുന്ന് ഒരുങ്ങാൻ മറന്നു പോയ ഒരവസ്ഥയായിരുന്നു ഞങ്ങൾക്ക് . അല്ലെങ്കിലും മുൻകൂട്ടി തീരമാനിയ്ക്കന്നതല്ലല്ലോ പലപ്പോഴും സംഭവിയ്ക്കുന്നത്. എന്നാൽ തിരുമേനി, യാത്രയ്ക്ക് വേണ്ട എല്ലാ ഒരുക്കങ്ങളും പൂർത്തിയാക്കിയിരുന്നു എന്ന് അദ്ദേഹം പറഞ്ഞപ്പോൾ ആദ്യം ഞങ്ങളൊന്നു പകച്ചു. പിന്നെ അദ്ദേഹത്തിനെന്തെങ്കിലും ഊഹമുണ്ടായിരിക്കാം. അല്ലെങ്കിൽ തിരുനെല്ലിയിലേയ്ക്ക് പോകാൻ ഒരുങ്ങിയതുമാവാമെന്ന് ഞാൻ മനസ്സിൽ സമാധാനിച്ചു.അത്യാവശ്യം സാധനങ്ങളൊക്കെ എടുത്ത് ഒരു ബാഗിലാക്കി, ഇറങ്ങാനുള്ള ഒരുക്കം ഇന്നലെ വൈകുന്നേരം തന്നെ തുടങ്ങി. എവിടെയൊക്കെ പോകേണ്ടിവരും എത്ര ദിവസം തങ്ങേണ്ടി വരും എന്നൊന്നും തീരുമാനിയ്ക്കാത്ത യാത്രയാണല്ലോ. അത്യാവശ്യം സാധനങ്ങൾ കൈയിൽ കരുതുക തന്നെ വേണം.കൃഷ്ണേട്ടനാണ് പറഞ്ഞത് മനയിൽ എല്ലാവരും എത്തുക അദ്ദഹത്തിന്റെ കാറ് അവിടെ റഡിയായിരു യ്ക്കുമെന്ന്. ' ഓരോരുത്തരും ഓരോ സ്ഥലത്ത് നിന്ന് കേറുന്നത് ഒരു യാത്രയ്ക്കും ശുഭമല്ല. പിന്നെ നാലു പേരൊന്നിച്ചിറങ്ങിയാൽ നടക്കാത്തതൊന്നുമില്ലല്ലോ.. അതുകൊണ്ട് നാല് പേർ ഇല്ലത്ത് നിന്നൊന്നിച്ചിറങ്ങാം അവിടെ എത്തിയാൽ മതി. ഞങ്ങളെത്തുമ്പോൾ അദ്ദേഹം ഒരുങ്ങിയിരിക്കുകയായിരുന്നു. വസ്ത്രങ്ങളൊക്കെ പാക്ക് ചെയ്ത് വണ്ടിയിൽ വച്ച് കഴിഞ്ഞിരുന്നു. എന്നാലും ഒരു ചായ കുടിച്ചിട്ട് പോകാമെന്ന് അദ്ദേഹം നിർബന്ധിച്ചു. ആർക്കും അപ്പോൾ ചായ വേണമെന്നുണ്ടായിരുന്നില്ല. എങ്കിലും അദ്ദേഹത്തിന്റെ നിർബന്ധത്തിന് വഴങ്ങാതിരിക്കാൻ കഴിയുമായിരുന്നില്ല. സാധാരണ അങ്ങനെ ആവശ്യത്തിൽ കവിഞ്ഞ് ഒരു കാര്യത്തിലും നിർബന്ധിയ്ക്കാത്തൊരു സ്വഭാവമാണ് തിരുമേനിയ്ക്ക്. എന്നാൽ

ചായ കുടിച്ചേ പറ്റൂ എന്ന് ഉറപ്പിച്ചു പറഞ്ഞപ്പോൾ ആരും എതിർക്കാൻ നിന്നില്ല. ഉച്ചയ്ക്ക് രണ്ടു മണിയ്ക്ക് സുരേന്ദ്രനാഥൻ സാർ കോഴിക്കോട്ടെത്തുമെന്നാണ് പറഞ്ഞിരുന്നത്. റയിൽവേ സ്റ്റേഷൻ പരിസരത്ത് നിൽക്കാം. എത്താറാവുമ്പോൾ വിളിച്ചാൽ മതി എന്നദ്ദേഹം അറിയിച്ചിട്ടുണ്ട്. കൂടെ ആരൊക്കെയുണ്ടാകുമെന്ന് അദ്ദേഹം ചോദിച്ചിട്ടില്ല. ഞാൻ പറഞ്ഞിട്ടുമില്ല. എന്തായാലും ഒട്ടും പ്രതീക്ഷിക്കാത്ത ഒരാളായിരിക്കും കൃഷ്ണൻ തിരുമേനി.

'ന്നാൽ ഇറങ്ങല്ലേ?' എന്ന് ചോദിച്ചു കൊണ്ട് തിരുമേനി പിച്ചള ചെല്ലമെടുത്ത് കക്ഷത്ത് വച്ചു. എല്ലാവരും എഴുന്നേറ്റു. എന്തുകൊണ്ടാണെന്നറിയില്ല കൃഷ്ണകുമാറിന്റെ കൈയിലാണ് അദ്ദേഹം കാറിന്റെ ചാവി കൊടുത്തത്. കൃഷ്ണകുമാറാകട്ടെ അതു ഭയഭക്തിബഹുമാനത്തോടെ ഏറ്റു വാങ്ങി ഡ്രൈവർ സീറ്റിൽ കയറിയിരുന്നു. ഫ്രന്റ് സീറ്റിൽ തിരുമേനികേറി. 'വഴിയ്ക്കല് എടയ്ക്ക് എടയ്ക്ക് ഒന്ന് നിർത്തണ്ടി വരും. ഞാനേയ് കോളംബിഎടുത്ത് വണ്ടിയിൽ വച്ചിട്ടില്ല. ദീർഘദൂരയാത്രയ്ക്ക് അത് പതിവുള്ളതാ. ഈ യാത്രയിൽ അത് വേണ്ടാന്ന് തോന്നി.' തിരുമേനി ആരോടെന്നില്ലാതെ പറഞ്ഞു. ഞങ്ങൾ പരസ്പരം നോക്കി പുഞ്ചിരിയ്ക്കുകയല്ലാതെ ഒന്നും പറഞ്ഞില്ല. ഞാനും അശോകൻ സാറും കാറിന്റെ പിൻസീറ്റിൽ കയറി ഡോർ ലോക്കുചെയ്തു. കൃഷ്ണകുമാർ സ്റ്റിയറിംഗിൽ തൊട്ട് നെറുകിൽ വച്ച് ഒരു നിമിഷം ധ്യാനിച്ചതിന് ശേഷം വണ്ടിയെടുത്തു. കുറച്ചു ദൂരം വരെ ആരും ഒന്നും സംസാരിച്ചില്ല. എല്ലാവരും വല്ലാത്ത ഗൗരവത്തിലെന്നപോലെയായിരുന്നു. പിന്നെ തിരുമേനി തന്നെയാണ് ആ മൗനം മുറിച്ചത്.' ഇതെന്താ ആരും ഒന്നും മിണ്ടാതിരിയ്ക്കുന്നത്. ഒരു യാത്രയാവുമ്പോൾ എന്തെങ്കിലും മിണ്ടീം പറഞ്ഞുമൊക്കെ പോവുന്നതാണ് അതിന്റെ രസം. നമ്മള് പോവുന്നത് ഒരു ആത്മാവിനെ തേടിയാണെങ്കിലും യാത്രയ്ക്ക് ഒരു ത്രില്ലൊക്കെ വേണ്ടേ? എന്താ കൃഷ്ണകുമാറെ ശരിയല്ലേ?' കൃഷ്ണകുമാറിനോടാണ് അദ്ദേഹം ചോദിച്ചത്. 'ശരിയാണ്' അയാൾ പറഞ്ഞു. 'എന്നിട്ടെന്താ താനൊന്നും മിണ്ടാതിരിക്കുന്നത്?' കൃഷ്ണകുമാർ വെറുതെ ചിരിച്ചു.

'ഈ കൂട്ടത്തിൽ ഏറ്റവും വലിയ സംശയക്കാരൻ താനാണെന്നാണ് ഞാൻ കരുതിയത്. എന്നിട്ടിപ്പൊ തനിക്കൊരു സംശയവു ഇല്യാണ്ടായോ? അതോ സംശയങ്ങളൊക്കെ ഒരു ദിവസം കൊണ്ട് തീർന്നു പോയോ?' അപ്പോഴും കൃഷ്ണകുമാർ ഒന്നും മിണ്ടിയില്ല. എന്നാൽ അശോകൻ സർ പറഞ്ഞു. 'തിരുമേനി മരിച്ചു പോയ ഒരു വ്യക്തിയുടെ ആത്മാവിനെ ഉപയോഗിച്ച് ഈ ജീവിതത്തിൽ പലതും നേടാൻ കഴിയുമെന്ന്

പലരും വിശ്വസിക്കുന്നുണ്ടല്ലോ. അതിനു വേണ്ടി ആസ്ട്രൽ പ്രോജക്ഷൻ നടത്തുവാൻ ചെയ്ത ഏറ്റവും ക്രൂരമായ ചില കൊലപാതകങ്ങളുടെ കഥയും അടുത്ത കാലത്ത് കേട്ടിട്ടുണ്ട്. യാഥാർത്ഥത്തിൽ അതിലെന്തെങ്കിലും വസ്തുതകളുണ്ടെന്ന് തിരുമേനി വിശ്വസിക്കുന്നുണ്ടോ? ഇക്കാലത്ത് ഇത്തരം കാര്യങ്ങളൊക്കെ വിശ്വസിക്കുക എന്നാൽ അത് ഒരു തരം രോഗാവസ്ഥയായി മാത്രമല്ലേ കാണാൻ കഴിയു.'

ചോദ്യം കേട്ട കൃഷ്ണേട്ടൻ കാറിന്റെ പിന്നിലേയ്ക്കൊന്ന് തിരിഞ്ഞ് നോക്കി. പിന്നെ വണ്ടിയൊന്ന് സൈഡാക്കുവാൻ കൃഷ്ണകുമാറിന് ആംഗ്യത്തിൽ നിർദേശം നൽകി. വണ്ടി നിറുത്തിയപ്പോൾ അദ്ദേഹം ഒന്ന് നീട്ടി തുപ്പി. 'പോവാം' എന്ന അർത്ഥത്തിൽ കൃഷ്ണകുമാറിനെ നോക്കി തലയാട്ടി. പിന്നെ പറഞ്ഞു. 'ആത്മാവിൽ ഞാൻ വിശ്വസിക്കുന്നുണ്ട്. എന്നാൽ അതിന്റെ പേരിൽ നടക്കുന്ന ആസ്ട്രൽ പ്രോജക്ഷനെ കുറിച്ചൊന്നും എനിയ്ക്കു വേണ്ടത്ര അറിയില്ല. അതുകൊണ്ട് തന്നെ അതിനെ പറ്റി പറയാൻ ഞാനാളല്ല. ഓരോ ജനത ഓരോ തരം മാർഗത്തിലൂടെ ആത്മാവിനെ കുറിച്ച് അന്വേഷിക്കുകയും ചിലരെങ്കിലും അതിനെ കുറിച്ച് ചില വ്യക്തമായ കാഴ്ചപ്പാടുകൾ അവതരിപ്പിക്കുകയും ചെയ്തിട്ടുണ്ട് , എന്നതാണ് വസ്തുത. സുധീർ എന്തു പറയുന്നു.' കൃഷ്ണേട്ടൻ എന്നെ ഒന്ന് തിരിഞ്ഞ് നോക്കി. ഞാൻ പറഞ്ഞു.

'ആസ്ട്രൽ പ്രൊജക്ഷനെ കുറിച്ച് പലർക്കും പല അഭിപ്രായമാണ്. എന്തായാലും ഒരു ശാസ്ത്രം എന്ന നിലയ്ക്ക് മനശ്ശാസ്ത്രം അതിനെ ഒരു തരത്തിലും അംഗീകരിക്കുകയാ വിശ്വസിക്കുകയോ ചെയ്യുന്നില്ല. എന്നാൽ പാരസൈക്കോളജി ,മനുഷ്യന് നാം കാണുന്ന സ്ഥൂല ശരീരം കൂടാതെ ഒരു സൂക്ഷ്മ ശരീരം കൂടിയുണ്ടെന്നു പറയുന്നു. ആ സൂക്ഷ്മ ശരീരത്തെയാണ് ആസ്ട്രൽ ബോഡി എന്ന് പറയുന്നത്. മരണത്തോടെ സ്ഥൂല ശരീരം നശിക്കുമെങ്കിലും സൂക്ഷ്മ ശരീരം നശിക്കുന്നില്ല. ഈ സൂക്ഷ്മ ശരീരത്തെ തന്നെയാണ് നാം ആത്മാവ് എന്ന് വിശേഷിപ്പിക്കുന്നതും. പാരാസൈകോളജിസ്റ്റുകൾ പറയുന്ന OBE അഥവാ out of body Experience പുനഃസൃഷ്ടിക്കുവാൻ ആസ്ട്രൽ പ്രൊജക്ഷനിലൂടെ കഴിയുമെന്നാണവരുടെ വിശ്വാസം.

യഥാർത്ഥത്തിൽ ഇതൊരു പഴഞ്ചൻ വിശ്വാസമാണ്. കൂടു വിട്ടു കുടുമാറ്റം എന്നൊക്കെ പണ്ട് മലയാളികൾ പറഞ്ഞിരുന്നതൊക്കെ ഇതിന്റെ ഭാഗമാണ്. അടുത്ത കാലത്ത് ആസ്ട്രൽ പ്രൊജക്ഷൻ കൂടുതൽ ചർച്ച ചെയ്യാൻ കാരണം സാത്താൻ സേവക്കാരാണ്. യഥാർത്ഥത്തിൽ ഏഴാം നൂറ്റാണ്ടോടു കൂടി അമേരിക്കയിൽ ആരംഭിച്ചതാണ് സാത്താൻ

സേവ. എന്നാൽ 1960ൽ അമേരിക്കക്കാരനായ ആന്റൺ എസ് ലാവേയാണ് സാത്തനിക് തത്വശാസ്ത്രം രൂപീകരിച്ചതും ചർച്ച് ഓഫ് സാത്താൻ ആരംഭിച്ചതും. ഇവർക്ക് സാത്തനിക്ക് ബൈബിളും കറുത്ത കുറുബാനയുണ്ട്. ലൂസിഫറാണ് ഇവരുടെ ആരാധാനാ മൂർത്തി. ക്രൈസ്തവ സഭയുടെ കുരിശ് തലതിരിച്ചതാണ് സാത്താൻ സഭയുടെ കുരിശ്. സ്ത്രീയുടെ ജനനേന്ദ്രിയമാണ് കറുത്ത കുറുബാനയുടെ അൾത്താര. സ്വന്തം ശരീരത്തിൽ നിന്ന് രക്തം ഒഴുക്കുക, മുടികത്തിയ്ക്കുക, അമാവാസി ദിവസം മൂങ്ങയെ ബലികഴിക്കുക, മദ്യപിയ്ക്കുക, ലഹരിയിൽ പരസ്യമായി ലൈംഗീകതയിൽ ഏർപ്പെടുക ഇതൊക്കെ ദിവ്യശക്തി കിട്ടുവാനുള്ള സാത്താൻ ഉപാസനയുടെ മാർഗമായി സാത്തനിക് ചർച്ച് കണ്ടിരുന്നു. ദുർമൂർത്തികളെ ഉപാസിക്കുന്ന ഇന്ത്യൻ മാന്ത്രികം പോലെ ഒന്ന്. 1500 കളിൽ കാതറിൻ ഡി മെഡിസി എന്ന ഫ്രാൻസിലെ രാജ്ഞിയാണ് ആദ്യത്തെ കറുത്ത കുറുബാന അഥവാ ബ്ലാക്ക് മാസ് സമർപ്പിച്ചതെന്നാണ് ചരിത്രം പറയുന്നുത്. അതായത് ആന്റൺ എസ് ലാവെ യ്ക്ക് മുമ്പ് തന്നെ കറുത്ത കുറുബാനയുണ്ട്. അതിനെ ഒരു പ്രസ്ഥാനമാക്കി മാറ്റുക മാത്രമാണ് അദ്ദേഹം ചെയ്തത്.മെഴുകുതിരി ആർത്തവരക്തം തലയോട് അസ്തികൾ എന്നിവയൊക്കെ കറുത്ത കുറുബാനയ്ക്കുള്ള പൂജാദ്രവ്യങ്ങളായി കാണുന്നു. ഇത്തരം കറുത്ത കുറുബാനയിലൂടെ സിദ്ധി നേടി ആസ്ട്രൽ പ്രൊജക്ഷനും ആസ്ട്രൽ ട്രാവലിംഗും ഒക്കെ നടത്താമെന്നാണ് സാത്താൻ സേവകർ വിശ്വസിച്ചത്. അടുത്ത കാലത്ത് ഈ വാക്ക് ഇത്രമാത്രം പ്രശസ്തമാക്കിയതും അവർ തന്നെ യഥാർത്ഥത്തിൽ പാരസൈക്കോളജിസ്റ്റുകൾ പറയുന്ന ആസ്ട്രൽ പ്രൊജക്ഷനും സാത്താൻ സേവക്കാരുടെ ദിവ്യ സിദ്ധിയുണ്ടാക്കലും തമ്മിൽ ഏറെ വ്യത്യാസമുണ്ട്.' ഞാൻ സംസാരിക്കുന്നത് എല്ലാവരും മൗനമായി എന്നാൽ ഗാരവത്തോടെ കേൾക്കുകയായിരുന്നു. അല്പം ദീർഘമായ എന്റെ പ്രഭാഷണം അവസാനിച്ചപ്പോൾ അശോകൻ സാറെ നോക്കി കൃഷ്ണേട്ടൻ ചോദിച്ചു. 'ഇപ്പോൾ മനസ്സിലായില്ലേ. പണ്ടത്തെ ദുർമാന്ത്രികർ ചെയ്തിരുന്നു എന്ന വാകാശപ്പെട്ടിരുന്നതും ഇതൊക്കെ തന്നെ. വലിയ വലിയ പേരുകൾ കേൾക്കുമ്പോൾ ചില ഏഭ്യൻമാർ ശാസ്ത്രമാണെന്ന് തെറ്റിദ്ധരിയ്ക്കും. ഇതൊക്കെ സ്യൂഡോ സയൻസ് തന്നെ. വിശ്വാസവും ശാസ്ത്രവും രണ്ടാണ്. വിശ്വാസത്തിനെ ശാസ്ത്രത്തിന്റെ കുതിര പുറത്ത് കേറ്റി എഴുന്നള്ളിയ്ക്കാനാണ് പലർക്കും താൽപര്യം. അതല്ലെങ്കിൽ അന്ധമാണെന്ന് പറയും. പക്ഷെ ശാസ്ത്രത്തിന്റെ പൊയ്കുതിര പുറത്ത് കേറിവരുന്ന ഇത്തരം വിശ്വാസങ്ങളാണ് ശുദ്ധ അ

സംബന്ധം. മാന്ത്രികത്തിൽ പലതിനും ചില മാനദണ്ഡങ്ങളുണ്ട്. ഇവിടെ എന്താണുള്ളത്? തോന്നുന്നത് ചെയ്ക ഒരു തരം ഭ്രാന്ത് അല്ലെ സുധീർ?' 'അതെ.' ഞാൻ സമ്മതിച്ചു.

'മനുഷ്യന്റെ ചിന്താപരിമിതിയ്ക്കുള്ളിൽ നിന്ന് വിലയിരുത്താൻ കഴിയാത്ത ഒരു പാട് കാര്യങ്ങൾ ലോകത്തുണ്ടായിട്ടുണ്ട്. അത്ഭുതാനുഭവങ്ങളുള്ളവരും അത്ഭുത ശക്തിയുള്ളവരും ഉണ്ടായിട്ടുണ്ട്. സാധാരണ മനുഷ്യന്റെ ശാസ്ത്ര ബോധം കൊണ്ട് അതിനെ വിലയിരുത്തുന്നത് തന്നെ തെറ്റ്. ഭാരതത്തിലെ ഋഷിവര്യൻമാരെ കുറിച്ചോർക്കുക. നിരന്തരമായ ധ്യാനവും അതിലേറെയുള്ള കഠിനമായ പരിശ്രമങ്ങളും ത്യാഗവും കൊണ്ടാണ് അവർ സിദ്ധി നേടിയത്. അല്ലാതെ എന്തെങ്കിലും ദുരാചാരം കൊണ്ട് പെട്ടന്ന് അത് നേടിയെടുക്കാമെന്നവർ വിശ്വസിച്ചില്ല. അതിന് ശ്രമിച്ചതുമില്ല. സ്വാർത്ഥത ഇല്ലാതാകുമ്പോഴേ ഒരാൾക്ക് അതീന്ദ്രിയമായ കഴിവ് നേടിയെടുക്കാനാവു. എന്നാൽ സാത്തനിക്കുകൾ പറയുന്നത് സ്വന്തം സുഖം മാത്രമാണ് .അതിനു വേണ്ടിയുള്ള ചൊടുക്കു വിദ്യകളാണ് അവർക്ക് മറ്റെല്ലാ സിദ്ധികളും. അതിനാണ് , അതിന് വേണ്ടി മാത്രമാണ് അവർ ആസ്ട്രൽ പ്രൊജക്ഷനൊക്കെ ഉപയാഗിക്കുന്നത്. അതുകൊണ്ടെന്താ സംഭവിയ്ക്കുന്നത് ? അവർ ലക്ഷ്യത്തിലെത്തുന്നുമില്ല നരബലി പോലെയുള്ള ക്രൂരമായ മഹാപാപത്തിൽ പങ്കാളികളുമാവാന്നു. അത്ര മാത്രം.'

കൃഷ്ണേട്ടൻ സംസാരിക്കുന്നതിനിടയിലാണ് എന്റെ ഫോൺ റിങ്ങ് ചെയ്തത്. നോക്കിയപ്പോൾ സുരേന്ദ്രനാഥൻസർ . സർ റൈൽവേ സ്റ്റേഷനിൽ എത്തിയിട്ടുണ്ടാകും. ഞാൻ വേഗം ഫോണെടുത്തു. അദ്ദേഹം ചോദിച്ചു. 'അല്ല, എവിടെയെത്തി?' ഞാൻ പുറത്തേയ്ക്കു നോക്കി. കൃത്യമായ സ്ഥലം മനസ്സിലാക്കുവാൻ അതേ മാർഗമുണ്ടായിരുന്നുള്ളു. സംസാരത്തിനിടയിൽ എവിടെയെത്തി എന്ന് ശ്രദ്ധിക്കാൻ കഴിഞ്ഞിരുന്നില്ല. അത് മനസ്സിലാക്കിയിട്ടാവാം കൃഷ്ണകുമാർ പറഞ്ഞു രാമനാട്ടുകര കഴിഞ്ഞിട്ടുണ്ട്. ഒരു അര മുക്കാൽ മണിക്കൂറിനുള്ളിൽ കോഴിക്കോടെത്തും 'ഞാനത് ഫോണിലൂടെ ഏറ്റു പറഞ്ഞു. അപ്പോൾ അദ്ദേഹം പറഞ്ഞു.' ഞാൻ ഇവിടെ റയിൽവേ സ്റ്റേഷനിലുണ്ട്. ഭക്ഷണമൊന്നും കഴിച്ചിട്ടില്ല. നിങ്ങൾ വന്നിട്ട് നമുക്കൊരുമിച്ച് കഴിയ്ക്കാം. നിങ്ങൾ കഴിച്ചിട്ടില്ലല്ലോ.' ഇല്ലെന്ന് ഞാൻ പറഞ്ഞപ്പോൾ എന്നാൽ ശരി എന്ന് പറഞ്ഞ് അദ്ദേഹം ഫോൺ കട്ടു ചെയ്തു. 'നമ്മളെത്ര പേരുണ്ടെന്നോ ആരൊക്കെയാണെന്നോ അദ്ദേഹത്തിനറിയാമോ?' തിരുമേനി സംശയം ചോദിച്ചു. ഞാൻ പറഞ്ഞു. 'ഇല്ല. പിന്നെ ഇതിൽ കൃഷ്ണകുമാറി

നെ മാത്രമേ അദ്ദേഹത്തിന് മുൻപരിചയമുള്ളു. ബാക്കിയുള്ളവരെ നേരിട്ട് പരിചയപ്പെടട്ടേ. കൃഷ്ണേട്ടനെ പറ്റി ഒന്നും പറയണ്ടാ എന്ന് എന്നോട് പറഞ്ഞിരുന്നല്ലോ. അത് കൊണ്ട് ഞാൻ ഒരു സൂചന പോലും കൊടുത്തിട്ടില്ല. നിങ്ങൾ എത്ര പേരുണ്ടാകുമെന്ന് അദ്ദേഹം ചോദിച്ചിട്ടുമില്ല. കാറിലാണ് വരുന്നതെന്നദ്ദേഹത്തിനറിയാം. അദ്ദേഹത്തിനുള്ള ഇടം ഇവിടെ ഉണ്ടാകണമല്ലോ. അപ്പോൾ ഏറ്റവും കൂടിയാൽ നാലാളുണ്ടാകുമെന്ന് വേണമെങ്കിൽ അദ്ദേഹത്തിന് ചിന്തിക്കാവുന്നതേയുള്ളു.'

അതിനു ശേഷം കുറച്ച് നേരത്തേയ്ക്ക് ആരും ഒന്നും മിണ്ടിയില്ല. കുറച്ച് നേരത്തിന് ശേഷം അശോകൻ സാർ തന്നെ പറഞ്ഞു. ആസ്ട്രൽ ട്രാവലിംഗിൽ വിജയിച്ചവരാണെന്നവകാശപ്പെടുന്നവരും അത് പരിശീലിപ്പിക്കുന്നവരും ഇന്നും ഏറെയുണ്ട്. അവർക്കേറെ ആരാധകരുണ്ട്.'

ഞാൻ അശോകൻ സാറെ നോക്കി കൊണ്ട് ചോദിച്ചു. 'അല്ലെങ്കിൽ ഏത് അത്ഭുത വിദ്യയ്ക്കും ആരാധകരുണ്ടാവുമല്ലോ. അവരതിനെ കുറിച്ച് മനസ്സിലാക്കിയിട്ടൊന്നുമല്ല. ആരാധകർ ഒരിയ്ക്കലും ഒന്നിന്റേയും വാസ്തവം അന്വഷിയ്ക്കാറില്ല. അഥവാ വാസ്തവം ചുഴിഞ്ഞ് കണ്ടെത്തുന്നതോടെ ഇല്ലാതാവുന്ന ഒന്നാണ് എല്ലാ അരാധനയും. അവരുടെ വിശ്വാസം, അത് മാത്രമാണ് ആരാധനയ്ക്ക് പിന്നിലെ പ്രധാന ഘടകം . പലതരം അത്ഭുതസിദ്ധിയുണ്ടെന്ന് പറയുന്നവർ ലോകത്ത് ഏറെയുണ്ടായിട്ടുണ്ട്. ആസ്ട്രൽപ്രൊജക്ഷൻ പഠിപ്പിക്കുന്ന പുസ്തകങ്ങൾ ഇംഗ്ലീഷിൽ ഉണ്ടായിട്ടുണ്ട്. അത് പരിശീലിച്ച് നോക്കാതെ ധിക്കരിക്കുന്നതിൽ അർത്ഥമുണ്ടെന്ന് തോന്നുന്നുമില്ല. അവരുടെ രീതി സ്ഥൂല ശരീരത്തെ നശിപ്പിയ്ക്കാതെ തന്നെ സൂക്ഷ്മ ശരീരത്തെ അതിൽ നിന്ന് മാറ്റി നിർത്തി കാണുന്നതാണ്. സാത്താൻ സേവക്കാരെ പോലെ ഇവർ അതിനു വേണ്ടി കൊല്ലും കൊലയുമൊന്നും നടത്തുന്നില്ല. നമുക്കറിയാത്ത പല കാര്യങ്ങളുണ്ടല്ലോ. ചിലപ്പോൾ ശരിയാവാം ചിലപ്പോൾ സുധീർ പറഞ്ഞ പോലെ വെറും സ്യൂഡോ സയൻസുമാകാം. ലോക പ്രശസ്തയായ എറിൻ പവ് ലീന എന്ന കൗൺസലറെ കുറിച്ചു കേട്ടിട്ടില്ലെ. ആയിരക്കണക്കിനാളുകൾ ആരാധനയോടെ കണ്ടതാണ് അവരുടെ ആസ്ട്രൽ പ്രൊജക്ഷൻ എന്ന കൃതി. 1985 ൽ ജനുവരി ഏഴിന് അവർക്കുണ്ടായ ആദ്യത്തെ അഥർ ബോഡി എക്സ് പീരീയൻസിനെ കുറിച്ച് അവരെഴുതിയത് ഏറെ ചർച്ച ചെയ്യപ്പെട്ടതാണ്. അപ്പോൾ ഞാൻ പറഞ്ഞു വന്നത് നമുക്കറിയാത്തതിനെ എല്ലാം തള്ളി പറയുന്നതിൽ കാര്യമില്ലെന്നാണ് സത്യത്തിൻ കഥയാരു കണ്ടു? അത്രയേ പറയാനുള്ളു.' കൃഷ്ണേട്ടൻ ഒന്നു നെടുവീർപ്പിട്ടു.

'എന്നാൽ സുരേന്ദ്രനാഥൻ സാറെ വിളിച്ചോളു റോട്ടിലേയ്ക്ക് ഇറങ്ങി നിൽക്കാൻ പറയാം. നമ്മൾ റയിൽവേസ്റ്റേഷനിൽ എത്താറായി.' കൃഷ്ണകുമാർ അത് പറഞ്ഞതോടെ പിന്നെ എല്ലാവരുടേയും ശ്രദ്ധ പുറത്തേയ്ക്കായി. റെയിൽവേസ്റ്റേഷൻ പരിസരത്ത് നല്ല തിരക്കായിരുന്നതു കൊണ്ട് കാറ് മെല്ലെയാണ് ഇഴഞ്ഞുനീങ്ങിയിരുന്നത് .

അധ്യായം 18

വഴികൾ മാറുന്ന യാത്രികർ

റയിൽവേസ്റ്റേഷനു മുമ്പിൽ നല്ല തിരക്കായിരുന്നു. നിര നിരയായി വന്നു പോയി കൊണ്ടിരിയ്ക്കുന്ന ബസ്സുകൾ. അവിടെ കാറുനിറുത്തുന്നത് നിയമപരമായി തെറ്റാണെന്നും അത് കൊണ്ട് ഉള്ളിലേയ്ക്ക് കയറ്റുന്നതാണ് നല്ലതെന്നും കൃഷ്ണകുമാർ പറഞ്ഞു. വലിയൊരു ബേഗ് താഴെ വച്ച് കൈയിൽ ഒരു സ്യൂട്ട് കേസും പിടിച്ചുകൊണ്ട് സുരേന്ദ്രനാഥൻ സാർ റോട്ടിലേയ്ക്ക് കണ്ണും നട്ട് നിൽക്കുകയായിരുന്നു. പുറത്തേയ്ക്ക് തന്നെയയായിരുന്നു എന്റെ ശ്രദ്ധ. അത് കൊണ്ട് ആൾ എന്റെ കണ്ണിൽ പെട്ടന്ന് പതിയുകയും ചെയ്തു. അതാ അവിടെ എന്ന് പറയാൻ ഞാൻ തുടങ്ങുകയായിരുന്നു. അതിനു മുമ്പേ കൃഷ്ണകുമാർപറഞ്ഞു. 'ആളതാ. പക്ഷെ ഇവിടെ വണ്ടി നിർത്താൻ കഴിയില്ല. നമുക്ക് ഉള്ളിലൂടെ വരാം. അതായിരിക്കും നല്ലത് ' ഞങ്ങൾ വണ്ടി റയിൽവേ സ്റ്റേഷനു മുമ്പിലുള്ള പാർക്കിംഗ് ഗ്രൗണ്ടിലൂടെ തിരിച്ച് അദ്ദേഹത്തിന് പിറകിലായി നിറുത്തി. കൃഷ്ണകുമാറും ഞാനും പുറത്തിറങ്ങി. അദ്ദേഹത്തെ വിളിച്ച് വണ്ടിയിലേയ്ക്ക് കയറ്റിയിരുത്തി.. ബാഗ് കൃഷ്ണകുമാർ കാറിന്റെ ഡിക്കിൽ കയറ്റിവച്ചു. അശോകൻ സാറൊ കൃഷ്ണേട്ടനൊ ഒന്നും മിണ്ടിയില്ല. അദ്ദേഹം വണ്ടിയിൽ കയറിയ ഉടനെ പറഞ്ഞു. 'കൃഷ്ണകുമാർ ഒരു നല്ല ഹോട്ടലിന്റെ മുമ്പിൽ നിറുത്തിക്കോളൂ അത്യാവശ്യം നല്ല വിശപ്പുണ്ട്. അവിടുന്നു വേണം ഒപ്പമുള്ള വരെയൊക്കെ പരിചയപ്പെടാൻ. പിന്നെ സുധീർ യാത്രയിൽ തന്നെ ചില കാര്യങ്ങൾ നിന്നോട് പറയുവാനുണ്ട്. ചിലത് വഴിയിൽ നിന്ന് പറയാമെന്നുകരുതി ഫോൺ വിളിച്ചപ്പോൾ കരുതി കൂട്ടി പറയാതിരുന്നതാണ്. പിന്നെ ഊണിനോടൊപ്പം. ഒരോന്നും കൂടികഴിയ്ക്കാൻ കഴിയുന്ന സ്ഥലമാണെങ്കിൽ നന്നായിരുന്നു കൃഷ്ണകുമാർ.' അത്രയും പറഞ്ഞ് അദ്ദേഹം രഹസ്യമായി എന്നോട് ചോദിച്ചു. 'കഴിയ്ക്കാത്ത2വരാരെങ്കിലും കൂടെയുണ്ടോ?' .'ഒരാളുണ്ട്. പക്ഷെ അദ്ദേഹത്തിന് നമ്മൾ കഴിക്കുന്നതിൽ ഒരു വിരോധവുമുണ്ടാകില്ല. എല്ലാറ്റിനും കൂടെ കമ്പനിയ്ക്കുണ്ടാവും.' രഹസ്യമായിട്ടാണ് പറഞ്ഞതെങ്കിലും മുൻ സീറ്റിൽ നിന്ന് തിരുമേനി പറഞ്ഞു. ' ആവട്ടെ. യാത്ര സന്തോഷമാകണം. അല്പം വെജിറ്റേറിയൻ എന്തെങ്കിലും കൂടി അവിടെ കിട്ടിയാൽ മതി. നിങ്ങൾക്ക് പറക്കണതോ ഓടുണ

തോ നീന്തണതോ എന്താച്ചാൽ ആയിക്കോട്ടെ ഒരു വിരോധവും ഇല്ല്യ. ഉരുകണത് അകത്തേയ്ക്ക് പോകുമ്പോ പെരുകണത് എന്തെങ്കിലും നല്ല തന്നേയ്.' കൃഷ്ണൻ നമ്പൂതിരിയുടെ ശബ്ദം കേട്ടിട്ടിട്ടാണോ എന്നറിഞ്ഞില്ല , ഒരു നിമിഷംസുരേന്ദ്രൻ സാർ ഒന്നും മിണ്ടിയില്ല. മുമ്പിലിരിയ്ക്കുന്ന തിരുമേനി തിരിഞ്ഞ് നോക്കാത്തത് കൊണ്ട് സുരേന്ദ്രനാഥൻ സാർ ആമുഖം കണ്ടിരുന്നില്ല. എന്നാൽ അദ്ദേഹം എന്തോ ആലോചിയ്ക്കുന്നത് പോലെ എനിയ്ക്ക് തോന്നി. അപ്പോഴേയ്ക്കും കൃഷ്ണകുമാർ വണ്ടി ഒരു വലിയ ബാർ അറ്റാച്ച്ഡ് ഹോട്ടലിനു മുമ്പിൽ പാർക്ക് ചെയ്ത് കഴിഞ്ഞിരുന്നു. 'എന്തായാലും വളരെ നന്നായി മഹാരാജാവിനെ ഏതായാലും കണ്ടിട്ടില്ല. മഹാറാണിയെയെങ്കിലും കാണാനായല്ലോ. വല്യ സന്തോഷായി.' സ്ഥാപനത്തിന്റെ പേര് കണ്ണിലുടക്കിയതിരുമേനി അതും പറഞ്ഞു കൊണ്ടാണിറങ്ങിയത്. വണ്ടിയിൽ നിന്നിറങ്ങിയ തിരുമേനിയെ കണ്ട് സുരേന്ദ്രനാഥൻ സാർ പകച്ച പോലെ സ്തംഭിച്ചു നിന്നു. ഞങ്ങൾക്ക് കാര്യങ്ങളൊന്നും മനസ്സിലായില്ല. 'അല്ല കൃഷ്ണൻ തിരുമേനിയോ? ഈ യാത്രയിൽ ഞെട്ടിച്ചു കളഞ്ഞല്ലോ സുധീറേ നീ. ഇപ്പോഴാണ് ശ്വാസം നേരെ വീണത്. ഏതാ ഒരദൃശ്യ സഹായം കൂടെയുണ്ടെന്ന് എന്റെ മനസ്സ് പറഞ്ഞിരുന്നു. ശരിയാണെന്ന് ഇപ്പോൾ മനസ്സിലായി.' സുരേന്ദ്രനാഥൻസർ പറഞ്ഞപ്പോൾ സത്യത്തിൽ ഞെട്ടിയത് ഞങ്ങളാണ്. ഇവർ മുൻപരിചയക്കാരാണെന്ന് ഒരു സൂചനയും കിട്ടിയിരുന്നില്ലല്ലോ. തിരുമേനി കരുതി കൂട്ടി ഒളിപ്പിച്ചു വച്ച സസ്പൻസ് . ഹോട്ടലിലേയ്ക്ക് നടക്കുന്നതിനിടയൽ തിരുമേനി പറഞ്ഞു. 'ഞാനുള്ള കാര്യം പ്രൊഫസറെ അറിയിക്കെണ്ടാ എന്ന് പറഞ്ഞത് ഞാനാണ്. ഒരു ത്രില്ലൊക്കെ വേണ്ടേ ? ഞാനും സുധീറും തമ്മിലുള്ള പരിചയം താങ്കൾക്കറിയാത്തതു പോലെ നമ്മൾ തമ്മിലുള്ള പരിചയം സുധീറിനും അറിയില്ല. ഞാനത് വിശദീകരിച്ചിട്ടില്ല. അല്ല അതിന്റെ ആവശ്യം വിന്നിട്ടും ല്യ.' ഹോട്ടലിലേയ്ക്ക് നടക്കുന്നതിനിടയിൽ സുരേന്ദ്രനാഥൻസാർ എന്നെ നോക്കി പറഞ്ഞു. 'ഞങ്ങൾ തമ്മിൽ വർഷങ്ങളുടെ പരിചയമുണ്ട്.' 'യുക്തിവാദമൊക്കെ വിട്ട് ആത്മീയ മാർഗത്തിൽ സഞ്ചരിയ്ക്കാൻ തുടങ്ങിയപ്പോൾ തന്ത്രയുമായി ബന്ധപ്പെട്ട ചില സംശയങ്ങൾ തീർക്കാൻ തിരുമേനിയെ തേടിപ്പിടിച്ച് ഞാൻ ചെന്നതാണ്. പിന്നെ ഇടയ്ക്കിടയ്ക്ക് ഞാൻ മനയിൽ പോകാറുണ്ടായിരുന്നു. നമ്മൾ തമ്മിൽ ഇടയ്ക്ക് കുറേക്കാലം ഒരു ബന്ധവുമില്ലാതെ പോയില്ലേ, അക്കാലത്താണ് ഞാൻ തിരുമേനിയുമായി ബന്ധപ്പെട്ടത്. പിന്നെ ഈ വിഷയം ചർച്ച ചെയ്യാൻ ഒരവസരം ഉണ്ടായില്ല. അതിന്റെ ഒരാവശ്യമുണ്ടായിരുന്നില്ലെന്നർത്ഥം. ആവശ്യങ്ങ

ളാണല്ലോ പലതും ഓർമ്മിപ്പിയ്ക്കുന്നത്. എന്തായാലും ഈ യാത്രയ്ക്ക് തിരുമേനി കൂടെയുണ്ടായത് വളരെ നന്നായി. എന്തിനും ഏതിനും ഒരു സഹായി ഉണ്ടല്ലോ.' ഹോട്ടലിനകത്ത് അഞ്ചു പേർക്കിരിക്കാവുന്ന ഒരിടം കാണിച്ച് കൃഷ്ണകുമാർ പറഞ്ഞു അവിടെയിരിയ്ക്കാം കൈകഴുകി ഇരുന്നതിന് ശേഷമാണ് ഞാൻ അശോകൻ സാറെ പ്രൊഫസർക്ക് പരിചയപ്പെടുത്തിയത്. ഓരോരുത്തരും അവരവർക്ക് വേണ്ട ഭക്ഷണം ഓർഡർ ചെയ്ത ശേഷം ഞങ്ങൾ വിഷയത്തിലേക്ക് കടന്നു. സുരേന്ദ്രനാഥൻ സാറാണ് പറഞ്ഞു തുടങ്ങിയത്.

' ജയകൃഷ്ണന് എന്തൊക്കെയൊ നമ്മളെ അറിയിക്കാനുണ്ട്. പക്ഷെ നേരിട്ട് ഒരു മീഡിയത്തിലൂടെ അയാൾക്ക് വരാൻ കഴിയില്ല. അത് കൊണ്ടായിരിക്കണം അന്ന് ഞാനതിന് ശ്രമിച്ചപ്പോൾ മീഡിയത്തിന് തന്നെ അപകടം പറ്റിയത്. എനിക്ക് മനസ്സിലായത്, ആരെയൊ അയാൾ ഭയപ്പെടുന്നുണ്ട്. അയാളുടെ കണ്ണുവെട്ടിച്ച് വേണം ജയകൃഷ്ണന് നമ്മ എന്തെങ്കിലും അറിയിക്കാൻ.'

'അങ്ങനെ തോന്നാൻ പ്രത്യേകിച്ച് എന്തെങ്കിലും കരണമുണ്ടോ?' കൃഷ്ണേട്ടനാണ് ചോദിച്ചത്. അപ്പോഴയ്ക്കും ഓർഡർ ചെയ്ത മദ്യം എത്തിക്കഴിഞ്ഞിരുന്നു.' കൃഷ്ണേട്ടൻ പറഞ്ഞു. 'കൃഷ്ണകുമാർ ഉപയോഗിക്കരുത്. വണ്ടി എനിക്കൊറ്റയ്ക്ക് ഓടിക്കാൻ കഴിയില്ല.'

' ഇല്ല തിരുമേനി ഞാനുപയോഗിക്കില്ല. തിരുമേനിയ്ക്ക് ഞാൻ കമ്പനി..' കൃഷ്ണകുമാർ ചിരിച്ചു. 'അങ്ങനെ തോന്നാനെന്തെങ്കിലും കാരണമുണ്ടോ എന്ന് ചോദിച്ചാൽ ഉണ്ട്.' സുരേന്ദ്രനാഥൻ സാർ കൃഷ്ണേട്ടനെ നോക്കി കൊണ്ട് പറഞ്ഞു തുടങ്ങി. കൃഷ്ണകുമാർ മൂന്ന് ഗ്ലാസുകളിലേയ്ക്ക് മദ്യം ഒഴിക്കുക യായിരുന്നു വെങ്കിലും ശ്രദ്ധ മുഴുവൻ സാറിന്റെ വാക്കുകളിലായിരുന്നു. ഒരിക്കൽ കോയമ്പത്തൂരിൽ നിന്ന് പിള്ള സാർ വിളിച്ചിരുന്നു. വെറുതെ വീട്ടുവിശേഷം പറയാൻ വേണ്ടിയാണ് വിളിച്ചതെങ്കിലും കൂട്ടത്തിൽ ജയകൃഷ്ണന്റെ കാര്യവും സൂചിപ്പിച്ചു. ജയകൃഷ്ണന് പിന്നെ എന്തു സംഭവിച്ചു. ആ ആത്മാവിന് മോക്ഷം കിട്ടിയൊ ? അതൊ അത് വീണ്ടും അലഞ്ഞ് തിരിയുകയാണോ? എന്തോ തന്റെ മനസ്സിൽ നിന്ന് ആരൂപം വിട്ടു പോകുന്നില്ല. അവന്റെ പിറകെ ഒന്നു കൂടി സഞ്ചരിക്കാൻ നിങ്ങളോട് പറയണം എന്ന് തന്നെയാരൊ നിർബന്ധിക്കുന്നതു പോലുള്ള അനുഭവം അയാൾക്ക് പല തവണ ഉണ്ടായത്രെ. അത് അദ്ദേഹത്തിന്റെ കാര്യം. ഞാൻ സുധീറിനോട് പറഞ്ഞിരുന്നു ജയകൃഷ്ണനിലേയ്ക്ക് എത്താൻ വേണ്ടി ഞാൻ ഒരു മീഡിയത്തെ ഉപയോഗിച്ച കഥ അയാൾക്ക് ബിപി കുറഞ്ഞു ഹോസ്പിറ്റലൈ

സ് ചെയ്യേണ്ടി വന്നു. എന്നാൽ കുറച്ച് ദിവസത്തിന് ശേഷം അയാൾ എന്നെ വന്നു കണ്ടു. മൂന്ന് രാത്രികളിൽ അദ്ദേഹം ഒരേ സ്വപ്നം തന്നെ കണ്ടുവെത്രെ. താനെന്ത് പറഞ്ഞാലും അന്വേഷണത്തിൽ നിന്ന് അവർ ഒരിക്കലും പിൻമാററുത് അവർക്കേ എന്നെ രക്ഷിക്കുവാൻ കഴിയു എന്ന് പറഞ്ഞ് ഒരു യുവാവ് കരയുന്നതായിരുന്നു സ്വപ്നം. യുവാവിനെ നേരിട്ട് കണ്ട പോലെ ആ രൂപം അയാൾ വർണിച്ചു. എനിയ്ക്ക് തോന്നി അത് ജയകൃഷ്ണന്റെ രൂപമാണെന്ന്. ഞാൻ മൊബൈലിൽ നിന്ന് ജയകൃഷ്ണന്റെ ഫോട്ടൊ അയാളെ കാണിച്ചു. അയാൾ ഉറപ്പിച്ചു പറഞ്ഞു അതേ ചെറുപ്പക്കാരൻ തന്നെയാണ് അയാളോട് സ്വപനത്തിൽ വന്ന് യാചിച്ചതെന്ന്. ഈ വിവരം കിട്ടിയപ്പോഴാണ് പെട്ടന്ന് തന്നെ പുറപ്പെടണം എന്ന് തോന്നിയത്. ഞാൻ സുധീറിനോട് പറഞ്ഞിട്ടുണ്ട്. ഇത് ഒരു ട്രയൽ മാത്രമാണെന്ന് . യഥാർത്ഥ യാത്ര ഇതിന് ശേഷമൊരു ദിവസമാകാം. ഈയാത്രയിലെ കണ്ടെത്തലുകൾ അപഗ്രഥിച്ചതിന് ശേഷം.എന്റെ മീഡിയത്തിലേയ്ക്ക് ജയകൃഷ്ണൻ ഇനിയും സന്ദേശമെത്തിയ്ക്കുമെന്ന് എനിയ്ക്കുറപ്പുണ്ട്. ആ ചെറുപ്പക്കാരെനെ കുറിച്ച് ഇനിയെന്തു സ്വപ്നം കണ്ടാലും അതപ്പപ്പോൾ എന്നെ അറിയിക്കുവാൻ പറഞ്ഞിട്ടുണ്ട്. ഈ യാത്രയിൽ നമ്മടെ ഗതിനിയന്ത്രിക്കുന്നത് പലപ്പോഴും അയാളുടെ ഫോൺ കോളായിരിക്കുമെന്ന് എനിയ്ക്കുറപ്പുണ്ട്.' സർ സംസാരിച്ചു കൊണ്ടിരിക്കുന്നതിനിടയിൽ തന്നെ ഭക്ഷണം വന്നു. ഞങ്ങൾ ഭക്ഷണത്തിലേയ്ക്ക് ശ്രദ്ധ തിരിയ്ക്കാൻ തുടങ്ങുകയായിരുന്നു. അപ്പോഴുണ് ഒരു മധ്യവയസ്കൻ ഞങ്ങളുടെ സമീപത്ത് വന്നത്. അയാൾ എന്നെ നോക്കി കൊണ്ടു ചോദിച്ചു. 'സുധീർ സാറല്ലേ?' 'അതെ' ഞാൻ അത്ഭുതത്തോടെ അയാളെ നോക്കി. ' താങ്കളുടെ ജയകൃഷ്ണനെ ഞാൻ വായിച്ചിരുന്നു. ഹിപ്നോസിന്റെ കൂടെ ജയകൃഷ്ണനോടൊത്തുള്ള യാത്ര രസകരമായിരുന്നു. ഒരേ സമയത്ത് ഹിപ്നോസിസിനെ പരിചയപെടുത്താനും അതോടൊപ്പം വിശ്വാസങ്ങളുടെ കൂടെ സഞ്ചരിയ്ക്കാനും താങ്കൾ ശ്രമിച്ചത് എനിയ്ക്കിഷ്ടമായി. ഞാൻ വയനാട്ടു കാരനാണ്. ആ ജയകൃഷ്ണനെ എനിയ്ക്കും പരിചയമുള്ള പോലെ തോന്നി ആ കഥ വായിച്ചപ്പോൾ സർ ചീരാലിൽ പോയിട്ടുണ്ടോ?' ഞാൻ പറഞ്ഞു. 'ഇല്ല കേട്ട അനുഭവങ്ങളിൽ നിന്നെഴുതിയതാണ്.' 'സർ വയനാട് എപ്പോഴെങ്കിലും പോവുകയാണെങ്കിൽ ആദ്യം തിരുനെല്ലി പോകണം. സാറിന് ഇനിയും ഒരുപാടെഴുതുവാനുള്ള അനുഭവം അവിടെ നിന്നു കിട്ടും. കഴിയുമെങ്കിൽ ഒരു രാത്രി അവിടെ താമസിക്കണം. പണ്ടത്തെ പോലെയൊന്നുമല്ല. ഇപ്പോൾ അവിടെ താമസിയ്ക്കാനുള്ള സൗകര്യമൊക്കെ

യുണ്ട്. വനം വകുപ്പിന്റെ ഡോർ മെറ്ററി സൗകര്യമുണ്ട് മുൻകൂട്ടി ബുക്ക് ചെയ്യണം എന്ന് മാത്രം. പിന്നെ അമ്പലത്തിന് സമീപത്തു തന്നെ ഇപ്പോൾ താമസ സൗകര്യമുണ്ട്. സുൽത്താൻ ബത്തേരിയിൽ നിന്ന് വെറും മുപ്പത് കിലോമീറ്റർ യാത്രയേയുള്ളു. അയാൾ യാതൊരു ഔചിത്യ ബോധവുമില്ലാതെ പറയുവാൻ തുടങ്ങി. ഞാൻ ചിരിച്ചു കൊണ്ട് ചോദിച്ചു. 'ഊണ് കഴിച്ചോ?' 'ഇല്ല ഞാൻ ഓർഡർ ചെയ്തിട്ടുണ്ട്. ഞാനങ്ങോട്ടു പോവട്ടെ. മറക്കരുതേ തിരുനെല്ലി.' അത്രയും പറഞ്ഞ് അയാൾ അവിടെ നിന്നും കടന്നുപോയി. 'അയാൾ പറഞ്ഞത് ശരിയാണ് തിരുനെല്ലി കാണേണ്ടതു തന്നെ. പ്രത്യേകിച്ച് മുളങ്കാടുകൾക്കിടയിലൂടെയുള്ള ആ യാത്ര ഭാഗ്യമുണ്ടെങ്കിൽ പോകുന്ന വഴിയ്ക്ക് വന്യമൃഗങ്ങളേയും കാണാം.' സുരേന്ദ്രനാഥൻ സാർ ക്ലാസിൽ ബാക്കിയുണ്ടായിരുന്നത് എടുത്ത് കഴിച്ച് ഭക്ഷണം മുൻപിലേയ്ക്ക് നീക്കിവെച്ചു കൊണ്ടു പറഞ്ഞു. മറ്റു വിഷയങ്ങൾ അല്പ നേരത്തേയ്ക്ക് മാറ്റിവച്ചതു പോലെ എല്ലാവരും ഭക്ഷണത്തിലേയ്ക്ക് ശ്രദ്ധിക്കാൻ തുടങ്ങിയിരുന്നു. അപ്പോഴാണ് കൃഷ്ണേട്ടൻ ഒരു സംശയം പ്രകടിപ്പിച്ചത്. ' അയാൾ എന്തിനായിരിയ്ക്കുമിപ്പോൾ നമ്മുടെ അടുത്ത് വന്ന് തിരുനെല്ലിയെ കുറിച്ച് പറഞ്ഞത്. സുധീറിനെ അഭിനന്ദിയ്ക്കാൻ വന്നതാണയാൾ എന്ന് എനിയ്ക്ക് തോന്നുന്നില്ല.' ഒരു നിമിഷം പിന്നെ എല്ലാവരുടേയും ശ്രദ്ധ കൃഷ്ണേട്ടനിലായി.

'പിന്നെ ?' അശോകൻ സാറാണ് ചോദിച്ചത്. തിരുമേനി തുടർന്നു.

'അതെ. ഞാൻ അതു തന്നെയാണ് ശ്രദ്ധിച്ചിരുന്നത്. സാധാരണ നിലയിൽ ഒരു കൃതി വായിച്ച് അഭിനന്ദിക്കാൻ വരുന്ന ഒരാൾ എഴുത്തുകാരനോടെന്തെങ്കിലും ചോദിക്കുകയാണ് പതിവ്. ഇവിടെ എഴുത്തുകാരന് പറയാൻ പോലും സമയം നൽകാതെ അയാൾസംസാരിക്കുകയാണ് ചെയ്തത്. അതെ എനിയ്ക്കുറപ്പുണ്ട്. നമ്മുടെ യാത്ര തിരുനെല്ലിയിലേക്കാക്കണം എന്നയാൾ ആഗ്രഹിക്കുന്നു. ആരായിരിക്കും അയാൾ ? നിങ്ങൾ ശ്രദ്ധിച്ചോ എന്നറിയില്ല ഭക്ഷണം ഓർഡർ ചെയ്തു എന്ന് നമ്മളോട് പറഞ്ഞ് അയാൾ ചെന്നിരുന്നത് ദാ ആ കാണുന്ന സീറ്റിലാണ്. അവിടെ ഇപ്പോളയാളില്ല. ഭക്ഷണം കഴിച്ച് പോകാനുള്ള സമയമായിട്ടുമില്ല. അയാൾ എവിടെ നിന്നാണ് വന്നത് എങ്ങോട്ടാണ് പോയത്. അയാൾക്ക് നമ്മളെക്കൊണ്ട് എന്തോ ലക്ഷ്യമുണ്ട്. തീർച്ച.' എല്ലാവരും കൃഷ്ണേട്ടനെ തന്നെ ശ്രദ്ധിക്കുകയായിരുന്നു. അദ്ദേഹം പറഞ്ഞു നിറുത്തിയപ്പോൾ സുരേന്ദ്രനാഥൻസർ എന്നെയൊന്നു നോക്കി. പിന്നെ അയാൾ പോയി ഇരുന്ന സീറ്റിലേയ്ക്കും എന്നിട്ട് പറഞ്ഞു. 'തിരുമേനി പറ

യുന്നതിൽ കാര്യമുണ്ട്. ചിലപ്പോൾ ജയകൃഷ്ണൻ തന്നെ നമ്മുടെ വഴി തെളിച്ചതാകാം. എനിയ്ക്കു തോന്നുന്നു നമുക്ക് ആദ്യം തിരുനെല്ലിയിൽ പോകാം. അത് കഴിഞ്ഞ് ആവശ്യമെങ്കിൽ പിന്നീടാകാം ചീരാലിൽ പോകുന്നത്. എന്തു പറയുന്നു?' ആരും ഒന്നും പറഞ്ഞില്ല. എല്ലാവരും പരസ്പരം നോക്കുകയാണ് ചെയ്തത്. 'അതാണ് നല്ലത്.' തിരുമേനി തന്നെയാണ് പറഞ്ഞു തുടങ്ങിയത്. ഒരുപക്ഷെ ജയകൃഷ്ണന്റെ ദൂതനായിരിക്കാം. അല്ലെങ്കിൽ നമ്മുടെ ഈ യാത്ര മുടക്കുവാനുള്ള ജയകൃഷ്ണനെ നിയന്ത്രിക്കുന്ന ആളുടെ ചതിപ്രയോഗവുമാവാം. അങ്ങനെയാണെങ്കിൽ നമ്മൾ കൂടുതൽ ശ്രദ്ധിക്കണം. എനിയ്ക്ക് തോന്നുന്നു തിരുനെല്ലിയിൽ എത്തുമ്പോൾ നല്ലതൊ ചീത്തയോ ആയ എന്തെങ്കിലും അനുഭവം നമുക്ക് പ്രതീക്ഷിക്കാമെന്ന് . അതിലൂടെ തന്നെ നമുക്ക് ജയകൃഷ്ണനിലേയ്ക്ക് എത്തിച്ചേരാനും കഴിയും. അപ്പോൾ ചിലപ്പോൾ ഈ യാത്ര ട്രയലായിരിക്കില്ല. ഒറിജിനൽ തന്നെ ആയേയ്ക്കും അല്ലെങ്കിലും നമ്മൾ കരുതുന്ന ലക്ഷ്യത്തിലേയ്ക്ക് ആകസ്മികമായി എത്തപ്പെടുന്നത് സാധാരണമാണല്ലോ.' 'ചിലപ്പോൾ അത് വെറും ഒരു വായനക്കാരൻ മാത്രമാവാം. നമ്മുടെ മനസ്സ് ഈയൊരു വിഷയത്തിൽ മുഴുകിയത് കൊണ്ട് നമുക്ക് തോന്നുന്നതുമാകാം. എന്തായാലും ഒരു കാര്യം ഞാൻ പറയാം തിരുനെല്ലി വളരെ നല്ലൊരു അനുഭവമാണ്. മാത്രമല്ല ഇത്തരം ഒരു വിഷയത്തിന്റെ പിറകെയുള്ള യാത്രയായത് കൊണ്ട് പാപനാശിനിയിൽ കുളിച്ച് പ്രാർത്ഥിച്ചു തുടങ്ങുന്നതും നല്ലതാണ്. എന്തായാലും തിരുനെല്ലിയിൽ നിന്ന് തുടങ്ങാം എന്നതിനോട് ഞാൻ നൂറ് ശതമാനം യോചിക്കുന്നു.' അശോകൻ സാർ തന്റെ അഭിപ്രായം പറഞ്ഞു. ഞാൻ ഒന്നും മിണ്ടാതെ കേട്ടിരിക്കുകയായിരുന്നു. എന്ത് പറയണം എന്ന് എനിക്കറിയില്ലായിരുന്നു. തിരുനെല്ലി വരെയൊന്നു പോകണമെന്ന് കുറച്ചു ദിവസമായി ഞാൻ വിചാരിക്കുന്നു. ഏതായാലും വയനാട്ടിലേക്കല്ലേ പോരുമ്പോൾ തിരുനെല്ലിയിലും കേറാം .കൃഷ്ണേട്ടൻ യാത്രയെ കുറിച്ച് സൂചിപ്പിച്ചപ്പോൾ തന്നെ പറഞ്ഞത് ഞാനോർത്തു. അദ്ദേഹം ഈ യാത്ര നിരുനെല്ലിയിക്കാവണം എന്ന് മുൻകൂട്ടി തീരുമാനിച്ചതാണോ? 'എവിടെയ്ക്കാണെങ്കിലും എത്ര മണിക്കൂറാണെങ്കിലും വണ്ടി ഞാനോടിച്ചോളം. തീരുമാനം നിങ്ങൾ പറയുന്നത്.' കൃഷ്ണകുമാർ ബുദ്ധിപൂർവം അഭിപ്രായം പറയാതെ മാറി. 'സുധീർ ഒന്നും പറഞ്ഞില്ല.' സുരേന്ദ്രനാഥൻസർ എന്നെ നോക്കി. ഞാൻ പറഞ്ഞു. 'ഇക്കാര്യത്തിൽ എനിയ്ക്ക് പ്രത്യേകമായി ഒരഭിപ്രായമൊന്നുമില്ല. എല്ലാവരും എന്തു തീരുമാനിക്കുന്നോ അതിന് ഞാനും ഒരുക്കമാണ്. പിന്നെ അങ്ങനെയാണെ

ങ്കിൽ ഇന്ന് രാത്രി നമുക്ക് സുൽത്താൻ ബത്തേരി തങ്ങാം. അർദ്ധരാത്രി വനത്തിലൂടെ യാത്ര എന്തായാലും സുഖകരമായിരിക്കില്ല. മാത്രമല്ല അതിനുള്ള പെർമിഷനും കിട്ടില്ല. അവിടെ ചെന്ന് പരിചയമുള്ള ആരോടെങ്കിലും അന്വേഷിച്ച് തിരുനെല്ലി താമസ സൗകര്യം ഏർപ്പെടുത്താം. അതിന് ശേഷം നാളെ രാവിലെ പുറപ്പെടാം. അതായിരിക്കും നല്ലതെന്ന് തോന്നുന്നു.'

'അതെ അങ്ങനെ മതി. അപ്പോൾ നമ്മൾ ഒരു കാര്യം തീരുമാനിച്ചു. ആദ്യം നമ്മൾ പോകുന്നതത് തിരുനെല്ലിയിലേയ്ക്ക്. എന്നാൽ വേഗം ഭക്ഷണം കഴിച്ചോളു.' അത്രയും പറഞ്ഞ് കൃഷ്ണനൻ നമ്പൂതിരി ഭക്ഷണത്തിലേയ്ക്ക് തല താഴ്ത്തി. പിന്നെ എല്ലാവരും പെട്ടന്ന് ഭക്ഷണം തീർത്ത് പുറത്തിറങ്ങാനുള്ള ഒരുക്കത്തിലായിരുന്നു. അപ്പോൾ കൃഷ്ണൻ നമ്പൂതിരി പറഞ്ഞു 'ഒരഞ്ചുമിനിറ്റും കൂടി അവിടെയിരിയ്ക്കാം.' എന്തോ വലിയ കാര്യം പറയാനാണെന്ന് എല്ലാവരും പ്രതീക്ഷിച്ചെങ്കിലും അദ്ദഹം കരുതി വെച്ച വെറ്റിലയെടുത്ത് ചുണ്ണാമ്പു തേച്ചു. ' ഇതൊന്ന് തീർത്തിട്ടാവാം യാത്ര . കാറിൽ കേറിക്കഴിഞ്ഞാൽ ഇനി എപ്പോഴും നിറുത്താൻ കഴിയില്ലല്ലോ. സാധാരണ ഇത്തിരി ദീർഘമായ യാത്രയിലൊക്കെ ഞാൻ കോളാംബി കരുതാറുണ്ട്. അശുഭമായ സാധനങ്ങളൊന്നും വേണ്ടെന്ന് കരുതി ഇപ്രാവശ്യം അതൊഴിവാക്കി. നിങ്ങൾ പറയുന്ന ഈ നെഗറ്റീവ് എനർജി അത് നമ്മളായിട്ട് കൊണ്ട് നടക്കേണ്ടതില്ലല്ലോ.'

തിരുനെല്ലി എന്ന് കേട്ടപ്പോൾ എല്ലാവർക്കും ആവശമിത്തിരി കൂടിയപോലെ എനിയ്ക്കു തോന്നി. മനസ്സിൽ ഒരു വിനോദയാത്രയുടേയോ തീർത്ഥയാത്രയുടേയൊ പ്രതീതി വന്നിരുന്നു.

അധ്യായം 19

അജ്ഞാതരുടെ ഇടപെടലുകൾ

സുൽത്താൻ ബത്തേരിയിലെത്തി റൂമെടുത്തപ്പോഴേയ്ക്കും സമയം രാത്രി പത്തുമണിയായിരുന്നു. എങ്ങനെ വന്നാലും ഒരു ഏഴ് എട്ട് മണിയ്ക്ക് എത്തേണ്ടതായിരുന്നു. റൂമിലെത്തിയപ്പോഴേയ്ക്കും പലർക്കും എല്ലാ ഉത്സാഹവും നഷ്ടപ്പെട്ടപോലെയായിരുന്നു. തീരെ പ്രതീക്ഷിക്കാതെ വഴിയിലുണ്ടായ ആ സംഭവമായിരുന്നു എല്ലാവരുടേയും മനസ്സിൽ 'അതൊന്നും കാര്യാക്കണ്ട ഒരു യാത്രയാവുമ്പോൾ വഴിയിൽ പല തരത്തിലുള്ള അപകടങ്ങളുമുണ്ടാവാം. ഇതൊക്കെ ഇത്ര കാര്യാക്കിയാൽ ഇനി ഇതിലും വലുത് എന്തെങ്കിലും സംഭവിച്ചാൽ നിങ്ങളുടെയൊക്കെ പ്രതികരണം എങ്ങനെയാവും.' തിരുമേനിയാണ് ചോദിച്ചത്. ആരും ഒന്നും മിണ്ടിയില്ല. 'നിങ്ങളുടെയൊക്കെ ഈ മൗനം മാറാൻ ഒരു വഴിയേ ഞാൻ കാണുന്നൊള്ളു. ഇത്തിരി തീദ്രാവകം വലിച്ച് കേറ്റുക. പിന്നെ ഉച്ചയ്ക്ക് കൃഷ്ണകുമാറിന് അത് കഴിക്കാൻ കഴിഞ്ഞിട്ടുമില്ല. കൃഷ്ണകുമാറേ നീ പോയി നോക്ക് എവിടെയെങ്കിലും കിട്ടും വാങ്ങി വാ ഈ ഒടുക്കത്തിലെ മൂഡ് ഔട്ട് ഒന്ന് മാറ്റിയെടുക്കണം. ഇന്ന കാശ് ഇത് വെച്ചോ.' തിരുമേനി കുറച്ച് കാശെടുത്ത് കൃഷ്ണകുമാറിന് നരെ നീട്ടി. അയാൾ അത് വാങ്ങാൻ കൂട്ടാക്കിയില്ല. 'ക്യാഷ് എന്റെ കൈയിലുണ്ട്. വേണമെങ്കിൽ ഞാൻ പോവുകയും ചെയ്യാം. ആർക്കും ഒരു താല്പര്യമില്ലെന്ന് തോന്നുന്നു.' അയാൾ പറഞ്ഞു. 'നീ പോയി വാ വന്നു കഴിയുമ്പോൾ എല്ലാവർക്കും താല്പര്യമുണ്ടാവും. എന്നെ സംബന്ധിച്ചിടത്തോളം ജീവിതം എന്നും ഒരു ലഹരിയാണ്. അതുകൊണ്ട് എനിക്കതിന്റെ ആവശ്യമില്ല. അതല്ലാത്തവർക്ക് ഇതു പോലുള്ള സാധനങ്ങൾ ആവശ്യമായിവരും. ഒരു ധൈര്യത്തിന്. ഇതിപ്പൊ ഒരു ചെറിയ കാര്യം. അപ്പോഴേയ്ക്കും ഇത്രമാത്രം ഡെസ്പായാലോ നിങ്ങളൊക്കെ എന്ത് ഏഭ്യൻമാരാ? കഷ്ടം.' തിരുമേനി എല്ലാവരെയും ആവേശഭരിതരാക്കാൻ ശ്രമിക്കുകയാണെന്ന് തോന്നി. സുരേന്ദ്രനാഥൻ സാറാണ് മറുപടി പറഞ്ഞത്. 'ആ സംഭവം ഞാൻ ഒന്നുകൂടി അപഗ്രഥിക്കുകയായിരുന്നു. അത് സ്വാഭാവികമായി സംഭവിച്ചതാണെന്ന് എനിക്ക് തോന്നുന്നില്ല. ഒരു ആക്സിഡന്റ് ആർക്കും സംഭവിക്കാവുന്നതാണ്. ഇത് അങ്ങനെയുള്ള

ഒന്നാണെന്ന് എനിക്ക് തോന്നുന്നില്ല. അതൊന്ന് ചർച്ച ചെയ്യണം. കൃഷ്ണകുമാർ തിരുമേനി പറഞ്ഞത് ചെയ്യു . ഓരോന്ന് കഴിച്ച് കഴിഞ്ഞാൽ എല്ലാവർക്കും ചിന്ത കൂടും.' സുരേന്ദ്രനാഥൻസാർ കൂടി സമ്മതം നൽകിയതോടെ കൃഷ്ണകുമാർ ഉഷാറായി. അയാൾ വേഗം തന്നെ പുറത്തിറങ്ങുകയും ചെയ്തു. അശോകൻ സാർ എന്നെ ഒന്ന് പുറത്തേക്ക് വിളിച്ചു രഹസ്യമായി പറഞ്ഞു. ' അത്യാവശ്യം സാധനം ഞാൻ കരുതിയിട്ടുണ്ട്. അയാൾ പോയി നോക്കട്ടെ കിട്ടിയില്ലെങ്കിലെടുക്കാം. ഇപ്പോൾ തന്നെ തീർത്താൽ പിന്നെ തികഞ്ഞില്ലങ്കിലോ.' അതെ അതുമതി എന്ന് ഞാൻ സമ്മതം പറഞ്ഞു കൊണ്ട് ഞങ്ങൾ വീണ്ടും മറ്റുള്ളവരുടെ കൂടെ കൂടി.

ചുരം കയറിക്കഴിഞ്ഞതിന് ശേഷമാണ് അത് സംഭവിച്ചത്. വണ്ടി വളരെ സാവധാനത്തിലായിരുന്നു. ചുരത്തിൽ കാഴ്ചക്കാരേറെയുണ്ടായിരുന്നു എങ്കിലും വാഹനങ്ങളുടെ തിരക്കുണ്ടായിരുന്നില്ല. ചുരം കഴിഞ്ഞ് ഒരു പത്ത് മീറ്റർ വണ്ടി മുന്നിലേയ്ക്ക് നീങ്ങിയിട്ടുണ്ടാവും. റോഡിന് ഒരു വശത്ത് കുറച്ചാളുകൾ കൂടിനിന്നിരുന്നു. പെട്ടന്നാണ് ഒരു ബുള്ളറ്റ് മുമ്പിലേയ്ക്ക് വന്നത് . കാർ കഴിയുന്നത്ര ഒരു വശത്തേയ്ക്ക് അടുപ്പിച്ചിരുന്നെങ്കിലും റോങ്ങ് സൈഡിലൂടെ വന്ന ബുള്ളറ്റ് നേരെ കാറിനു മുമ്പിലേയ്ക്കാണ് കയറി വന്നത്. അതിന്റെ വരവിൽ ഒരു പന്തിയില്ലായ്മ തോന്നിയിട്ടാവണം കൃഷ്ണകുമാർ സഡൻ ബ്രേക്കിട്ടു വണ്ടി നിറുത്തി. എന്നിട്ടും ബുള്ളറ്റ് നേരെ വന്ന് കാറിനിടിയ്ക്കുക തന്നെ ചെയ്തു. പോകാൻ ഇഷ്ടം പോലെ സ്ഥലമുണ്ടായിട്ടും അയാൾ കരുതി കൂട്ടി വന്നിടിച്ചതു പോലെയാണ് തോന്നിയത്. ബുള്ളറ്റ് ചരിഞ്ഞു വീണു. പക്ഷെ യാത്രക്കാരന് പരിക്കൊന്നും പറ്റിയില്ല. എന്നാൽ പിന്നിടയാൾ ചെയ്തതാണ് അത്ഭുതം. തെറ്റ് മുഴുവൻ അയാളുടെ ഭാഗത്താണന്ന് വണ്ടിയുടെ കിടപ്പു കാണുന്ന ആർക്കും മനസ്സിലാവും.എന്നിട്ടും അയാൾ വളരെ പ്രകോപിതനായിട്ടാണ് ചാടി യെണീറ്റത്. പച്ചത്തെറിയായിരുന്നു അയാൾ പറഞ്ഞിരുന്നത്. കാറിന്റെ ബോണറ്റിൽ അയാൾ ആഞ്ഞു ചവിട്ടുകയും ചെയ്തു. നാട്ടുകാർ ഓടി കൂടി അയാളെ മാറ്റുകയായിരുന്നു. വേണമെങ്കിൽ കേസ്സാക്കാം എന്ന അഭിപ്രായമായിരുന്നു ഞങ്ങൾക്ക് എന്നാൽ നാട്ടുകാർ ഒഴിവാക്കാനാണ് നിർദേശിച്ചത്. തെറ്റ് അയാളുടെ ഭാഗത്താണെന്ന് ഓടിക്കൂടിയ ജനകൂട്ടത്തിന് മനസ്സിലായിരുന്നു. അയാളെ അവർ തടഞ്ഞു നിറുത്തി ഞങ്ങളാട് പൊയ്ക്കൊള്ളാൻ പറഞ്ഞപ്പോൾ ഞങ്ങൾ വണ്ടിയിൽ കയറി. 'നിങ്ങൾക്കറിയാഞ്ഞിട്ടാ അവർ എവിടുന്നാ വരുന്നത് എങ്ങോട്ടാ പോവുന്നതെന്നൊക്കെ .... എനിക്കറിയാം.

നിങ്ങളുടെ പുതി അത്ര പെട്ടന്നൊന്നും നടക്കില്ല .എന്തായാലും ഈ പോക്ക് അത്ര നല്ലതിനുള്ളതല്ല.' ഞങ്ങൾ വണ്ടിയിൽ കേറിയ ശേഷം വും അയാൾ വഴിയിൽ നിന്ന് ഉറക്കെ ആക്രോശിക്കുന്നുണ്ടായിരുന്നു. അയാളുടെ അവസാനത്തെ ആവാക്കുകൾ എന്നിലും ചില സംശയങ്ങ ളുണ്ടാക്കി. പക്ഷെ ആരുമൊന്നും അതിനെ കുറിച്ച് പറയാത്തതു കൊ ണ്ട് ഞാനായിട്ടൊരു ആശങ്കയ്ക്ക് വളമിടണ്ട എന്ന് കരുതിയതാണ് അ പ്പോൾ . അത് സ്വാഭാവികമായ ഒരപകടമായിരിക്കുവാൻ സാധ്യതയി ല്ലെന്ന സുരന്ദ്രനാഥൻ സാറിന്റെ അഭിപ്രായം എനിക്കു മുണ്ടായിരിന്നു. വണ്ടിയ്ക്ക് വലിയ കേടുപാടുകളൊന്നുമില്ല. ബോണറ്റിന്റെ ആ ഭാഗത്ത് ഒന്ന് ഞളുങ്ങിയിട്ടുണ്ട്. അത്രമാത്രം.

കൃഷ്ണകുമാർ തിരിച്ചെത്തിയത് വളരെപ്പെട്ടന്നായിരുന്നു. വളരെ അ ടുത്ത് തന്നെ ബാറുണ്ടന്ന് അയാൾ വന്ന ഉടനെ പറഞ്ഞു. എല്ലാവരും പെട്ടന്ന് റഡിയായി. തിരുമേനിയ്ക്ക് ഒരു ജ്യൂസും അയാൾ വാങ്ങി വ ന്നിരുന്നു. 'അത് പിന്നെ കുടിയ്ക്കാം' എന്ന് പറഞ്ഞ് തിരുമേനി അത് മാറ്റിവച്ചു. പകരം തന്റെ ചെല്ലപ്പെട്ടി തുറന്ന് വെറ്റിലയെടുത്ത് ചുണ്ണാമ്പ് തേയ്ക്കുവാൻ തുടങ്ങി. അതിനിടയിൽ അദ്ദേഹം പറഞ്ഞു. 'പ്രൊഫസ റുടെ അഭിപ്രായം തന്നെയാണെനിയ്ക്കുള്ളത്. ഒന്നുകിൽ ആ ആക്സി ഡന്റ് നമ്മളെ ഒന്ന് പേടിപ്പിയ്ക്കുവാൻ ആരോ പ്ലാൻ ചെയ്തതാണ്. അ ല്ലെങ്കിൽ ആ ചെറുപ്പക്കാരന് മുഴുവട്ടായിരിക്കണം.'

' പക്ഷെ അങ്ങനെ നമ്മളെ ഒന്ന് പേടിപ്പിയ്ക്കണം എന്ന് ആർക്കാ ണ് ഇത്ര നിർബന്ധം. ഇനി നമ്മൾ കാണാത്ത ജയകൃഷ്ണനെ നിയ ന്ത്രിക്കുന്നു എന്ന് നമ്മൾ വിചാരിക്കുന്ന ആളാണ് അതിന്റെ പിറകൽ എന്നു കരുതുക. നമ്മൾ അയാളെ തേടി വരുന്നുണ്ട് എന്ന് തിരിച്ചറി യാൻ മാത്രം സിദ്ധിയുള്ള ഒരാൾക്ക് ഇത്ര ചെറിയ സംഭവത്തിന്റെ പേ രിൽ പേടിക്കുന്നവരൊ പിൻ തിരിയുന്നവരോ അല്ല നമ്മൾ എന്ന ബോ ധ്യവുമുണ്ടാവില്ലേ? എനിയ്ക്ക് തോന്നുന്നത് അയാൾക്ക് എന്തോ മാന സിക പ്രശ്നം ഉണ്ടാകാമെന്ന് തന്നെയാണ്. നമ്മുടെ ഉള്ളിൽ ജയകൃഷ് ണൻ എന്ന ആത്മാവ് ഒരു അബോധപ്രേരണയായി നിലനിൽക്കുന്നതു കൊണ്ട് എല്ലാ സംഭവങ്ങളേയും മനസ്സ് അതിലേയ്ക്ക് കൂട്ടികെട്ടുകയാ ണ്.' അശോകൻസാറാണ് പറഞ്ഞത്.' 'ഒരു കാര്യം എനിയ്ക്ക് ഉറപ്പു പറയാൻ കഴിയും. ആവണ്ടി നമ്മെ ഇടിയ്ക്കണം എന്ന് കരുതി കൂട്ടി ത്തന്നെ വന്നതാണ്. അതും വലിയ സ്പീഡിലായിരുന്നില്ല. അത്ര സ് പീഡിലായിരുന്നുവെങ്കിൽ അയാൾക്ക് കാര്യമായി എന്തെങ്കിലും പരു ക്ക് പറ്റേണ്ടതാണ്. ഒരു അപകടം ഉണ്ടാക്കുക എന്നതല്ല, ഒരു സീനു

ണ്ടാക്കുക എന്നത് മാത്രമായിരുന്നു അയാളുടെ ലക്ഷ്യം.' കൃഷ്ണകുമാർ തന്റെ ഊഹങ്ങൾ വിശദീകരിച്ചു. ഞാൻ എന്തെങ്കിലും പറയുമോ എന്ന് സുരേന്ദ്രനാഥൻ സാർ പ്രതീക്ഷിച്ചു എന്നു തോന്നുന്നു. അദ്ദേഹത്തിന്റെ നോട്ടത്തിൽ നിന്നും എനിയ്ക്ക് തോന്നിയതാണ്. പക്ഷെ ഞാനൊന്നും പറഞ്ഞില്ല. അതുകൊണ്ടായിരിക്കാം. അദ്ദേഹം തുടർന്നു.' നമ്മളെ ഭയപ്പെടുത്തുക, അല്ലെങ്കിൽ അപകടപ്പെടുത്തുക എന്നതൊന്നും നമ്മളറിയാത്ത ആ ശത്രു ചിലപ്പോൾ ലക്ഷ്യമാക്കിയിട്ടുണ്ടാവില്ല. താനെല്ലാം അറിയുന്നു എന്ന് നമ്മളെ ബോധിപ്പിക്കുക എന്നത് മാത്രമായിരിക്കണം അയാളുടെ ലക്ഷ്യം. എനിയ്ക്കുറപ്പുണ്ട്. അതൊരു സൂചനതന്നെയാണ്.'

'അങ്ങനെയാണെങ്കിൽ ഉച്ചയ്ക്ക് നമ്മളോട് തിരുനെല്ലിയെ കുറിച്ച് പറഞ്ഞ അയാളും ചിലപ്പോൾ അജ്ഞാതനായ ആ ശത്രുവിന്റെ ആൾ തന്നെ ആയിരിക്കുമോ?' 'ഏയ് അങ്ങിനെ വരാൻ സാധ്യതയില്ല. അതിൽ ഒരു സഹായ ഭാവമാണുണ്ടായിരുന്നത്. അങ്ങനെ ആലോചിക്കുമ്പോൾ നമുക്ക് ഒരു അജ്ഞാത ശത്രുമാത്രമല്ല അജ്ഞാത സഹായി കൂടിയുണ്ടെന്ന് ചിന്തിക്കേണ്ടിവരും.' ' കൃഷ്ണേട്ടൻ പറയുന്നത് ശ്രദ്ധിച്ച് കേൾക്കുകയായിരുന്നു എല്ലാവരും . എല്ലാം കേട്ട് കഴിഞ്ഞതിന് ശേഷം സുരേന്ദ്രനാഥൻസർ പറഞ്ഞു. 'തിരുമേനി പറയുന്നതിൽ കാര്യമുണ്ട്. നമ്മുടെ അന്വേഷണത്തിന്റെ രീതിയിലല്ലെങ്കിലും ഇന്ദ്രിയാതീത പ്രതിഭാസങ്ങളെ കുറിച്ച് ഏറെ പഠിച്ച ഒരാളാണ് തിരുമേനി. നമ്മൾ ആധുനികവിജ്ഞാനിയത്തിന്റേയും അതിനോടനുബന്ധിച്ചുണ്ടായ കേട്ടുകേൾവിയുടേയും വഴിയിലൂടെ സഞ്ചരിച്ച് വന്നതാണെങ്കിൽ തിരുമേനി പൗരാണികമായ ഇന്ന് നമ്മുടെ തലമുറ അന്ധവിശ്വാസം എന്ന് പറയുന്ന മാർഗത്തിലൂടെയാണ് ചരിച്ചത് എന്ന് മാത്രം. പക്ഷെ നമ്മൾ സഞ്ചരിച്ചതിനേക്കാൾ നമ്മുടെ വഴി അദ്ദേഹത്തിനറിയാം. മാർഗം പലതായിരുന്നു വെങ്കിലും ലക്ഷ്യം എല്ലാവർക്കും ഒന്നു തന്നെയായിരുന്നു. അതുകൊണ്ട് തന്നെ, തിരുമേനിയുടെ കാഴ്ചപാടിനെ ഞാൻ പൂർണമായും അംഗീകരിക്കുന്നു. എനിയ്ക്കറിയേണ്ടത് ഈ ഒളിഞ്ഞിരിയ്ക്കുന്ന ശത്രുവിനെ കണ്ടെത്തുവാൻ എന്തെങ്കിലും മാർഗമുണ്ടോ എന്നതാണ്? അതിന് എന്തെങ്കിലും വഴി കണ്ടെത്തിയാൽ പിന്നെ എല്ലാം എളുപ്പമായി.'

'മാർഗമുണ്ട്. പക്ഷെ ആ ശത്രു ശക്തനാണെങ്കിൽ ആ വഴികളൊക്കെ ഇപ്പോൾ തന്നെ അടച്ചിട്ടുണ്ടായിരിക്കും. അല്ല , അടച്ചു കഴിഞ്ഞു എന്ന് തന്നെയാണ് എന്റെ തോന്നൽ. മാത്രമല്ല, അയാളിപ്പോൾ നമ്മുടെ ഓരോ ചലനങ്ങളും ശ്രദ്ധിക്കുന്നു കൂടിയുണ്ടെന്ന് എനിയ്ക്കും തോന്നു

ന്നു. അയാളിലേയ്ക്ക് നമുക്ക് ചെന്നെത്താൻ കഴിഞ്ഞില്ലെങ്കിൽ നായ അങ്ങാടീൽ പോയ മാതിരി തിരിച്ചു പോകേണ്ടി വരും നമുക്ക്. എന്നാൽ അയാളിലെത്തിക്കഴിഞ്ഞാൻ വിജയിച്ചു എന്ന് ഉറപ്പിക്കുകയും വേണ്ട. അവിടെ രണ്ടും സംഭവിയ്ക്കാം. വിജയിക്കാം പരാജയപ്പെടാം. അത് നമ്മുടെ കഴിവും ഭാഗ്യവും ഒക്കെ പോലെയിരിക്കും. പിന്നെ അവസാന വിജയം നൻമയുടേതാണ് എന്നല്ലേ എല്ലാരും പറയാറുള്ളത്.' സംസാരിച്ചു കൊണ്ടിരിക്കുമ്പോഴാണ് എന്റെ ഫോൺ റിംഗ് ചെയ്തത്. 'ഹലോ, ആരാ' 'കൃഷ്ണൻ തിരുമേനി നിങ്ങളുടെ കൂടെയില്ലേ അദ്ദേഹത്തിനൊന്ന് കൊടുക്കാമോ?' ആരാണെന്ന് പറയാതെ തിരിച്ചൊരു ചോദ്യം ചോദിക്കുകയാണ് അയാൾ ചെയ്തത്. ഞാൻ ഫോൺ വേഗം കൃഷ്ണൻ നമ്പൂതിരിയ്ക്ക് കൊടുത്തു. അദ്ദേഹം ഹലോ ഹലോ എന്ന് രണ്ട് മൂന്ന് പ്രാവശ്യം പറഞ്ഞതിന് ശേഷം എഴുന്നേറ്റ് കുറച്ച് മാറി നിന്നാണ് സംസാരിച്ചത്. തിരിച്ചു വന്നപ്പോൾ ഞാൻ തിരക്കി. ആരായിരുന്നു. വീട്ടിൽ നിന്നാരെങ്കിലും. ദീർഘ ദൂര യാത്രകൾക്ക് പോവുമ്പോൾ തിരുമേനി മൊബൈൽ ഉപയോഗിക്കാറില്ല എന്നറിയുന്നവരും എന്റെ കൂടെ യാണ് തിരുമേനി പുറപ്പെട്ടിരിക്കുന്നത് എന്ന ബോധ്യമള്ള വരുമാരെങ്കിലുമായിരിക്കുമല്ലോ വിളിച്ചത്. ഈ യാത്രയിൽ തിരുമേനി ഫോണെടുത്തിട്ടുണ്ടെന്ന വസ്തുത അറിയാതെ വിളിയ്ക്കാമല്ലോ. അതുകൊണ്ടായിരുന്നു എനിയ്ക്ക് സംശയം. തിരുമേനി നിസ്സാര ഭാവത്തിൽ പറഞ്ഞു. 'ങാ ആരാണെന്നയാൾ പറഞ്ഞില്ല. പിന്നെ പറഞ്ഞത് ഒരാത്മാവിന്റെ പേരും പറഞ്ഞ് ഇറങ്ങിയിരിക്കുന്ന അരവട്ടൻമാരുടെ കൂടെ കൂടാൻ തിരുമേനിയ്ക്ക് ഭ്രാന്തുണ്ടോ ? എന്നും ഇക്കാലത്ത് ഇത്രയും വലിയ അന്ധവിശ്വാസം കൊണ്ടു നടക്കുന്നത് ശരിയാണോ എന്നും ചോദിച്ചു. പിന്നെ എനിയ്ക്ക് അദ്ദേഹത്തിന്റെ ചില ഉപദേശങ്ങളും കിട്ടി. ആരാ എന്ന് ചോദിച്ചപ്പോൾ പറഞ്ഞില്ല.'

'അത് നല്ല കാര്യം എന്തായാലും അയാളെ കണ്ടെത്തുവാൻ അധികംപണിയൊന്നുമില്ല. നമുക്ക് ഒരു തുമ്പ് കിട്ടി എന്ന് തന്നെ വിചാരിയ്ക്കാം. ആ നമ്പർ തരു ഞാനേതെങ്കിലും കൂട്ടുകാർക്ക് കൊടുത്ത് അന്വേഷിക്കാനുള്ള ഏർപ്പാടുണ്ടാക്കാം.' അത് പറഞ്ഞു കൊണ്ട് സുരേന്ദ്രനാഥൻ സാർ ഫോൺ വാങ്ങി.

'ഏതായാലും നമ്മുടെ വഴി പിഴച്ചിട്ടില്ല എന്ന് തന്നെയാണ് തോന്നുന്നത്. നമ്മൾ ഏകദേശം അവർക്കടുത്ത് എത്തി തുടങ്ങിയിരിക്കുന്നു. അതിന്റെ ഒരു പരിഭ്രാന്തിയാണ് ഇതൊക്കെയെന്ന് എനിക്കു തോന്നുന്നു. ' തീരുമേനി വീണ്ടും ചെല്ലപ്പെട്ടി തുറന്നു കൊണ്ട് ഒരു വെറ്റില കൂ

ടിയെടുത്തു. ‘ ഇതുപോലൊരു ഫോൺ എനിയ്ക്കും കുറച്ച് ദിവസം മുമ്പ് വന്നിരുന്നു. ഞാനത് അന്നേ ശ്രദ്ധിച്ചത് കൊണ്ട് ഫോൺ നമ്പർ സേവ് ചെയ്തിട്ടുണ്ട്. ‘ ഞാൻ ഫോണെടുത്ത് സേവ് ചെയ്ത നമ്പർ വായിച്ചു. എന്നെ വിളിച്ചനമ്പറിൽ നിന്നായിരുന്നില്ല പുതിയ കോൾ. പക്ഷെ എന്നെ വിളിച്ച അഭ്യുദയകാംക്ഷിയെ ഓർമ്മിച്ചു കൊണ്ട് ഞാൻ പറഞ്ഞു. രണ്ട് നമ്പറാണെങ്കിലും ഒരാളാവാനാണ് വിളിച്ചത് ഒരാളാവാനാണ് സാധ്യത.’

‘എനിയ്ക്കിപ്പോൾ ഒരു സംശയം തോന്നുന്നു. ഏതെങ്കിലും ക്രിമിനൽ സംഘങ്ങൾ ആത്മാവിന്റെ പേരിൽ നമ്മളെ പറ്റിക്കുകയായിരിക്കുമോ? ആകെ കൂടി നോക്കുമ്പോൾ അങ്ങനെ സംശയിക്കാതിരിക്കാൻ കഴിയുന്നില്ല .ചിലപ്പോൾ ജയകൃഷ്ണന്റെ കൊലയാളികളുമായി ബന്ധപ്പെട്ട ശക്തരായ ആരെങ്കിലും നമ്മെ വിദഗ്ദ്ധമായി ചതിയ്ക്കുക ആയി കൂടെ. അവർക്ക് ഇപ്പോൾ ഏറ്റവും കൂടുതൽ ദേഷ്യം തോന്നാവുന്നവർ എല്ലാവരും ഇക്കൂട്ടത്തിലുണ്ടല്ലോ?. അങ്ങനെയാണെങ്കിൽ നമ്മൾ ഒന്നു കൂടി ശ്രദ്ധിയ്ക്കേണ്ടിവരും.’ അശോകൻ സാറിനാണ് ആ സംശയം തോന്നിയത്. മറുപടി പറഞ്ഞത് സുരേന്ദ്രൻ സാറാണ്. ‘അങ്ങനെ സംശയിക്കുന്നതിൽ തെറ്റില്ല. എന്നാൽ അവർക്കതു കൊണ്ടെന്തു നേട്ടമുണ്ടാകാനാണ്. അവർക്ക് സാമ്പത്തികമോ മറ്റെന്തെങ്കിലും തരത്തിലോ നേട്ടമുണ്ടാകുന്ന ഒരു കാര്യത്തിനേ ക്രിമിനലുകൾ പരിശ്രമിക്കു അത് എന്തായാലും നമ്മളെ കൊണ്ടവർക്കില്ല. പിന്നെ ജയകൃഷ്ണന്റെ കൊലയാളിയ്ക്ക് ഒന്നും പ്ലാൻ ചെയ്യാൻ കഴിയില്ല. ജയിലിലായത് കൊണ്ടല്ല അയാളുടെ എല്ലാ നീക്കങ്ങളും അവിടെ പോലീസ് ശ്രദ്ധിയ്ക്കുന്നുണ്ട്. പിന്നെ ഇക്കൂട്ടരെ നമ്മൾ ഏതെങ്കിലും തരത്തിൽ ഉപദ്രവിച്ചിട്ടുണ്ടെങ്കിലും മിസ്റ്റർ അശോകൻ പറഞ്ഞ പോലെ സംഭവിയ്ക്കാം. ഇതൊന്നുമില്ലാത്തത് കൊണ്ട് ആ വഴിയ്ക്ക് ചിന്തിക്കേണ്ട. പിന്നെ അല്പം കൂടി ക്ഷമയോടെ മുന്നോട്ടു പോവുക. അറിയാതെയാണെങ്കിലും നമുക്കു വേണ്ട വഴികൾ ശത്രു തന്നെ തുറന്നു തരും ....അതെ,വഴികൾ അവർ കാണിച്ചു തരുന്നതിന്റെ സൂചനയാണിതൊക്കെ.’ അദ്ദേഹം പറയുന്നതിനിടയ്ക്ക് അദ്ദേഹത്തിനും ഫോൺ വന്നു. ഇനി അദ്ദേഹത്തോടെന്തായിരിക്കും പറയുക എന്നറിയാൻ ഞങ്ങൾക്കും ആകാംക്ഷ ഉണ്ടായിരുന്നു. അദ്ദേഹം ഫോൺ കട്ട് ചെയ്തതിന് ശേഷം ഞങ്ങളോട് പറഞ്ഞു. ഞാൻ പറഞ്ഞില്ലെ , എന്റെ ഒരു മീഡിയത്തെ കുറിച്ച് ഹർഷൻ അയാളാണ് വിളിച്ചത്. അയാൾ ഉച്ചയുറക്കത്തിൽ ഒരു സ്വപ്നം കണ്ടുവെത്രെ. നമ്മുടെ വഴി ശരിയാണ് എന്ന് ആരോ അയാളോട് ആവർത്തിച്ച് മന്ത്രിച്ച്

കൊണ്ടിരിക്കുന്നതുപോലെ ഒരനുഭവമാണ് സ്വപ്നത്തിൽ തോന്നിയതത്രെ. ഒരേകാര്യം തന്നെ ചിന്തിച്ച് കിടന്നുറങ്ങിയാൽ അതുമായി ബന്ധപ്പെട്ട എന്തെങ്കിലും സ്വപ്നത്തിൽ കാണുക എന്നത് സാധാരണമാണ്. എന്നാൽ അയാളോട് ഈ വിഷയവുമായി ബന്ധപ്പെട്ട് എന്തു കണ്ടാലും പറയണമെന്ന് അറിയിച്ചിരുന്നത് കൊണ്ട് അദ്ദേഹം വിളിച്ചു പറഞ്ഞതാണ്.' പെട്ടന്ന് കോളിംഗ് ബൽ ശക്തമായി ശബ്ദിച്ചു. റും ബോയി ആയിരിക്കും. അശോകൻ സാർ എഴുന്നേറ്റു വാതിൽക്കലേയ്ക്ക് നടന്നു.

അധ്യായം 20

വഴികൾ തേടുന്ന മൊഴികൾ

കണ്ണു കൊണ്ടു കാണുന്നത് മാത്രമല്ല സത്യം. കാണാത്ത സത്യങ്ങളുമുണ്ട്. നമ്മുടെ കണ്ണിന്റെ കാഴ്ചയുടെ പരിധി എന്നത് വളരെ കുറവാണ്. നമുക്ക് കാണാൻ കഴിയാത്തത് പലതും ഈ ലോകത്തുണ്ട്. ആത്മാക്കളെ കാണാനുള്ള കാഴ്ചശക്തി മനുഷ്യന്റെ കണ്ണുകൾക്കില്ലാത്തതു കൊണ്ടാവാം നമുക്കവയെ കാണാൻ കഴിയാത്തത്. നോക്കിയിട്ടില്ലെ ചില മരണം നടക്കുന്നതിനു മുമ്പ് ചുറ്റുഭാഗത്തു നിന്നും നായക്കൾ കൂട്ടം കൂട്ടമായി കരയുന്നത്. ശ്രദ്ധിച്ചു കേട്ടിട്ടുണ്ടെങ്കിൽ മനസ്സിലാക്കാം അതൊരു വല്ലാത്ത കരച്ചിലാണ്. സാധാരണയുള്ള അവയുടെ ശബ്ദം പോലുമല്ല അപ്പോൾ അവയ്ക്ക്. പ്രകൃതിയെ സസൂക്ഷ്മം വീക്ഷിച്ചാൽ നമുക്ക് തന്നെ മനസ്സിലാക്കാം നമുക്ക് കാണാൻ കഴിയാത്ത പലതും കാണാൻ കഴിയുന്ന പല ജീവജാലങ്ങളുമുണ്ട്. അവർ കാണുന്ന പലതും നമ്മൾകണ്ടാൽ അത് ഭ്രമ കലപനകളാണ്. അതുപോലെ നമുക്ക് കാണാൻ കഴിയുന്ന പലതും അവയ്ക്കും കാണാൻ കഴിയില്ല. ശാസ്ത്രത്തിന്റെ യുക്തിയിൽ ഉള്ളതെന്നു പറയുന്ന പലതും വിശ്വാസങ്ങൾ സമ്മതിയ്ക്കില്ല. വിശ്വാസങ്ങൾ ഒട്ടു മിക്കതും തന്നെ ശാസ്ത്രവും അംഗീകരിയ്ക്കില്ല. എന്നാൽ ഒന്ന് നമ്മളംഗീകരിച്ചേ മതിയാവു. പല ജനതയുടെ അനുഭവങ്ങളും കാഴ്ചപ്പാടുകളും കണ്ടെത്തലുകളും പരിണമിച്ചതാണ് വിശ്വാസങ്ങൾ. കലക്ടീവ് കോൺഷ്യസ് എന്ന ഒരു ചിന്ത തന്നെ മനസ്സിനെ കുറിച്ച് യുങ്ങ് അവതരിപ്പിക്കുന്നുണ്ട്. മിത്തുകളും ആർക്കി ടൈപ്പുകളും ഒരു മനസ്സിൽ എത്രമാത്രം സ്വാധീനം ചെലത്തുന്നുണ്ടെന്ന് യുങ്ങ് വിവരിച്ചിട്ടുണ്ട്. പ്രേതം ആത്മാവ് എന്നൊക്കെ പറയുന്നത് അത്തരത്തിൽപ്പെടുന്ന . ചില വിശ്വാസങ്ങളാണ്. യുക്തി കൊണ്ട് തെളിയിക്കാൻ കഴിയുന്ന ശാസ്ത്രമല്ല എന്നിട്ടും. എക്കാലത്തേയും മഹാരഥൻമാരായിരുന്ന യുങ്ങും അദ്ദേഹത്തിന്റെ ഗുരുസ്ഥാനീയനായ ഫ്രോയിഡും ഇതിലൊക്കെ വിശ്വസിച്ചു. അതാണ് മനശ്ശാസ്ത്ര രംഗത്തെ ഏറ്റവും വലിയ തമാശ.' സുരേന്ദ്രനാഥൻ സാർ വിദ്യാർത്ഥികളോടെന്നപോലെ ക്ലാസ്സെടുക്കുകയായിരുന്നു. ഞങ്ങൾ അദ്ദേഹത്തിന്റെ ദീർഘ പ്രഭാഷണം സശ്രദ്ധം ശ്രദ്ധിച്ചു കൊണ്ടിരുന്നു. കൃഷ്ണൻ നമ്പൂതി

രി മാത്രം ചെല്ലത്തിൽ ഒളിച്ചു വെച്ചിരുന്ന പേനാകത്തി യെടുത്ത് ഇടയ്ക്ക് അടയ്ക്ക ചുരണ്ടാനും പുകയില മുറിയ്ക്കാനും ഇടയ്ക്കൊന്നു പോയി വാഷ്ബേസിനിൽ ചെന്ന് തുപ്പാനും മറന്നില്ല. അദ്ദേഹത്തെ സുരേന്ദ്രനാഥൻസർ തീരെ ശ്രദ്ധിച്ചതുമില്ല. അശ്രദ്ധനായ വിദ്യാർത്ഥിയെ അവഗണിച്ച് ക്ലാസ് തുടരുന്ന ഒരധ്യാപകനെ പോലെയായിരുന്നു സുരേന്ദ്രനാഥൻ സാർ. അദ്ദേഹം തുടർന്നു.'ഞാനിത്രയും പറഞ്ഞത് സുധീറിന്റെ ദൃഷ്ടിയിൽ പെട്ട ആ കാക്കയെ കുറിച്ചാണ്. ഈ റൂമിന്റെ ജനലിൽ ഒരു കാക്ക വന്നിരുന്നു പ്രത്യേക ശബ്ദത്തിൽ കരഞ്ഞു എന്ന് സുധീർ പറയുന്നത് ബാക്കിയുള്ള ഞങ്ങൾ നാല് പേരും കാണാത്ത ഒന്നാണ്. കണ്ടില്ല എന്നത് ചിലപ്പോൾ അശ്രദ്ധ കൊണ്ടും സംഭവിയ്ക്കാവുന്നതാണ്. ഒരു കാക്ക ജനലഴിയിൽ ഇരുന്ന് നിരന്തരമായി കരഞ്ഞാൽ അത് കേൾക്കാതിരിയ്ക്കാൻ കഴിയില്ല. പ്രത്യേകിച്ച് നമ്മൾ ഗൗരവമായി സംസാരിച്ചു കൊണ്ടിരിയ്ക്കുന്ന വിഷയം ഒരു പ്രേതാത്മാവിനെ കുറിച്ചു കൂടി ആയതിനാൽ. ആ കാഴ്ചയെ ഇല്യൂഷൻ എന്നൊ ഇന്റ്യൂഷൻ എന്നോ വായിക്കാം. എനിയ്ക്ക് തോന്നുന്നു അത് ഇന്റ്യൂഷനാകുമെന്ന്. പ്രത്യേകിച്ച് നീ പറഞ്ഞല്ലോ വീട്ടിൽ വച്ച് പല പ്രാവശ്യം ഇത്തരം അനുഭവങ്ങളുണ്ടായി എന്ന്. അത് സത്യമെന്ന് സാക്ഷ്യപ്പെടുത്താൻ ഇവിടെ നിന്റെ സുഹൃത്തുക്കളുമുണ്ട്. അത് കൊണ്ട് തന്നെ ഇപ്പോൾ വന്നത് ഇന്റ്യൂഷൻ ആകാനാണ് സാധ്യത. പ്രത്യേകിച്ച് ഈ സമയത്ത് കൂട്ടുകാർക്കു പോലും കാണാൻ കഴിയാതെ നിനക്കു മാത്രം കാണാനും കേൾക്കുവാനും കഴിഞ്ഞതുകൊണ്ടാണ് ഞാനിങ്ങനെ കണക്കുകൂട്ടുന്നത്. പക്ഷെ അപ്പോഴും ഒരു സംശയം ബാക്കി വരുന്നു. കൃഷ്ണകുമാറും അശോകനും ഉള്ളപ്പോൾ വന്ന കാക്കയെ അവരിപ്പോളെന്തു കൊണ്ട് കണ്ടില്ല. ആ പോദ്യത്തിനുള്ള ഉത്തരം നമ്മൾ കണ്ടെത്തേണ്ടതുണ്ട്.' ഞാനും അതാലോചിച്ചു. ചിലപ്പോൾ എന്റെ തോന്നലായിരിക്കുമോ അതല്ലെങ്കിൽ മദ്യത്തിന്റെ പ്രതിപ്രവർത്തനമായിരിക്കുമോ ? അല്ല. അല്ലെന്നാണ് എന്റെ വിശ്വാസം. ഞാൻ പറഞ്ഞു. ' വീട്ടിൽ കണ്ട അതേ കാക്കയാണെന്ന് എനിക്ക് ഉറപ്പിച്ചു പറയാൻ കഴിയില്ല. പക്ഷെ അതേ കരച്ചിലാണ്. അതേ ശബ്ദമാണ്. അതേ ചെരിഞ്ഞ് നോട്ടമാണ്. പിന്നെ അതിനെ കുറിച്ച് അലോചിച്ചു കൊണ്ടിരിക്കുമ്പോൾ ഉണ്ടായ ഒരു ഹലൂസിനേഷൻ എന്ന് എനിയ്ക്കു തോന്നുന്നില്ല.കാരണം വെയ്റ്റർ വന്ന് ബല്ലടിച്ചപ്പോൾ എന്റെ ശ്രദ്ധ മുഴുവൻ അവിടെയായിരുന്നു. അയാൾ വരുന്നത് ഇനി മറ്റെന്തെങ്കിലും സൂചനയുമായിട്ടാണൊ എന്ന് ഞാൻ സംശയിച്ചിരുന്നു. അയാൾ വന്നത് രാത്രി ഭക്ഷണത്തെ കുറിച്ച

ന്വേഷിക്കാനാണെന്ന് അയാൾ പറഞ്ഞപ്പോഴല്ലേ മനസ്സിലായത്. അത് കഴിഞ്ഞതോടെ മനസ്സ് ഫ്രീ ആയിരുന്നു. പിന്നെ പ്രത്യേകം പറയട്ടെ. ഒരു ലഹരിയിലെത്താൻ മാത്രം ആരും മദ്യം കഴിച്ചിട്ടില്ല. അത് കൊണ്ട് അത്തരത്തിലുള്ള ഹലൂസിനേഷനല്ല. പിന്നെ നിങ്ങളാരും കേട്ടില്ല, കണ്ടില്ല എന്ന് പറയുമ്പോൾ ഞാനാകെ കൺഫ്യൂഷനിലാവുകയാണ്. മറ്റുള്ളവർ കാണാത്തത് ഞാൻ കാണുന്നു എന്ന് പറഞ്ഞാൽ ഒന്നുകിൽ അതൊരു അത്ഭുത സിദ്ധിയാവണം അല്ലെങ്കിൽ അത് മഹാരോഗമാവണം. ഇതിലേതാണ് ഇപ്പോൾ എന്റെ അവസ്ഥ എന്നതാണ് എന്റെ കൺഫ്യൂഷൻ. അത്ഭുത സിദ്ധിയുണ്ടാകാൻ മാത്രം വലിയ കാര്യങ്ങളൊന്നും ഞാൻ ചെയ്തിട്ടില്ല എന്ന് മാത്രമല്ല, അതിന് സാദ്ധ്യത കുറവുമാണ്.'

'ശാസ്ത്രകാരൻമാര് സംസാരിക്കുന്നിടത്ത് ഇപ്പോൾ ഒരഭിപ്രായവും ഞാനായിട്ടു പറയുന്നില്ല. അങ്ങനെ പറഞ്ഞാൽ അത് ഒരു ഏഭ്യത്തമായിട്ടേ നിങ്ങൾ കാണു . നിങ്ങൾ രണ്ട് പേരും കൂടി ഒരു തീരുമാനത്തിലെത്തിയ ശേഷം ഞാൻ എന്റെ അഭിപ്രായം പറയാം.'

'തിരുമേനിയ്ക്ക് എപ്പോഴും അഭിപ്രായം പറയാം. അതിൽ ഒരു കുഴപ്പവുമില്ല.' ഞാൻ പറഞ്ഞപ്പോൾ തിരുമേനി ചിരിച്ചു. 'പറയാം പറയുകയും ചെയ്യും. ആദ്യം നിങ്ങൾ പറഞ്ഞ് ഒരു തീരുമാനത്തിലെത്തൂ. നിങ്ങളുടെ സംസാരം കേട്ടിരിക്കുന്നതിലും ഒരു സുഖമുണ്ട്.' അദ്ദേഹം പുതിയ ഒരു അടയ്ക്ക എടുത്തു അതിനു പുറമേ കത്തികൊണ്ട് ചുരണ്ടി ശരിയാക്കാൻ തുടങ്ങി. അദ്ദേഹം എന്തെങ്കിലും പറയുമെന്ന് കരുതി ഞാൻ അദ്ദേഹത്തെ തന്നെ നോക്കിയിരിക്കുകയായിരുന്നു. അപ്പോൾ അദ്ദേഹം പറഞ്ഞു. 'അടയ്ക്ക ഞരങ്ങ് അരുത്, വെറ്റില ഞരമ്പരുത്. നൂറ് തൊട്ടു കൂട്ടരുത് ഇതാണ് മുറുക്കിന്റെ ഒരുപ്രമാണം. അറിയോ അത് ?' ആനക്കാര്യത്തിനിടയിലാ അദ്ദേഹത്തിന്റെ ചേനക്കാര്യം. എനിയ്ക്ക് ദേഷ്യമാണ് വന്നത്. ഞാൻ ഒന്നും മിണ്ടിയില്ല. സുരേന്ദ്രനാഥൻ സാർ അത് കേട്ട് ഒന്നു ചിരിച്ചു. പിന്നെ അദ്ദേഹം പറഞ്ഞു. എന്റെ അറിവും അനുഭവവും വെച്ചിട്ട് പറയാം. ഈ സിദ്ധി എന്നൊക്ക പറയുന്നത് വെറും സാധനയിലൂടെ കിട്ടുന്ന ഒന്നല്ല. വിശ്വാസിച്ചാലും ഇല്ലെങ്കിലും ശരി ചിലർക്കത് ഉണ്ടാവാം ഫ്രോയിഡ് വലിയ വിശ്വാസിയായിരുന്നു. അദ്ദേഹത്തിന്റെ ശിഷ്യൻ എന്ന് പറയാവുന്ന യുങ്ങ് ആകട്ടെ അത്തരം കഴിവുകൾ ചെറുപ്പത്തിലേ സിദ്ധിച്ച ഒരു വ്യക്തിയുമായിരുന്നു. ചെറുപ്പം മുതലേ അദ്ദേഹത്തിന് പല സൈ അനുഭവങ്ങളും ഉണ്ടായിട്ടുണ്ട്. ഒരിക്കൽ യുങ്ങ് ഒരു പുസ്തകം വായിച്ചു കൊണ്ടിരിക്കുകയായിരുന്നു. പെട്ടന്ന് വായന നിറുത്തിയ അദ്ദേഹം അദ്ദേഹത്തിന്റെ മേശപ്പുറത്തിരുന്ന ഒരു

കത്തിയിലേയ്ക്ക് ഏകാഗ്രതയോടെ കുറച്ചുനേരം നോക്കി. അപ്പോൾ ആകത്തി പൊട്ടി ചിതറിയത്രെ. അദ്ദേഹത്തിന്റെ നോട്ടം ഏറെ നേരം ആ കത്തിയിൽ പതിഞ്ഞപ്പോഴാണ് അങ്ങനെ സംഭവിച്ചതത്രെ.പിന്നീടാണ് അദ്ദേഹത്തിന്റെ സ്വപ്നങ്ങളിൽ പലപ്പോഴും സൈപ്രവർത്തനം നടക്കുന്നുണ്ടെന്ന് അദ്ദഹത്തിന് തോന്നിയത് . പ്രായമായപ്പോൾ അദ്ദേഹം തന്റെ സൈപ്രവർത്തനങ്ങളെ ബോധപൂർവ്വം നിയന്ത്രിക്കാൻ ശ്രമിച്ചു. അതിനുള്ള കഴിവ് അദ്ദേഹത്തിന് സിദ്ധിച്ചു എന്നാണ് പറയപ്പെടുന്നത്. ഫ്രോയിഡ് വിശ്വാസിയായിരുന്നു എന്ന് പറയാൻ ഒരു കാരണമുണ്ട്. അയാളുടെ രോഗികകളിൽ സൈപ്രക്രിയകൾ അദ്ദേഹം കാണുകയുണ്ടായി. സ്വപ്നങ്ങളിൽ ടെലിപ്പതിയുടെ പ്രവർത്തനത്തെ കുറിച്ച് അദ്ദേഹം രണ്ട് ലേഖനങ്ങൾ എഴുതിയിട്ടുണ്ട്. സൈക്കിക്കൽ റിസേർച്ച് സൊസൈറ്റി ഒരിക്കൽ അതിന്റെ പ്രസിഡന്റ് സ്ഥാനം ഏറ്റെടുക്കുവാൻ അദ്ദേഹത്തെ നിർബന്ധിച്ചു. അന്നദ്ദേഹം പറഞ്ഞത് തന്റെ തൊഴിൽ ജീവിതത്തിന്റെ ആരംഭകാലത്താണെങ്കിൽ അതിൽ ഞാൻ മുഴുകിയേനേ , എന്നാൽ തൊഴിലിൽ നിന്ന് വിരമിക്കേണ്ട കാലമായതു കൊണ്ട് അതിൽ കാര്യമില്ല എന്നാണെത്രെ.അത് കൊണ്ട് നമുക്കുറപ്പിക്കാം അദ്ദേഹത്തിന് ഇത്തരം കാര്യങ്ങളിൽ വിശ്വാസമുണ്ടായിരുന്നു. മാത്രമല്ല യുങ്ങിന് അത്തരം കഴിവുകൾ ഉണ്ടെന്നും അദ്ദേഹം ഭയപ്പെട്ടിരുന്നു. അനുഭവങ്ങളിലൂടെ അദ്ദേഹത്തിന് അങ്ങനെ ഒരു തീരുമാനത്തിലെത്തപ്പെടേണ്ടി വന്നതാണ്. യുങ്ങിനുണ്ടായിരുന്ന പാരാ നോർമൽ കഴിവുകളെ കുറിച്ച് ഫ്രോയിഡു തന്നെ വെളിപ്പെടുത്തിയിട്ടുണ്ട്. ഒരിക്കൽ ഫ്രോയിഡ് ആവശ്യപ്പെട്ടതനുസരിച്ച് മുറിയിലുണ്ടായിരുന്ന സാധനങ്ങൾ യുങ് തൊടാതെ ചലിപ്പിച്ചതായി ഫ്രോയിഡ് രേഖപ്പെടുത്തിയിട്ടുണ്ട്. ഒരിക്കൽ അവർ തമ്മിൽ ഒരു കാര്യത്തെ കുറിച്ച് ഗൗരവമായി തർക്കിച്ചു കൊണ്ടിരിക്കുമ്പോൾ ഒരു കാരണവുമില്ലാതെ ഫ്രോയിഡ് ബോധം കെട്ടു വീണു. യുങ്ങ് തന്നെ കൊല്ലാൻ വേണ്ടി അയാളുടെ പാരാനോർമൽ കഴിവ് ഉപയോഗിച്ചതു കൊണ്ടാണ് താൻ ബോധം കെട്ടു വീണതെന്നായിരുന്നു ഫ്രോയിഡിന്റെ വിശ്വാസം. ആ സംശയം അദ്ദേഹം തന്നെ യുങ്ങിനോട് പ്രകടിപ്പിച്ചിട്ടുണ്ടെന്നാണ് പറയപ്പെടുന്നത്.

അതെന്തായാലും യുങ്ങ് എംഡി യ്ക്ക് പ്രധാന പ്രബന്ധമായി അവതരിപ്പിച്ചത് പാരാ നോർമ്മൽ കഴിവുകളെ കുറിച്ചാണ്. അദ്ദേഹത്തിന്റെ സിൻക്രോണിസിറ്റി പ്രിൻസിപ്പിൾ ചില സൈപ്രക്രിയകളെ വിശദീകരിക്കാൻ വളരെ ഉപകാരപ്രദമാണ്. പ്രപഞ്ചത്തിൽ കാര്യകാരണ ബന്ധത്തിനു മുകളിലുള്ള മറ്റൊരു ബന്ധമാണ് സിൻക്രോണിസിറ്റി അല്ലെ

ങ്കിൽ യാദൃശ്ചികം എന്ന് നാം പറയപ്പെടുന്ന പലതും. ഇത് വെച്ചു കൊണ്ട് ജ്യോതിഷികൾക്ക് സത്യം കാണാൻ കഴിഞ്ഞേയ്ക്കാമെന്ന് യുങ്ങ് എഴുതിയിട്ടുണ്ട്. അതു കൂടാതെ ലോകപ്രശസ്ത മനശാസ്ത്രജ്ഞനായ വില്യം ജയിംസ് ,മക്ഡൂഗൽ എന്നിവരും പാരാസൈക്കോളജിയിൽ ഉറച്ച് വിശ്വസിച്ചവരാണ്. ജയിംസ് പിന്നീട് അമേരിക്കൻ സൊസൈറ്റി ഫോർ സൈക്കിക്കൽ റിസേർച്ച് എന്ന പ്രേത ഗവേഷക സംഘടനയുടെ പ്രസിഡന്റ് തന്നെയായി. മക് ഡൂഗലാണ് ജെ. ബി റൈൻ പാരാസൈക്കോളജിയിൽ ഗവേഷണം നടത്തിയപ്പോൾ ഗൈഡായത്. മനശ്ശാസ്ത്രത്തിലെ അശാസ്ത്രീയ വസ്തുതകളെ അങ്ങേയറ്റം എതിർത്ത ഒരാളായിരുന്നു ഐസങ്ക്. സെൻസ് ആന്റ് നോൺ സെൻസ് ഇൻ സൈക്കോളജി എന്ന പേരിൽ ഒരു കൃതി തന്നെ അദ്ദേഹം എഴുതിയിട്ടുണ്ട്. എന്നാൽ ആകൃതിയിൽ പാരാസൈക്കോളജിയെ യാഥാർത്ഥ്യത്തിന്റെ കൂട്ടത്തിലാണ് പരിഗണിച്ചത്. അദ്ദേഹം ചില പാരാസൈക്കോളജി പരീക്ഷണം നടത്തി വിജയിച്ചതിനു ശേഷം അതിനെ അനുകൂലിച്ച് കുറച്ച് ലേഖനങ്ങളും എഴുതി. അതായത് ഇത്രയും പ്രഗൽഭരായ പലരും സ്വന്തം അനുഭവങ്ങളിലൂടെ സത്യമെന്ന് തിരിച്ചറിഞ്ഞ ഒന്നിനെ അന്ധവിശ്വാസം എന്ന് പറയുന്നവർ സ്വന്തം കണ്ണു കെട്ടി ഇരുട്ടാക്കുന്നവർ മാത്രമാണെന്നേ എനിയ്ക്കു പറയാനുള്ളു. അതുകൊണ്ടാണ് ഞാൻ പറയുന്നത് ജയകൃഷ്ണൻ ഒരു മിഥ്യയല്ല. അയാൾ അയാൾക്ക് സമാനമായ ഇ.എസ് പി.യുള്ളവരോട് സംവദിയ്ക്കും. മറ്റാരെങ്കിലും അയാളെ തടയുന്നുണ്ടാവാം. എന്നൽ ആ തടവിൽ നിന്ന് അയാൾക്ക് രക്ഷപ്പെടേണ്ടതു കൊണ്ട് അവസരം കിട്ടിയാൽ അയാളുടെ സന്ദേശം നമുക്ക് കിട്ടുക തന്നെ ചെയ്യുമെന്ന്. ചിലപ്പോൾ സുധീർ മാത്രം കണ്ട ആ കാക്ക പോലും എന്തെങ്കിലും സന്ദേശം നൽകാനാണോ വന്നിരിയ്ക്കുന്നതെന്ന് കണ്ടറിയേണ്ടതാണ്. അതായത് സുധീറിനുണ്ടായ താല്കാലികമായ ഒരു സൈ അനുഭവമായി നമുക്കതിനെ വിലയിരുത്താം. നമ്മുടെ ഇനിയങ്ങോട്ടുള്ള യാത്രയിൽ ചിലപ്പോൾ അത് നൽകാനുദ്ദേശിക്കുന്ന സന്ദേശമെന്തെന്ന് നമുക്ക് വ്യക്തമാവും.' സുരേന്ദനാഥൻ സാർ പറഞ്ഞു നിറുത്തി. അപ്പോൾ തിരുമേനി പറഞ്ഞു. 'വിശ്വാസത്തിന്റെ വഴിയിൽ കാക്ക പിതൃക്കളുടെ പ്രതീകമാണ്. ഇപ്പോൾ ഒരാത്മാവിനെ കുറിച്ച് അന്വഷിച്ച് കൊണ്ടിരിക്കുന്ന സമയത്ത് അങ്ങനെ ഒരു കാക്ക വന്നെങ്കിൽ അത് ഏതായാലും ശുഭലക്ഷണമായിട്ടെ പരിഗണിക്കുവാൻ കഴിയു .പിതൃക്കളുടെ അല്ലെങ്കിൽ അന്വേഷിക്കുന്നതോ അല്ലാത്തതോ ആയ ഏതെങ്കിലും ഒരാത്മാവിന്റെ സാന്നിധ്യം അറിയിക്കുന്നതായി നമുക്കു ചി

ന്തിയ്ക്കാം. പ്രൊഫസർ പറഞ്ഞതിനോട് ഞാനും യോജിയ്ക്കുന്നു. അതിന് എന്തെങ്കിലും സന്ദേശം നമുക്ക് തരാനുണ്ടാവും. അത് ഇനിയുള്ള വഴികളിൽ നിന്ന് കിട്ടുമെന്ന് തന്നെ പ്രതീക്ഷിയ്ക്കാം.' പെട്ടന്ന് വീണ്ടും സുരേന്ദ്രനാഥൻ സാറിന്റെ ഫോൺ ശബ്ദിച്ചു. അദ്ദേഹം ഫോണെടുത്ത് നോക്കിയശേഷം എന്നെ നോക്കിപറഞ്ഞു. 'രാഘവ്ജിയാണ്. ഞാനന്ന് പറഞ്ഞിരുന്നില്ലേ നല്ല സമയത്താ പുള്ളി വിളിച്ചത്.' അത് പറഞ്ഞു കൊണ്ട് അദ്ദേഹം ഫോൺ എടുത്തു. ഞങ്ങൾ ആകാംക്ഷയോടെ അദ്ദേഹത്തെ തന്നെ ശ്രദ്ധിക്കുകയായിരുന്നു. രാഘവ്ജി എന്ന് ഞാൻ മനസ്സിൽ മന്ത്രിച്ചു. തിരുമേനിയെ ഒന്നു നോക്കി. തിരുമേനി ചിരിച്ചു കൊണ്ട് ഒന്നും ഭയപ്പെടാനില്ല എന്ന ഒരു സിഗ്നൽ എനിയ്ക്കു നൽകി. എങ്കിലും എനിയ്ക്കെന്തോ വല്ലാത്തൊരസ്വസ്ഥയാണ് തോന്നിയത്.

ഫോൺ വെച്ച ശേഷം അദ്ദേഹം പറഞ്ഞു ' രാഘവ്ജീയാണ് വിളിച്ചത് ' തുടർന്ന് പറഞ്ഞ കാര്യങ്ങൾ തുടരാൻ അനുവദിയ്ക്കാതെ തിരുമേനി ഇടയിൽ കയറി പറഞ്ഞു. 'പണ്ട് തന്ത്രയും ഭാരതീയ മാന്ത്രിക മുറകളും പഠിയ്ക്കാൻ രാഘവ്ജി എന്ന് സ്വയം പരിജയപ്പെടുത്തി ഒരാൾ എന്നെ സമീപിച്ചിരുന്നു. കുറച്ചു ദിവസം ഇല്ലത്ത് താമസിയ്ക്കുകയും ചെയ്തിട്ടുണ്ട്. അയാളായിരിയ്ക്കുമോ പ്രൊഫസർ പറയുന്ന ഈ രാഘവ്ജി '

'വളരെ സാത്വികനായ ഒരാൾ . അദ്ദേഹത്തിന് തന്ത്രയിലും മന്ത്രയിലും ഒക്കെ അഗാധമായ പാണ്ഡിത്യമുണ്ട്. പാരാസൈക്കോളജിയിൽ ഇന്ന് ലോകത്ത് അദ്ദേഹത്തെ പോലെ അറിവുള്ള ഓരാൾ ഉണ്ടാകില്ല. അതീന്ദ്രിയമായ കഴിവുകൾ നിരവധി ഉണ്ടെങ്കിലും അതൊന്നും ഒരു സ്വാർത്ഥലാഭത്തിനോ ഏതെങ്കിലും വ്യക്തിയുടെ താൽപര്യത്തിനോ വേണ്ടി ഉപയോഗിക്കരുത് എന്ന് ശഠിയ്ക്കുന്ന ഒരാളാണ്. മറ്റാരെങ്കിലും ആ വഴിയ്ക്ക് പോകുന്നുണ്ടെങ്കിൽ ഒന്നോ രണ്ടോ വാക്കിൽ പറയും പോക്ക് ശരിയല്ലെന്ന്. പിന്നെയും അവർ പോകുകയാണെങ്കിൽ തടയില്ല. ഒരപകടം വന്നാൽ മറ്റാർക്കും ഒരു ദോഷവുമില്ലാത്ത കാര്യമാണെങ്കിൽ മാത്രം സഹായിയ്ക്കും. അതാണ് രാഘവ് ജി. അതീന്ദ്രിയ പ്രതിഭാസങ്ങൾ കാട്ടി പെട്ടന്ന് പേരെടുക്കാൻ ആഗ്രഹിച്ചാൽ ഇന്ന് ചിലപ്പോൾ അയാൾ ലോകത്തിലെ ഏറ്റവും പ്രഗത്ഭനായി ചിത്രീകരിയ്ക്കപെട്ടിട്ടുണ്ടാവും. അറിയാൻ ആഗ്രഹിയ്ക്കുന്നവർക്ക് അത് പറഞ്ഞു കൊടുക്കാൻ അദ്ദേഹത്തിന് യാതൊരു മടിയുമില്ല.' രാഘവ്ജിയെ കുറിച്ച് പറയുമ്പോൾ വല്ലാത്ത ഒരാരാധന സുരേന്ദ്രനാഥൻ സാറിന്റെ മുഖത്ത് ഉദിച്ചു വരുന്നത് എന്നെ വീണ്ടും സംശയത്തിനിടയാക്കുമായിരുന്നു. എന്നാൽ അതിന്

വഴിവയ്ക്കാതിരിയ്ക്കാനാവാം തിരുമേനി ചോദിച്ചു. 'ഈ രാഘവ്ജിയുടെ ഫോട്ടൊയുണ്ടോ ഒന്ന് കാണാൻ ? അന്നു ഇല്ലത്തു വന്ന ആൾ തന്നെയാണോ എന്ന് തിരിച്ചറിയാമല്ലോ '

'ഉണ്ടല്ലോ. ഒന്നൊന്നുമല്ല അദ്ദേഹത്തിന്റെ പല ഫോട്ടോകൾ എന്റെ കൈവശമുണ്ട്.' അതും പറഞ്ഞു കൊണ്ട് കുറച്ച് നേരം അദ്ദേഹം ഫോണിൽ തിരഞ്ഞു. പിന്നെ ഒരു ഫോട്ടൊ തിരുമേനിയെ കാണിച്ചു. തിരുമേനി അത് കണ്ടു പറഞ്ഞു. 'ഞാൻ വിചാരിച്ച ആൾ തന്നെ. ഇദ്ദേഹത്തിന് എന്നെ അറിയാം. എപ്പോഴെങ്കിലും ചോദിച്ചാൽ മതി '. ഞാൻ ഉടൻ മൊബൈൽ വാങ്ങി. ആ ചിത്രം ശ്രദ്ധിച്ചു. നീളം കുറഞ്ഞ കറുത്ത് അത്യാവശ്യം തടിയുള്ള ആ രൂപമായിരുന്നില്ല അന്ന് ഞാൻ കണ്ട സ്വപ്നത്തിൽ. എന്നാൽ നജീബ് പ്രത്യേകം ശ്രദ്ധിച്ച ആ താടി അത് ഇതായിരിയ്ക്കുമെന്ന് എനിയ്ക്ക് തോന്നി. ചോദിച്ചില്ലെങ്കിലും ഞാൻ ഫോൺ കൃഷ്ണകുമാറിന് കൈമാറി. അദ്ദേഹം ഒന്നു നോക്കിയിട്ട് ഫോൺ തിരിച്ചു കൊടുത്തു. ഞാൻ ചോദിച്ചു. 'കൃഷ്ണകുമാർ മുമ്പ് കണ്ട സ്വപ്നത്തിലെ ആ ആളും ഇദ്ദേഹവുമായി എന്തെങ്കിലും ബന്ധം തോന്നുന്നുണ്ടോ.'

'ഇല്ലല്ലോ. ഏകദേശം ഇതേ ഉയരവും തടിയും നിറവുമാണയാൾക്ക്. എന്നാൽ ഇയാളുടെ ഈ താടിയായിരുന്നില്ല മാത്രമല്ല ഈ മുഖത്ത് കാണുന്ന ഒരു തേജസ് .വല്ലത്ത സ്നേഹം തുളുമ്പുന്ന കണ്ണുകൾ ഇതൊന്നും അയാളിലില്ല. അയാളിൽ വല്ലാത്ത ഒരു ക്രൂര ഭാവമാണ് അതെനിയ്ക്കിപ്പോഴും നല്ല ഓർമ്മയുണ്ട്.' ഞാനും തിരുമേനിയും പരസ്പരം നോക്കി. എന്റെ ചിന്താഗതികൾ അദ്ദേഹം തിരിച്ചറിഞ്ഞ പോലെ പറഞ്ഞു. അപ്പോൾ നിങ്ങൾ കണ്ട , അതായത് നിങ്ങളുടെ ഇ എസ് പി പ്രവർത്തിച്ചപ്പോൾ കണ്ട ആൾ ഇതല്ല. അത് മറ്റാരോ ആണ്.' അതിന്റെ അർത്ഥം എനിയ്ക്കല്ലാതെ ആർക്കും മനസ്സിലായില്ല എന്ന് അവരുടെ മുഖഭാവം കൊണ്ട് എനിയ്ക്കു മനസ്സിലായി. കാരണം ഞാൻ കണ്ട സ്വപ്നത്തെ കുറിച്ച് തിരുമേനിയ്ക്കല്ലാതെ ആർക്കും അറിയില്ല. പിന്നെ രാഘവ്ജിയെ കുറിച്ചുള്ള സംശയം അതെനിയ്ക്ക് മാത്രമായിരുന്നല്ലോ. അങ്ങനെ ഞാനൊരു സംശയം കൊണ്ടു നടക്കുന്നുണ്ട് എന്ന് ആകെ അറിയുന്നത് തിരുമേനിയ്ക്കും.

അധ്യായം 21

മഞ്ഞിൽ പൊതിഞ്ഞ കൗതുകം

ഒരു ആത്മാവും മറ്റൊരാളെ കരുതി കൂട്ടി ഉപദ്രവിയ്ക്കുവാൻ ശ്രമിക്കുന്നില്ല. മനുഷ്യർക്ക് എന്ന പോലെ അവർക്കും ഇവിടെ ഒരു സ്പെയിസുണ്ട്.എന്നാൽ ഏതെങ്കിലും ആത്മാവിന്റെ സ്വാതന്ത്ര്യത്തിന് നിങ്ങളായി വല്ല തടസ്സവുമുണ്ടാക്കുകയാണെങ്കിൽ എത്ര സാത്വികനായ വ്യക്തിയുടെ ആത്മാവാണെങ്കിലും പ്രകോപിക്കപ്പെട്ടെന്നിരിയ്ക്കും. അതായത് അതിന്റെ സ്പെയിസിലേയ്ക്ക് നിങ്ങൾ കടന്നുകയറിയാൽ. അത് കൊണ്ട് തന്നെ ജയകൃഷ്ണൻ അയാളുടെ പിറകെ കൂടരുത് എന്ന് പറഞ്ഞിട്ടും നിങ്ങൾ അയാളുടെ കൂടെ കൂടിയത് തെറ്റ്. ഇനി അത് സ്വന്തം ഇഷ്ട പ്രകാരമല്ലാതെ മറ്റാരുടേയൊ നിർബന്ധം കൊണ്ടാണ് പറഞ്ഞെതെങ്കിൽ പോലും ഈ യാത്രയിൽ അപകടങ്ങൾ സംഭവിയ്ക്കാനുള്ള സാധ്യത തള്ളി കളയാൻ വയ്യ. എന്നാലും ഞാൻ നിങ്ങൾക്ക് ഒരു അപകടവും ഉണ്ടാകാതെ നോക്കാമെന്ന് പറഞ്ഞിട്ടുണ്ട്. അത് ഞാൻ ചെയ്തിരിയ്ക്കുംഏതായാലും നിങ്ങൾ വയനാട് എത്തിക്കഴിഞ്ഞു വെന്നല്ലെ പറഞ്ഞത്, എനിയ്ക്ക് പരിചയമുള്ള, അത്യാവശ്യം ഇത്തരം കാര്യങ്ങൾ അറിയുകയും പ്രവർത്തിക്കുകയും ചെയ്യുന്ന ഒരാൾ ഒരാവശ്യത്തിന് വയനാട്ടിൽ വന്നിട്ടുണ്ട്. ഇപ്പോൾ തിരുനെല്ലിയിലാണ്. കാടിന്റെ വശ്യ സൗന്ദര്യം കാണണമെങ്കിൽ അവിടെ പോകണം. നിങ്ങൾ അദ്ദേഹത്തെ ഒന്നു കാണുക. ഞാൻ അയാളെ വിളിച്ചു പറയാം. പിന്നെ എനിയ്ക്കറിയാമെന്ന് പറഞ്ഞതു കൊണ്ട് അത്രമാത്രം സാത്വികനാണെന്നൊന്നും കരുതരുത്. കൂടുതൽ അയാളോട് ഇടപഴകുകയും വേണ്ട. നിങ്ങളുടെ ആവശ്യം പറഞ്ഞ് അതിനയാളിൽ നിന്ന് കിട്ടുന്ന സഹായം സ്വീകരിയ്ക്കുക. ഞാൻ വിളിച്ചു പറയാം. ചിലപ്പോൾ നിങ്ങളവിടെയെത്തുമ്പോൾ തന്നെ എല്ലാം ശരിയാവും ബാക്കി നിങ്ങളുടെ ഭാഗ്യം പോലെ.' രാഘവ്ജി പറഞ്ഞത് സുരേന്ദ്രനാഥൻ സർ ചുരുക്കി വിവരിച്ചു തന്നു. രാഘവ്ജിയെ കുറിച്ച് സുരേന്ദ്രനാഥൻസാറിന് വലിയ അഭിപ്രായമാണ്. 'പ്രത്യേകിച്ച് ഇങ്ങനെ ഒരാത്മാവിനെ കുറിച്ച് പറഞ്ഞാൽ അതിന്റെ പിറകെ സഞ്ചരിയ്ക്കുവാനും അതിന്റെ പിന്നിലെനിഗൂഢത വെളിപ്പെടുത്തുവാനുമൊക്കെ പണ്ടൊക്കെയാണെങ്കിൽ അദ്ദഹം തന്നെ മുന്നിട്ടിറങ്ങു

മായിരുന്നു. ഇപ്പോൾ പ്രായാധിക്യം കൊണ്ടാവും നമ്മളെപ്പോലും പിൻ തിരിപ്പിക്കുവാനാണ് അദ്ദേഹം ശ്രമിക്കുന്നത്. വർഷങ്ങൾക്കു മുമ്പ് കണ്ട ഒരാളേയല്ല അടുത്തിടെ ഞാൻ ചെന്നപ്പോൾ കണ്ടത്. കാലങ്ങൾ കൊണ്ട് എന്തെല്ലാം മാറ്റങ്ങളാണ് സംഭവിച്ചത് എന്നാർക്കറിയാം. ഇപ്പോൾ എന്തായാലും പഴയ ആ ഉന്മേഷമോ ഗവേഷണ താൽപര്യമോ ഇല്ലെന്നാണ് അയാളുടെ വാക്കുകളിൽ നിന്ന് മനസ്സിലാവുന്നത്.' സുരേന്ദ്രൻ സാർ സ്വന്തം അഭിപ്രായം കൂടി വ്യക്തമാക്കി. 'കാലം ഓരോ ജീവിയിലും ഒരുപാട് മാറ്റമുണ്ടാക്കുന്നുണ്ട്. നമ്മളത് വേണ്ടത്ര ശ്രദ്ധിയ്ക്കുന്നില്ലെന്ന് മാത്രം .കാലം നമുക്കുണ്ടാക്കുന്ന മാറ്റങ്ങൾ നമുക്കൊരിക്കലും തിരിച്ചറിയാൻ കഴിയില്ല. നമ്മെ ശ്രദ്ധിയ്ക്കുന്നവർക്ക് അത് പെട്ടന്ന് മനസ്സിലാക്കാനും കഴിയും. എന്തായാലും ഭക്ഷണം കഴിച്ച് ഉറങ്ങി വേഗം എഴുന്നേൽക്കാൻ നോക്കാം. നാളെ രാവിലെ പോകാൻ തെയ്യാറാകേണ്ടതല്ലെ. എന്ന തിരുമേനിയുടെ അഭിപ്രായത്തിന് എല്ലാവരും വില കല്പിച്ചു. അശോകൻ സാർ തിരുനെല്ലി യാത്രയ്ക്ക് വേണ്ട ഏർപ്പാടൊക്കെ ഫോൺ വിളിച്ച് ചെയ്തു കഴിഞ്ഞിരുന്നു. സംസാരിച്ചിരുന്നാൽ നേരം പോകുന്നതറിയില്ല എന്ന കാര്യം എല്ലാവർക്കും ബോധ്യമായി. ഭക്ഷണം കഴിക്കലും മറ്റും പെട്ടനു കഴിഞ്ഞു. എല്ലാവരും കിടക്കാനുള്ള ഏർപ്പാടുകൾ തുടങ്ങിയപ്പോൾ തിരുമേനി ഒന്നുകൂടി മുറുക്കാനുള്ള പരിശ്രമത്തിലായിരുന്നു. 'ഊണു കഴിഞ്ഞാൽ ഒന്ന് പതിവുള്ളതാ. ഒരു പത്ത് മിനിറ്റ് നിങ്ങള് കിടന്നോളൂ.' അദ്ദേഹം പറഞ്ഞപ്പോൾ ഞാനും അദ്ദേഹത്തിന്റെ അടുത്ത് ചെന്നിരുന്നു. ചെല്ലപ്പെട്ടിയിൽ നിന്നുമൊരു വെറ്റിലയെടുത്തു. അദ്ദേഹം പറഞ്ഞു. 'പലതും പലർക്കും ചിലപ്പോൾ എനിയ്ക്കും നിനക്കും മനസ്സിലാവില്ല അതാണ് സത്യം. എല്ലാം മനസ്സിലായവർ ആരാണുള്ളത്. പ്രതീക്ഷിക്കുക. മനസ്സിലാവും എന്ന് അത് ചിലപ്പോൾ പ്രതീക്ഷ മാത്രം ആയിരിക്കാം. ചിലപ്പോൾ പ്രതീക്ഷ പോലെ സംഭവിച്ചെന്നും വരും എവിടെ എങ്ങിനെ എന്തൊക്കെ സംഭവിയ്ക്കും എന്നൊന്നും ആർക്കും പറയാൻ കഴിയില്ല. ഇവിടെ നീ പ്രതീക്ഷിക്കുന്നുണ്ട് എന്ന ഒരു തോന്നൽ നിങ്ങളുടെ സംസാരത്തിൽ എനിക്ക് തോന്നി. അതിനുള്ള ഉത്തരം നിനക്ക് കിട്ടുകയും ചെയ്യും. പിന്നെ എന്റെ അറിവും അനുഭവവും ഇൻഡ്യൂഷനും ശരിയാണെങ്കിൽ നമ്മൾ പാതി വിജയിച്ചു കഴിഞ്ഞു.' 'ശരിയാണ് തിരുമേനി ഞാൻ പ്രതീ ക്ഷിക്കുന്നുണ്ട്. സത്യമാണ്. എന്നെ ഒരു വല്ലാത്ത വലയിൽ കുടുക്കിയിരിക്കുന്നു. എനിക്ക് രക്ഷ വേണം. ഒരു കാര്യവുമില്ലാതെ. ഒരു കൗതുകത്തിന്റെ പേരിൽ മാത്രം ഇറങ്ങിയതാണ് ഞാൻ ഇപ്പോൾ തോന്നുന്നു, ഞാനും ഒരു

ഉപകരണമായി മാറിയിരിക്കുന്നു വെന്ന് തിരുമേനിയ്ക്ക് എന്തു തോന്നുന്നു.' 'എനിയ്ക്ക് ഇപ്പോൾ അടയ്ക്ക ചുരണ്ടാൻ തോന്നുന്നു. അതിലപ്പുറം ഒന്നും തോന്നുന്നില്ല നീ കഴിച്ച ലഹരിയിൽ, ഞാൻ ഒരു മുറുക്കിന്റെ ലഹരിയിൽ. അങ്ങനെ ഹാപ്പിയായി പോയി കിടന്ന് ഉറങ്ങടോ അതാണ് നല്ലത്. നിങ്ങൾ എല്ലാവരും ഉറങ്ങിയിട്ട് ഈ വരാന്തയിൽ അല്പ സമയം ഇരിയ്ക്കാമെന്ന് പ്രതീക്ഷിച്ചതായിരുന്നു അവരെക്കൊ ഉറങ്ങിയൊ?' ഉറങ്ങി എന്ന് ഞാൻ പറഞ്ഞപ്പോൾ അദ്ദേഹം പറഞ്ഞു. നീ പറഞ്ഞ കാക്കയെ നമുക്കൊന്നു കാണാം.കുറച്ച് കാത്തിരിക്കണം ശ്രമിച്ചു നോക്കാം. ഇതിലൊന്നും ഒരു ഉറപ്പും പറയാൻ കഴിയില്ല. നമുക്കൊന്ന് ശ്രമിച്ച് നോക്കാം. നമ്മൾ പറയുന്നതാരെങ്കിലും കേൾക്കുന്നുണ്ടോ?' ഞാൻ പറഞ്ഞു . 'ഉണ്ടാവില്ല. കൃഷ്ണകുമാറും അശോകൻ സാറും നമ്മൾ ഇവിടെ ഇരിയ്ക്കാൻ തുടങ്ങുമ്പോഴേ ഉറങ്ങാൻ തുടങ്ങിയിരിക്കുന്നു. സുരേന്ദ്രനാഥൻ സാർ ഉറങ്ങിയോ എന്ന് എനിക്കറിയില്ല. ചിലപ്പോൾ എന്തെങ്കിലും ആലോചിച്ച് കിടക്കുകയാവും. സമയം പതിനൊന്നാ വാറായില്ലേ? ചിലപ്പോൾ ഉറങ്ങിയിട്ടുമുണ്ടാവാം.'

'ങാ ഉറങ്ങട്ടെ. എന്റെ ഒരു ഊഹം പറയുക യാണെങ്കിൽ നീ പറഞ്ഞ കാക്കയിൽ ഏതോ ഒരാത്മാവിന്റെ സാന്നിദ്ധ്യമുണ്ട്. എന്നാൽ അത് ജയകൃഷ്ണനൊ അയാളോട് ബന്ധപ്പെട്ടവരൊ ഒരിക്കലും മാവാൻ സാധ്യതയില്ല. ഒന്നുകിൽ നിന്റെ രക്ഷയ്ക്ക് നിന്നെ സഹായിക്കുവാൻ ആഗ്രഹിക്കുന്ന ഒരാൾ. അല്ലെങ്കിൽ നമ്മുടെ നീക്കങ്ങൾ നിരീക്ഷിക്കുന്ന ഒരാൾ . അതായത് ശത്രുവിന്റെ ചാരൻ. അങ്ങനെ ആവാനുള്ള സാധ്യത കുറവാണ്. കാരണം നമ്മളെ നിരീക്ഷിയ്ക്കണമെങ്കിൽ അത് നമ്മൾ അറിയാത്ത രീതിയിലാണല്ലോ നല്ലത് . അപ്പോൾ കൂടുതൽ സാധ്യത നമ്മുടെ സുരക്ഷ തന്നെ ആയിരിക്കണം.' തിരുമേനി അതു പറഞ്ഞതും എവിടെ നിന്നൊ ഒരു കാക്ക, കാ കാ എന്ന് രണ്ട് പ്രാവശ്യം കരഞ്ഞു. അത് കേട്ടപ്പോൾ എനിയ്ക്ക് തോന്നിയത് അതേ അതേ എന്ന് ബോധിപ്പിക്കുന്നതുപോലെയാണ്. ഞാൻ മാത്രമല്ല തിരുമേനിയും ആ ശബ്ദം കേട്ടിരുന്നു. 'അപ്പോൾ എന്റെ ഊഹം ശരിയാണ്. അത് നമ്മളെ വിട്ടുപോയിട്ടില്ല. നമ്മൾ കാണാത്ത ദൂരത്ത് നമ്മളെ ശ്രദ്ധിച്ചു കൊണ്ട് അതിരിക്കുന്നുണ്ട്. അതെ അത് നമ്മുടെ സംരക്ഷണം ഉറപ്പു വരുത്തുന്നു .അത് നിന്റെ ഗുരു കാരണവൻമാരുടെ കൃപ.' തിരുമേനി അത്രയും പറഞ്ഞ് ഒരു ദീർഘശ്വാസം പുറത്തുവിട്ടു. 'ഇനി എന്തിനാ നമ്മൾ ഉറങ്ങാതിരിയ്ക്കുന്നത്. വാ ഉറങ്ങാം. മനുഷ്യാതീതമായ ഒരു ശക്തി നമുക്ക് വേണ്ടി കാവലിരിയ്ക്കുന്നു എന്നതിനേക്കാൾ എന്ത് സമാധാനമാ

ണ് വേറെ വേണ്ടത്.' തിരുമേനി എഴുന്നേറ്റു. കൂടെ ഞാനും.

രാവിലെ കുറച്ച് നേരം വൈകിയാണ് ഞാനുണർന്നത്. പുറത്ത് വെളിച്ചം പരന്ന് തുടങ്ങിയിരുന്നു. കൃഷ്ണകുമാറും അശോകൻ സാറും കുളി കഴിഞ്ഞ് വസ്ത്രമൊക്കെ മാറ്റി പോവാൻ തയ്യാറായി കഴിഞ്ഞിരുന്നു. തിരുമേനി കുളിയ്ക്കുകയാണെന്നവർ പറഞ്ഞു. സുരേന്ദ്രനാഥൻ സാർ പല്ല് തേച്ച് കൊണ്ടിരിയ്ക്കുന്നുണ്ട്. ഞാൻ വേഗം വാഷ്ബേസിന് സമീപം ചെന്ന് മുഖവും വായയും കഴുകി. അശോകൻ സാറോട് ചോദിച്ചു. 'നിങ്ങൾക്ക് ചായ കിട്ടിയോ ?' 'ഇല്ല വെയ്റ്റർ വന്നിരുന്നു. ഓർഡർ ചെയ്തിട്ടുണ്ട്. പല്ലൊക്കെ തേച്ച് റഡിയായിക്കോളൂ.' ഞാൻ ബ്രഷും ടംഗ്ലീനറുമെടുത്ത് പല്ലു തേയ്ക്കാനുള്ള ഒരുക്കത്തിലായിരുന്നു. അപ്പോഴാണ് തിരുമേനി ബാത്ത്റൂമിൽ നിന്ന് പുറത്തിറങ്ങിയത്. 'ഹാവു എന്താ ഒരു തണുപ്പ്. കുളിയ്ക്കാൻ നല്ല ബുദ്ധിമുട്ടാണേയ്.' അദ്ദേഹം ചെറുതായി വിറയ്ക്കുന്നുണ്ടെന്ന് തോന്നി. സത്യത്തിൽ തണുപ്പ് സീസൺ തുടങ്ങുന്നതേയുള്ളു. ഇപ്പോൾ തന്നെ ഇങ്ങനെ. അപ്പോൾ ശരിയ്ക്കുമുള്ള തണുപ്പ് എന്തായിരിയ്ക്കും. പെട്ടന്ന് ഞങ്ങളെ മുഴുവൻ അത്ഭുതപ്പെടുത്തി കൊണ്ട് ഒരു കാക്ക തുറന്നിട്ടിരുന്ന ജനവാതിലിന്റെ കമ്പിയിൽ വന്നിരുന്നു. അത് മുറി മുഴുവനും ഒന്നു ഉഴിഞ്ഞ് നോക്കി. പിന്നെ ഒന്ന് ചെരിഞ്ഞ് നോക്കി. എല്ലാവരും പരസ്പരം അക്കാട്ടുമിങ്ങോട്ടും നോക്കി. ഒരു കാര്യം എനിയ്ക്കുറപ്പായി അത് ഞാൻ മാത്രമല്ല കാണുന്നത് എല്ലാവരും കാണുന്നുണ്ട്. 'നിങ്ങൾ ശ്രദ്ധിച്ചോളു. ഞാൻ കുളിച്ച് വരാം.' എന്ന് പറഞ്ഞു കൊണ്ട് സുരേന്ദ്രനാഥൻസർ കുളിമുറിയിലേയ്ക്ക് കയറി. ഞങ്ങൾ പ്രതീക്ഷിച്ച പോലെ അതിൽ നിന്ന് ഒരു ശബ്ദം പോലും പുറത്തുവന്നില്ല. വെയ്റ്റർ ചായയുമായി വന്നപ്പോൾ ഞങ്ങളെല്ലാവരും ഓരോ ചായ യെടുത്തു.

'പുറത്ത് മഞ്ഞുപെയ്യുന്ന രീതിയിലുള്ള തണുപ്പാണ്. എന്തായാലും വെയ്ല് ചൂട് പിടിച്ചതിന്ശേഷം പോയാൽ മതി എന്നാണ് എനിയ്ക്ക് തോന്നുന്നത്.' അശോകൻ സാറിന്റേതായിരുന്നു അഭിപ്രായം. ആരും മറുപടി പറഞ്ഞില്ല. സുരേന്ദ്രനാഥൻ സാറിന്റെ കുളി കഴിഞ്ഞ് ഞാൻ ബാത്ത്റൂമിലേയ്ക്ക് കയറി. കയറുമ്പോഴും ഞാൻ നോക്കി. കാക്ക അവിടെ തന്നെയുണ്ട്. ഞങ്ങളെയൊക്കെ ശ്രദ്ധിച്ച് . ഞാൻ കുളി കഴിഞ്ഞ് വസ്ത്രം മാറി വന്നു.എല്ലാവരും ഭക്ഷണം കഴിയ്ക്കുവാൻ താഴെ പോയ് വരാം എന്ന അഭിപ്രായത്തിലായിരുന്നു. ഞങ്ങൾ റൂമിന്റെ വാതിലടയ്ക്കുന്നതുവരെ കാക്ക അവിടെത്തന്നെ ഇരിയ്ക്കുകയായിരുന്നു. ഒരു തരത്തിലുള്ള അപശബ്ദങ്ങളുമുണ്ടാക്കാതെ ശാന്തനായി.

താഴെ ഇറങ്ങി ഹോട്ടലിലേയ്ക്ക് നടക്കുന്ന നേരത്താണ് ഇന്നലെ ബാറിൽ കണ്ട ആ മനുഷ്യൻ അവിടെ റോഡരുകിൽ നിൽക്കുന്നത് അശോകൻ സാറിന്റെ കണ്ണിൽ പെട്ടത്. അശോകൻ സാർ വേഗം തന്നെ അയാളെ ഞങ്ങൾക്ക് കാണിച്ചു തന്നു. എഴുത്തുകാരൻ എന്ന നിലയിൽ പരിചയപ്പെടാൻ വരികയും എപ്പോഴെങ്കിലും വയനാട് പോകുന്നുണ്ടെങ്കിൽ ആദ്യം നിരുനെല്ലിയിൽ പോകണമെന്ന് പറയുകയും ചെയ്ത ആ മനുഷ്യൻ. യഥാർത്ഥത്തിൽ ചീരാലിനെ ലക്ഷ്യമാക്കി വന്ന ഞങ്ങളുടെ യാത്ര തിരിനെല്ലിയിക്ക് വഴി തിരിച്ചുവിട്ടത് അയാളാണല്ലോ.. അയാളെ കണ്ടപ്പോൾ ഞങ്ങളൊന്ന് ചിരിച്ചു നോക്കി. എന്നാൽ അത് അയാളോടല്ലെന്ന മട്ടിൽ അയാൾ തല തിരിയ്ക്കുകയാണ് ചെയ്തത്.' നമുക്ക് അയാളെ ഒന്നു പരിചയപ്പെടാം' എന്ന് പറഞ്ഞത് തിരുമേനിയാണ്. സുരേന്ദ്രനാഥൻ സാർ അതിനെ പിൻ താങ്ങിയതോടെ ഞങ്ങൾ അയാളുടെ സമീപത്തേയ്ക്കു നടന്നു. 'ഹലോ മനസ്സിലായില്ലേ? നമ്മൾ ഇന്നലെ കണ്ടിരുന്നു.' ഞാൻ തന്നെയാണ് തുടക്കം കുറിച്ചത്.

'ങാ നിങ്ങളോ നിങ്ങളെന്താ ഇവിടെ ?' അയാൾ അത്ഭുതത്തോടെ ചോദിച്ചു. 'താങ്കൾ ഇന്നലെ പറഞ്ഞില്ലേ വയാനിട്ടിൽ വന്നാൽ ആദ്യം പോകേണ്ടത് തിരുനെല്ലിയ്ക്കാണെന്ന്. അങ്ങനെയെങ്കിൽ അവിടെ വരെ ഒന്നു പോയിട്ട് വരാമെന്ന് വിചാരിച്ചു. നേരെ ഞങ്ങൾ ഇങ്ങോട്ട് പോന്നു. ഇന്നലെ രാത്രി ഇവിടെ താമസിച്ചു. ഇനി ഭക്ഷണം കഴിച്ച് കുറച്ച് വിശ്രമിച്ചതിന് ശേഷം തിരുനെല്ലിയിലേയ്ക്ക്. അല്ല. താങ്കൾ എന്താ ഇവിടെ ?' സുരേന്ദ്രനാഥൻ സാറാണ് ചോദിച്ചത്. 'ഞാൻ ഇവിടെയാണ്. ഇവിടെ അടുത്താണ് എന്റെ വീട്. ഇന്നലെ കോഴിക്കാട് വരണ്ട ഒരാവശ്യമുണ്ടായിരുന്നു. അത് കഴിഞ്ഞ് അപ്പോൾ തന്നെ ബസ്സ് കയറിയില്ലേ? എന്തായാലും നിങ്ങളുടെ തീരുമാനം നന്നായി. ഭഗവൻ കാക്കട്ടെ. ചിലപ്പോൾ നിങ്ങളന്വേഷിക്കുന്നതെന്തെങ്കിലും ഞാൻ ഉദ്ദേശിച്ചത് വല്ല കഥയും എന്നാണ് കേട്ടോ അവിടെ നിന്നും കിട്ടിയാലോ.' ഞാൻ ചിരിച്ചു. 'പിന്നെ പോവുമ്പോൾ വഴിയിലെക്കെ നന്നായി ശ്രദ്ധിക്കണം. അക്കാര്യം പറയാൻ ഇന്നലെ മറന്നതാണ്. കാടിന്റ ദൃശ്യ ഭംഗി മാത്രമല്ല. ഒളിഞ്ഞിരിയ്ക്കുന്ന പലതും ഓരോ കാഴ്ചയിലുമുണ്ടാകും. ഓരോരുത്തരുടെ കാഴ്ചയും വ്യത്യസ്തമാവുകയും ചെയ്യും. അത് നമ്മുടെ നോട്ടം പോലെയാണ്. എല്ലാവർക്കും എല്ലാം കാണാൻ കഴിയില്ല. എഴുത്തുകാർക്ക് കാണാൻ ഒരു പാടുള്ളത് വഴിയിലാണ്.' അദ്ദേഹം ഒന്നു പുഞ്ചിരിച്ചു. ആ ചിരിയിൽ എന്തൊക്കെയൊ ഉണ്ടെന്ന് എനിയ്ക്ക് തോന്നി. 'ഞങ്ങളുടെ കൂടെ എന്തെങ്കിലും കഴിയ്ക്കാം. വരൂ.' സുരേന്ദ്രനാഥൻ

സാർ ക്ഷണിച്ചു. 'അയ്യോ ഇപ്പോൾ വേണ്ട. ഇനിയും കാണാമല്ലോ അപ്പോഴാകാം. എന്തായാലും നിങ്ങൾ പോയി വരൂ. ഉദ്ദേശിച്ചതെന്തായാലും അത് വിജയിക്കാൻ ഞാൻ പ്രാർത്ഥിക്കാം. പിന്നെ ഈ സാറിന് നല്ല ഒരു കഥയ്ക്ക് വകുപ്പെന്തെങ്കിലും കിട്ടാതിരിയ്ക്കില്ല.' അത്രയും പറഞ്ഞ് അയാൾ മുമ്പിലേയ്ക്ക് നടന്നു. ഞങ്ങൾ കുറച്ചുനേരം അയാളെ തന്നെ നോക്കി നിന്നെങ്കിലും അയാൾ ഒരിയ്ക്കൽ പോലും തിരിഞ്ഞു നോക്കിയില്ല. 'ആകെ കൂടി നോക്കുകയാണെങ്കിൽ അയാളിലെന്തോ ഒരു പ്രത്യേകതയുണ്ട്. സംസാരത്തിലും പെരുമാറ്റത്തിലുമൊക്കെ .അയാൾക്ക് എന്തൊക്കെയൊ പറയണമെന്നുണ്ട്. പക്ഷെ ഒന്നും വിട്ടു പറയുന്നുമില്ല. എന്നാൽ നമുക്ക് വേണ്ടി ചില നിർദ്ദേശങ്ങൾ അയാൾ നൽകുന്നുമുണ്ട്. എന്തായാലും പോകുമ്പോൾ രണ്ടു ഭാഗത്തേയും ദൃശ്യങ്ങൾ ഒന്ന് നന്നായി ശ്രദ്ധിയ്ക്കാം. അയാൾ പറഞ്ഞതിനെ നിസ്സാരമാക്കേണ്ട.' തിരുമേനി അതും പറഞ്ഞു കൊണ്ട് മുമ്പിൽ നടന്നു. ഞങ്ങൾ അദ്ദേഹത്തിന്റെ പിറകെ ഹോട്ടലിന്റെ പടികൾ കയറി. തണുപ്പിന്റെ സൂചിമുനകൾ ശരീരത്തിൽ അപ്പോഴും തറച്ചു കേറുന്നുണ്ടായിരുന്നു. അത് അത്ര ഗൗരവമായി ആരും ശ്രദ്ധിക്കുന്നുണ്ടായിരുന്നില്ലെങ്കിലും എല്ലാവരുടെയും മുഖത്ത് അവരിറിയാതെ തന്നെ അതിന്റെ അസ്വസ്ഥത പ്രകടമായിരുന്നു. സത്യത്തിൽ ഇത്രതണുപ്പുണ്ടാകുമെന്ന് ആരും കരുതിയിരുന്നില്ല. അല്ലെങ്കിൽ വല്ല കമ്പിളി കുപ്പായവുമെടുത്ത് ലഗേജിൽ വയ്ക്കാമായിരുന്നു. ഇവിടെ ഇത്രമാത്രം തണുപ്പുണ്ടെങ്കിൽ തിരുനെല്ലിയിൽ ഇതിൽ കൂടുതലുണ്ടാവാനാണ് സാധ്യത. ഞങ്ങൾ ഹോട്ടലിലേയ്ക്ക് കയറി.

'കഴിയ്ക്കാനെന്താ ' എന്ന കൃഷ്ണകുമാറിന്റെ ചോദ്യത്തിന് അയാൾ ഒരു നീണ്ട പട്ടിക താളാത്മകമായി ചൊല്ലി.ആർക്കും ഒന്നും മനസ്സിലായില്ല. എത്ര അതീന്ദ്രിയജ്ഞാനമുള്ളവരും ഈ പറഞ്ഞത് കേട്ട് എന്തെങ്കിലും മനസ്സിലാക്കുമെന്ന് എനിയ്ക്ക് തോന്നുന്നില്ല. 'ഈ വിഭവങ്ങളുടെയൊക്കെ പേര് മോനെ ഇത്രവേഗത്തിൽ ഇത്ര ഭംഗിയായി കാണാതെ പറയാൻ കഴിയുമെങ്കിൽ മോൻ മനസ്സിരുത്തി വിചാരിച്ചാൽ ഏറ്റവും ചുരുങ്ങിയത് ഒരു ഐ എ എസ്സെങ്കിലുമാകുമായിരുന്നു. എന്താ പറയ്യാ അന്നു തോന്നിയിട്ടുണ്ടാവില്ല ഇങ്ങനെ പഠിയ്ക്കാൻ.' തിരുമേനിയുടെ തമാശ കേട്ട് അദ്ദഹം ചിരിച്ചു കൊണ്ടു ചോദിച്ചു 'എന്താ വേണ്ടത്?'

'അദ്ദേഹം പറഞ്ഞതിൽ നിന്ന് ഒരു കാര്യം എനിയ്ക്കു മനസ്സിലായി. പുട്ടും ഇസ്സലിയുമുണ്ട്. അതിലൊന്നു മതി എനിക്ക്. എന്തായാലും ഒരു

മനോഹരമായ മണിപ്രവാളശ്ലോകം കേട്ട അനുഭൂതിയും ഉണ്ടായി. നിങ്ങൾക്ക് വേണ്ടതെന്താച്ചാൽ നിങ്ങള് പറഞ്ഞോളൂ.' തിരുമേനിയുടെ സമ്മതപത്രം കിട്ടിയതിന് ശേഷം ഓരോരുത്തരും അന്വേഷിച്ചു. അതുണ്ടോ? ഇതുണ്ടോ? അവസാനം ഓരോരുത്തർക്കും വേണ്ട സാധനം അശോകൻ സർ ഓർഡർ ചെയ്തു. ഭക്ഷണം വരാൻ കുറച്ചു സമയം കാത്തിരിയ്ക്കേണ്ടിവരുമെന്ന് എല്ലാവർക്കും അറിയാമായിരുന്നു. ഞാൻ വെറുതെ പുറത്തേയ്ക്ക് നോക്കി. അപ്പോൾ അതാ ആ കാക്ക ഞങ്ങളെ തന്നെ ശ്രദ്ധിച്ചു കൊണ്ട് ജനലിന് പുറത്ത് തികച്ചും എനിയ്ക്കഭിമുഖമായിരിയ്ക്കുന്നു. ഒരു തരത്തിലുമുള്ള യാതൊരുഅപശബ്ദങ്ങളുമില്ലാതെ ശാന്തനായി.

അധ്യായം 22

മുളങ്കാടുകൾ അതിരിട്ട രാജപാതയിൽ

'എന്റെ ഒരു പഴയ സുഹൃത്താണ് ബീരാനിക്ക അദ്ദേഹം തമിഴ്നാട്ടിൽ പഠിച്ച് വളർന്ന മലയാളിയാണ്. തമിഴ് മാത്രമേ എഴുതാനും വായിക്കാനും അറിയൂ. എന്നാൽ അദ്ദേഹം മലയാളം ശുദ്ധമായി സംസാരിയ്ക്കും. അദ്ദേഹം ചെയ്യാത്ത തൊഴിലൊന്നുമില്ല. ഇപ്പോൾ ഗൾഫിലാണ്. ഞാൻ അദ്ദേഹത്തെ കുറിച്ച് പറയാനൊരു കാരണമുണ്ട് കേരളം തമിഴ്നാട് കർണ്ണാടക ഇവിടെ എവിടെയെങ്കിലും ഏതെങ്കിലും എന്തെങ്കിലും തരത്തിൽ വഴി തെറ്റിയിൽ അദ്ദേഹത്തോട് ചോദിച്ചാൽ മതി. ഈ മൂന്ന് സ്റ്റേറ്റിലും ഹൈവേ എങ്ങനെ എവിടെ എത്തും അതിൽ നിന്ന് പോകുന്ന ചില റോഡുകൾ അവയിൽ കൂടെ പോയാൽ എന്ത് കാണാൻ പറ്റും തുടങ്ങിയ പലകാര്യങ്ങളും പെട്ടന്ന് അദ്ദേഹം പറഞ്ഞു തരും. അസാധ്യമായ ഓർമ്മയാണ് അദ്ദഹത്തിന് . അദ്ദേഹം ഒരു ലോറി ഡ്രൈവറായി ഈ മേഖലയിൽ ഏറെ ഓടിയി ട്ടുണ്ട്. ആ പരിചയമാണ്. അദ്ദേഹം മഹാരാഷ്ട്രയിൽ നിന്ന് ലോറിയുമായി വന്ന ദിവസങ്ങളിലുണ്ടായ പല കഥകൾ എന്നോട് പറഞ്ഞിട്ടുണ്ട്. എന്നാൽ ഒരു കഥ ഇപ്പോൾ നിങ്ങളോട് പറയണമെന്ന് തോന്നുന്നു. മറ്റൊന്നുമല്ല കൃഷ്ണേട്ടൻ തിരുമേനി പറയും എല്ലാ ആത്മാവും നെഗറ്റീവാണെന്ന്   ഇത് പോസിറ്റീവായ ഒരു ആത്മാവിനെ കുറിച്ചുള്ള കഥയാണ് പറയട്ടെ?' വാഹനം കൃഷ്ണകുമാർ തന്നെയാണ് ഓടിയ്ക്കുന്നത്. പോരുമ്പോൾ എല്ലാവരും പറഞ്ഞിരുന്നു മാറി മാറി ഓടിയ്ക്കാമെന്ന് പക്ഷെ ആരും ഞാൻ ഓടിയ്ക്കാം എന്ന് പറഞ്ഞ് മുന്നിലേയ്ക്കു വന്നില്ല. അയാളാകട്ടെ ഇനിയൊന്ന് മാറാം എന്ന് പറഞ്ഞതുമില്ല. തിരുമേനി ഇടയ്ക്ക് പറയും. കൃഷ്ണകുമാറേ, കൂടുതൽ ആയാസമെടുക്കണ്ട നിനക്ക് ബോറടിയ്ക്കുമ്പോൾ വണ്ടി കൈമാറിക്കോ എന്ന് അപ്പോൾ അയാൾ പറയുന്നത് എനിയ്ക്ക് ഡ്രൈവിംഗ് ഒരു ത്രില്ലാണെന്നാണ്. പിന്നെ അയാൾ ഒരു കാര്യം എന്നോട് രഹസ്യമായി പറഞ്ഞു. നിങ്ങൾ ആരോടിച്ചാലും പിന്നിലിരിയ്ക്കാൻ എനിയ്ക്ക് പേടിയാണെന്ന്. ഒരിയ്ക്കൽ അയാളുടെ ബുള്ളറ്റ് ഞാനൊന്ന് ഓടിച്ചതാ ന്റെ അമ്മോ അയാൾ പിന്നിലിരുന്ന് പറയും മെല്ലെ മാഷേ കുഴി കട്ട് ചെയ്യുന്നത് ശ്രദ്ധിയ്ക്കു ....അയാൾക്ക് മറ്റാരെങ്കിലും

ഓടിച്ചാൽ പിന്നിലിരിയ്ക്കാൻ എന്തായാലും കഴിയില്ല. അതെനിയ്ക്ക് നന്നായി അറിയാം.എല്ലാവരും റോഡിന്റെ രണ്ട് ഭാഗത്തേയ്ക്കും നോക്കിയിരിയ്ക്കുകയാണ്. തിരുമേനി പറഞ്ഞു. 'പറ ബീരാനിക്കയെ കുറിച്ച് നീ മുമ്പും പറഞ്ഞിട്ടുണ്ട്. കഥ കേൾക്കട്ടെ. കഥ കേൾക്കുമ്പോഴും പുറം കാഴ്ചകൾ ശ്രദ്ധിയ്ക്കാൻ മറക്കണ്ട.' തിരുമേനിയ്ക്ക് തോന്നുന്നത് പുറത്ത് എന്തോ നമ്മളെ കാത്തിരിയ്ക്കുന്നുണ്ട് എന്ന് തന്നെയാണ് ഞാൻ പറഞ്ഞു തുടങ്ങി. 'അന്ന് ബീരാനിക്ക ഗോവയിൽ നിന്ന് ലോഡുവണ്ടിയുമായി വരികയാണ്. മഴ പോലെ കോടമഞ്ഞ് നന്നായി ചാറുന്നുണ്ട്. വണ്ടിയിൽ അദ്ദേഹവും ഒരു ക്ലീനറും മാത്രമേയുള്ളു. അർദ്ധരാത്രി കോട കൊണ്ട് കണ്ണുകൾ കാണാൻ വയ്യാത്ത അവസ്ഥ ചുരം ഇറങ്ങുമ്പോൾ റോഡിന്റെ ഒരു വശം തീരേ കാണാനേയില്ല. വണ്ടി നിറുത്തിയിടാൻ കഴിയുകയുമില്ല.കാരണം വഴിയിൽ കള്ളൻമാരുടെ ആക്രമണം സ്ഥിരമായി ഉണ്ടാകാറുള്ളതായി പറഞ്ഞു കേട്ടിട്ടുണ്ട്. അത് കൊണ്ട് വളരെ ശ്രദ്ധിച്ച് സാവധാനത്തിൽ വണ്ടിയോടിച്ച് വരികയാണ്. തണുത്തിട്ടാണെങ്കിൽ ശരീരമാസകലം വിറയ്ക്കുന്നുണ്ട്. തീരെ പരിചിതമല്ലാത്ത വഴിയായാത് കൊണ്ട് ബീരാനിക്കയ്ക്കും നല്ല പേടിയുണ്ട്. അദ്ദേഹത്തിന്റെ ഡ്രൈവിംഗ് ജീവിതം ആരംഭിച്ച കാലമാണ്.ചെറിയ രീതിയിൽ ശ്രദ്ധ ഒന്ന് തെറ്റിയാൽ വണ്ടി അഗാധമായ ഗർത്തത്തിലേയ്ക്ക് പതിയ്ക്കും. സകല ദൈവങ്ങളേയും പ്രാർത്ഥിച്ചു കൊണ്ട് വളരെ സാവധാനം അവർ ചുരമിറങ്ങുകയാണ്. പെട്ടന്നാണ് വെളുത്ത വസ്ത്രം ധരിച്ച ഒരു വൃദ്ധനെ അവർ ലോറിയുടെ മുന്നിൽ കണ്ടത്. ശരീരം മുഴുവൻ മൂടുന്ന വെളുത്തളോഹ പോലുള്ള വസ്ത്ര മായിരുന്നു അയാൾ ധരിച്ചിരുന്നത്. വെളുത്തു നീണ്ട താടിയും . രണ്ട് ഭാഗത്തേയ്ക്കും വഴഞ്ഞിട്ട നീണ്ടുകിടക്കുന്ന അയാളുടെ മുടിയും ആരുംപെട്ടന്നു ശ്രദ്ധിയ്ക്കും. അയാൾ വണ്ടിയ്ക്ക് കൈകാണിച്ചുപ്പോൾ അല്പം ഭയത്തോട് കൂടിയാണെങ്കിലും ബീരാനിക്ക വണ്ടി നിറുത്തി. അപ്പോൾ അയാൾ പറഞ്ഞു. ഞാൻ മുന്നിൽ അരികു കാണിച്ചു നടക്കാം എന്റെ പിറകിൽ സൈഡിലൂടെ വണ്ടിയെടുത്തോളു. ഒന്നും പേടിയ്ക്കേണ്ട. അയാൾ വഴിയുടെ ഒരു സൈഡിൽ ഗർത്തമുള്ള ഭാഗത്തുകൂടി മുമ്പിൽ വളരെ സ്പീഡിൽ നടന്നു. അത്രയും തിളക്കമുള്ള വെളുത്ത വസ്ത്രങ്ങളായിരുന്നത് കൊണ്ട് അയാളെ കാണാൻ ഒരു ബുദ്ധിമുട്ടുമുണ്ടായിരുന്നില്ല. വണ്ടി സാവധാനം ചുരമിറങ്ങി. താഴെയെത്തിയപ്പോൾ അയാൾ പറഞ്ഞു കുറച്ച് മുന്നിലേയ്ക്ക് പോയാൽ ഒരു ചെക്ക്പോസ്റ്റുണ്ട്. അത് കഴിഞ്ഞാൽ ചെറിയ ഒരു ചായക്കട കാണും അവിടെ കേറി തണുപ്പ് മാറ്റാൻ പറ്റിയ നല്ല

ചായ കുടിയ്ക്കാം. ധൈര്യമായിട്ട് പോയ്ക്കോളൂ. ബീരാനിക്ക അയാളോട് പറഞ്ഞു വെത്രെ. വണ്ടിയിൽ കയറിക്കോളു വേണ്ടിടത്ത് ഇറക്കി തരാമെന്ന്. അയാൾ നന്ദിപൂർവം വേണ്ടെന്നു പറഞ്ഞു. ഞാൻ ഇവിടെ വരെയുള്ളു എന്നാണത്രെ അയാൾ പറഞ്ഞത്. ഈ അർദ്ധരാത്രിയിൽ , മഴപോലെ കോടമഞ്ഞ് ഇത്രയും ശക്തമായി ചെയ്തു കൊണ്ടിരിക്കുന്ന സമയത്ത് ഇവിടെ അയാൾക്കെന്ത് പണി എന്ന് അദ്ദേഹം ചിന്തിച്ചെങ്കിലും അത് ചോദിയ്ക്കാൻ സമയം കിട്ടുന്നതിനു മുമ്പ് അയാൾ നടന്നു മറഞ്ഞു കഴിഞ്ഞിരുന്നു. ഒരു രണ്ട് കിലോമീറ്റർ ചെന്നപ്പോഴേയ്ക്കും ചെക്ക്പോസ്റ്റ് ആയി. തീരെ തിരക്കില്ലാത്ത ഒരു ചെക്ക്പോസ്റ്റായിരുന്നു അത്. രാത്രി ആ വഴിയ്ക്ക് വാഹനങ്ങൾ അധികം ഓടാറില്ല എന്ന് മനസ്സിലാക്കാൻ ചെക്ക്പോസ്റ്റ് കണ്ടാൽ തന്നെ മതി.അവിടെ എത്തി വണ്ടിയുടെ കടലാസുകളൊക്ക കാണിച്ച് പോരുന്നേരം ബീരാനിക്ക ചോദിച്ചു ഇവിടെ അടുത്തൊരു ചായക്കടയുണ്ടന്ന് വഴിയിൽ നിന്നൊരാൾ പറഞ്ഞു എവിടെയാണത് ദാ അവിടെ ഓഫീസർ കൈ ചൂണ്ടി കാണിച്ചു. അയാൾ അടച്ചു പോകുന്ന സമയം കഴിഞ്ഞല്ലോ. ഇന്നെന്തോ ആവോ പോയിട്ടില്ല. റാന്തലിന്റെ വെളിച്ചം കാണുന്നുണ്ട്. പറഞ്ഞത് കന്നടയും മലയാളവും ചേർന്ന ഒരു മിശ്രഭാഷയിലായിരുന്നു. എങ്കിലും ബീരാനിക്കായ്ക്ക് കാര്യം മനസ്സിലായി. വണ്ടി അവിടെ തന്നെ നിറുത്തി അവർ ഓഫീസർ ചൂണ്ടിക്കാണിച്ച ചായക്കടയിലേയ്ക്ക് നടന്നു. അവിടെ റാന്തലിന്റെ വെളിച്ചത്തിൽ വൃദ്ധനായ ഒരു മനുഷ്യൻ മേശയിൽ തല വെച്ച് കിടന്ന് ഉറങ്ങുകയായിരുന്നു. വിളിച്ചതും അദ്ദേഹം എഴുന്നേറ്റു . 'ങാ നിങ്ങൾ വന്നോ ? കാത്തിരുന്ന് കാത്തിരുന്ന് ഉറങ്ങി പോയതറിഞ്ഞില്ല. കാരണോര് വന്ന് പറഞ്ഞപ്പോൾ ഞാൻ സമാവറടക്കം എല്ലാം എടുത്ത് വയ്ക്കാൻ തുടങ്ങുകയായിരുന്നു എന്നാൽ വിശന്ന് വലഞ്ഞ് തണുത്ത് മരവിച്ച് വരികയാണെന്ന് പറഞ്ഞപ്പോൾ പത്തിരിയും മുട്ടക്കറിയുമുണ്ടാക്കി വെച്ചിട്ടുണ്ട്. സമാവർ കെടുത്തിയിട്ടില്ല. ചായ നിങ്ങൾ വന്നിട്ടുണ്ടാക്കാമെന്ന് കരുതി. ചായക്കടക്കാരന്റെ വാക്കുകൾ കേട്ടു ബീരാനിക്കു പകച്ചു നിന്നു വെത്രെ. കൂടുതൽ സംസാരിച്ചപ്പോഴാണ് ചായ കടക്കാരൻ പറഞ്ഞതിന്റെ പൊരുൾ മനസ്സിലായത്. ഏതാണ്ട് ഒരു ഒന്നര മണിക്കൂർ മുമ്പ് വെളുത്ത വസ്ത്രം ധരിച്ച നരച്ച താടിയും മുടിയുമുള്ള ഒരാൾ അവിടെ വന്ന് പറഞ്ഞിരുന്നുവെത്രെ. ഒരു ലോറി കൂടി വരും അവർക്ക് എന്തെങ്കിലും കൊടുക്കണം ഇല്ലെങ്കിൽ ഉണ്ടാക്കി വെയ്ക്കണം. അത്ര ബുദ്ധിമുട്ടിയാണ് അവർ വരുന്നതെന്ന് കടക്കാരൻ പറഞ്ഞ ലക്ഷണം വെച്ച് നോക്കിയാൽ അത് തങ്ങളെ വഴിയിൽ സഹാ

യിച്ച ആളാണെന്ന് ഉറപ്പ്. പക്ഷെ ഒന്നര മണിക്കൂർ മുമ്പ് അയാൾ അവരെ കണ്ടിട്ടു കൂടിയില്ലെന്ന് ഓർത്തപ്പോഴാണ് ബീരാനിക്ക കൂടുതൽ അത്ഭുതപ്പെട്ടത്. അയാളുമായി പിരിഞ്ഞിട്ട് ഒരു ഇരുപത് മിനിട്ടിൽ അധികമായിട്ടുണ്ടാവില്ല. അയാളുടെ പിന്നിൽ കൂടിയ ഒരു ഇരുപത് മിനുട്ടും കൂടി കൂട്ടിയാൽ നാല്പത് മിനിട്ട്. പക്ഷെ അയാൾ ഒന്നര മണിക്കൂർ മുമ്പ് വന്ന് തങ്ങൾക്ക് ഭക്ഷണം ഓർഡർ ചെയ്തിരിക്കുന്നു. ആരായിരിയ്ക്കും അത് എന്നത് ബീരാനിക്കായെ വല്ലാതെ അത്ഭുതപ്പെടുത്തിയ ഒന്നായിരുന്നു. അതു കൊണ്ടു തന്നെ ഈ കഥ അദ്ദേഹം പലരോടും പറഞ്ഞു. പല ഡ്രൈവർമാരോടും . ആ വഴി പല പ്രാവശ്യം പോയിട്ടുള്ള പല ഡ്രൈവർമാരും പറഞ്ഞു. അർദ്ധരാത്രി കഴിഞ്ഞ് ആ വഴി പോകുന്നവരിൽ പലർക്കും ഈ വ്യക്തിയെ കൊണ്ട് പല തരത്തിലുള്ള സഹായങ്ങളുമുണ്ടായിട്ടുണ്ട്. ചുരത്തിന് താഴെ കുറച്ച് ഉള്ളിലേയ്ക്ക് മാറി ഒരു ദർഗയുണ്ടെത്രെ . അവിടെ വിശുദ്ധനായ ഒരാളുടെ കബറിടവുമുണ്ട്. അത്ര പ്രശസ്തമല്ലെങ്കിലും അവിടെ ചുറ്റുപാടുമുള്ളവർ ജാതി മത ഭേദമന്യേ ഈ ദർഗയിലും അവിടുത്തെ വിശുദ്ധനിലും വിശ്വസിക്കുന്നുണ്ടെത്രെ.' ഞാൻ കഥ പറഞ്ഞു നിറുത്തി, പുറത്ത് ഇരുഭാഗത്തും തിങ്ങി നിറഞ്ഞു നില്ക്കുന്ന മുളംകാടുകളായിരുന്നു. കാറ്റിൻ അവയുടെ നേർത്ത സംഗീതം നിറഞ്ഞു നിൽക്കുന്നുണ്ട്. സംസാരത്തിൽ ശ്രദ്ധിക്കുന്ന പോലെ തന്നെയെല്ലാവരും വഴിയുടെ രണ്ടു ഭാഗത്തേയ്ക്കും ശ്രദ്ധിക്കുന്നുണ്ട്. പെട്ടന്ന് സുരേന്ദ്ര നാഥൻ സാർ പറഞ്ഞു. ' ഇങ്ങനെ പലയിടത്തും പല അത്ഭുതങ്ങളുമുണ്ട്. കണ്ടവരും കേട്ടവരും വിശ്വസിക്കുന്നവരും വിശ്വസിക്കാത്തവരും ഒക്കെയുണ്ട്. നിങ്ങൾ കേട്ടിട്ടുണ്ടോ എന്നറിയില്ല , ഓസ്ട്രിയായിലെ മെൽബൺ പട്ടണത്തിൽ സ്ഥിതി ചെയ്യുന്ന പ്രിൻസസ് തിയറ്ററിനെ കുറിച്ച് . അതിപ്രശസ്തമായ സംഗീത നൃത്തനാടകങ്ങൾ ഓപ്പറേ എന്ന് അവർ പറയും ഏറെ അരങ്ങേറിയ ഒന്നാണ് പ്രിൻസസ് തീയേറ്റർ . 1857 ലാണ് പൊതുജനങ്ങൾക്കായി ഈ തിയേറ്റർ തുറന്നു കൊടുത്തത്. 1888 മാർച്ച് 3 ന് തിയേറ്ററിൽ ഒരു ഓപ്പറേ അരങ്ങേറുന്നു. പുരാതന കാലത്തൊന്നുമല്ല. വെറും ഒരു നൂറ്റാണ്ടിന്റെ പഴക്കം മാത്രം.   അതായത് വ്യക്തമായി ചരിത്രം രേഖപ്പെടുത്തപ്പെട്ട കാലത്തിൽ തന്നെയാണ് . ഈ സംഭവം നടന്നത്. ആ ഓപ്പറേ യുടെ അവസാന രംഗം ദുഷ്ടനായ മെഫസ്റ്റാഫീലസ് എന്ന കഥാപാത്രം നരകത്തിന്റെ തീച്ചുളയിലേയ്ക്ക് പതിയ്ക്കുന്നതാണ്. ഫെഡറസി എന്ന അന്നത്തെ പ്രശസ്ത നാടക നടനായിരുന്നു മെഫസ്റ്റാഫീലസ് എന്ന ദുഷ്ട കഥാപാത്രത്തെ അവതരിപ്പിച്ചത്. തീയിലേയ്ക്ക് പതിയ്ക്കുമ്പോൾ

നടൻ സ്റ്റേജിന് കുറച്ച് താഴെയായ് പ്രത്യേകം സജ്ജീകരിച്ച മറ്റൊരു പ്ളാറ്റുഫോമിലാണെത്തുക. പിന്നെ അണിയറയിലുള്ളവർക്ക് മാത്രമേ അദ്ദേഹത്തെ കാണാൻ കഴിയു. കാഴ്ചക്കാരുടെ മുമ്പിൽ അയാൾ തീയിൽ കത്തിയമരുന്നതാണ് രംഗം. യഥാർത്ഥത്തിൽ തീയിലേയ്ക്ക് വീഴുന്ന സമയത്ത് അദ്ദേഹത്തിന് ഹൃദയ സ്തംഭനമുണ്ടായി. അണിയറയിലുള്ളവർ നോക്കുമ്പോൾ അദ്ദേഹം മരിച്ചു കിടക്കുന്നതാണ് കണ്ടത്. എന്നാൽ സ്റ്റേജിലുള്ളവരോ കാഴ്ച കാരോ സംഭവമറിഞ്ഞില്ല. നാടകം അവസാനിച്ചാൽ നടൻമാർ ഒന്നിച്ച് ഓഡിയൻസിനെ വണങ്ങുന്ന ഒരു പതിവുണ്ടായിരുന്നു. അതും കഴിഞ്ഞ് അണിയറയിലെത്തിയപ്പോഴാണ് നടൻമാർ സംഭവം അറിയുന്നത്. എന്നാൽ മറ്റു നടൻമാർ ഒന്നിച്ചു പറഞ്ഞു ഓഡിയൻസിനെ നമസ്കരിക്കുമ്പോൾ ഫെഡറസി കൂടെയുണ്ടായിരുന്നു കാണികളും ഫെഡറിസിയെ കണ്ട് ആ വേശത്തോടെ കൈയടിച്ചിട്ടുണ്ട്. നാടകത്തിലെ ഏറ്റവും ശ്രദ്ധിക്കട്ട കഥാപാത്രമായിരുന്നത് കൊണ്ട് അയാളുടെ അസാന്നിദ്ധ്യം എന്തായാലും തിരിച്ചറിയപ്പെടും. എന്നാൽ അയാൾ അവിടെ ഉണ്ടായിരുന്നു എന്ന് തന്നെ നടൻമാരും കാണികളും ഉറപ്പിച്ചു പറയുന്നു. യഥാർത്ഥത്തിൽ നാടകത്തിന്റെ അണിയറ പ്രവർത്തകർ ഫെഡറസിയുടെ ശവത്തിന് ദുഃഖത്തോടെ കാവൽ നില്ക്കുകയാണപ്പോൾ. അന്ന് മുപ്പത്തിയെട്ട് വയസ്സായിരുന്നു ഫെഡറസിയുടെ പ്രായം. അതിനു ശേഷം എത്രയോ രാത്രികളിൽ എത്രയോ ഓപ്പറ നടക്കുമ്പോൾ കാണികളും നടൻമാരും സംഘാടകരും ഫെഡറസിയെ അവിടെ കണ്ടതായി പറഞ്ഞിട്ടുണ്ട്. ഇപ്പോഴും ഒരു മിന്നായം പോലെ രാത്രികളിൽ അയാളെ കാണാറുണ്ടെത്രെ. തിയേറ്ററിലെ ജോലിക്കാരും അതിന്റെ പ്രവർത്തകരും ഉറച്ച് വിശ്വസിക്കുന്നത് ഫെഡറസിയുടെ ആത്മാവ് അവിടെ ഉണ്ടെന്ന് തന്നെയാണ്. പക്ഷെ ആ ആത്മാവിനെ ഒഴിപ്പിക്കുവാൻ ആരും ഒന്നും ചെയ്തിട്ടില്ല.കാരണം അയാളെ കൊണ്ട് ആർക്കും ഒരു പദ്രവവും ഉണ്ടായിട്ടില്ലത്രെ മിക്ക ഓപ്പറേയും കാണാൻ അയാൾ വരും അപരിചിതരായ നടൻമാർക്ക് പല സഹായങ്ങളും ചെയ്യും ഇതും നീ പറഞ്ഞ പോലെ ഒരു കഥ മാത്രമല്ല. കണ്ടവർ ഏറെ വിശ്വസിക്കുന്നവർ അതിലേറെ.' സുരേന്ദ്രനാഥൻ സാർ പറഞ്ഞു നിറുത്തി എല്ലാവരേയും ശ്രദ്ധിച്ചു. എല്ലാവരും ഏതോ ഒരതീന്ദ്രിയ അനുഭൂതിയിൽ ലയിച്ച പോലെ, മറ്റേതോ ലോകത്തെന്നപോലെ ഇരിയ്ക്കുകയായിരിന്നു. അപ്പോൾ തിരുമേനി പറഞ്ഞു ഇതിന് സമാനമായ സംഭവം കൽകത്തയിലെ പ്രശസ്ത നാടക നടി യായിരുന്ന മഞ്ജുശ്രീയെ കുറിച്ച് കേട്ടിട്ടുണ്ട്. ബീഹാറിൽ 1961 ലാണ് സംഭവം. നാടകത്തി

ന്റെ രംഗാവതരണത്തിന് രണ്ടാഴ്ച മുമ്പ് റിഹേഴ്സൽ കഴിഞ്ഞ് നാടക സമയത്ത് എത്താമെന്ന് പറഞ്ഞ്തിരിച്ച് നാട്ടിലേയ്ക്ക് , കൽക്കത്തയിലേയ്ക്ക് പോയതായിരുന്നു അവർ. പിന്നെ നാടകം തുടങ്ങുന്നതിന് തൊട്ടു മുമ്പാണവരെത്തിയത്. നാടകം കഴിഞ്ഞ് ആരോടും പറയാതെ പ്രതിഫലം കൈപറ്റുക പോലും ചെയ്യാതെ പോയ അവരെ തിരഞ്ഞ് പിറ്റേന്ന് സംഘാടകർ കൽക്കത്തയിലെത്തുന്നു. അപ്പോഴാണറിയുന്നത് മഞ്ജു ശ്രീ ഒരാഴ്ച മുമ്പ് മരിച്ചു പോയെന്ന്.' തിരുമേനി വീണ്ടും ആത്മഗതം പോലെ പറഞ്ഞു. 'അറിയുന്നത് എത്രയോ തുച്ഛം അറിയാനുള്ളത് എത്രയെത്ര .....എന്നിട്ടും മനുഷ്യൻ അവന്റെ കാഴ്ചയ്ക്കും കേൾവിയ്ക്കും ഇടയിലുള്ളത് മാത്രമാണ് സത്യം എന്ന് വിശ്വസിക്കുന്നതാണ് കഷ്ടം.സത്യത്തിൽ ഇല്ലാത്ത നക്ഷത്രങ്ങളെ ഇപ്പോഴും കാണാമെന്നത് നമ്മുടെ ദൃഷ്ടിയുടെ പരിമിതിയാണെന്ന് ശാസ്ത്രം തന്നെ വെളിപ്പെടുത്തിയിട്ടുണ്ട്. ആ ശാസ്ത്രത്തിന്റെ ലേബലിൽ നിന്ന് കൊണ്ടാണ് കാണാൻ കഴിയാത്തതെല്ലാം അസത്യമാണെന്ന് ചിലർ വാദിക്കുന്നത്.' ആരും ഒന്നും മിണ്ടിയില്ല. എല്ലാവരും പുറത്തേയ്ക്ക് കണ്ണുകൾ പായിച്ച് ഒരജ്ഞാത ലോകത്തിലേയ്ക്കാണ് സഞ്ചരിയ്ക്കുന്നതെന്ന് തോന്നും പോലെയിരുന്നു. അപ്പോഴും മുളങ്കാടുകൾ അതിരിട്ട ആ രാജവീഥി അവസാനിച്ചിട്ടുണ്ടായിരുന്നില്ല. വഴിയുടെ രണ്ടു ഭാഗത്തും കറുത്ത വാനരമാരുടെ കൂട്ടങ്ങളെ കണ്ടപ്പോൾ കൃഷ്ണകുമാർ പറഞ്ഞു. 'വന്യജീവികളെ കണ്ടില്ല എന്നാരും ഗദ്ഗദപ്പെടേണ്ട പിതാമഹൻ മാരുടെ കുടുംബക്കാരെ തന്നെ കണ്ടു കൊണ്ടുപോവാം.' അതിൽ അല്പം നിരാശയുണ്ടായിരുന്നു. ആന കൂട്ടങ്ങളും കാട്ടുപോത്തുകളുമൊക്കെ ഇറങ്ങുന്ന വഴിയാണെന്ന് ഹോട്ടലിന്റെ റിസപ്ഷനിൽ വച്ചുള്ള സംസാരത്തിൽ ഒരാൾ പറഞ്ഞിരുന്നു. അതു കേട്ട് കൃഷ്ണകുമാർ രഹസ്യമായി എന്നോട് പറയുകയും ചെയ്തു. ' പേടി യാസ്വദിയ്ക്കുവാൻ വേണ്ടി ഈ യാത്രയിൽ ഒപ്പം കൂടിയ എനിയ്ക്കും അശോകൻ സാറിനും അതു കണ്ട് കൊണ്ടെങ്കിലും സംതൃപ്തിയടയാം.' ഇതുവരെയായിട്ടും ഒരു മാൻ കുട്ടിയെ പോലും കാണാത്തതിലെ നിരാശയായിരുന്നു കൃഷ്ണകുമാറിന്റെ വാക്കുകളിൽ. പക്ഷെ ആ നിരാശ അധികം നീണ്ടു നിന്നില്ല കുറച്ച് കൂടി മുന്നോട്ട് പോയപ്പോൾ വഴിയ്ക്ക് കുറച്ചപ്പുറമായി നിൽക്കുന്ന ഒരു കൂട്ടം ആനകളെ കണ്ടു. അവർ തൊട്ടരികിലൂടെ വാഹനങ്ങൾ കടന്നു പോകുന്ന കാര്യം ശ്രദ്ധിക്കുന്നേ ഉണ്ടായിരുന്നില്ല. കുറച്ച് ദൂരെയായി കൃഷ്ണകുമാർ വണ്ടി ഒതുക്കി നിറുത്തി. എന്നിട്ടെല്ലാവരോടുമായി ചോദിച്ചു. 'ഒരു നിമിഷം ഇറങ്ങിയിട്ട് പോയാൽ പോരെ?' 'മതി അവിടെ

പെട്ടന്ന് പോയിട്ട് നമുക്ക് വലിയ തിരക്കൊന്നുമില്ലല്ലോ.' പറഞ്ഞത് തിരുമേനിയാണ്. അതും പറഞ്ഞ് അദ്ദേഹം മറ്റുള്ളവരുടെ അഭിപ്രായം കാത്തു നിൽക്കാതെ ചെല്ലപെട്ടിയും കൈയിൽ പിടിച്ചു കൊണ്ട് കാറിൽ നിന്ന് പുറത്തിറങ്ങുകയും ചെയ്തു. പിന്നെ ഒരോരുത്തരായി ഇറങ്ങി. ആനകൾ കുറച്ചേറെ ദൂരെയാണ്. അടുത്തേയ്ക്ക് വരാനുള്ള സാധ്യത കുറവായതു കൊണ്ടായിരിയ്ക്കും കൃഷ്ണകുമാറിനൊക്കെ അസാധ്യ ധൈര്യം. 'കൃഷ്ണകുമാർ പത്ത് കാട്ടാന വന്നാലും പേടിയ്ക്കില്ല അതെനിയ്ക്ക് ഉറപ്പാ ബാക്കിയുള്ളവർ ആവശ്യം വന്നാൽ ഓടാൻ തെയ്യാറാവണേ എന്ന് ഞാൻ പറഞ്ഞപ്പോൾ മറ്റുള്ളവർ വെറുതെ ചിരിച്ചു. കൃഷ്ണ കുമാർ എന്നെ നോക്കി പറഞ്ഞു. 'എന്തൊരു തമാശ ഹ ഹ ഹ ചിരിക്കാൻ മുട്ടുന്നു സാറേ..' അയാൾക്ക് കുറച്ച് ദേഷ്യം പിടിച്ചതുപോലെ എനിയ്ക്കു തോന്നി. പിന്നെ ഞാനൊന്നും മിണ്ടാതെ അവന്റെ അടുത്ത് ചെന്ന് അവന്റെ തോളിൽ കൈയിട്ട് നിന്നു. പെട്ടന്നാണ് ഒരു കാക്കയുടെ ദയനീയമായ കരച്ചിൽ കേട്ടത്. എല്ലാവരും പെട്ടന്ന് നിശബ്ദരായി പരസ്പരം നോക്കി. ആനകൾ നില്ക്കുന്നതിന്റെ എതിർഭാഗത്ത് ഒരു മുളങ്കൊമ്പിൽ ഒരു കാക്ക വന്നിരുന്ന് ഞങ്ങളെ നോക്കി കരയുന്നു. ഞങ്ങൾ അതിനെ ശ്രദ്ധിയ്ക്കുന്നു എന്ന് തോന്നിയപ്പോൾ അത് കുറച്ച് പിന്നിലെ മറ്റൊരു മരകൊമ്പിലേയ്ക്ക് മാറി ഞങ്ങളെ നോക്കി കരയാൻ തുടങ്ങി.പെട്ടന്ന് തീരുമേനി പറഞ്ഞു 'വരൂ' ഞങ്ങൾ തിരുമേനിയുടെ പിന്നിൽ റോട്ടിൽ നിന്ന് കാട്ടിലേയ്ക്ക് കയറി ആ കാക്കയിരിക്കുന്ന മരത്തിന്റെ ചുവട്ടിലെത്തി. കാക്ക ഉടനെ വീണ്ടും ഉള്ളിലേയ്ക്കു കയറി മറ്റൊരു മരത്തിലിരുന്നു .ഞങ്ങളെ നോക്കി കരഞ്ഞു. സുരേന്ദ്രനാഥൻ സാർ പറഞ്ഞു. 'അത് നമ്മളെ ക്ഷണിക്കുക തന്നെയാണ് പോയി നോക്കുക തന്നെ 'ഞങ്ങൾ നടന്നു. കാക്ക കൃത്യം ഞാങ്ങളെ കാണുന്ന ദൂരത്തിൽ മാറി മാറിയിരുന്നു കരഞ്ഞു. അതിനനുസരിച്ച് ഞങ്ങൾ മുന്നിലേയ്ക്ക് നടന്നുകൊണ്ടിരുന്നു.

അധ്യായം 23

പരേതന്റെ തിരിച്ചു വരവ്

റോഡിൽ നിന്ന് കുറച്ച് ദൂരം കാടിന്നുള്ളിലേയ്ക്ക് കയറി കഴിഞ്ഞിരുന്നു. അപ്പോൾ കൃഷ്ണകുമാർ പറഞ്ഞു. 'വന്യജീവികളുള്ള കാടാണ്. നമ്മൾ ഇങ്ങനെ ഉള്ളിലേയ്ക്ക് പോകുന്നത് സുരക്ഷിതമല്ല. തിരിച്ച് റോട്ടിലേയ്ക്കു തന്നെ പോകുന്നതായിരിക്കും നല്ലതെന്ന് തോന്നുന്നു.' അതിനു മറുപടി പറഞ്ഞത് സുരേന്ദ്രനാഥൻ സാർ ആണ്. 'ഏതോ ഒരു ലക്ഷ്യത്തിലേയ്ക്ക്, ആ കാക്ക നമ്മെ ക്ഷണിക്കുകയാണെന്നാണ് എനിയ്ക്ക് തോന്നുന്നത്. അങ്ങനെയാണെങ്കിൽ അത് നമുക്ക് ഉപകാരപ്രദമായ എന്തോ ഒന്നിലേക്കുള്ള ക്ഷണമാകാനാണ് സാധ്യത ഇത്രയും വന്നില്ലെ, ലക്ഷ്യത്തിന് തൊട്ടു മുമ്പ് വരെ എത്തിയിട്ട് അതിൽനിന്ന് പിൻതിരിയുന്നതിൽ ഒരർത്ഥവുമില്ല.' അതും പറഞ്ഞ് അദ്ദേഹം മുന്നിൽ നടക്കാൻ തുടങ്ങി. 'അല്ലെങ്കിൽ ഈ യാത്രയ്ക്കിറങ്ങുമ്പോൾ തന്നെ സുരക്ഷയെ കുറിച്ചുള്ള ബോധം നമ്മളുപേക്ഷിച്ചിരുന്നതല്ലേ? പിന്നെ ഇപ്പോൾ എന്താ ഒരു ഭയം ?' തിരുമേനിയാണ് ചോദിച്ചത്. പിന്നെ കൃഷ്ണകുമാർ ഒന്നും പറഞ്ഞില്ല. ഞങ്ങൾ അല്പം കൂടി നടന്നിട്ടുണ്ടാകും അവിടെ വലിയ ഒരു പുൽതകിടി പോലുള്ള ഒരു സ്ഥലത്ത് അഞ്ചാറ് പേർ ഇരിയ്ക്കുന്നുണ്ട്. കണ്ടിട്ട് തോന്നുന്നത് വഴിയിലെവിടെയോ വാഹനം നിറുത്തി കാടു കാണാൻ ഉള്ളിലേയ്ക്ക് ഇറങ്ങി വന്നവർ തന്നെയായിരിക്കണം. 'ആളുകൾക്ക് ഒരു ഭയവുമില്ല നോക്കു അവിടെ.' അശോകൻ സാർ അവരെ ചൂണ്ടിക്കാണിച്ചു. അതേസമയത്ത് തന്നെ കൃഷ്ണകുമാർ ചോദിച്ചു. 'നമ്മൾ പിൻതുടർന്നു വന്ന കാക്കയെവിടെ ? അതിന്റെ ശബ്ദം പോലും കേൾക്കുന്നില്ലല്ലോ.' എല്ലാവരും പരസ്പരം നോക്കി. ശരിയാണ് കാക്ക നമ്മളെ ഉപേക്ഷിച്ചു പോയി കഴിഞ്ഞിരിക്കുന്നു. പെട്ടന്ന് അശോകൻ സാർ ചോദിച്ചു. 'അല്ല, ഇനി നിങ്ങൾ പറഞ്ഞ കാണാത്ത നമ്മുടെ എതിരാളിയുടെ എന്തെങ്കിലും കുതന്ത്രമായിരിക്കുമോ ഈ കാക്ക അങ്ങനെയാണെങ്കിൽ കരുതി കൂട്ടി നമ്മളെ അപകടപ്പെടുത്താൻ അത് ക്ഷണിച്ചതാണെങ്കിലോ?' ആ സംശയം എനിയ്ക്കും തോന്നാതിരുന്നില്ല. പക്ഷെ പ്രശസ്തനായ ഒരു മാന്ത്രികനും അതിപ്രശസ്തനായ ഒരു പാരാസൈക്കോളജിസ്റ്റും കാക്ക ബന്ധുവാണെന്ന് ഉ

റപ്പിച്ചു പറഞ്ഞു എന്നതാണ് എന്റെ ധൈര്യം. പ്രേതം ആത്മാവ് എന്നിവ സത്യമാണെങ്കിൽ മാന്ത്രികവും പാരസൈക്കോളജിയും മറ്റൊരു സത്യമായിരിക്കണം. അതുകൊണ്ടു തന്നെ ഒരു ആത്മാവിന്റെ പിറകെ സഞ്ചരിക്കുമ്പോൾ അവരുടെ വാക്കുകൾ വിശ്വസിക്കാതെ തരമില്ലല്ലോ. അതായിരുന്നു എന്റെ ബോധം. മറ്റൊരർത്ഥത്തിൽ ചിന്തിച്ചാൽ വെറുതെ ഒരു കാക്കയുടെ കരച്ചിലിനു പിറകെ സഞ്ചരിയ്ക്കുന്നത് വിദ്യാസമ്പന്നർ എന്നഭിമാനിക്കുന്ന ഇക്കൂട്ടരെ പോലുള്ളവരുടെ പരമവിഡ്ഢിത്തവുമായി കൂടെ? മറ്റൊരാൾ ഈ കഥ കേട്ടാൽ വിഡ്ഢിത്തരം ആലോചിച്ച് ചിരിച്ചു ചാവാനും വഴിയുണ്ട്. 'ശകുനങ്ങളും സൂചനകളും അങ്ങനെ തോന്നിയ്ക്കുന്നില്ല കുട്ടി. അത് നമ്മുടെ ശത്രു പക്ഷത്തല്ല എന്നാണ് എന്റെ ഉറച്ച അഭിപ്രായം.' തിരുമേനി പറഞ്ഞു. 'എനിയ്ക്കും അങ്ങനെ തന്നെയാണ് തോന്നുന്നത്. ചിലപ്പോൾ ഇത്രവരെ എത്തിക്കാനെ അതിന് കഴിഞ്ഞിട്ടുണ്ടാവു എന്തായാലും അവിടെ കുറച്ചാളുകളുണ്ടല്ലോ നമുക്ക് അവരെ ഒന്ന് പോയി പരിചയപ്പെടാം. എന്ത് പറയുന്നു. അവരിലൂടെയാണ് നമ്മുടെ അടുത്ത വഴി തുറക്കപ്പെടുന്നതെങ്കിലോ?' സുരേന്ദ്രനാഥൻ സാർ പറഞ്ഞ് കൊണ്ട് ഞങ്ങളെ നോക്കി. ഞാനൊന്നും പറഞ്ഞില്ല. എന്നെ നോക്കി കൊണ്ട് തിരുമേനി പറഞ്ഞു. 'അതാണതിന്റെ ശരി. എന്തായാലും ഇത്രേടം വന്നു. ഇനി അത് വരെ പോയി അവരോടൊരു നാല് കൊച്ചുവർത്തമാനം പറഞ്ഞ് ഒന്നു പരിചയപ്പെട്ടിട്ടു തന്നെ കാര്യം. വരിക.' തിരുമേനി തന്നെ മുന്നിൽ നടന്നു. കൃഷ്ണകുമാറും അശോകൻ സാറും എന്നെ ഒന്നു നോക്കി. അത് വേണോ എന്നൊരു ചോദ്യം ആ നോട്ടത്തിലുണ്ടായിരുന്നു. പക്ഷെ ഞാൻ ഒന്നു മിണ്ടാതെ, ആ നോട്ടത്തിന്റെ അർത്ഥം മനസ്സിലാവാത്ത തരത്തിൽ സുരേന്ദ്രനാഥൻസാറിന്റെ പിറകിലായ് നടന്നു. പിറകിൽ കൃഷ്ണകുമാറും അശോകൻ സാറും. അവർ യഥാർത്ഥത്തിൽ സംതൃപ്തരായിരുന്നില്ലെന്ന് അവരുടെ ഭാവം വിളിച്ചോതുന്നുണ്ടായിരുന്നു. പക്ഷെ പ്രതികരിക്കാൻ അവർ അശക്തരും. പ്രതികരണ ശേഷി കുറഞ്ഞാൽ പിന്നെ നയിക്കുന്നവർക്ക് പിറകേ പോവുക എന്നതു മാത്രമാണ് വിധി.

തിരുമേനിയുടെ ഉദ്ദേശ്യം എന്താണെന്ന് എനിക്കും സുരേന്ദ്രനാഥൻ സാറിനും ബോധ്യമുണ്ടായിരുന്നു. അതുകൊണ്ടു തന്നെ അദ്ദേഹത്തിന്റെ പിറകെ സഞ്ചരിക്കാതെ തരമില്ലല്ലോ. ശകുനങ്ങളിലും ഉൾവിളികളിലും ഒക്കെ ഉറച്ച വിശ്വാസമാണ് തിരുമേനിയ്ക്ക്.

അവർ ആറ് പേരാണുണ്ടായിരുന്നത്. എല്ലാവരും യുവാക്കൾ. അവർ നല്ലൊരു ടൂറിന്റെ മൂഡിലായിരുന്നു. ഞങ്ങൾ അവരുടെ തൊട്ടടുത്ത്

എത്തിയതിന് ശേഷമാണ് അവർ ഞങ്ങളെ ശ്രദ്ധിച്ചതെന്നു തോന്നു . 'എന്തൊരു മനോഹരമായ സ്ഥലം അല്ലേ.' ആരോടെന്നില്ലാതെ അവരും കൂടി കേൾക്കുന്ന രീതിയിൽ തിരുമേനി പറഞ്ഞു. ' സ്ഥലമൊക്കെ ഗംഭീരം തന്നെ പക്ഷെ ഇവിടെ പുലിയിറങ്ങാറുണ്ടെന്നാണ് പറഞ്ഞു കേട്ടത് അല്പം ശ്രദ്ധിക്കുന്നത് നല്ലതാണ്.' സുരേന്ദ്രനാഥൻ സാറന്റെ മറുപടി. ' ഇവിടെ പുലിയിറങ്ങുകയോ? സത്യം?' അവരിലൊരു ചെറുപ്പക്കാരൻ എഴുന്നേറ്റു സുരേന്ദ്രനാഥൻ സാറിന്റെ അഭിമുഖം വന്നു ചോദിച്ചു. 'സംശയമെന്താ റോഡിന്റെ അങ്ങേ പുറത്ത് ആനകളെ കണ്ടില്ലെ എല്ലാതരം വന്യജീവികളും ഇവിടെ കാണാറുണ്ട്. ഇന്ന് ആരുമില്ലെന്ന് മാത്രം. വനത്തിൽ ഇറങ്ങി നടക്കരുത് എന്നാണ് ഞങ്ങൾക്ക് പരിചയമുള്ള ഒരു ഫോറസ്റ്റുദ്യോഗസ്ഥൻ പറഞ്ഞിരുന്നത്. എന്നാൽ ഇത്രയും സൗന്ദര്യമുള്ള സ്ഥലം കാണുമ്പോൾ എങ്ങിനെ കണ്ടു നിൽക്കാതിരിയ്ക്കും. ആരാകിലെന്ത് മിഴിയുള്ളവർ നോക്കി നിൽക്കും. അല്ലേ?' അദ്ദേഹം അയാളോടായി ചോദിച്ചു. പിന്നെ പരിചയപ്പെടലും സംസാരവുമാക്കെ പെട്ടന്നായിരുന്നു. അവർ തിരുവനന്തപുരത്തു നിന്ന് വരികയാണെന്നാണ് പറഞ്ഞത്. പക്ഷെ അവർ ആരുടെയും സംസാരത്തിൽ ഒരു തിരുവനന്തപുരം ടച്ച് ഇല്ലെന്ന് എനിയ്ക്കു തോന്നി. മാത്രമല്ല ശരിക്കും ഞങ്ങളുടെ അതേ സംസാര രീതിതന്നെയായിരുന്നു. ചിലപ്പോൾ നുണ പറഞ്ഞതാവാം. പക്ഷെ അതിനെ കുറിച്ച് ആരും ചോദിച്ചില്ല. അവർ മംഗലാപുരത്തേയ്ക്ക് പോവുകയാണ്. തിരുനെല്ലി വരെ ഒന്നു പോയ് തിരിച്ചു പോകാമെന്നും ബത്തേരിയിലെത്തിയപ്പോൾ പെട്ടന്ന് തീരുമാനിച്ചതാണത്രെ. ഒഴിഞ്ഞ ഇവിടെ എത്തിയപ്പോൾ കുറച്ച് വിശ്രമിച്ച് പോവാമെന്ന് കരുതി. ഒരു ക്രൂയിസർ ആണവരുടെ വാഹനം. വാഹനത്തിൽ നിന്ന് ഭക്ഷണവും വെള്ളവുമെടുക്കാൻ രണ്ട് പേർ പോയിട്ടുണ്ട്. അവരടക്കം എട്ടുപേരാണ് യാത്രയിലുള്ളത്. അവരുടെ കാര്യങ്ങൾ അവർ പറഞ്ഞു. ഞങ്ങൾ ഞങ്ങളെയും പരിചയപ്പെടുത്തി. സംസാരത്തിനിടയിൽ തിരുനെല്ലിയെ കുറിച്ചും അവിടുത്തെ ആചാരങ്ങളെ കുറിച്ചും ക്ഷേത്രത്തിന്റെ ഐതിഹ്യത്തെ കുറിച്ചു മെല്ലാം അവർ ചോദിച്ചു. തിരുമേനി കാര്യമായി തന്നെ അതൊക്കെ വിശദീകരിച്ച് കൊടുക്കുകയും ചെയ്തു. ആത്മാവ് ബലി കർമ്മം തുടങ്ങിയ കാര്യങ്ങൾ തിരുമേനി ആവർത്തിച്ച് പറയുന്നതിന്റെ അർത്ഥം എനിയ്ക്കു പിടി കിട്ടി. ആ വിഷയത്തിലേയ്ക്ക് ചർച്ചയെത്തണം. അതിന് അവരിൽ നിന്ന് ചോദ്യങ്ങളുണ്ടാവണം. തിരുമേനി ശുദ്ധ മനശ്ശാസ്ത്രമാണല്ലോ ഉപയോഗിക്കുന്നതെന്ന് ഞാൻ അൽഭുതപ്പെട്ടു. തിരുമേനിയുടെ ആഗ്രഹം പോലെ ത

ന്നെ അതിലൊരാൾ പറഞ്ഞു. ' ലോകം ഇത്രമാത്രം പുരോഗമിച്ചിട്ടും ഇപ്പോഴും മനുഷ്യർ മരണാനന്തര ജീവിതത്തെ കുറിച്ച് എന്തു മാത്രം വേവലാതിപ്പെടുന്നു. വലിയ ഒരു തമാശ ഇതേതെങ്കിലും ഒരു മതത്തിന്റെ മാത്രം കാര്യമല്ല എന്നതാണ്. ലോകത്തിലെ എല്ലാ മതത്തിന്റേയും കാര്യമിങ്ങനെ തന്നെ. സത്യത്തിൽ മരാണാന്തര ജീവിതം വെളിപ്പെട്ടു കഴിഞ്ഞാൽ മതങ്ങളും ദൈവങ്ങളുമൊന്നും പ്രസക്തമല്ലാതെ വരും.'

'നേരെ തിരിച്ചും സംഭവിയ്ക്കാം.' തിരുമേനി പറഞ്ഞു തുടങ്ങി. ' ഇപ്പോൾ മരണം മരണാനന്തരം, പ്രേതം ആത്മാവ് എന്നിവയൊക്കെ വിശ്വാസത്തിന്റെ മാത്രം ഭാഗമാണ്. അത് സത്യമാണെന്ന് വെളിപ്പെടുന്നതോടു കൂടി ശാസ്ത്രത്തിന്റെ ഭാഗമാവാനും മതി. ഇപ്പോഴത്തെ മാന്ത്രികൻമാരുടെ പണിയൊക്കെ ശാസ്ത്രജ്ഞൻമാർ കൈയടക്കിയെന്നും വരാം .അപ്പോഴും മതങ്ങളുടെ പ്രസക്തി നഷ്ടപ്പെടാം.'

' അല്ലെങ്കിലും ശാസ്ത്രത്തിന്റെ ഭാഗമായി തന്നെ ഇതിനെ സമീപിക്കുന്ന പാരാസൈക്കോളജിസ്റ്റുകൾ ഇപ്പോൾ തന്നെ ഏറെയുണ്ടല്ലോ.' സുരേന്ദ്ര നാഥൻ സാർ അഭിപ്രായപ്പെട്ടു. 'ഓ അതൊക്കെ വെറും സ്യൂഡോ സയൻസ് അല്ലേ?' അവരിൽ നിന്ന് ഒരു ചെറുപ്പക്കാരൻ ചോദിച്ചു. അദ്ദേഹത്തിന്റെ മുഖത്ത് കണ്ട പുച്ഛഭാവം മനസ്സിലാക്കിയിട്ടാവണം സുരേന്ദ്രനാഥൻ സാർ പറഞ്ഞു. എല്ലാ സയൻസും അതിന്റെ തുടക്കത്തിൽ ഒരു സ്യൂഡോ ഘട്ടത്തിലൂടെ കടന്നുപോന്നിട്ടുണ്ട്. ഇന്ന് നമ്മൾ പറയുന്ന യഥാർത്ഥ ശാസ്ത്രം ഒരു പത്തിരുപത് കൊല്ലം കഴിഞ്ഞ ശേഷം പുതിയ അനവധി കണ്ടെത്തലുകൾക്ക് ശേഷം ഒന്നു തിരിഞ്ഞ് നോക്കി ചിന്തിയ്ക്കുന്നവർക്ക് ഇന്നത്തെ പലതും ന്യൂഡോ ആയി തോന്നാം. അല്ലെങ്കിൽ തന്നെ മനശ്ശാസ്ത്രം എന്ന ചിന്താപദ്ധതിയെ കുറിച്ചൊന്നാലോചിച്ചു നോക്കു. എല്ലാ തരംവികാരങ്ങൾക്കും കാരണമാവുന്നത് തലച്ചോറിലെ ജൈവ രാസ പ്രവൃത്തനങ്ങളാണെന്ന് സ്ഥിരീകരിച്ചു കഴിഞ്ഞു. ഇനി മനസ്സ് ന്യൂറോണുകളുടെ പ്രവർത്തനത്തിലേക്ക് ചുരുങ്ങുകയൊ വികസിക്കുകയൊ ചെയ്യാൻ അധികം കാലം വേണ്ടി വരില്ല. അപ്പോൾ പിന്നെ മനസ്സിനെ മൂന്നായി വിഭജിച്ച് പഠിച്ചതൊക്കെ അന്ധവിശ്വാസമല്ലേ? ആനിലയ്ക്ക് നോക്കുമ്പോൾ ഏറ്റവും വലിയ സ്യൂഡോ സയൻസ് മനശ്ശാസ്ത്രമല്ലേ?' ആയുവാക്കൾ സാറ് പറയുന്നത് ശരിക്കും ശ്രദ്ധിച്ച് കേൾക്കുന്നുണ്ടായിരുന്നു. അവരാരും പിന്നെ എതിർത്തില്ല. 'പിന്നെ ആത്മാവിനെ കുറിച്ച് പറഞ്ഞാൽ അങ്ങനെയൊന്നില്ല എന്ന് തെളിയിക്കാൻ എന്തുണ്ട് ആധുനിക ശാസ്ത്രത്തിനുമുന്നിൽ ? മാത്രമല്ല ഉണ്ടെന്ന് സ്ഥാപിക്കുവാൻ പ്രശസ്തരായ മനശ്ശാസ്ത്രജ്ഞർ പലരും പ

ലതരത്തിൽ ശ്രമിച്ചിട്ടുമുണ്ട്. പലതരത്തിലുള്ള അത്ഭുത സംഭവങ്ങളും ലോകത്തിന്റെ പല ഭാഗത്തായി റിപ്പോർട്ട് ചെയ്തിട്ടുമുണ്ട്. അതിലൊന്ന് ഇന്ത്യയുടെ തലസ്ഥാന നഗരിയായ ഡൽഹിയിൽ നിന്ന് റിപ്പോർട്ട് ചെയ്തതതാണ്. ഒരു ശാന്തീദേവിയുടെ കഥ. ആ കഥയുമായി ബന്ധപ്പെട്ട് ഒരു സിനിമ വരെയുണ്ടായി.' സാർ പറഞ്ഞു നിറുത്തിയപ്പോൾ അവരിലൊരാൾ ചോദിച്ചു. 'അതെന്താണ് സംഭവം. ഞങ്ങൾ കേട്ടിട്ടില്ലല്ലോ?'

സർ തുടർന്നു പറഞ്ഞു. ' അത് ഡൽഹിയിൽ ജനിച്ച ഒരു ശാന്തി ദേവിയുടെ കഥയാണ്. 1926ലാണ് അവർ ജനിച്ചത്. അവരുടെ നാലാം വയസ്സുമുതൽ അവർ പറഞ്ഞു തുടങ്ങി. ഇത് എന്റെ വീടല്ല. എന്റെ വീട് മഥുരയിലാണ്. അവിടെ എന്റെ ഭർത്താവും കുട്ടികളുമുണ്ട്. എനിയ്ക്കവരെ കാണണം എന്നൊക്കെ . എന്നാൽ വീട്ടുകാർ അത് കാര്യമായി എടുത്തില്ല. ആറാം വയസ്സിൽ ആ കുട്ടി വീട്ടിൽ നിന്ന് ഒളിച്ചോടാൻ നോക്കി. സ്കൂളിൽ ചേർത്തിയതിൽ പിന്നെ അവൾ ഇക്കഥകൾ അവളുടെ അധ്യാപകനാടും പറഞ്ഞു. തന്റെ യാഥാർത്ഥപേര് ലുക്തീദേവി എന്നാണെന്നും മഥുരയിലുള്ള കേദാർനാഥ് എന്ന തുണിക്കച്ചവടക്കാരനാണ് തന്റെ ഭർത്താവ് എന്നും അദ്ദേഹത്തിന്റെ വെളുത്ത കവിളിൽ ഒരു മറുക് ഉണ്ടെന്നും ഇളയ കുഞ്ഞിനെ പ്രസവിച്ച് പത്താം ദിവസമാണ് താൻ മരിച്ചതെന്നുമൊക്കെ. പലപ്രാവശ്യം ഇത്രമാത്രം ഉറപ്പോടെ ഒരു കൊച്ചു പെൺകുട്ടി ഇത്രയും വലിയ കാര്യങ്ങൾ പറയുന്നതുകേട്ട് അതിന്റെ സത്യാവസ്ഥ അറിയാൻ ആ അധ്യാപകൻ ഒന്നു ശ്രമിച്ചു. ശാന്തി ദേവി പറഞ്ഞതുപോലെ കേദാർനാഥ് എന്ന ഒരു തുണിക്കച്ചവടക്കാരൻ മഥുരയിലുണ്ടെന്നും അയാൾക്ക് ലുക്തീദേവി എന്ന ഒരു ഭാര്യയുണ്ടായിരുന്നു എന്നും പ്രസവിച്ച് പത്താം ദിവസം അവർ മരിച്ചു എന്നത് സത്യമാണെന്നും മനസ്സിലാക്കി. അധ്യാപകൻ കേദാർനാഥുമായി നേരിട്ടു ബന്ധപ്പെട്ടു. അയാളെ ഡൽഹിയിലേക്ക് വിളിച്ചു വരുത്തി. അവർ രണ്ടു പേരും കൂടി ശാന്തി ദേവിയുടെ വീട്ടിലെത്തി. തന്റെ അനുജാനാണെന്നാണ് കേദാർനാഥിനെ അധ്യാപകൻ പരിചയപ്പെടുത്തിയത്. എന്നാൽ ഒറ്റ നോട്ടത്തിൽ അവൾ തന്റെ ഭർത്താവിനെ തിരിച്ചറിഞ്ഞു. അയാൾക്കിഷ്ടമുള്ള ഭക്ഷണം അവൾ അമ്മയോട് പറഞ്ഞുണ്ടാക്കി. താൻ മരിച്ചാൽ മറ്റൊരു കല്യാണം കഴിക്കില്ലെന്ന് വാക്ക് തന്നിട്ടും അത് തെറ്റിച്ചതിന് അവൾ കേദാർനാഥിനെ കുറ്റപ്പെടുത്തി. ഈ സംഭവത്തോടെ ഈ കഥ പ്രശസ്തമായി മാധ്യമങ്ങളിൽ ചർച്ചയായി. ഇതിന്റെ സത്യാവസ്ഥ അന്വേഷിക്കാൻ അന്ന് ഡൽഹിയിലുണ്ടായിരുന്ന മഹാത്മാഗാ

ന്ധി പരിശ്രമിച്ചു. അദ്ദേഹം ഒരു പതിനഞ്ചംഗ അന്വേഷണ കമ്മീഷനെ നിയമിച്ചു. അവർ ശാന്തി ദേവിയെയും കൂട്ടി മഥുരയ്ക്ക് പോയി. വണ്ടിയിറങ്ങിയതിന് ശേഷം കേദാർനാഥിന്റെ വീട്ടിലേയ്ക്കുള്ള വഴി കൃത്യമായി അവൾ പറഞ്ഞു കൊടുത്തു. വീട്ടിലെത്തിയപ്പോൾ അവൾ ഓരോരുത്തരേയും തിരിച്ചറിഞ്ഞു. താൻ രഹസ്യമായി പണം സൂക്ഷിക്കാറുള്ള സ്ഥലം അവൾ കാണിച്ചു കൊടുത്തു. അത്ഭുതകരമാണ് എല്ലാം. എന്നാൽ അത് പുനർജൻമമാണെന്ന് ഒരിയ്ക്കലും തെളിയിക്കാൻ കഴിയില്ല എന്ന ഒരു റിപ്പോർട്ടാണ് 1936ൽ കമ്മീഷൻ ഗാന്ധിജിയ്ക്ക് സമർപ്പിച്ചത്. 1987 ഡിസംബർ 27ന് ശാന്തി ദേവി മരിച്ചു. എന്നാൽ മരിക്കുന്നതു വരെ അവരുടെ മാനസിക നില അങ്ങനെ തന്നെയായിരുന്നു. അവർ കേദാർനാഥിന്റെ ഭാര്യയായത് കൊണ്ട് മറ്റൊരു വിവാഹത്തിന് സമ്മതിച്ചില്ല. അവർക്ക് പരിചിതമല്ലാത്ത നഗരത്തിൽ ചെന്ന് കേദാർനാഥിന്റെ വീട് ചിരപരിചിതയെപ്പോലെ അവർ എങ്ങനെ കണ്ടെത്തി ? ആദ്യമായി കാണുന്ന ആ വീട്ടിലെ ഓരോ അംഗങ്ങളുടേയും പേരും ഇഷ്ടാനിഷ്ടങ്ങളും അവരെങ്ങനെ തിരിച്ചറിഞ്ഞു?' സാറിന്റെ ചോദ്യത്തിന് അവരാരും ഉത്തരം പറഞ്ഞില്ല. എല്ലാവരും പരസ്പരം മുഖത്തോട് മുഖം നോക്കുക മാത്രം ചെയ്തു. പെട്ടെന്നാണ് കൃഷ്ണകുമാർ ചോദിച്ചത്. 'അല്ല ഇവിടെ നിന്ന് കഥ പറഞ്ഞാൽ മതിയൊ നമുക്ക് പോവണ്ടേ?'

'പോകാം നമ്മൾ തേടുന്നത് എന്തായാലും ഇവിടെയില്ല. അല്ല, നമ്മളറിയേണ്ടതാണെങ്കിൽ അത് നമുക്ക് പിറകെ വരികതന്നെ ചെയ്യും.' അതും പറഞ്ഞ് തിരുമേനി മുമ്പിൽ നടന്നു. ഒരു നിരാശയോടെയാണെങ്കിലും ഞങ്ങളും പിറകെ കൂടി. അതെ അപ്പോഴാണ് രണ്ട് ചെറുപ്പക്കാർ ഒരു വലിയ ബേഗും തൂക്കിപ്പിടിച്ച് അങ്ങോട്ട് വരുന്നത് ഞാൻ കണ്ടത്. അവർ പറഞ്ഞിരുന്നു വല്ലോ അവരുടെ കൂടെയുള്ളവർ വാഹനത്തിൽ നിന്ന് ഭക്ഷണമെടുക്കാൻ പോയതാണെന്ന് . അവരായിരിക്കും എന്നേ ആദ്യം എനിയ്ക്കു തോന്നിയുള്ളു. പക്ഷെ ഇളം നീല ഷർട്ടും നെറ്റിയിൽ ചന്ദനകുറിയുമുള്ള ചെറിയ താടിവച്ച മുമ്പിൽ വരുന്ന ആ യുവാവിനെ ഞാൻ ഒന്നു കൂടി നോക്കി. ശരീരമാകെ കുളിർത്ത പോലെ ഒരു അനുഭവമാണ് എനിയ്ക്കുണ്ടായത്. വിവരിയ്ക്കാൻ കഴിയത്ത വല്ലാത്തൊരവസ്ഥ. പെട്ടന്ന് സകല നിയന്ത്രണവും നഷ്ടപ്പെട്ട രീതിയിൽ ഒരു നിമിഷം ഞാൻ പകച്ചു നിന്നു .എന്റെ തൊണ്ട വരണ്ടിരുന്നു. ശരീരമാസകലം വിറയ്ക്കുന്നുണ്ടെന്ന് എനിയ്ക്കു തോന്നി. സർവ ശക്തിയും സംഭരിച്ച് ഞാൻ ഉറക്കെ വിളിച്ചു ' ജയകൃഷ്ണാ ...' ആ ചെറുപ്പക്കാരാൻ പെട്ടന്ന് തിരിഞ്ഞ് നോക്കി. എന്റെ വിളിയുടെ ആഘാതം കൊണ്ടായിരിക്ക

ണം എനിയ്ക്കു മുമ്പിലായിരുന്ന എല്ലാവരും പിടിച്ച് നിറുത്തിയ പോലെ നില്ക്കുകയും എന്നെ തിരിഞ്ഞു നോക്കുകയും ചെയ്തു. എന്റെ നോട്ടം അവർ ശ്രദ്ധിച്ചിട്ടുണ്ടായിരിക്കണം അവരും അയാളെ കണ്ടു എന്നാണ് തോന്നുന്നത്. സുരേന്ദ്രനാഥൻ സാർ മാത്രം വളരെ മെല്ലെ പറഞ്ഞു. 'അതെ, അതയാൾ തന്നെ ജയകൃഷ്ണൻ.' 'കാക്ക വെറുതെയല്ല നമ്മെ ഇവിടെ കൊണ്ടുവന്ന് നിറുത്തിയത്.' തിരുമേനി പതിഞ്ഞ ശബ്ദത്തിൽ പറഞ്ഞത് ഞങ്ങൾക്ക് മത്രമേ മനസ്സിലായതൊള്ളൂ.

അധ്യായം 24

ബോധപൂർവമായ ചിന്തകൾ

'എന്താണ് സംഭവിച്ചത് ? ശരിയ്ക്കും ജയകൃഷ്ണൻ ജീവിച്ചിരിക്കുന്ന ഒരാളാണെങ്കിൽ നിങ്ങളുടെ എല്ലാ അന്വേഷണവും തെറ്റായിപ്പോവില്ലേ ? അവസാനം ജയകൃഷ്ണാ എന്ന് വിളിച്ചപ്പോൾ അവൻ അറിയാതെ തിരിഞ്ഞു നോക്കിയത് നിങ്ങൾ കണ്ടില്ലേ? എവിടെയൊക്കെയൊ നിങ്ങൾക്ക് പിഴച്ചിരിയ്ക്കുന്നു എന്ന് എനിയ്ക്കു തോന്നുന്നു.'

'ശരിയാണ് അയാളാണ് ജയകൃഷ്ണൻ എങ്കിൽ മിസ്റ്റർ അശോകൻ പറഞ്ഞ പോലെയാണ്. ഞങ്ങളുടെ മാത്രമല്ല ഞങ്ങളുടെ കൂടെ കൂടിയ നിങ്ങളുടെയും സമയവും അദ്ധ്വാനവു ഒക്കെ വെറുതെയായി പോവും. പക്ഷ ആ ജയകൃഷ്ണനെ കാണിക്കുവാനുള്ള ഒരു ദൂതനാണ് കാക്ക എന്ന് ചിന്തിച്ചാൽ ജയകൃഷ്ണന്റെ രൂപത്തിലും ഭാവത്തിലും മറ്റൊരാൾ ജീവിക്കുന്നുണ്ടെന്ന് കൂടി നമ്മളെ മനസ്സിലാക്കിയ്ക്കുക എന്നതും കൂടി അതിന്റെ ലക്ഷ്യമായിരുന്നു എന്ന് ഊഹിയ്ക്കാമല്ലോ. ആസംഭവം നമ്മൾ പറഞ്ഞ വാക്കുകൾ അവർ പറഞ്ഞതും, എല്ലാം കൂടി നമുക്കൊന്നു വിലയിരുത്താം എന്താ അതല്ലേ ശരി ?.തിരുമേനി പറയട്ടെ. ഇത്തരം വിഷയങ്ങിലെ സാധാരണത്തവും അസാധാരണത്തവും തിരുമേനി കണ്ടെത്തിയിട്ടുണ്ടാകും എന്നതാണ് എന്റെ തോന്നൽ . വേണമെങ്കിൽ കാറ് ഇവിടെ എവിടെ എങ്കിലും സൈഡാക്കി നമുക്കിരുന്ന് വിലയിരുത്താം. എന്തു പറയുന്നു തിരുമേനിയും സുധീറും ഒന്നും പറഞ്ഞില്ല ' .

'അതെ അതാണ് നല്ലത്.നമുക്ക് കുറച്ച് നേരം വാഹനം നിറുത്താം മുമ്പ് സംഭവിച്ചകാര്യങ്ങൾ വിലയിരുത്താം. എനിയ്ക്കാനെങ്കിൽ വിശദമായി ഒന്നു മുറുക്കുകയും ചെയ്യാം. കൃഷ്ണകുമാർ കേട്ടോ.' തിരുമേനി പറഞ്ഞു നിറുത്തുന്നതിനു മുമ്പേ കൃഷ്ണകുമാർ പറഞ്ഞു.

'കേട്ടു. ഒരു നല്ല സ്ഥലം. ഞാനും ശ്രമിക്കുകയാണ് അതാ ആ മുളംകൂട്ടത്തിനുടുത്ത് നിറുത്താം. ഇതാ എത്തിക്കഴിഞ്ഞു. ഇനി പറയാം.'

കൃഷ്ണകുമാർ വണ്ടി ഒരു ഭാഗത്ത് ഒതുക്കി നിറുത്തി.

'സത്യം പറഞ്ഞാൻ ജയകൃഷ്ണൻ ജീവിച്ചിരിക്കുന്നു എന്ന വസ്തുത എനിയ്ക്കൊരിക്കലും അംഗീകരിക്കാൻ കഴിയില്ല. രൂപത്തിലും ഭാവത്തിലും ജയകൃഷ്ണൻ തന്നെയാണത് എന്ന് ജയകൃഷ്ണന്റെ ഫോ

ട്ടൊ കണ്ട സുധീറിനോ കൃഷ്ണകുമാറിനൊപ്രൊഫസർക്കൊ സംശയമില്ല. ഞാൻ ഉറച്ചു വിശ്വസിക്കുന്നു യഥാർത്ഥ ജയകൃഷ്ണനല്ല അതെന്ന് . അതിന് കാരണങ്ങളുണ്ട്. ഏതെങ്കിലും ഒരു സന്ദേശം നമ്മളെ അറിയിക്കാൻ തന്നെയാണ് ആത്മാവിന്റെ ദൂതുമായി ആ കാക്ക വന്നത് എന്ന് തന്നെയാണ് എന്റെ വിശ്വാസം. അത് ശരിയായി എന്ന് എനിയ്ക്കു തോന്നുന്നു. കാരണം അവരെ , അല്ല അവരിൽ നിന്ന് അവനെ കാണിക്കുക എന്നതായിരുന്നു അതിന്റെ ലക്ഷ്യം. ആ ലക്ഷ്യത്തിലേയ്ക്ക് അത് നമ്മളെ എത്തിയ്ക്കുകയും ചെയ്തു. ഇനി ബാക്കി നമ്മളാണ് കണ്ടെത്തേണ്ടത്.' തിരുമേനി കാറിൽ നിന്നിറങ്ങുമ്പോഴേ പറഞ്ഞ് തുടങ്ങിയിരുന്നു. അദ്ദേഹം പറയുന്നത് ശ്രദ്ധിച്ചു കൊണ്ടാണ് ഞങ്ങൾ കാറിൽ നിന്നിറങ്ങിയത്. അതിനിടയ്ക്ക് ഞങ്ങൾ ആമുളം കൂട്ടത്തിന് സമീപം റോഡിന്റെ ഓരത്തു തന്നെ ഓരോ ഭാഗത്തായി ഇരുന്നു കഴിഞ്ഞിരുന്നു. തിരുമേനി ചെല്ലപ്പെട്ടി തുറന്നു വെയ്ക്കുകയും ചെയ്തു.

'നിങ്ങൾ ശ്രദ്ധിച്ചതാണല്ലോ ജയകൃഷ്ണാ എന്ന് സുധീർ വിളിച്ചപ്പോൾ അയാൾ പെട്ടന്ന് നില്ക്കുകയും തിരിഞ്ഞ് നോക്കുകയും ചെയ്തത്. അപ്പോൾ അതിനർത്ഥം അയാളുടെ പേര് ജയകൃഷ്ണൻ എന്നു തന്നെ. ഒരേ പേരിൽ ഒരു പാടാളുകളുണ്ടാവാം. പക്ഷെഅവർ തമ്മിലുള്ള രൂപസാദൃശ്യം അതാണ് കൺഫ്യൂഷനാക്കുന്നത്.' സുരേന്ദ്രനാഥൻ സർ പറഞ്ഞത് കേട്ടിരിക്കുകയായിരുന്നു ഞങ്ങൾ . അദ്ദേഹം പറഞ്ഞതിലെ പൊരുൾ എനിയ്ക്ക് ബോധ്യപ്പെട്ടു. എന്നാൽ ഞാനൊന്നും മിണ്ടിയില്ല. അശോകൻ സാർ പറഞ്ഞു. 'നിങ്ങൾ പറഞ്ഞ ജയകൃഷ്ണനല്ല അയാൾ എന്നാൽ അയാൾക്ക് ആ ജയകൃഷ്ണനോട് സാമ്യവുമുണ്ട്. എന്റെ വിശ്വാസ പ്രകാരം നമ്മുടെ ജയകൃഷ്ണനെ കുറിച്ച് അയാൾക്ക് അറിയുകയും ചെയ്യുമായിരിയ്ക്കും. വ്യക്തമായി പറഞ്ഞാൽ നമ്മുടെ അന്വേഷണം അയാളിലൂടെ മുമ്പോട്ട് കൊണ്ടുപോകാവുന്നതേയുള്ളു. പക്ഷെ അയാളെ നമുക്ക് പിൻതുടരാൻ സാധിക്കില്ല. കാരണം പലതാണ്.മാത്രമല്ല, ഇതിന്റെ പിറകിൽ കളിക്കുന്നത് അവരാണെങ്കിൽ അവരെ നമ്മൾ പിൻതുടർന്നാൽ അതിന് ഒരു നല്ല അവസാനമായിരിക്കില്ല ഉണ്ടാവുക. സാർ പറഞ്ഞതാണ് ശരി. ജയകൃഷ്ണനല്ല. പക്ഷെ അവൻ ജയകൃഷ്ണനാണെന്ന് അംഗീകരിക്കുന്നു. അങ്ങനെ അവൻ അംഗീകരിക്കണമെങ്കിൽ അത് കൊണ്ട് ഒരു ലാഭം അവനുണ്ടായിരിക്കണം അതാണ് കണ്ടെത്തേണ്ടത്.' അശോകൻ സാറിന്റെ ഊഹം ശരിയായിരിയ്ക്കാം എന്ന് എനിയ്ക്കും തോന്നി. ഇനിയും കാര്യങ്ങൾ മറ്റുള്ളവരിൽ നിന്ന് മറച്ചുവെയ്ക്കുന്നതിലർ ത്ഥമില്ലെന്ന് ഞാൻ വിചാരിച്ചു. ഞാൻ

പറഞ്ഞു. ജയകൃഷ്ണനെ കുറിച്ചുള്ള ചില കാര്യങ്ങൾ ഞാൻ മനസ്സിലാക്കിയിട്ടുണ്ട്. അതായത് ജയകൃഷ്ണനൻ വീട്ടിൽ നിന്ന് നാടുവിടാൻ കാരണം അയാളുടെ അമ്മയ്ക്കുണ്ടായിരുന്ന ചില അവിഹിത ബന്ധങ്ങളുടെ പേരിൽ വീട്ടിൽ നിരന്തരം നടന്നിരുന്ന വഴക്കുകളാണ്. കണ്ണൂർ സ്വദേശിയായിരുന്ന ഒരു കരുണാകരൻ നമ്പ്യാർ ആദിവാസി മാന്ത്രിക വിധികൾ പഠിയ്ക്കാൻ കുറച്ചു കാലം വയനാട്ടിലെത്തി. അയാൾ എങ്ങനെയോ ജയകൃഷ്ണന്റെ അമ്മയുമായി സൗഹൃദം സ്ഥാപിച്ചു. പിന്നെ കുറച്ചു കാലം അവരുടെ വീട്ടിൽ താമസിയ്ക്കുകയും ചെയ്തു. അതിൽ അയാൾക്കൊരു മകനുണ്ട്. അവന്റെ പേരും ജയകൃഷ്ണൻ എന്നാണ്. ജയകൃഷ്ണൻ വധം അന്വേഷിച്ച തമിഴ്നാട് പോലീസിലെ ശക്തിവേൽ ഇക്കാര്യങ്ങൾ എന്നെ അറിയിച്ചിട്ടുണ്ട്. പിന്നെ വയാനാട്ടിൽ നിന്ന് വന്ന സരള എന്ന രോഗിയിൽ നിന്നും അവരുടെ ബന്ധുക്കളിൽ നിന്നും ഈ കഥ ഞാൻ മനസ്സിലാക്കിയിട്ടുണ്ട്. രണ്ടു പേരും തമ്മിലുള്ള സാമ്യം ഒരമ്മയുടെ മക്കൾ എന്ന നിലയ്ക്കുള്ളതാകണം. പിന്നെ യഥാർത്ഥ ജയകൃഷ്ണൻ ഇവനാണെന്ന് ആർക്കെങ്കിലും സ്ഥാപിച്ചെടുക്കേണ്ടതുണ്ടെങ്കിൽ ആ ജയകൃഷ്ണന്റെ രൂപഭാവങ്ങൾ അനുകരിയ്ക്കാൻ അവർ ഇവനെ പഠിപ്പിച്ചിട്ടുമുണ്ടാകാം. എന്റെ മനസ്സ് പറയുന്നത് ഇയാൾ ജയകൃഷ്ണന്റെ അർദ്ധസഹോദരനായ ജയകൃഷ്ണൻ രണ്ടാമൻ ആയിരിക്കണം. എന്നാൽ അവർ തമ്മിലുള്ള സാമ്യം ആരേയും അമ്പരപ്പിയ്ക്കുന്നത് തന്നെ.' 'ജയകൃഷ്ണന് ഇങ്ങനെ ഒരു ക്ലൈമാക്സുണ്ടെന്ന് നീ ആദ്യം പറഞ്ഞിരുന്നുവെങ്കിൽ ഇത്ര വലിയ ചിന്താകുഴപ്പത്തിൽ പെടുമായിരുന്നില്ല.' സുരേന്ദ്രനാഥൻ സാർ എന്നേയും തിരുമേനിയേയും നോക്കി കൊണ്ടാണ് പറഞ്ഞത്. ഞാൻ തുടർന്നു. 'സത്യത്തിൽ ജയകൃഷ്ണൻ പേരൂരെത്തിയ കാര്യങ്ങൾക്ക് ശേഷമുള്ള കഥയാണ് നമ്മൾ അന്ന് കൂടുതൽ അന്വഷിച്ചത്. വീട്ടിൽ നിന്ന് ഒരു ദിവസം നാടുവിട്ടു പോയി എന്നും മറ്റുമറിഞ്ഞപ്പോൾ പിന്നെ അതിനെ പറ്റി കൂടുതൽ, പ്രത്യേകിച്ചും അയാളുടെ ബാല്യകാലം ചികഞ്ഞ് പരിശോധിച്ചിട്ടില്ല. എത്ര മക്കളായിരുന്നു എന്നോ സഹോദരങ്ങളുണ്ടായിരുന്നോ എന്നോ ഒന്നും അന്ന് അന്വേഷിച്ചിട്ടില്ല. അന്വഷിക്കേണ്ട ആവശ്യവും വന്നില്ല. ശരിയ്ക്കു പറഞ്ഞാൽ ചീരാലാണ് അയാളുടെ ജൻമ സ്ഥലം എന്ന ഒരോർമ്മ ഹസീനയുടെ ഡയറികുറിപ്പിൽ കണ്ടതായി ഇപ്പോഴുമുണ്ട്. അതിനപ്പുറം എന്തെങ്കിലുമതിലുണ്ടോ എന്ന് ചോദിച്ചാൽ, വായിച്ചപ്പോൾ ആവശ്യമില്ലാത്തത് ഓർമ്മയിൽ സൂക്ഷിച്ചില്ല എന്നതാണ് സത്യം. സത്യത്തിൽ കാര്യങ്ങൾക്ക് ഇങ്ങനെ ഒരു ട്വിസ്റ്റ് വരുമെന്നറിഞ്ഞിരുന്നുവെങ്കിൽ ഇ

ത്തരം കാര്യങ്ങൾ അന്നേ മനസ്സിലാക്കുവാൻ വഴിയുണ്ടായിരുന്നു. ഇപ്പോൾ തന്നെ ഈ വിവരങ്ങൾ ഒരന്വേഷണത്തിന്റെ ഭാഗമായി ഞാൻ കണ്ടെത്തിയതല്ല.മറിച്ച് അവിചാരിതമായി മുമ്പിലെത്തിയ ഹിസ്റ്റീരിക് രോഗിയിൽ നിന്നും ബന്ധുക്കളിൽ നിന്നും കിട്ടിയ ചില സൂചനകൾ . പിന്നെ ഞാനന്വേഷിയ്ക്കാതെ തന്നെ ശക്തി വേൽ എന്നെ അറിയിച്ച കാര്യങ്ങൾ. നമുടെ ഈ യാത്രയിൽ യഥാർത്ഥ ജയകൃഷ്ണന്റെ പിന്നാമ്പുറത്തിന് അത്രമാത്രം പ്രസക്തിയുണ്ടാവാൻ സാധ്യത കാണാത്തതു കൊണ്ടാണ് ഇക്കാര്യങ്ങൾ സുരേന്ദ്രനാഥൻ സാറുമായി ചർച്ച ചെയ്യാതിരുന്നത്.'

'അങ്ങനെ പറയരുത്. ജയകൃഷ്ണനെ കുറിച്ച് കേൾക്കുന്ന ഓരോ കഥയും നമുക്ക് പ്രസക്തമാണ്. മുമ്പും വഴികളൊന്നും നമ്മൾ കണ്ടെത്തിയതല്ല, അന്ന് നമുക്ക് മുമ്പേ നടന്ന് ജയകൃഷ്ണൻ തെളിയിച്ചു തന്നതാണ്. ഇപ്പോൾ ജയകൃഷ്ണനിൽ നിന്ന് അത്തരം ഒരു സഹായം പ്രതീക്ഷിക്കുവാൻ കഴിയില്ല.കാരണം അയാൾ ഏതോ തരത്തിലുള്ള ബന്ധനത്തിലാണ്. എങ്കിലും നമ്മുടെ മുന്നിൽ ഒരു അദൃശ്യ ശക്തി പ്രവർത്തിക്കുന്നുണ്ട് എന്ന കാര്യത്തിൽ ഒരു സംശയത്തിനും വഴിയില്ല. അതു കൊണ്ടു തന്നെയായിരിക്കണം ജയകൃഷ്ണന്റെ പിന്നാമ്പുറം നീ അമ്പഷിയ്ക്കാതെ നിന്നെ തേടിയെത്തിയതും. ആ കാക്കയെ കുറിച്ചൊന്നാലോചിച്ചു നോക്കു.. അതിന്റെ ലക്ഷ്യം ഈ ജയകൃഷ്ണനെന്ന പുതിയ രൂപത്തെ നമുക്ക് കാണിച്ചു തരിക എന്നതു തന്നെയായിരുന്നു. അത് ഏതെങ്കിലും പരേതാത്മാവ് ആയിരിക്കുമോ ? ആണെങ്കിൽ ആര്? എന്തിന് നമ്മെ സഹായിക്കുന്നു ? എന്താണതിന്റെ ലക്ഷ്യം ? ഇത്തരം ഒരുപാട് കാര്യങ്ങൾ നമ്മളറിയേണ്ടതുണ്ട്. തിരുമേനി എന്ത് പറയുന്നു?' സുരേന്ദ്രനാഥൻ സാർ ചോദിച്ചു കൊണ്ട് തിരുമേനിയെ നോക്കി. തിരുമേനി പറഞ്ഞു.

'അതൊക്കെ കണ്ടെത്തേണ്ടതുതന്നെ പ്രൊഫസർ പറഞ്ഞതിനോട് ഞാൻ പൂർണമായും യോജിക്കുന്നു. യാഥാർത്ഥത്തിൽ ജയകൃഷ്ണന് ഒരു സഹോദരൻ ഉണ്ടെങ്കിൽ അയാൾക്ക് ജയകൃഷ്ണന്റെ മുഖച്ഛായ വരാം. എന്നാൽ അയാൾ നമ്മളെ കാണുവാനൊ അങ്ങനെ ഒരാളുണ്ടെന്ന് നമ്മളറിയുവാനോ പാടില്ല, എന്നതായിരിക്കണം നമ്മൾ കാണാത്ത നമ്മുടെ എതിരാളിയുടെ ആഗ്രഹം. അപ്പോൾ അയാളെ നമ്മൾ കണ്ടു എന്നത് നമ്മുടെ എതിരാളി ആഗ്രഹിയ്ക്കാത്ത ഒന്നാണ് അങ്ങനെയെങ്കിൽ ഇപ്പോൾ അയാൾ വിചാരിയ്ക്കാത്ത ഒന്നാണ് നടന്നിരിയ്ക്കുന്നത്. അത് നമുക്ക്ഗുണവും അയാൾക്ക് ദോഷവുമാണ്. കാക്ക മാത്രമല്ല

നമ്മുടെ സഹായി.വഴിയിലെ കാഴ്ചകൾ ശ്രദ്ധിയ്ക്കണം എന്ന് ആവർത്തിച്ചോർമ്മിപ്പിച്ച അയാളില്ലേ, നമ്മുടെ ഈ യാത്ര തിരുനെല്ലിയിലേക്ക് വഴി തിരിച്ചു വിട്ട അയാൾ, അയാളും സഹായി തന്നെ.' തിരുമേനി എന്തോ ആലോചിയ്ക്കുന്നതു പോലെ വിദൂരതയിലേയ്ക്ക് ദൃഷ്ടികൾ പായിച്ചു. അപ്പോൾ അശോകൻ സാർ പറഞ്ഞു. 'എനിയ്ക്കൊരു സംശയമുണ്ട്. ചിലപ്പോൾ ബാലിശമെന്ന് നിങ്ങൾക്ക് തോന്നാം . എങ്കിലും പറയുന്നുവെന്നെയുള്ളു. ഞങ്ങൾ പോലീസുകാരുടെ സംശയമാണ്.'

'എന്താണെങ്കിലും പറയു ഇവിടെ ഓരോരുത്തരുടേയും ചിന്തയ്ക്ക് അതിന്റെ പ്രസക്തിയുണ്ട് എന്തും പറയാനും ചർച്ച ചെയ്യാനും ആരും മടിക്കേണ്ടതില്ല.' സുരേന്ദ്രനാഥൻ സാർ പ്രോത്സാഹിപ്പിച്ചപ്പോൾ മടിച്ചു മടിച്ചാണെങ്കിലും അദ്ദേഹം പറഞ്ഞു.

' മരിച്ച ജയകൃഷ്ണന് പേരൂർ നഗരത്തിൽ അത്യാവശ്യം സ്വത്ത് വകകളുണ്ട്. പൂവാത്തയുടെ അച്ഛൻ ഇഷ്ടദാനമായി എഴുതി വച്ചതാണത്. ജയകൃഷ്ണന് അതേ രൂപത്തിലുള്ള ഒരനിയൻ ഉണ്ടെന്നു കരുതുക. മരിച്ചെന്നു പറയുന്നയാളും താനും ഒരാൾ തന്നെയാണന്നും ജയകൃഷ്ണൻ മരിച്ചിട്ടില്ലെന്നും അവകാശപ്പെട്ടാൽ ആ സ്വത്ത് മുഴുവൻ ഇയാളുടെ കൈവശമായിരിക്കും. അതിന് വേണ്ടിയുള്ള ഒരു പരിശ്രമം ഈ ആൾമാറാട്ടത്തിന്റെ പിറകിലുണ്ടെങ്കിലോ?'

'ഏയ് അതാവാൻ വഴിയില്ല.' കൃഷ്ണകുമാറാണ് പറഞ്ഞത് 'ജയകൃഷ്ണന്റെ സ്വത്ത് ,ജയകൃഷ്ണന് മറ്റവകാശികളൊന്നുമില്ലെങ്കിൽ അതായാളുടെ അനിയനു കിട്ടുമല്ലോ. അതിന് ഈ ഒളിച്ചു കളിയുടെ ആവശ്യവുമില്ല. ജയകൃഷ്ണൻ മരിച്ചു എന്നൊരു തെളിവ് മാത്രം പോരെ അതിന്?'

'മറ്റവകാശികളൊന്നുമില്ല എങ്കിൽ അനിയന് കിട്ടുമായിരിക്കും. ഇത് ഇഷ്ടദാനമാണ്. ദാനം ചെയ്ത ആൾക്ക് വേറെയൊരു മകളുണ്ട് ആ മകളോടുള്ളത്ര ബന്ധം ഈ അനിയനോട് മരിച്ച ജയകൃഷ്ണന് ഉണ്ടായിട്ടുമില്ല. ആനിലയ്ക്ക് നല്ലൊരു വക്കീൽ വിചാരിച്ചാൽ കഥ മാറും. ഞാനുദ്ദേശിച്ചതതല്ല. അത് വേറെ കാര്യം. ജയകൃഷ്ണന് തന്നെ വേറെയും അവകാശികളുണ്ടെന്ന് കരുതുക. അപ്പോൾ അത് വിഭജിയ്കപ്പെടും. ഒറ്റയ്ക്ക് വേണമെന്ന് അയാൾക്കൊ , അല്ലെങ്കിൽ ഇതിനൊക്കെ അയാളെ പ്രേരിപ്പിക്കുന്ന മറ്റൊരാൾക്കൊ ആഗ്രഹമുണ്ടെങ്കിൽ അയാൾ ജയകൃഷ്ണൻ തന്നെ ആയി മാറണം. നമ്മൾ കണ്ട വ്യക്തി ആരുമാവട്ടെ. അയാൾക്ക് പേരൂരിനെ പറ്റിയും പൂവാത്തയെ പറ്റിയും സ്വാമിയേയും അമ്മാളിനേയും പറ്റിയും ഒക്കെ അറിയാം. സുധീർ ചോദിച്ച ചോദ്യ

ങ്ങൾക്ക് എത്ര വിദഗ്ദ്ധമായിട്ടാണയാൾ മറുപടി പറഞ്ഞത്. അയാൾ അവിടുത്തെ എല്ലാ കാര്യവും പഠിച്ചു വെച്ചിരിയ്ക്കുന്നു. അഥാവാ ആരോ അയാളെ പഠിപ്പിച്ചിരിയ്ക്കുന്നു. ജയകൃഷ്ണനനും ഈ സഹോദരൻ ജയകൃഷ്ണനും ഒന്നാണെന്ന് സ്ഥാപിക്കാൻ അയാൾക്ക് കഴിഞ്ഞെന്നു വരും. ചുറ്റുപാടുമുള്ളവർ ജയകൃഷ്ണനെ അംഗീകരിക്കുന്നു എന്നല്ലേ നിങ്ങൾ പറഞ്ഞത്. ആ നിലയ്ക്ക് അവരെ താൻ തന്നെയാണ് ജയകൃഷ്ണൻ എന്ന് വിശ്വസിപ്പിക്കാൻ അയാൾക്ക് കഴിഞ്ഞാൽ മതി.പിന്നെ രൂപസാദൃശ്യം കൊണ്ടതിന് കഴിയും എന്ന് നിങ്ങൾ തന്നെ പറഞ്ഞു. അങ്ങിനെ സംഭവിച്ചാൽ ജയകൃഷ്ണൻ മരിച്ചിട്ടില്ലെന്ന് വിശ്വസിക്കാൻ തന്നെയായിരിക്കും നാട്ടുകാർക്കിഷ്ടം. ബാക്കി രേഖകളൊക്കെ ഉണ്ടാക്കാവുന്നതല്ലേ? പ്രത്യേകിച്ചും യഥാർത്ഥ ജയകൃഷ്ണൻ അവരുടെ കൂടെ ഉണ്ടെങ്കിൽ?'

'തീർച്ചയായും താങ്കൾ പറഞ്ഞതാണ് ശരി. അങ്ങിനെ ചിന്തിയ്ക്കാവുന്നതാണ്. ആ ഒരു ലക്ഷ്യത്തിനു വേണ്ടി യാഥാർത്ഥ ജയകൃഷ്ണനെ ബന്ധിപ്പിച്ച് നിർബന്ധിക്കുന്ന ഒരാൾ കൃത്യമായി കാര്യങ്ങൾ ഈ ജയകൃഷ്ണനെ പഠിപ്പിക്കുന്നു. ഈ ജയകൃഷ്ണൻ കാര്യങ്ങൾ പഠിച്ച് കഴിയുന്നതുവരെ മാത്രമേ യഥാർത്ഥ ജയകൃഷ്ണനെ അയാൾക്ക് ആവശ്യമുള്ളൂ. അത് കഴിഞ്ഞാൽ അവനെ അവർ വിട്ടുകളയും. പക്ഷെ സത്യമറിയുന്ന നമ്മൾ അവർക്കൊരു ഭീഷണിയാണ്. നമ്മൾ ഇതിനെന്തെങ്കിലും എതിരായ് നിന്നാൽ പ്രത്യേകിച്ചും ഈ അന്വേഷണത്തിൽ ജയകൃഷ്ണനെ പോലെ മറ്റൊരാൾ ഉണ്ടെന്ന് നമ്മൾ മനസ്സിലാക്കിയാൽ അവരുടെ പണി പാളും. അതുകൊണ്ടു തന്നെ ജയകൃഷ്ണന്റെ പിറകേ നമ്മൾ കൂടരുതെന്ന് ആ അജ്ഞാത വ്യക്തി ആഗ്രഹിക്കുന്നു. അതിന് വേണ്ടി ജയകൃഷ്ണനെ കൊണ്ടു തന്നെ നമ്മളെ നിർബന്ധിപ്പിക്കുന്നു. ശരിയാണ് കാര്യങ്ങളുടെ ഒരു കിടപ്പ് ഇതു തന്നെയായിരിക്കണം.' സുരേന്ദ്രനാഥൻ സാർ തറപ്പിച്ചു പറഞ്ഞു.

'ഞാനും യോജിക്കുന്നു. അതോടൊപ്പം ജയകൃഷ്ണനേയും രണ്ടാമനേയും ഒരു പോലെ ഇഷ്ടപ്പെടുന്ന വ്യക്തി. അഥവാ ജയകൃഷ്ണനേക്കാൾ രണ്ടാമനെ ഇഷ്ടപ്പെടുന്ന വ്യക്തി , അതുമല്ലെങ്കിൽ രണ്ടാമനെ മാത്രം ഇഷ്ടപ്പെടുന്ന ഒരു വ്യക്തി ,അങ്ങനെ ഒരാളായിരിക്കാം ഇതിന്റെ പിന്നിൽ അങ്ങനെയാണെങ്കിൽ അത് അവരുടെ ഏറ്റവും അടുത്ത ഒരു ബന്ധു ആയിരിക്കും. പക്ഷെ അയാൾ അത്രയും മാന്ത്രികത്തിലോ പാരാസൈക്കോളജിയിലൊ അറിവുള്ളവനും ആകും. അങ്ങനെ ഒരാൾ ഉണ്ടാകുവാൻ സാധ്യതയുണ്ടോ എന്നതാണ് ചോദ്യം.അല്ല കുടത്തിനു

ള്ളിൽ മാത്രം കത്തുന്ന വെളിച്ചം പുറം ലോകത്തറിയില്ല. അങ്ങനെയും ഉണ്ടാവാം. വല്ല ആദിവാസികളുടെയും രഹസ്യവിദ്യകൾ അഭ്യസിച്ചാലും മതി.'

തിരുമേനി വീണ്ടും ആലോചനയിലേയ്ക്ക് പോയി. എന്തോ പൊരുത്തപ്പെടാത്ത പോലെ അദ്ദേഹത്തിന്റെ മുഖഭാവം തോന്നിപ്പിച്ചു. അതു മനസ്സിലാക്കിയിട്ടായിരിക്കണം സുരേന്ദ്രനാഥൻ സാർ പറഞ്ഞു. 'തിരുമേനിയുടെ സംശയം എനിയ്ക്കു മനസ്സിലാകും. പുറം ലോകത്ത് പ്രശസ്തരല്ലാത്ത എത്രയോ പ്രഗൽഭരുണ്ട്. അവരിൽ ഒരാളായി കൂടെ ഇതിന്റെ പിന്നിൽ ? ആവാം എന്ന് എനിയ്ക്കു തോന്നുന്നു. പിന്നെ ബാക്കി വരും പോലെ കാണാം. പിന്നെ ഭാഗ്യമുണ്ടെങ്കിൽ രാഘവ്ജിയുടെ പരിചയക്കാരനായ അയാളെ തിരുനെല്ലിയിൽ എത്തിയാൽ നമുക്ക് കാണാം. അദ്ദേഹത്തിന് ദിവ്യമായ കഴിവുകളുണ്ടെന്നാണല്ലോ രാഘവ്ജി പറഞ്ഞത്. പരിഹാരം അദ്ദേഹം ഉണ്ടാക്കിത്തരും. എന്നാൽ ഇനി സമയം കളയണ്ട. വേഗം യാത്ര തിരിയ്ക്കാം.' ഞാൻ എണീറ്റുകൊണ്ടു ചോദിച്ചു. 'ആ അജ്ഞാതവ്യക്തി എന്തുകൊണ്ട് രണ്ടാം ജയകൃഷ്ണന്റെ അച്ഛൻ കരുണാകരൻ നമ്പ്യാർ തന്നെ ആയിക്കൂടാ അയാൾ ആദിവാസികളുടെ മാന്ത്രിക കർമ്മങ്ങൾ പഠിയ്ക്കാൻ വന്നപ്പോഴാണ് ജാനകിയെ പരിചയപ്പെട്ടത്. ഇന്നും അവർ തമ്മിൽ രഹസ്യമായ ബന്ധം പുലർത്തുന്നുണ്ട്. മാത്രമല്ല കേസുമായി ബന്ധപ്പെട്ട് കോയമ്പത്തൂരിൽ ചെന്ന അദ്ദേഹം ഒരു ജ്യോതിഷിയാണെന്ന് ശക്തിയോട് പറഞ്ഞിട്ടുമുണ്ട്. അതുമല്ല ജയകൃഷ്ണൻ മരിച്ചിട്ടില്ലെങ്കിൽ സ്വത്തിന്റെ അവകാശം അയാൾക്ക് തന്നെ കിട്ടില്ലേ എന്ന് ശക്തിയോട് ചോദിച്ചിട്ടുമുണ്ട്. എന്തുകൊണ്ട് അയാളായിക്കൂടാ?' എന്റെ ചോദ്യത്തിൽ പ്രസക്തിയുണ്ടെന്ന് അവരുടെ മുഖഭാവം വ്യക്തമാക്കി. ആരും ഒന്നും മിണ്ടിയില്ല. 'പിന്നെ ഒരു കാര്യം കൂടി എന്നെ തേടി വന്ന സരള എന്ന സ്ത്രീയിലുടെ കടന്നുവന്ന ദ്വിതീയ വ്യക്തിത്വം പൂവത്തയുടേതായിരുന്നു. അന്ന് അവർ പറഞ്ഞിട്ടുണ്ട്. യാത്രയിൽ നിങ്ങളെ സഹായിക്കാൻ ഞാനുണ്ടാവും ജയകൃഷ്ണനെ മാത്രമേ അവർ ബന്ധിച്ചിട്ടൊള്ളൂ എന്ന്. അപ്പോൾ ഈ കാക്കയിലൂടെ പൂവാത്തയുടെ ആത്മാവായിരിക്കുമോ നമ്മെ സഹായിക്കുന്നത്?' അതിനും ആരും മറുപടി പറഞ്ഞില്ല. എല്ലാവരും നല്ല ആലോചനയിലായിരുന്നു.

ഞങ്ങൾ മെല്ലെ എഴുന്നേറ്റു. കാറിന്റെ സമീപത്തെത്തി. 'അതെ ആ അജ്ഞാത ശത്രു അയാൾ തന്നെയായിരിയ്ക്കണം ആ കരുണാകരൻ നമ്പ്യാർ' അതും പറഞ്ഞു കൊണ്ട് തിരുമേനി കാറിന്റെ ഡോർ തുറന്ന്

ഉള്ളിലേയ്ക്ക് കയറി. പിന്നെ എല്ലാവരും . കാർ സ്റ്റാർട്ട് ചെയ്ത് കൃഷ്ണകുമാർ മുന്നിലേയ്ക്ക് എടുത്തതേയുള്ളു. പെട്ടന്ന് ഒരു ശബ്ദം കേട്ടു. തിരിഞ്ഞ് നോക്കിയപ്പോൾ പഴകി ദ്രവിച്ച ഒരു മുള വീണിരിയ്ക്കുന്നു. ഈശ്വരാ വണ്ടി എടുത്തി ല്ലായിരുന്നുവെങ്കിൽ ഇപ്പോൾ വാഹനത്തിന് പരിക്കു പറ്റുമായിരുന്നു. 'ദൈവം നമ്മുടെ കൂടെ തന്നെയാണ്. നീ വണ്ടി വിട്ടോ കൃഷ്ണകുമാറേ..' തിരുമേനി പറഞ്ഞു. കൂട്ടത്തിൽ ഒന്നു കൂടി.

'പ്രൊഫസർ , ഇന്ന് എന്തായാലും ഒന്നും താങ്കളുടെ ഗുരുവിനോടോ അദ്ദേഹത്തിന്റെ സുഹൃത്തിനോടൊ പറയണ്ട. ഒക്കെ നാളെ പുലർന്നതിനു ശേഷം മാത്രം മതി. എന്തെ ?'

'മതി. അല്ലെങ്കിലും പോയി കുളിച്ച് ഭക്ഷണം കഴിച്ച് നാളെ പുലർന്നതിന് ശേഷം അദ്ദേഹത്തെ കണ്ടാൽ മതി എന്നാണ് എനിയ്ക്ക് തോന്നുന്നത്'. 'അതെ അതു മതി അതാണ് എന്റെ മനസ്സും പറയുന്നത്....' തിരുമേനി പറഞ്ഞു കൊണ്ടിരിയ്ക്കെ കാർ കാടിന്റെ നിശബ്ദതയിലൂടെ നീങ്ങി കൊണ്ടിരുന്നു. തണുപ്പ് കൂടികൂടി വരുന്നുണ്ട് മനസ്സു പോലും തണുക്കുന്ന തണുപ്പ്. ഇടയിൽ വീണ്ടും തിരുമേനി ഒരു ഉൾവിളി ഉണ്ടായത് പോലെ പറഞ്ഞു. കാക്കയിൽ പൂവാത്തയുടെ ആത്മാവാവാൻ ഒരു സാധ്യതയുമില്ല. അത് നല്ല പരിചയമുള്ള ആളുകളോടെന്ന പോലെയാണ് നമ്മളോടിടപെടുന്നത്. പൂവാത്തയെ നമ്മൾ നേരിൽ കണ്ടിട്ടു പോലുമില്ലല്ലോ.'

അദ്ധ്യായം 25

തണുത്തുറഞ്ഞ മായാ കാഴ്ചകൾ

മഴ പോലെ മഞ്ഞ് പെയ്യുന്നു. മൂർച്ചയുള്ള അമ്പ് തറയ്ക്കുന്നതു പോലെ തണുപ്പ് തുളച്ച് കയറുന്നുണ്ടായിരുന്നു. പ്രതീക്ഷിച്ച പോലെയല്ല. വിളിച്ചു പറഞ്ഞ് ഏർപ്പാടാക്കിയതിന്റെ ഗുണമാണോ എന്നുമറിയില്ല. താമസത്തിന് കിട്ടയത് നല്ല സൗകര്യമുള്ള മുറി തന്നെയായിരുന്നു. എന്തായാലും നന്നായി. ഇവിടെ ഇത്ര സൗകര്യമുള്ള താമസ സ്ഥലം ലഭിയ്ക്കുമെന്ന് ആരും പ്രതീക്ഷിച്ചിട്ടുണ്ടായിരുന്നില്ല. 'ഞാനൊന്ന് കുളിച്ച് വരാം. നമുക്ക് പുറത്തിറങ്ങി ഒന്ന് കറങ്ങാനുള്ള സമയമൊക്കെയുണ്ടല്ലോ.' കൃഷ്ണകുമാർ എല്ലാവരേയും നോക്കി കൊണ്ടാണ് അത് പറഞ്ഞത് എല്ലാവരും റൂമിലെത്തിയതിന്റെ ഒരു ആലസ്യത്തിലായിരിക്കണം. ആരും ഒന്നും പറഞ്ഞില്ല അദ്ദേഹം ഒരു തോർത്തെടുത്ത് തോളിലിട്ടു നേരെ ബാത്ത്റൂമിലേയ്ക്ക് നടന്നു. അശോകൻ സാർ ഒരു ജനലിന്റെ അഴിയും പിടിച്ച് പുറത്തേയ്ക്ക് നോക്കി കൊണ്ട് നിൽക്കുകയായിരുന്നു പെട്ടന്ന് അദ്ദേഹം വിളിച്ചു.. 'സുധീർ പെട്ടുന്നു വാ' എന്ന് അദ്ദേഹം പറഞ്ഞതേയുള്ളു. പക്ഷെ എല്ലാവരും പരസ്പരം നോക്കി. ഞാൻ വേഗം അദ്ദേഹം നിൽക്കുന്ന ജനലിന് സമീപത്ത് ചെന്നു. 'അതാ അവിടെ ഒരു പുലിയുണ്ടായിരുന്നു. പക്ഷെ ഇപ്പോൾ കാണുന്നില്ല.' ഞാൻ പറഞ്ഞു. ഇവിടെ പുലി ഇറങ്ങുന്ന സ്ഥലമൊന്നുമല്ല ഒക്കെ വെറും തോന്നലാണ് വരുന്ന വഴിയിലെന്തെങ്കിലും കാട്ടുമൃഗങ്ങളെ കാണാമെന്നല്ലാതെ അടുത്ത കാലത്തൊന്നും ഇവിടെ ഒരു വന്യ ജീവിയെ കണ്ടതായി ഒരു തീർത്ഥാടകനും പറഞ്ഞിട്ടോ പരാതിപ്പെട്ടിട്ടോ ഇല്ല. തോന്നിയതാവും.' അശോകൻ സർ ചിരിച്ചു. ഒരു പുലിയെ കണ്ട ഭയമൊന്നും അയാളുടെ വാക്കകളിലുണ്ടായിരുന്നില്ല. ഞാൻ വിചാരിച്ചു എന്നെ കളിപ്പിച്ചതാവുമെന്ന്. 'ചിലപ്പോൾ തോന്നിയതാവും' അദ്ദേഹം സ്വയം സമാധാനിക്കാനെന്ന വിധം പറഞ്ഞു. അപ്പോൾ തന്നെ കൃഷ്ണകുമാർ 'ആരാത്?' എന്ന് ഒരു ആക്രോശം പോലെ ചോദിക്കുന്നത് കേട്ടു. പിന്നെ എല്ലാവരുടേയും ശ്രദ്ധ അങ്ങോട്ടായി. എന്തുപറ്റി കൃഷ്ണകുമാർ. അയാൾ തോർത്തുമുടുത്ത് കൊണ്ട് അകത്ത് നിന്ന് പുറത്ത് വന്നു. 'ബാത്ത് റൂമിൽ ആരോ ഒരാൾ നിൽക്കുന്നതു പോലെ ഞാൻ ആരാത് എന്ന് ചോ

ദിച്ചതും അയാളെ കാണാതായി. ഇവിടെ എന്താ അത്ഭുതം നടക്കുന്നുണ്ട്.' അയാൾ കുറച്ച് ഭയപ്പെട്ട പോലെ തോന്നി. ഞാൻ പറഞ്ഞു മനസ്സിൽ ഓരോന്ന് ചിന്തിച്ച് വെറുതെ പേടിയ്ക്കുന്നതാണ്. നീ പോയി കുളിച്ചു വാ നിനക്ക് പേടിയുണ്ടെങ്കിൽ ആദ്യം ഞാൻ പോയി കുളിയ്ക്കാം'

'നിയ്ക്ക് പേടിയൊന്നുമില്ല, നാലും മാഷ് പോയി കുളിച്ച് വാ എന്നിട്ടാവാം ഞാൻ.'

ഞാൻ നേരെ തോർത്തുമെടുത്ത് ബാത്ത്റൂമിലേയ്ക്ക് നടന്നു.

കുളി കഴിഞ്ഞ് വന്നപ്പോഴും കാര്യമായി ആരും ഒന്നും സംസാരിയ്ക്കുന്നുണ്ടായിരുന്നില്ല. 'അവിടെ ആരുമില്ല. കൃഷ്ണകുമാറിന് തോന്നിയതാവാനേ വഴിയുള്ളു.' ഞാൻ പറഞ്ഞു കൊണ്ടു തന്നെ വസ്ത്രം മാറി. ഞാൻ കുളിച്ചു വന്നപ്പോൾ എല്ലാം തന്റെ തോന്നൽ തന്നെ എന്ന് കൃഷ്ണകുമാറും വിശ്വസിച്ചിരിയ്ക്കണം. അയാൾ വീണ്ടും കുളി മുറിയിലേയ്ക്ക് പോയി.

തിരുമേനിയും സുരേന്ദ്രനാഥൻ സാറും മുഖത്തോട് മുഖം നോക്കിയിരിക്കുന്നു. അശോകൻ സാർ ജനൽ വഴി താഴോട്ട് തന്നെ നോക്കി കൊണ്ടു നിൽക്കുന്നു. ആരും ഒന്നുമിണ്ടുന്നില്ല. ഞാൻ അവർക്കിടയിലേയ്ക്ക് കയറി ഒരു കസേര പിടിച്ചിട്ടിരുന്നു.എന്നിട്ട് ചോദിച്ചു. 'ഇതെന്താ രണ്ട് പ്രമുഖ പ്രേതാന്വേഷികളും മൗനവ്രതത്തിലാണോ ? എന്തു പറ്റി ആരും ഒന്നും പറയുന്നില്ലല്ലോ?' അശോകൻ സാർ ഒന്ന് തിരിഞ്ഞ് നോക്കി വീണ്ടും താഴോട്ട് തന്നെ ശ്രദ്ധിച്ച് നോക്കുവാൻ തുടങ്ങി. 'സുധീർ ഇവിടെ എന്തൊ ഒരു നെഗറ്റീവ് എനർജി തങ്ങിനിൽക്കുന്നതുപോലെയാണ് എനിയ്ക്ക് തോന്നുന്നത്. ഇത് ഒരിയ്ക്കലും ഒരു ഹോണ്ടഡ് പ്ലയിസല്ല എന്ന് നമുക്കറിയാം. പക്ഷെ എങ്കിലും എന്തോ ഒരു നഗറ്റീവ് എനർജി ഇവിടെയുണ്ട്. അതിന്റെ പ്രതിഫലനമായിരിക്കും കൃഷ്ണകുമാറിന്റെ തോന്നലും മിസ്റ്റർ അശോകന്റെ പുലിക്കാഴ്ചയും എന്ന് എനിയ്ക്ക് തോന്നുന്നു. ഞാനക്കാര്യം തീരുമേനിയുമായി സംസാരിച്ചു. തിരുമേനിയ്ക്കും ചില സംശയങ്ങളില്ലാതില്ല. കൃഷ്ണകുമാറിന് ഭയമുണ്ട്. അത് കൊണ്ടാണ് വളരെ മെല്ലെ പറയുന്നത് കേൾക്കുന്നില്ലേ?'

'ഉണ്ട് സാർ.' ഞാൻ പറഞ്ഞു. 'രണ്ട് പേരുടേയും അനുഭവങ്ങൾ ഒന്നിച്ച് വന്നപ്പോൾ ഞാൻ ചിന്തിയ്ക്കാത്തതല്ല. കൃഷ്ണകുമാർ പൊതുവെ ഹിസ്റ്റീരിക് പ്രകൃതിയാണ്. അയാൾ ഇല്ലാത്തത് കാണാൻ സാധ്യതയുണ്ട്. പ്രത്യേകിച്ചും നമ്മൾ പറയുന്നതും കേൾക്കുന്നതുമൊക്കൊ അത്തരം കാര്യങ്ങൾ ആവുമ്പോൾ. എന്നാൽ അശോകൻ സാർ അങ്ങനെയല്ല.' ഞാൻ പറഞ്ഞത് കേട്ടിട്ടായിരിക്കണം. അശോകൻ സാർ ജന

ലിന് സമീപത്തു നിന്ന് ഞങ്ങളുടെ അടുത്തേയ്ക്കുവന്നു. പിന്നെ അദ്ദേഹം പറഞ്ഞു. 'സുധീർ ഞാനിതുവരെയും അവിടെ തന്നെ നിൽക്കുകയായിരുന്നു. എന്തിനാണെന്നറിയുമോ? അതിനെ വീണ്ടുമൊന്നു കാണാമോ എന്ന് നോക്കാൻ. നിങ്ങൾ എന്റെ തോന്നലാണെന്ന് പറഞ്ഞപ്പോൾ ഞാൻ അംഗീകരിച്ചു. കാരണം ഇവിടെ പുലിയിറങ്ങാറില്ലാ, ഇറങ്ങിയാലും നമ്മൾ കാണുന്നതിനു മുമ്പേ എത്രയോ പേർ കണ്ടിരിയ്ക്കും. ഇതൊക്കെ അറിയുന്നത് കൊണ്ടാണ് നിങ്ങൾ പറഞ്ഞ ഉടനെ ഞാനത് സമ്മതിച്ചത് എന്നാൽ ഞാൻ കണ്ടു എന്നത് എന്റെ മാത്രം സത്യവുമാണ്. അവിടെ എവിടെയെങ്കിലും അത് മറഞ്ഞിരിയ്ക്കാം എന്ന പ്രതീക്ഷയിലാണ് ഈ നേരം വരെ ഞാൻ നോക്കിയത്. ഇല്ല എവിടെയും മറഞ്ഞിട്ടില്ല. പിന്നെ എങ്ങോട്ട് പോയി?' അശോകൻ സാർ തികച്ചും ആത്മാർത്ഥതയോടെയാണ് സംസാരിച്ചത്. പുലിയെ കണ്ട് ഭയമല്ല ഒരു കൗതുകമാണദ്ദേഹത്തിന് തോന്നിയത്. കാരണം വ്യക്തം അതെന്തായാലും ഇതിനകത്തേയ്ക്ക് വരില്ലല്ലോ. പിന്നെ കാണാതായപ്പോഴാണ് അദ്ദേഹത്തിന് സംശയങ്ങൾ രൂപപ്പെട്ടത്. അതൊരു മായാ കാഴ്ചയാണോ. ഭയപ്പെടുത്താൻ വേണ്ടി ആരെങ്കിലും സൃഷ്ടിച്ചെടുത്ത ഒരു മായാ കാഴ്ച എന്നൊരു സംശയം അശോകൻ സാർ തന്നെ പറഞ്ഞു. ' സത്യത്തിൽ ഞാൻ പുലിയെ കണ്ടു. പക്ഷെ നിങ്ങളൊക്കെ പറഞ്ഞത് വെച്ച് നോക്കിയാൽ ആ കാഴ്ച എന്റെ തോന്നലാവാം. അത് ഞാനംഗീകരിച്ചത് കൊണ്ടാണ് സുധീർ പറഞ്ഞപ്പോൾ ഞാനൊന്നും മിണ്ടാതിരുന്നത്. പക്ഷെ എനിയ്ക് ഭയവും സംശയവുമുണ്ട്. നമ്മൾ തേടുന്ന ആ അജ്ഞാത ശത്രുവിന്റെ മായാവിലാസമായിരിക്കുമോ അത്? എന്നോടൊപ്പം കൃഷ്ണകുമാറിനും ഒരു മായാ കാഴ്ച നിങ്ങൾ മൂന്ന് പേർക്കും കാണാനും കഴിയുന്നില്ല. അപ്പോൾ നമ്മൾ ചിന്തിയ്കേണ്ടതെന്താണ് ? അയാൾ ഞങ്ങളെ ഭയപ്പെടുത്തി നിങ്ങളെ കീഴ്പ്പെടുത്താനാണ് ശ്രമിക്കുന്നത്. അതായിരിക്കുമോ കാര്യം?' അശോകൻ സാറിന്റെ സംശയം ശരിയല്ല എന്ന് ആർക്കും അഭിപ്രായമുണ്ടായിരുന്നില്ല. ഒരു നെഗറ്റീവ് എനർജ്ജി ഉണ്ടെന്ന് സുരേന്ദ്രനാഥൻസർ ഉറപ്പിച്ച് പറയുന്ന സ്ഥിതിയ്ക്ക് അത് അജ്ഞാതനായ ആശുത്രു നമുക്കെതിരെ കാത്തുവച്ചതാവാം എന്ന് എനിയ്ക്കും ചിന്തിക്കാതിരിയ്ക്കാൻ കഴിഞ്ഞില്ല തിരുമേനിയുടെ അഭിപ്രായം അറിയുവാനുള്ള ആകാംക്ഷയിലായിരുന്നു ഞാൻ. അതുകൊണ്ട് എന്റെ ചിന്ത തൽകാലം മറച്ചുവെച്ചുകൊണ്ട് ഞാൻ തിരുമേനിയുടെ മുഖത്ത് നോക്കി. 'തിരുമേനിയൊന്നും പറഞ്ഞില്ല. അങ്ങേയ്ക്ക് എന്ത് തോന്നുന്നു?'

'ഇനി പ്പൊ ഞാനെന്തെങ്കിലും പറയാതിരുന്നാൽ അത് ഒരു ഏഭ്യത്തരം ആവും. പറഞ്ഞാലും അങ്ങനെ തന്നെ. പിന്നെ എനിക്ക് ഇവിടെ എന്തോ ഒരു അസാധാരണത്തം തോന്നി. അതുകൊണ്ടു തന്നെയാണ് ഇവിടെ വന്നതും ഞാൻ ഈ സിറ്റൗട്ടിൽ തന്നെ ഇരുന്നത്. പ്രൊഫസർ പറഞ്ഞ കാര്യത്തോട് ഞാനും യോജിക്കുന്നു എന്ന് സാരം. ന്താ പോരേ? വ്യാഘ്രസിദ്ധി എന്ന ഒരുപൂർവ പ്രയോഗം പശ്ചിമ ബംഗാളിലെ ഗോത്ര മേഖലയിലെ ചിലർക്കുണ്ടെന്ന് കേട്ടിട്ടുണ്ട്. മനുഷ്യൻ പുലിയായി മാറി വരുന്ന കഴിവ് നമ്മുടെ കരുണാകരൻ നമ്പ്യാർ ഇതൊക്കെ പഠിച്ച വല്ല ആളുമായിരിയ്ക്കുമോ?' തിരുമേനി പാതി തമാശയായും പാതി കാര്യമായും ചോദിച്ചു.

'അങ്ങനെയാണെങ്കിൽ അതിനെന്താ പരിഹാരം?. അതും കൂടിപറയു.'

'തൽക്കാലം ഒന്നോരണ്ടോ രാത്രിയാണ് നമ്മളിവിടെയുണ്ടാവുക. അതുകൊണ്ടു തന്നെ അതിന് പരിഹാരം തേടി പോകുന്നതൊ അമ്മതാരി ഒരു താന്ത്രിക കർമ്മം ചെയ്യുന്നുതോ ശുദ്ധ ഏഭ്യത്തരം എന്നേ പറയാനുള്ളു. നമ്മളിൽ പോസിറ്റീവ് ഊർജ്ജമുണ്ടെങ്കിൽ അതിനെ ചെറുത്ത് അതിനോടൊപ്പം കഴിയാൻ ശ്രമിക്കുക. അതാണ് ബുദ്ധി. അതായത് പ്രേതങ്ങളുടെ കൂടെയൊ അതിമാനുഷനരുടെ കൂടെയൊ ജീവിയ്ക്കുക എന്ന് സാരം. പേടിച്ചിട്ടില്യാച്ചാൽ അതിനൊന്നും ചെയ്യാൻ കഴിയില്ല. അതിന്റെ കാട്ടികൂട്ടലെന്തായാലും ഒരു തമാശയായിട്ട് കാണാൻ കഴിഞ്ഞാൽ പിന്നെ അത് നമ്മളുടെ വഴിയ്ക്ക് ന്നെ വരും. സംശയം വേണ്ട. പണ്ട് ഒരു ചുടലയിൽ കിടന്നുറങ്ങിയ നാറാണത്തുഭ്രാന്തന്റെ സമീപത്ത് ചുടലഭദ്രകാളിയും പരിവാരങ്ങളും വന്നൂത്രെ. ഭ്രാന്തൻ പേടിച്ചില്ല എന്ന് മാത്രമല്ല അവരുടെ കാട്ടി കൂട്ടൽ കണ്ട് ചിരിയ്ക്കാനും തുടങ്ങി. അതോടെ അവർ അയാളൊട് വരം ചോദിക്കാനാണത്രെ പറഞ്ഞത്. അതായത് എന്തെങ്കിലും കൊടുത്ത് ഒഴിവാക്കാൻ ശ്രമിക്കതന്നെ. നാറാണത്തുഭ്രാന്തൻ മന്തു മറുകാലിലേയ്ക്ക് മാറ്റി തരണം എന്ന് വരം ചോദിച്ചു എന്നതാണ് കഥ. കഥ നിങ്ങളും കേട്ടിട്ടുണ്ടാവും അതു പറയാനുള്ള കാരണം ഭയം ഇല്ലാച്ചാൽ ഒരു ഏഭ്യനും ഒന്നും ചെയ്യാൻ കഴിയില്ല എന്ന് നിങ്ങളെ ഓർമ്മിപ്പിക്കാനാണ്.'

സുരേന്ദ്രനാഥൻ സാറും ആ അഭിപ്രായത്തോട് യോജിച്ചു. ' നമ്മൾ ഇത്തരം നെഗറ്റീവ് ഊർജ്ജങ്ങളെ ഭയപ്പെടേണ്ട ഒരു കാര്യവുമില്ല. അതൊക്കെ അതിന്റെ വഴിയ്ക്ക് പോകും. നമ്മളെ അതിനൊന്നും ചെയ്യാൻ കഴിയില്ല. പക്ഷെ ഭയപ്പെടരുത്. ഭയപ്പെടുത്താൻ അത് ആവതും പരിശ്രമിക്കും. അതിൽ നമ്മൾ വീഴാതെ നമ്മൾ വന്ന കാര്യത്തിൽ മാത്രം മു

ഴുകുക. അതു മാത്രമേ ചെയ്യാനുള്ളു. പിന്നെ ഒരു കരുൺ വാഗ്വീശ്വർ എന്ന മലയാളിയെ കുറിച്ച് രാഘവ്ജി ഒരിയ്ക്കൽ പറഞ്ഞിട്ടുണ്ട് . ആത്മാക്കളെ ഉപയോഗിച്ച് ആഭിചാരങ്ങൾ ചെയ്യുന്ന വ്യക്തി. രാഘവ്ജിയുമായി നല്ല ബന്ധത്തിലാണ്. ഇടയ്ക്കിടെ ആശ്രമത്തിൽ ചെല്ലാറുമുണ്ട്. പക്ഷെ അയാളുടെ പ്രവൃത്തികളോട് ഒരു തരത്തിലും യോചിക്കാത്ത ഒരാളാണെങ്കിലും അയാളുടെ അറിവിനേയും കഴിവിനേയും അംഗീകരിയ്ക്കുന്ന ഒരാളാണ് രാഘവ് ജി. അയാൾ മലയാളിയാണെന്നും സ്വദേശം കണ്ണൂരാണെന്നും എനിയ്ക്കറിയാം. ഈ കരുണാകരൻ നമ്പ്യാർ യഥാർത്ഥത്തിൽ അയാളാകുമോ എന്ന് എന്റെ മനസ്സിലൊരു സംശയം.' സുരേന്ദ്രനാഥൻ സാർ പറഞ്ഞപ്പോൾ എന്റെ മനസ്സു പറഞ്ഞു ആവാം. തിരുമേനി ഒന്ന് അമർത്തി മൂളുക മാത്രം ചെയ്തു. എനിയ്ക്ക് കൃഷ്ണകുമാറിനെ കുറിച്ച് മാത്രമായിരുന്നു ഭയം. അയാൾ ചെറിയ കാര്യത്തിൽ തന്നെ ഭയപ്പെടാൻ സാധ്യതയുണ്ട്. ബാക്കിയാരും അത്തരത്തിൽ പേടിയുള്ളവരല്ല. പക്ഷെ ആ വിഷയം ഇവിടെ ഇപ്പോൾ അവതരിപ്പിക്കുവാനും കഴിയില്ല. ഞാൻ അശോകൻ സാറോട് ചോദിച്ചു. 'സാറിപ്പോൾ ഇവർ പറഞ്ഞത് മുഴുവൻ കേട്ട് കഴിഞ്ഞു. സാറിന്റെ അഭിപ്രായമെന്താണ്.'

'എനിയ്ക്ക് ഈ വിഷയത്തിൽ അല്പം പോലും അറിവില്ല. മാത്രമല്ല ഇവിടെയുള്ളവർ അതിനെ കുറിച്ച് പഠിച്ചവരും ആ നിലയ്ക്ക് എന്റെ അഭിപ്രായത്തിന് ഒരു പ്രസക്തിയുമില്ല. പിന്നെ ഞാനെന്തായാലും പേടിയ്ക്കില്ല അവർ വന്നോട്ടെ. നിങ്ങാളാക്കെ ഇവിടെ ഇല്ലേ? കൃഷ്ണകുമാറിന്റെ പേടി മാറ്റാനുള്ള ഔഷധം എന്റെ കൈയിലുണ്ട്. അത് രഹസ്യമായി ഞാൻ സൂക്ഷിച്ചതാണ്. എനിയ്ക്കും കൃഷ്ണകുമാറിനും പേടി മാറ്റാൻ അത് ധാരാളം. അതൊന്ന് കഴിച്ച് കഴിഞ്ഞാൽ കൃഷ്ണകുമാർ പിന്നെ ഒന്നും കണ്ട് പേടിക്കില്ല എന്നല്ല അവനെ പേടിപ്പിക്കാൻ വന്നവരെ അവൻ ചിലപ്പോൾ പേടിപ്പിച്ചിരിക്കാനും സാധ്യതയുണ്ട്. അതിനെ കുറിച്ച് നിങ്ങൾ പേടിക്കേണ്ട. പിന്നെ ഇവിടെ ഒരു സിറ്റൌട്ടും ഒരു മുറിയുമാണുള്ളത്. അകത്ത് ഒരു ഹാൾ പോലെയാണ്. അവിടെ ആറ് ബെഡ്ഡുകളുണ്ട്. അപ്പോൾ നമ്മളെല്ലാവരും കിടക്കുന്നത് ഒരു മുറിയിൽ തന്നെയാണെന്നർത്ഥം. അതുകൊണ്ട് ആർക്കും വലിയ ഭയം വരാൻ സാധ്യതയില്ലെന്ന് തോന്നുന്നു.'

'മിസ്റ്റർ അശോകൻ പറഞ്ഞത് ശരിയാണ്. എല്ലാവരും ഒന്നിച്ചുണ്ടാകുമ്പോൾ കൃഷ്ണകുമാറിന് പേടിയല്ല ധൈര്യമാണു കൂടുക. അതി ധൈര്യം വരാതിരുന്നാൽ മതി. അതിനെ മാത്രമേ നമുക്ക് നിയന്ത്രിക്കേ

ണ്ടി വരികയൊള്ളു എന്ന് തോന്നുന്നു.' സുരേന്ദ്രനാഥൻ സാർ അദ്ദേഹത്തിന്റെ അഭിപ്രായം പറഞ്ഞു കഴിഞ്ഞപ്പോഴേയ്ക്കും കൃഷ്ണകുമാർ ബാത്ത്റൂമിൽ നിന്ന് പുറത്തിറങ്ങി. ഒരു തോർത്തുമുണ്ടൊക്കെയെടുത്തു കൊണ്ട് മുൻഭാഗത്തേയ്ക്കു വന്നു. വരുമ്പോൾ തന്നെ പറയുന്നുണ്ട്.' ഒക്കെ എന്റെ തോന്നൽ തന്നെയാ അല്ലെങ്കിൽ അതിനകത്ത് ആരെങ്കിലുമുണ്ടായിരുന്നുവെങ്കിൽ പുറത്ത് പോവുന്നത് നിങ്ങൾ കാണേണ്ടതല്ലേ? ഇത് ഇപ്പോ എന്താ പറയാ. പ്രേതങ്ങളെ കുറിച്ച് കേട്ട് കേട്ട് അവിടെയുണ്ടോ ഇവിടെയുണ്ടോ എന്നായി അതന്നെ അതല്ലാതെ അവിടെ ഒരു ചുക്കും ഉണ്ടായിരുന്നില്ല എന്റെ തോന്നലായിരുന്നു.' കൃഷ്ണകുമാർ ചിരിച്ചു കൊണ്ടാണ് പറഞ്ഞത്. പക്ഷെ ആ ചിരിയിലും സംസാരത്തിലും എനിയ്ക്കെന്തോ ഒരു സംശയം തോന്നാതിരുന്നില്ല. പിന്നെ ഞാനത് പ്രകടിപ്പിച്ചില്ല എന്ന് മാത്രം. മറ്റുള്ളവരാരും ഒന്നും പ്രതികരിച്ചുമില്ല. അയാൾ അകത്തേയ്ക്ക് വസ്ത്രം മാറാൻ വേണ്ടി കയറിയപ്പോൾ ഞാൻ പറഞ്ഞു. 'കൃഷ്ണകുമാറിന്റെ വാക്കുകളിൽ എന്തോ ഒരു പന്തികേട് എനിയ്ക്കു തോന്നുന്നു. തിരുമേനിയ്ക്ക് വല്ലതും തോന്നുന്നുണ്ടോ?' തിരുമേനി ഒന്നു വെറുതെ ചിരിച്ചു. അശോകൻ സാർ എന്നെ തന്നെ നോക്കി നിൽക്കുകയായിരുന്നു. എന്താണ് അവന് പറ്റിയതെന്ന് ഞാൻ വിശദീകരിയ്ക്കും എന്നതായിരിക്കും പ്രതീക്ഷ. പക്ഷെ ഞാൻ ഒന്നും സംസാരിച്ചില്ല. സുരേന്ദ്രനാഥൻ സാർ പറഞ്ഞു. ' സുധീർ പറഞ്ഞതിലും ഒരു പാട് കാര്യമുണ്ട്. തിരുമേനി എന്ത് പറയുന്നു എന്നെനിക്കറിയില്ല. നമുക്കെല്ലാവർക്കും കൂടിയൊന്ന് പുറത്തിറങ്ങാം. രാത്രി അവന് വല്ല സ്ലീപ്പിംഗ് പിൽസും കൊടുക്കാമായിരുന്നു അത് കിട്ടാൻ ഒരു വഴിയുമില്ലല്ലോ. എല്ലാവരും അയാളെ ഒന്നു ശ്രദ്ധിച്ചാൽ മതി.' തിരുമേനി ഒന്ന് അമർത്തി മൂളുക മാത്രംചെയ്തു. അശോകൻ സാർ പറഞ്ഞു. ഞാൻ രാത്രി സ്ഥിരമായി നെക്സിറ്റോ എന്ന ഒരു ഗുളിക കഴിക്കാറുണ്ട്. മുമ്പ് പലതും കഴിച്ചിരുന്നു. ഇപ്പോൾ ഞാൻ ഈ ഒന്നിലേയ്ക്ക് മാറിയതാണ്. ഡോക്ടർ എഴുതിയതുതന്നെയാണ് ട്ടോ. നിങ്ങൾ വിചാരിക്കും ഞാൻ സ്വന്തം ഇഷ്ടപ്രകാരം വാങ്ങി കഴിക്കുന്നതാണെന്ന് . അല്ല. ചെറിയ ചില മാനസികസംഘർഷങ്ങൾ എനിയ്ക്കുമുണ്ടായിരിന്നു ഡോക്ടറെ കണ്ടു. അന്ന് അദ്ദേഹം തന്നതാണ്. അവസാനം അദ്ദേഹം പറഞ്ഞത് ഇനി ഒക്കെ നിറുത്താമെന്നാണ്. ഒരു പതിനഞ്ച് ദിവസം ഇത് കഴിച്ചോളു അതു കഴിഞ്ഞാൽ നിറുത്തിയേക്കു എന്ന് പറഞ്ഞെഴുതിയതാണ്. ഞാൻ ഇടയ്ക്ക് അത് കഴിയ്ക്കാറുണ്ട്. എന്റെ കൈയിൽ സ്റ്റോക്കു മുണ്ട്. മദ്യപിയ്ക്കുന്ന ദിവസം കഴിയ്ക്കാറില്ല. അല്ലാത്ത ദിവസങ്ങ

ളിൽ കഴിയ്ക്കും. രണ്ടു മൂന്ന് കൊല്ലമായി. പിന്നെ ഡോക്ടറെ കണ്ടിട്ടുമില്ല.' അതെനിയ്ക്കാരു പുതിയ അറിവായിരുന്നു അദ്ദേഹം ഇങ്ങനെ എന്തെങ്കിലും കഴിയ്ക്കുന്ന കാര്യമോ ഇതിനു മുമ്പ് മാനസിക സംഘർഷം വന്ന കാര്യമോ എന്നോട് പറഞ്ഞിട്ടുണ്ടായിരുന്നില്ല. ഒരുപക്ഷെ അത്തരം ഒരു വിഷയത്തിൽ ഞങ്ങൾ തമ്മിൽ കാര്യമായ ചർച്ച വരാത്തതാവാം കാരണം. അതിൽ അദ്ദേഹത്തെ കുറ്റപ്പെടുന്നതിൽ അർത്ഥവുമില്ല. എന്തായാലും അത്തരം ഒരു പരീക്ഷണംവേണമെന്ന് എനിയ്ക്ക് തോന്നിയില്ല. മാത്രമല്ല അത് ശരിയായ ഒരു രീതിയുമല്ല. ഞാനൊന്നും പറഞ്ഞില്ല. പക്ഷെ സുരേന്ദ്രനാഥൻ സാർ പറഞ്ഞു. 'മെഡിസിന്റെ കാര്യത്തിൽ നമുക്ക് വലിയ അറിവൊന്നുമില്ല. എന്റെ ഒരു സുഹൃത്ത് എറണാംകുളത്തുണ്ട്. സൈക്കിയാട്രിസ്റ്റാണ്. അദ്ദേഹത്തെ ഒന്നു വിളിച്ച് ചോദിയ്ക്കാം. അത് കൊടുക്കുന്നതിൽ കുഴപ്പമെന്തെങ്കിലുമുണ്ടെങ്കിൽ അദ്ദേഹം പറഞ്ഞു തരും.'

'പക്ഷെ അങ്ങനെ ഒരാളെ അയാളുടെ സമ്മതമില്ലാതെ ഇതൊക്കെ ചെയ്യുന്നത് ശരിയാണോ ? എന്ന് എനിക്കൊരു സംശയം ഇല്ലാതില്ല. പിന്നെ നിങ്ങളുടെ ഇഷ്ടം.' തിരുമേനി അത്രയേ പറഞ്ഞൊള്ളു. തിരുമേനി പറഞ്ഞതിനോട് ഞാനും യോജിച്ചു.

'കൃഷ്ണകുമാറിനോട് നമുക്ക് സംസാരിയ്ക്കാം. എന്നിട്ട് എന്ത് വേണമെന്ന് തീരുമാനിയ്ക്കാം. അതായിരിക്കും നല്ലത്.' എന്നാൽ പിന്നെ അങ്ങനെ തന്നെയാവട്ടെ എന്നായി എല്ലാവരും. പിന്നെ അശോകൻ സാർ കുളിക്കുവാൻ പോയി. അതിന് ശേഷം മറ്റുള്ളവരോരുത്തരും കുളിച്ച് വരുന്നതു വരെ ഞാനും കൃഷ്ണകുമാറും ഏറെ സംസാരിച്ചു. ഞാനും കൃഷ്ണകുമാറും സംസാരിച്ചു എന്ന് പറയുന്നത് ശരിയാവില്ല. ഞാൻ പറഞ്ഞു. അയാൾ കേട്ടിരുന്നു. അയാളുടെ ഭയത്തെ കുറിച്ചൊക്കെ ഒരു വിധത്തിൽ അദ്ദേഹത്തെ ബോധ്യമാക്കി. എന്നാൽ അത്രയൊക്കെ പറഞ്ഞിട്ടും അദ്ദേഹം ചിരിയ്ക്കുകയല്ലാതെ ഒന്നും ചെയ്തില്ല. അതും അയാളിൽ നിന്ന് ഒരിയ്ക്കലുമുണ്ടാവാത്ത രീതിയിലുള്ള ഒരു കളിയാക്കി ചിരിക്കൽ അങ്ങനെയാണ് എനിയ്ക്ക് തോന്നിയത്. കുളി കഴിഞ്ഞിറങ്ങിയപ്പോഴെ അയാളിൽ ഒരു ഭാവമാറ്റം ഞാൻ ശ്രദ്ധിച്ചതാണ്. എന്തു പറ്റി അയാൾക്ക് ?

എല്ലാവരും കുളി കഴിഞ്ഞ് ഫ്രഷായപ്പോൾ എല്ലാവരും കൂടി ക്ഷേത്ര ദർശനം നടത്തുന്ന കാര്യത്തെകുറിച്ചായി സംസാരം. അങ്ങനെ ഒരാഗ്രഹമുണ്ടെങ്കിൽ വേഗം ഇറങ്ങണമെന്ന് സുരേന്ദ്രനാഥൻ സാർ പറഞ്ഞപ്പോൾ കൃഷ്ണകുമാർ ചോദിച്ചു. 'ഇന്നിനിയിപ്പോൾ ക്ഷേത്രത്തി

ലൊന്നും പോവേണ്ട. നാളെയാകാം. ഇന്ന് സംസാരിച്ച് ഇവിടെ ഇരിയ്ക്കുന്നതാണ് നല്ലത്.' ഇതുവരെ ക്ഷേത്രത്തിൽ പോകണമെന്ന് പറഞ്ഞിരുന്ന ആളാണ്. എത്രപെട്ടന്ന് കാലുമാറിയത്. അയാളുടെ മാറ്റം ഞാൻ മാത്രമല്ലാ സുരേന്ദ്ര നാഥൻസാറും തിരുമേനിയും ശ്രദ്ധിച്ചിരിക്കണം. ഒരു കാര്യം എനിയ്ക്കുറപ്പുണ്ടായിരുന്നു. ആരു ശ്രദ്ധിച്ചില്ലെങ്കിലും കൃഷ്ണേട്ടൻ നമ്മുടെ തിരുമേനി അയാളെ കണ്ണു കൊണ്ട് തൂക്കി കഴിഞ്ഞിരിക്കും. അയാളൊന്ന് മാറി നിന്നാൽ ഈ വിഷയം സംസാരിക്കണം എന്ന് ഞാൻ തീരുമാനിച്ചു. കൃഷ്ണേട്ടൻ പറഞ്ഞു. 'എന്തായാലും അമ്പലത്തിൽ പോവണം. കൃഷ്ണകുമാർ വരികയും വേണം.' അതും പറഞ്ഞ് അദ്ദേഹം എഴുന്നേറ്റു. അശോകൻ സാർ റൂമിന്റെ ചാവിയെടുത്ത് വേഗം പൂട്ടുകയും ചെയ്തു. പിന്നെ മറ്റു മാർഗങ്ങളൊന്നുമില്ലാത്തതു കൊണ്ടായിരിക്കണം കൃഷ്ണകുമാറും കൂടെ വന്നു. ചാവി റിസപ്ഷനിലേൽപ്പിയ്ക്കാനാണ് ഞങ്ങൾ അവിടെ ചെന്നത് അവിടെ നിൽക്കുന്ന ആ യുവാക്കൾ ഞങ്ങളുടെ ശ്രദ്ധയിൽപ്പെട്ടു. കാട്ടിൽ വച്ച് പരിചയപ്പെട്ട അതേ യുവാക്കൾ. അതിൽ ജയകൃഷ്ണനെ മാത്രം കണ്ടില്ല. അപ്പോൾ അവർ പറഞ്ഞത് തെറ്റായിരുന്നു .വേഗത്തിലൊന്ന് തിരുനെല്ലിയിൽ പോയി പെട്ടന്ന് അവിടുന്ന് തിരിച്ച് പോരും എന്നാണവർ പറഞ്ഞിരുന്നത്. അശോകൻ സാർ ചാവി റിസപ്ഷനിലേൽപിച്ചു. ആ റിസപ്ഷനിസ്റ്റിനോട് രഹസ്യമായി എന്തോ സംസാരിക്കുകയാണ്. മുമ്പിലെ സോഫയിൽ ഇരിയ്ക്കുന്ന യുവാക്കൾ ഞങ്ങളെ ശ്രദ്ധിച്ചിട്ടില്ല എന്നു തോന്നുന്നു. സുരേന്ദ്രനാഥൻ സാർ ചോദിച്ചു. 'മിസ്റ്റർ അശോകൻ എന്താണ് അവിടെ സംസാരിച്ചു കൊണ്ടിരിയ്ക്കുന്നത്. നമുക്ക് എത്രയും പെട്ടന്ന് പോണമെന്നറിയില്ലേ..?' ഞാൻ പറഞ്ഞു നമുക്ക് പുറത്തിറങ്ങിനിൽക്കാം. അതായിരിയ്ക്കും നല്ലത്. ഞങ്ങൾ ഒന്നിച്ച് പുറത്തേയ്ക്കിറങ്ങി. അശോകൻ സാർ അവരോട് എന്തോ പറഞ്ഞു കൊണ്ടിരുന്നു.

അദ്ധ്യായം 26

കൂട്ടത്തിൽ കൂടിയ ബാധ

പുറത്ത് നന്നായി മഞ്ഞ് പെയ്യുന്നുണ്ടായിരുന്നു. ആരും തണുപ്പിനെ കുറിച്ച് ചിന്തിച്ചിരുന്നില്ല. അല്ലെങ്കിൽ അതിനെ പ്രതിരോധിയ്ക്കാനുള്ള എന്തെങ്കിലുമൊക്കെ കരുതുമായിരുന്നു. കൃഷ്ണൻ നമ്പൂതിരി കൈ കെട്ടി നിന്ന് പല്ലുകൾ കൂട്ടിയിടിയിടിക്കുന്നത് കണ്ടപ്പോൾ ഞാനാണ് പറഞ്ഞത് ഒന്നും നോക്കേണ്ട എന്റെ രണ്ട് മൂന്ന് ബനിയൻ ബാഗിലുണ്ട് തിരുമേനി അത് മൂന്നും കൂടി ധരിച്ചിട്ട് വരു.' പക്ഷെ തിരുമേനി അത് സമ്മതിച്ചില്ല. 'നമ്മളൊന്ന് നടന്നാൽ മതി. ഈ നിൽക്കലാണ് ബുദ്ധിമുട്ട്. നീ ആശോകനെ വിളിയ്ക്ക്. ചാവി അവിടെ ഏൽപിക്കാനല്ലേ പോയത്. അവിടെ നിന്ന് ഇത്രമാത്രം കിന്നരിക്കാനെന്താ.. ഏഭ്യൻ അയാളെ വിളിയ്ക്കു എനിയ്ക്ക് ഇങ്ങനെ നിൽക്കാൻ കഴിയില്ല.' 'തിരുമേനി വെറുതെ അങ്ങോട്ടു മിങ്ങോട്ടും നടന്നോളു അപ്പോൾ ബോഡി ഒന്ന് ചൂടാവും.' ഞാൻ പറഞ്ഞപ്പോൾ അദ്ദേഹം ചിരിച്ചു. 'എന്റെ ബോഡി ഞാൻ ചൂടാക്കാം. അത് വിഷയമല്ല. 'ആ തണുപ്പും സഹിച്ചു കൊണ്ട് അങ്ങനെ കാത്തു നിൽക്കുന്നതിൽ തിരുമേനി ആകെ അസ്വസ്ഥനായിരുന്നു. അത് എല്ലാവർക്കും മനസ്സിലാവുന്നുമുണ്ട്. ' അത് ശരിയാണ്. അയാൾ പോലീസു രീതിയിൽ എന്തെങ്കിലും അന്വേഷണം നടത്തുകയായിരിക്കും അയാളെ വിളിച്ച് വരാൻപറയൂ . അവിടെ നിന്നന്വേഷിച്ചതുകൊണ്ടൊന്നും വലിയ കാര്യമില്ല, അത് എനിയ്ക്കുമനസ്സിലായി അത്രെയെങ്കിലും അയാൾക്കും മനസ്സിലാക്കി കൂടെ?' കൃഷ്ണ കുമാർ ഇങ്ങനെയൊന്നും സംസാരിയ്ക്കാറുള്ളതല്ല. സംസാരത്തിലെ മാറ്റങ്ങൾ എന്നെപോലെ സുരേന്ദ്രനാഥൻ സാറും ശ്രദ്ധിച്ചിരിക്കണം. സാർ അർത്ഥം വെച്ച രീതിയിൽ എന്നെ ഒന്ന് നോക്കി. പലരീതിയിലും മാറ്റങ്ങളുണ്ട്. ഞാനത് കാര്യമായി തന്നെ കാണുന്നുണ്ട്. എന്നാൽ ഒന്നും തുറന്ന് പറയാൻ ഞങ്ങൾക്ക് കഴിഞ്ഞില്ല. കൃഷ്ണകുമാർ അത് കേൾക്കുന്നത് അത്ര സുരക്ഷിതമായിരിക്കില്ല എന്ന തോന്നൽ എനിയ്ക്കും സാറിനുമുണ്ടായിരുന്നു. പിന്നെയും ഒരഞ്ചാറ് മിനിറ്റ് കഴിഞ്ഞതിന് ശേഷമാണ് അശോകൻ സാർ വന്നത്. അദ്ദേഹം വന്നതോടെ ഞങ്ങൾ ക്ഷേത്രം ലക്ഷ്യമാക്കി നടക്കാൻ തുടങ്ങി.

'അവർ ഏകദേശം ഒന്നൊന്നര. മണികൂർ മുമ്പാണെത്തിയത്. റൂം മുൻകൂട്ടി ബുക്ക് ചെയ്തതല്ല. ഒരു ദിവസത്തേയ്ക്കാണ് എടുത്തിട്ടുള്ളത്. ആവശ്യമെങ്കിൽ ഒരു ദിവസം കൂടി തങ്ങിയേക്കും എന്ന് വാക്കാൽ പറഞ്ഞിട്ടുണ്ട്. തീർത്ഥാടനം എന്ന് തന്നെയാണ് രജിസ്റ്ററിൽ ആവശ്യം രേഖപ്പെടുത്തിയിരിക്കുന്നത് അത്തരം ചില കാര്യങ്ങൾ ചോദിച്ച് മനസ്സിലാക്കുവാൻ അവിടെ കൂടിയതാണ് കുറച്ച് താമസിക്കുവാൻ കാരണം. അത് ചിലപ്പോൾ നിങ്ങളുടെ അന്വേഷണത്തിന് എന്തെങ്കിലും ഗുണം ചെയ്ത് കൂടായ്കയില്ലല്ലോ.' അശോകൻ സാർ തുടരുക തന്നെയായിരുന്നു. അതിനിടയിൽ കയറി സുരേന്ദ്രനാഥൻ സാർ പറഞ്ഞു. ' അതു നന്നായി എന്തായാലും അത്തരം കാര്യങ്ങൾ നമുക്ക് പിന്നീട് റൂമിൽ ചെന്ന് വിലയിരുത്താം. ഇപ്പോൾ ഈ വഴിയാത്രയ്ക്കിടയിൽ പറയേണ്ട.' അത് കേട്ടതോടെ അശോകൻ സാർ കാര്യം മനസ്സിലാക്കിയിട്ടെന്നപോലെ നിശബ്ദനായി.

സമയം അത്രയേറെ ആയിട്ടില്ലെങ്കിലും വഴിയിൽ ഇരുട്ടു വീണു തുടങ്ങിയിരിക്കുന്നു. തണുപ്പ് അസഹനീയവുമായിരുന്നു. എത്രയും പെട്ടന്ന് നദിയിലിറങ്ങി കൈയും കാലും മുഖവും കഴുകാം ദേവനെ തൊഴുത് തിരിച്ച് പോരാമെന്ന് കരുതിയിരിക്കുകയായിരുന്നു. 'നിങ്ങൾ പോയി തൊഴുതു വരൂ . ഞാനിവിടെ ഈ നദിക്കരയിലിരുന്നോളാം.' കൃഷ്ണകുമാർ പറഞ്ഞു. അതു ശരിയാവില്ലെന്ന് ഞാൻ തറപ്പിച്ചു പറഞ്ഞു. താൻ രാവിലെ വന്ന് തൊഴുതോളാമെന്ന് അയാൾക്കും വാശി. സത്യത്തിൽ കൃഷ്ണകുമാർ ഇങ്ങനെയല്ല. നല്ല ദൈവ വിശ്വാസമുള്ള കൂട്ടത്തിലാണ്. ചിലപ്പോൾ ഈ കൂട്ടിത്തിൽ ആരേക്കാളും ക്ഷേത്രത്തിലെത്താൻ തിടുക്കം കാണിക്കേണ്ടത് അയാളായിരുന്നു. എത്ര നിർബന്ധിച്ചിട്ടും അയാൾ വരാൻ കൂട്ടാക്കിയില്ല. അയാളെ അവിടെ ഒറ്റയ്ക്ക് നിറുത്തി പോകുവാൻ എന്റെ മനസ്സു സമ്മതിച്ചില്ല. പിന്നെ ഒരു തീരുമാനമെടുത്തു. അയാൾ അമ്പലത്തിലേയ്ക്ക് വരുന്നില്ലെങ്കിൽ അയാൾക്ക് കാവലായി ഞാൻ നില്കാം. മറ്റുള്ളവർ വേഗം പോയി തൊഴുതു വരട്ടെ. ആ തീരുമാനം എല്ലാവരും അംഗീകരിച്ചു. അവർ അമ്പലത്തിലേയ്ക്ക് പോയ ശേഷം ഞാൻ കൃഷ്ണകുമാറിനോട് ചോദിച്ചു. 'നീ എന്ത് പണിയാ കാട്ടിയത് എല്ലാവരും കൂടി വന്ന ഒരു യാത്ര അതിൽ നീ മാത്രം ഇങ്ങനെ മാറിനിൽക്കുന്നത് ശരിയാണൊ ? നീ നിർബന്ധിച്ചിട്ടാണ് ഈ യാത്രയിൽ ഞാൻ നിന്നെ ഒപ്പം കൂട്ടിയത്. എന്നിട്ട് ഞാൻ പറഞ്ഞിട്ടു പോലും നീ കേൾക്കുന്നില്ല. ശരിയാണോ കൃഷ്ണകുമാർ?' എന്റെ ക്ഷമയുടെ പരിധി തെറ്റുന്നുണ്ടെങ്കിലും അത് പുറത്ത് കാണിയ്ക്കാതെ കഴിയുന്നത്ര

സൗമ്യമായാണ് ഞാൻ ചോദിച്ചത്.

'നിങ്ങളുടെ ശരി മാത്രമാണൊ ശരി എനിയ്ക്കും എന്റേതായ ശരികളുണ്ട്. കുറച്ചുനേരം ഈ പുഴയ്ക്കരികിൽ ഒറ്റയ്ക്കിരിക്കുവാനുള്ള എന്റെ ആഗ്രഹം നിങ്ങൾ നശിപ്പിച്ചില്ലേ? എന്തിനാണ് നിങ്ങൾ ഇവിടെയിരുന്നത് അവർക്കൊപ്പം പോവാമായിരുന്നില്ലേ?' കൃഷ്ണകുമാർ വല്ലാത്ത ദേഷ്യത്തിലാണ് പറഞ്ഞത്. എനിയ്ക്ക് ഒന്നും പറയാൻ കഴിഞ്ഞില്ല കാരണം അയാളുടെ ചോദ്യത്തിലെ ധാർമികരോഷം എനിയ്ക്ക് മനസ്സിലാവുമായിരുന്നു. അയാൾക്കുള്ളിൽ നിന്ന് ഏത് നിമിഷവും അക്രമകാരിയായ ഒരു ദ്വിതീയ വ്യക്തിത്വം പുറത്തു വരുമോ എന്ന് ഞാൻ ഭയപ്പെട്ടു.

' സുഹൃത്തേ നീ ഒറ്റയ്ക്കിരിയ്ക്കുന്നതിൽ എനിയ്ക്കോ മറ്റാർക്കെങ്കിലുമോ ഒരു വിരോധവുമില്ല. പക്ഷെ ഇപ്പോൾ നമ്മളിലാരും ഒറ്റയ്ക്കിരിയ്ക്കുന്നത് അത്ര നല്ലതല്ല. നമ്മൾ എന്തിനാണ് വന്നത് എന്നറിയാമല്ലോ. അതിൽ എല്ലാവരും ചില അപകടസാധ്യതകൾ പ്രതീക്ഷിക്കുന്നുണ്ട്. കാര്യങ്ങളൊക്കെ മറ്റെല്ലാവരേയും പോലെ തനിയ്ക്കും അറിയാവുന്നതാണ്. ഇതൊക്കെ മനസ്സിലാക്കിയിട്ടാണ് ഇപ്പോൾ നീ ഒറ്റയ്ക്കിരിയ്ക്കുന്നത് ശരിയല്ല എന്ന് ഞാൻ പറഞ്ഞത്. അത് ആ അർത്ഥത്തിൽ നീ ഉൾക്കൊണ്ടില്ല എന്ന് മാത്രം.' ഞാൻ വളരെ താഴ്മയോടെ വീണ്ടും പറഞ്ഞു. എന്നിട്ടും അയാളുടെ ദേഷ്യത്തിന് ഒരു കുറവുമുണ്ടായില്ല. അയാളുടെ ആ ദേഷ്യം പിടിച്ച കണ്ണുകളിലൂടെ മറ്റാരോ ആണ് സംസാരിയ്ക്കുന്നത് എന്നെനിയ്ക്കു തോന്നി. കൃഷ്ണകുമാർ ഏതോ ഒരു പൊസഷന് വിധേയമായിരിക്കുന്നു അവനിൽ ഒരു ബാധയുടെ ചാഞ്ചാട്ടമുണ്ട് ഇത് ഒരു പൊതുസ്ഥലമാണ്. ഇവിടെ വച്ച് അവനെ പ്രകോപിപ്പിയ്ക്കുന്നത് അപകടമാവുമെന്ന് എനിയ്ക്കു നന്നായി അറിയാമായിരുന്നു. അത്തരം എന്ത് പരീക്ഷണം ചെയ്യണമെങ്കിലും റൂമിലെത്തണം. എനിയ്ക്ക് ഒന്ന് പെട്ടന്ന് റൂമിലെത്തിക്കിട്ടിയാൽ മതിയെന്നായിരുന്നു. ഞാനൊന്നും മിണ്ടാതെ പുഴയിലേയ്ക്ക് കണ്ണുനട്ടു നിന്നു. എന്നാൽ എന്റെ ശ്രദ്ധ മുഴുവൻ കൃഷ്ണകുമാറിൽ തന്നെ ആയിരുന്നു. ഞങ്ങൾ പരസ്പരം ഒന്നുമിണ്ടാതെ കുറച്ച് നിമിഷങ്ങൾ കടന്നുപോയി. അയാൾ ഒരു പാറ പുറത്ത് കയറിയിരിയ്ക്കുകയാണ്. ഞാനാവട്ടെ സമീപത്ത് തന്ന നിൽക്കുകയായിരുന്നു. ആ സമയത്താണ് കുറച്ചു പ്രായം തോന്നുന്ന ഒരു കാവി മുണ്ട് മാത്രം ധരിച്ച ഒരാൾ അങ്ങോട്ട് വന്നത്. അയാളുടെ കഴുത്തിൽ ഒരു കാവി തോർത്ത് പുതച്ചിട്ടുണ്ടായിരുന്നുവെങ്കിലും കഴുത്തിൽ കിടക്കുന്ന പലതരത്തിലുള്ള രുദ്രാക്ഷമാലകൾ കണ്ടാൽ ഏതോ

ഒരു സ്വാമിയാരെ പോലെ തോന്നിച്ചു. എന്റെ മനസ്സൊന്ന് പകച്ചു.നീളം കുറഞ്ഞ തടിച്ചിരുണ്ട നിറത്തിലുള്ള ആ രൂപം അതേ അന്ന് സ്വപ്നത്തിൽ കണ്ട അതേ മനുഷ്യൻ അദ്ദേഹത്തെ കണ്ടതും കൃഷ്ണകുമാർ എഴുന്നേറ്റു. വല്ലാത്ത ഭയഭക്തിബഹുമാനത്തോടെ ഒതുങ്ങിനിന്നു. അയാൾ കൃഷ്ണകുമാറിനെ നോക്കി ഒന്നു ചിരിച്ചു. ആ ബഹുമാനം കണ്ടിട്ടായിരിയ്ക്കണം. എത്ര അപരിചിതനാണെങ്കിലും ബഹുമാനിയ്ക്കുന്ന ഒരാളെ പരിഗണിക്കാതിരിക്കാനാവില്ലല്ലോ. രണ്ട് കൂട്ടർക്കാണ് എപ്പോഴും പരിഗണന കിട്ടുക എന്ന് ഞാൻ മനസ്സിൽ ചിന്തിച്ചു. ഏറെ ബഹുമാനിയ്ക്കുന്നവർക്കും ഏറെ പരിഹസിക്കുന്നവർക്കും. ഈ രണ്ട് കൂട്ടരെയും പെട്ടന്നാരും മറക്കാൻ സാധ്യതയില്ല. പക്ഷെ ഞാനയാളെ കാര്യമായി ശ്രദ്ധിക്കുന്നുണ്ടെന്ന് അയാൾ അറിയാതിരിക്കാൻ പുഴയിലയ്ക്ക് തന്നെ കണ്ണുകൾ പായിച്ചു. അപ്പോൾ അദ്ദേഹം പറഞ്ഞു. 'ഈ നദി ഒരു തീർത്ഥമാണ്. രാമലക്ഷ്മണൻമാർ അച്ഛൻ ദശരഥ മഹാരാജാവിന് പിതൃക്രിയ ചെയ്ത തീർത്ഥം. ഒന്ന് ഇറങ്ങി കുളിച്ചു കൂടെ . നിങ്ങൾ ചിലപ്പോൾ റൂമിൽ നിന്ന് കുളിച്ചു വന്നതായിരിക്കും. എങ്കിലും ഇത്രയും മഹത്തായ പുണ്യവാഹിനിയുടെ കരയിൽ വന്നിട്ട് വെറുതെ നോക്കി നിൽക്കാതെ ഒന്നിറങ്ങി കുളിയ്ക്കു.' അയാളുടെ വാക്കു കേട്ടതും കൃഷ്ണകുമാറിന് ആവേശമായി. എങ്കിൽ പിന്നെ കുളിച്ചിട്ട് തന്നെ കാര്യം എന്നു തീരുമാനിച്ചതുപോലെ അയാൾ താഴേയ്ക്കിറങ്ങാൻ തുടങ്ങി. ഉടനെ ഞാൻ അവന്റെ കൈ പിടിച്ചു കൊണ്ട് പറഞ്ഞു. 'നാളെ രാവിലെ വന്ന് നമ്മൾ ഇവിടെ കുളിയ്ക്കുമല്ലോ അതിനല്ലെ നമ്മൾ വന്നത് തന്നെ. അത് കൊണ്ട് ഈ സമയത്തിറങ്ങേണ്ട.'

'ഇതെന്താപ്പോ ഞാനൊരു കളി കുട്ട്യാ നിങ്ങൾ പറയുന്നത് മാത്രം കേൾക്കണം എന്ന് പറഞ്ഞാൽ ബുദ്ധിമുട്ടാണ്. ഞാനിറങ്ങി കുളിയ്ക്കാൻ പോവുകയാണ്.'

' അയാളിറങ്ങിയൊന്നു കുളിയ്ക്കട്ടെ സാർ അതിന് നിങ്ങളെന്തിനാ തടസ്സം നിൽക്കുന്നത്. ഓരോന്നും ഓരോരുത്തരുടെ ഇഷ്ടമല്ലേ മറ്റുള്ളവരുടെ ഇഷ്ടത്തെ നമ്മളായി തടസ്സപ്പെടുത്തുന്നത് ശരിയാണോ?' അയാളുടെ വാക്കുകൾ കേട്ടപ്പോൾ എനിയ്ക്ക് ദേഷ്യമാണ് തോന്നിയത്. ഇയാൾക്ക് ഇപ്പോൾ ഞങ്ങളുടെ കാര്യത്തിൽ ഇടപെടേണ്ട കാര്യമെന്ത്. ഞാൻ പറഞ്ഞു. 'ഇയാൾ ഇപ്പോൾ കുളിച്ചിട്ടാണ് വന്നത്. രാവിലെ ഞങ്ങൾ ബലികർമ്മം ചെയ്യുന്നുണ്ട് അപ്പോൾ കുളിയ്ക്കാമല്ലോ. അതുകൊണ്ട് സ്വാമി കുളിച്ചോളൂ. അയാളെ നിർബന്ധിക്കണ്ട.' എന്റെ വാക്കുകളിലെ ഈർഷ്യ അയാൾക്ക് വ്യക്തമായിട്ടുണ്ടായിരിക്കണം. അയാൾ

ഒരു ചിരി ചിരിച്ചു. തികച്ചും പുച്ഛഭാവമായിരുന്നു അതിന്. 'ആരെയും നല്ലത് ചെയ്യാനനുവദിക്കാത്ത ചിലരെ കുറിച്ച് കേട്ടിട്ടുണ്ട്. കണ്ടതിപ്പോഴാ എന്തായാലും ഇങ്ങനെയുള്ളവർ പിണ്ഡം വച്ചാൽ ഏതെങ്കിലും ആത്മാവിന് മോക്ഷം കിട്ടുമോ? ആവോ എനിയ്ക്കറിയില്ല. പലപല ലക്ഷ്യങ്ങളുമായിട്ടാണ് ഓരോരുത്തരും അമ്പലങ്ങളിൽ വരുന്നത്. ഇതൊക്കെ കേൾക്കാൻ ദൈവത്തിനുണ്ടോ സമയം?' അയാളുടെ വാക്കുകൾക്ക് മറുപടി പറയാനറിയാത്തതുകൊണ്ടല്ല. പക്ഷെ ഞാനൊന്നും മിണ്ടിയില്ല.ദേഷ്യം കടിച്ചമർത്തി .എന്തിന് വെറുതേ ഒരു സീനുണ്ടാക്കണം? വീണ്ടും അദ്ദേഹം ചിരിച്ചു. അപ്പോഴേയ്ക്കും കൃഷ്ണകുമാർ മുണ്ടും ഷർട്ടുമൊക്കെ അഴിച്ചു കഴിഞ്ഞിരുന്നു. അയാൾ എന്തായാലും പുഴയിലിറങ്ങുമെന്ന് എനിയ്ക്ക് ബോധ്യമായി ജട്ടി മാത്രം ധരിച്ചു നിൽക്കുന്ന കൃഷ്ണകുമാറിന്റെ കൈ ഞാൻ പിടിച്ചു. പെട്ടന്ന് ഷോക്കടിച്ച ഒരു അനുഭവം പോലെ. ഞാനാകെ ഞെട്ടി. വീണ്ടും ഞാൻ ഒന്നുകൂടി ശ്രമിച്ചു. അതേ പോലെ വീണ്ടും എനിയ്ക്ക് അല്പം ഭയം തോന്നാതിരുന്നില്ല. ഞാൻ വേഗം ഫോണെടുത്ത് കൃഷ്ണൻ നമ്പൂതിരിയുടെ നമ്പറിൽ അടിച്ചു. എനിയ്ക്കറിയാമായിരുന്നു അവരുടെ ഫോൺ ഒന്നുകിൽ സ്വിച്ച് ഒഫ് അല്ലെങ്കിൽ സൈലന്റ് വലിയ കാര്യമുണ്ടാകില്ല എന്ന വിശ്വാസത്തിൽ തന്നെയാണ് അടിച്ചത്. പക്ഷെ ഫോൺ റിങ്ങ് ചെയ്തു. എടുക്കുന്നില്ല.അപ്പോൾ സൈലന്റ് മോഡിലായിരിക്കും. പെട്ടന്നാണ് ഒരു കാക്ക കരഞ്ഞുകൊണ്ട് അവിടെ വന്നിരുന്നത്. സത്യം പറഞ്ഞാൽ എന്താണെന്നറിയില്ല മനസ്സിനൊരു ധൈര്യം തോന്നി. ആ കരച്ചിൽ വല്ലാത്ത ഒരു കരച്ചിലായിരുന്നു. ഞാൻ ഒന്നുകൂടി കൃഷ്ണകുമാറിന്റെ കൈ പിടിക്കാൻ ശ്രമിച്ചു. ഒരു കുഴപ്പവുമില്ല. അയാളുടെ കൈയ്ക്ക് ഒരു കുഴപ്പവുമില്ല. എല്ലാം എന്റെ ഭയത്തിൽ നിന്നുണ്ടായ വിഭ്രാന്തി ആയിരിക്കണം. ഞാൻ കൃഷ്ണകുമാറിനോട് പറഞ്ഞു. 'ഇപ്പോൾ എന്തായാലും പുഴയിലിറങ്ങാൻ കഴിയില്ല. മര്യാദയ്ക്ക് ഞാൻ പറയുന്നത് കേൾക്ക് മുണ്ട് എടുക്കൂ നിന്റെ ആഗ്രഹം പോലെ നാളെ പുഴയിൽ ഇറങ്ങി കുളിയ്ക്കാം നീന്താം ഒരു വിഷയവുമില്ല. ഇന്ന് പറ്റില്ല. ഞാൻ വളരെ തറപ്പിച്ചാണ് പറഞ്ഞത് 'അങ്ങനെ കൂട്ടുകാരൻ തറപ്പിച്ചു പറഞ്ഞാൽ പിന്നെ വേണ്ട ഇറങ്ങാതിരിയ്ക്കുന്നതാണ് നല്ലത്.' സ്വാമി ശാന്തമായ സ്വരത്തിൽ പറഞ്ഞു. 'ഇത് കൂട്ടുകാരനാണെന്ന് നിങ്ങളോടാരാ പറഞ്ഞത്. ഇത് എന്റെ അനുജനാണ്.' 'ഹ ഹ ഹ' സ്വാമി പൊട്ടി ചിരിച്ചു. 'നിങ്ങളുടെ പെരുമാറ്റം കണ്ടാലറിയില്ലേ നിങ്ങൾ കൂട്ടുകാരാണെന്ന് നിങ്ങളെന്താ എന്നെ കളിയാക്കുകയാണോ?' ചോദ്യത്തിൽ നീരസമുണ്ടായിരുന്നുവെങ്കിലും

പരമ സ്വാത്വികനായ ഒരാളെ പോലെയൊണ് അദ്ദേഹം സംസാരിച്ചത്. സാത്വികഭാവം അഭിനയിക്കുവാനുള്ള സാമർത്ഥ്യം അദ്ദേഹത്തിന് കുറവായിരുന്നു. അതുകൊണ്ടു തന്നെ സംസാരത്തിലെ കൃത്രിമത്വം ആർക്കും വേഗം ബോധ്യപ്പെടുമായിരുന്നു. കൃഷ്ണകുമാർ അപ്പോഴും കുളിയ്ക്കുവാൻ തീർച്ചപ്പെടുത്തിയ മട്ടിൽ തന്നെയായിരുന്നു. ഞാൻ പറഞ്ഞു. 'ഇപ്പോൾ കുളിയ്ക്കാൻ കഴിയില്ലെന്ന് വാ നമുക്ക് പോവാം.' അയാൾ എന്നെ ഒന്നു തുറിച്ച് നോക്കി എന്നിട്ട് ആരോടെന്നില്ലാതെ പറഞ്ഞു 'ഇത് വല്ലാത്ത ശല്യമായല്ലോ.' അങ്ങനെ പറഞ്ഞെങ്കിലും അയാൾ വസ്ത്രങ്ങൾ വീണ്ടും ധരിച്ച് എന്റെ കൂടെ വന്നു. ഞങ്ങൾ ക്ഷേത്രമുറ്റത്തേയ്ക്ക് കയറിയപ്പോഴേയ്ക്കും തൊഴുവാൻ പോയവർ ക്ഷേത്രത്തിന് പുറത്ത് കടന്നിരുന്നു. തിരുമേനി കണ്ട പാടേ ചോദിച്ചു. 'എന്തു പറ്റി. ഫോൺ സൈലന്റായിരുന്നെങ്കിലും വൈബ്രേഷൻ ഉണ്ടായിരുന്നു. എന്തോ അപകടമുണ്ടെന്ന് എനിയ്ക്ക് തോന്നി. അതാണ് ഞങ്ങൾ പെട്ടന്ന് പുറത്തിറങ്ങിയത്. പുറത്തിറങ്ങിയതും നിന്റെ കോളാണെന്ന് കണ്ടപ്പോൾ ചെറിയ ചില ആശങ്കകൾ. ആരെങ്കിലും എന്തെങ്കിലും ഏഭ്യത്തം ഒപ്പിച്ചോ?' കൃഷ്ണകുമാറിനെ നോക്കി കൊണ്ടാണ് തിരുമേനി ചോദിച്ചത്. ഞാൻ പറഞ്ഞു. 'ഒക്കെ റൂമിൽ പോയിട്ട് പറയാം. അതാവും നല്ലത്.' പറഞ്ഞു കൊണ്ട് ഞാൻ മുന്നിൽ നടന്നു. പിന്നെ അവരാരും ഒന്നും പറഞ്ഞില്ല. അപ്പോഴും കൃഷ്ണകുമാറിന്റെ കൈ ഞാൻ പിടിച്ചിട്ടുണ്ടായിരുന്നു. 'ഇനിയെങ്കിലും ഒന്ന് കൈവിട് മാഷേ ഞാൻ ഓടി പോവാനൊന്നും ഉദ്ദേശിക്കുന്നില്ല.' എന്ന് കൃഷ്ണകുമാർ പറഞ്ഞപ്പോഴാണ് ഞാനിപ്പോഴും അയാളുടെ കൈയും പിടിച്ച് കൊണ്ടാണ് നടക്കുന്നത് എന്ന ബോധ്യം തന്നെ എനിയ്ക്കു വന്നത്. ഞാൻ ഷോക്കടിച്ചതു പോലെ പെട്ടന്ന് കൈവിട്ടു. തിരിഞ്ഞ് നോക്കിയപ്പോൾ സുരേന്ദ്രനാഥൻ സാറിന്റെ മുഖത്ത് എന്തൊ ഒരു ആശങ്ക ഞാൻ കണ്ടു. ശരിയ്ക്കും പറഞ്ഞാൽ കാര്യങ്ങളെ പറ്റി ചെറിയ ഒരു ധാരണ അവർക്ക് കിട്ടിയിട്ടുണ്ടാവും എന്ന നിലയ്ക്ക് എനിക്ക് ആശ്വാസമാണ് തോന്നിയത്. ഞാൻ തീരുമാനിച്ചിരുന്നു. റൂമിലെത്തിയാൽ ഉടനെ കൃഷ്ണകുമാറിനെ ഹിപ്നോട്ടൈസ് ചെയ്യണം. അവനിലെ ഈ രൂപമാറ്റം, അതിന്റെ കാരണങ്ങൾ കണ്ടെത്തണം. അയാൾ സമ്മതിയ്ക്കാൻ സാധ്യതയില്ല. പക്ഷെ സമ്മതിപ്പിക്കേണ്ട വഴികൾ കണ്ടെത്തണം. ആ ചിന്തയിലായിരുന്നു ഞാൻ. ആരും ഒന്നും മിണ്ടാതെയാണ് നടന്നത്. എന്റെ നടത്തത്തിന് അത്യാവശ്യം വേഗതയുണ്ടായിരുന്നു. അവരും അതിനനുസരിച്ചു തന്നെ നടന്നു. റിസപ്ഷനിൽ ചെന്ന് താക്കോൽ വാങ്ങിയത് അശോകൻ സാറാണ്. റൂ

മിനു മുന്നിലെത്തി വാതിൽ തുറക്കുമ്പോഴാണ് ശ്രദ്ധിച്ചത്. കൃഷ്ണകുമാറെവിടെ ? ഞാൻ എല്ലാവരോടുമായി ചോദിച്ചു. 'കൃഷ്ണകുമാറെവിടെ?' അപ്പോഴാണ് എല്ലാവരും പരസ്പരം നോക്കിയത്. കൃഷ്ണകുമാർ കൂട്ടത്തിലില്ലെന്ന് മനസ്സിലായതും ഞങ്ങൾക്ക് വല്ലാത്ത വെപ്രാളമായി. ശരിയ്ക്കും അവനിൽ തന്നെയായിരുന്നു ഞങ്ങളുടെ ശ്രദ്ധ . ഒരു നിമിഷമേ നോട്ടം തെറ്റിയിട്ടുണ്ടാകൂ ഇത്ര പെട്ടന്ന് അയാൾ എവിടെ പോയി ? എനിയ്ക്കാകെ തലപെരുക്കുന്നതുപോലെ തോന്നി. ഇത്ര പെട്ടന്ന് ഇതെന്തൊരത്ഭുതം? എങ്ങോട്ടു മുങ്ങി? അശോകൻ സാർ പറഞ്ഞു. ഞാൻ താക്കോൽ വാങ്ങാൻ പോകുന്നതു വരെ അയാൾ നമ്മളോടൊപ്പമുണ്ട്. അതുകൊണ്ട് പേടിക്കേണ്ട. ഞാനൊന്ന് നോക്കിയിട്ട് വരാം. പക്ഷെ എന്റെ സംശയം അയാൾ പുഴയിലേയ്ക്ക് തന്നെ പോയിരിയ്ക്കുമോ എന്നായിരുന്നു. ആസ്വാമി ഏതെങ്കിലും മാന്ത്രിക പ്രയോഗത്താൽ അയാളെ അങ്ങോട്ടു തന്നെ വശീകരിച്ചതായിരിയ്ക്കുമോ ? ഭഗവാനേ അവനൊരാപത്തും വരുത്തരുതേ ? ഞാൻ ഹൃദയം തുറന്ന് പ്രാർത്ഥിച്ചു. ഒരാൾക്ക് അപകടം സംഭവിക്കാമെന്ന് രാഘവ്ജിയും തിരുമേനിയും സൂചിപ്പിച്ചിരുന്നതാണ്. അതാണ് അപ്പോൾ എന്റെ മനസ്സിൽ കിടന്ന് വിങ്ങിയിരുന്നത്.

അധ്യായം 27

മോഹനിദ്രയിൽ വന്ന മായ

ശരിയ്ക്കും പറഞ്ഞാൽ എല്ലാവർക്കും വല്ലാത്തൊരു ഉൾഭയം ഉണ്ടായിരുന്നു. ആരുമാരും പുറത്ത് കാട്ടിയില്ലെന്ന് മാത്രം. അഞ്ചു പേരൊന്നിച്ച് ഒരു യാത്രയ്ക്ക് വന്ന് അതിൽ ഒരാളില്ലാതെ തിരിച്ച് പോവുക എന്നത് ആലോചിക്കാനേ വയ്യ. എനിയ്ക്കാണെങ്കിൽ ശരീരം മുഴുവൻ തളരുന്നതുപോലെയാണ് തോന്നുന്നത്. ഒന്ന് ഇറങ്ങി തിരയാമെന്ന് വച്ചാൽ അതിന് പോലും കഴിയാത്ത അവസ്ഥ. അശോകൻ സാർ ഒരു വഴിയ്ക്ക് പോയപ്പോൾ സുരേന്ദ്രനാഥൻസാർ മറ്റൊരു വഴിയ്ക്ക് ഇറങ്ങി. രണ്ടു പേരും ഒന്നിച്ച് തിരയുകയാവുമാ ? അതോരണ്ട് പേരും രണ്ട് വഴിയ്ക്ക് പോയ് കാണുമോ എന്തോ ? എനിയ്ക്ക് എത്ര ആലോചിച്ചിട്ടും ഒരു എത്തുംപിടിയും കിട്ടുന്നില്ല. എന്റെ വെപ്രാളവും പരവശവും കണ്ടിട്ടായിരിക്കണം കൃഷ്ണേട്ടൻ പറഞ്ഞു. 'ആ ഏഭ്യൻ ദൂരെയൊന്നും പോയിട്ടില്ല. ഈ ബിൽഡിംഗിൽ തന്നെയുണ്ട്. താനൊന്നടങ്ങിയിരിയ്ക്ക്. ഞാനല്ലെ പറയുന്നത്. അയാൾ ഇതേ കെട്ടിടത്തിനകത്ത് ഉണ്ട്. ഒരു സംശയവുമില്ല.' എന്ത് കണ്ടിട്ടാണ് തിരുമേനി അങ്ങനെ പറയുന്നതെന്ന് എനിയ്ക്ക് മനസ്സിലായില്ല. എന്നാൽ അദ്ദേഹത്തിന്റെ വാക്കുകൾ സത്യമാവണേ എന്ന് ഞാൻ മനമുരുകി പ്രാർത്ഥിച്ചു. ' പക്ഷെ പോയ ആളുകളെ രണ്ടു പേരയും കാണുന്നില്ലല്ലോ?' എന്റെ ആശങ്ക മുഴുവനും ആവാക്കുകളിലുണ്ടായിരുന്നു. തിരുമേനി പറഞ്ഞു. 'അവർ വരുമെടോ അവർ പോയിട്ട് ഒരു പത്ത് മിനിറ്റല്ലേ ആയിട്ടൊള്ളു. താൻ ഒന്ന് ക്ഷമിച്ചിരിയ്ക്ക്' പിന്നെ ഞാനൊന്നും മിണ്ടിയില്ല. ഇത്തരം ഒരു ഘട്ടത്തിൽ മനസ്സ് ഒരിയ്ക്കലും അടങ്ങിയിരിയ്ക്കില്ലല്ലോ. അത് എത്രമാത്രം വിചിത്രവും ഭീകരവുമായ ചിന്തകളാണ് കൊണ്ടുവന്ന് നിറയ്ക്കുന്നത്. ആവശ്യമില്ലാത്ത വഴികളിലൂടെ സഞ്ചരിക്കുന്നതിലാണ് അതിന് എപ്പോഴും സാമർത്ഥ്യം. എന്റെ ചിന്തകൾ എനിയ്ക്കു പോലും പുറത്തറിയിക്കാൻ ഭയം തോന്നുന്ന തരത്തിലുള്ളതായിരുന്നു. സമയം ഇഴഞ്ഞിഴഞ്ഞ് നീങ്ങി. വീണ്ടും ഒരു പത്ത് മിനിറ്റ് കൂടെ കഴിഞ്ഞിട്ടുണ്ടായിരിക്കും അശോകൻ സാർ കൃഷ്ണകുമാറിനേയും കൂട്ടിവന്നു. വന്ന ഉടനെ അശോകൻ സാർ പറഞ്ഞു. 'എനിയ്ക്ക് ഒരു സംശയം തോന്നി. ജയകൃഷ്ണനും

കൂട്ടുകാരും താമസിയ്ക്കുന്ന മുറിയിൽ ഇദ്ദേഹമുണ്ടായിരിക്കുമെന്ന് .ഞാൻ നേരെ അവരുടെ റൂമന്വേഷിച്ച് പോയി. അവിടെ ചെന്നപ്പോൾ എന്റെ കണക്കുകൂട്ടൽ സത്യമായി. പക്ഷെ ഇയാൾ പോരാൻ കൂട്ടക്കിയില്ല. അവരുടെ കൂടെ സംസാരിച്ചിരിയ്ക്കുകയാണ് കുറച്ച് കഴിഞ്ഞു വരാം എന്നതായിരുന്നു ഇയാളുടെ പിടിവാശി പിന്നെ ഒരു വിധം നിർബന്ധിച്ചിട്ടാണ് വന്നത്.'

'ഹാവൂ എന്തായാലും സമാധാനമായി. വന്നല്ലോ.' ഞാൻ എന്റെ ആശ്വാസം പ്രകടിപ്പിച്ചു. അപ്പോൾ തിരുമേനി ചോദിച്ചു. 'പ്രൊഫസറെവിടെ ? അദ്ദേഹത്തെ അശോകൻ കണ്ടിരുന്നില്ലെ? നിങ്ങളിറങ്ങിയ ഉടനെ അദ്ദേഹം ഇയാളെ അന്വേഷിച്ചിറങ്ങിയതാണ്.'

'ഞാൻ കണ്ടില്ല. അദ്ദേഹം എവിടെയാണാവോ പോയത്. അതെന്തായാലും കുറച്ച് കഴിഞ്ഞാൽ വന്നു കൊള്ളും. ഫോൺ കൊണ്ടുപോയിട്ടില്ലേ , കൃഷ്ണകുമാർ വന്നു എന്ന് ഒന്നു വിളിച്ച് പറയുന്നത് നല്ലതാണ്.' ശരിയാണെന്നെനിയ്ക്കും തോന്നി. ഞാൻ ഉടനെ മൊബൈലെടുത്തു. ഒന്നോരണ്ടോ പ്രാവശ്യം റിംഗ് ചെയ്തിട്ടേ ഉണ്ടാവു. അപ്പോഴേയ്ക്കും അദ്ദേഹം ഫോണെടുത്തു. കാര്യം പറഞ്ഞു. അദ്ദേഹത്തിന് സമാധാനമായി. 'എന്നാൽ ഞാൻ ഒരു പത്ത് മിനിറ്റ് കഴിഞ്ഞിട്ടേ വരുന്നൊള്ളു. ഇനി എന്നെ കുറിച്ചാലോചിച്ച് വെറുതെ വെപ്രാളം വേണ്ട.' അതും പറഞ്ഞ് അദ്ദേഹം ഫോൺ കട്ട് ചെയ്തു.

'എന്താ കൃഷ്ണകുമാറേ നിനക്ക് പറ്റിയത് നീയെന്താ കാര്യത്തിന്റെ ഗൗരവം അല്പം പോലുമറിയാത്ത പോലെ പെരുമാറുന്നത്. ഞാൻ ചോദിച്ചപ്പോൾ അയാൾ കണ്ണിൽ നിന്ന് തീപാറുന്ന തരത്തിൽ ഒന്ന് നോക്കി. ലോഡ്ജിന്റെ സിറ്റൗട്ടിലുള്ള ഒരു സോഫയിൽ പോയിരുന്നു. തിരുമേനി നേരെ അവന്റെ സമീപത്തെത്തി. അയാളുടെ കൈ പിടിച്ചു. കുറച്ചുനേരം കണ്ണടച്ചിരുന്നു. എന്തോ പ്രാർത്ഥിയ്ക്കുന്നത് പോലെയാണ് എനിയ്ക്ക് തോന്നിയത്. ആദ്യം കൃഷ്ണകുമാർ കൈകുടഞ്ഞ് വേർപെടുത്തുവാൻ ശ്രമിച്ചിരുന്നുവെങ്കിലും കുറച്ച് നേരം കഴിഞ്ഞ് അയാൾ ശാന്തനായി. ഏകദേശം പത്ത് മിനിറ്റ് രണ്ട് പേരും അങ്ങനെയിരുന്നു. പിന്നെ തിരുമേനി കൃഷ്ണകുമാറിന്റെ കൈവിട്ടു. വളരെ ദയനീയമായ ശബ്ദത്തിൽ കൃഷ്ണകുമാർ പറഞ്ഞു 'എനിയ്ക്ക് വല്ലാതെ തലവേദനിയ്ക്കുന്നു. എന്താ പറ്റീത് ? എനിയ്ക്കെന്താ പറ്റിയത് ?' 'ഒന്നുമില്ല കൃഷ്ണകുമാർ നിനക്കൊന്നുമില്ല. ഒരു രണ്ട് മിനിറ്റ് കഴിയുമ്പോൾ നിന്റെ തലവേദന മാറും. അത് മാറട്ടെ എന്നിട്ട് സംസാരിയ്ക്കാം.' തിരുമേനി അയാളെ ആശ്വസിപ്പിച്ചു. തിരുമേനി പറഞ്ഞതുപോലെ രണ്ട് മിനിറ്റ് കഴി

ഞ്ഞതും അവൻ സാധാരണനിലയിലെത്തുകയും ചെയ്തു. 'നമുക്ക് അമ്പലത്തിൽ പോകണ്ടേ നല്ല കഥ ഞാനൊന്ന് ഉറങ്ങി എന്ന് തോന്നുന്നു. നിങ്ങളെന്താ എന്നെ വിളിയ്ക്കാതിരുന്നത്?' അതും ചോദിച്ച് കൊണ്ടാണ് അയാൾ സോഫയിൽ നിന്ന് എഴുന്നേറ്റത്.

'നിനക്കൊന്നും പറ്റിയിട്ടില്ല. എന്തോ കണ്ട് ഒന്ന് പേടിച്ചിട്ടുണ്ട്. അത് കൊണ്ട് കുറച്ച് നേരത്തെ നിന്റെ നിയന്ത്രണം നിനക്ക് തന്നെ നഷ്ടപ്പെട്ടു. അതിന് മനശ്ശാസ്ത്രത്തിന്റെ രീതിയിൽ എന്താ പറയ്യാ? പൊസഷൻ സിൻഡ്രോം എന്നൊക്കെ പറയുന്നത് ഇത് തന്നെയല്ലേ സുധീറേ?' തിരുമേനി എന്നെ നോക്കി ചോദിച്ചു. 'എനിയ്ക്കും അങ്ങനെ ഒരു സംശയമുണ്ടായിരുന്നു. അതുകൊണ്ടാണ് പുഴക്കരയിൽ നിന്ന് ഞാനവനെ എത്രയും പെട്ടന്ന് ഇവിടെ എത്തിയ്ക്കാൻ ശ്രമിച്ചത്. അല്പം നേരത്തേയ്ക്ക് നമ്മുടെ ശ്രദ്ധ നഷ്ടപ്പെട്ടു. അതാണ് ഇയാൾ മിസ്സാവാനൊക്കെ കാരണം.' ഞാൻ പറഞ്ഞു. 'അങ്ങനെയാണെങ്കിൽ കൃഷ്ണകുമാറിനെ ഒന്ന് ഹിപ്നോട്ടൈസ് ചെയ്ത് നോക്കിയാലോ?' അശോകൻ സാറാണ് ചോദിച്ചത്. തിരുമേനിയാണുത്തരം പറഞ്ഞത്. 'എന്റെ ഈ പ്രാർത്ഥന കൊണ്ടുണ്ടായ മാറ്റം താല്കാലികമാണ്. ഒന്നോ രണ്ടോ രാത്രിയൊക്കെ ഇങ്ങനെ മാറ്റി നിർത്താൻ കഴിയും. പിന്നെ ഞങ്ങളുടെ സമ്പ്രദായമനുസരിച്ച് ആവാഹനം നടത്തണം. അതിനേക്കാൾ നല്ലത് കഴിയുമെങ്കിൽ അയാളെ ഹിപ്നോട്ടൈസ് ചെയ്യുന്നതാണ്. ബാധ , പ്രേതം പോലെയുള്ള ഹിസ്റ്റീരിക് രോഗങ്ങൾക്ക് ഏറ്റവും നല്ല ചികിത്സയാണ് ഹിപ്നോട്ടിസം എന്നല്ലേ നിങ്ങളെ പോലുള്ളവർ പറയുന്നത്?' തിരുമേനിയുടെ ചോദ്യം എന്നെ നോക്കി കൊണ്ടായിരുന്നു. അതിന് മറുപടി പറയാതെ ഞാൻ കൃഷ്ണകുമാറിനോടാണ് സംസാരിച്ചത്. 'കൃഷ്ണകുമാർ കുറച്ച് നേരത്തെ ഞങ്ങളുടെ കൂടെ അമ്പലത്തിൽ വന്നതും അവിടെ വച്ച് അമ്പലത്തിൽ കയറാതെ ശാഠ്യം പിടിച്ച് മാറിനിന്നതും പുഴയിൽ കുളിയ്ക്കാൻ വാശിപിടിച്ചതും എന്നെ വഴക്കുപറഞ്ഞതും ഒന്നും നിനക്കോർമ്മയില്ലേ? അവസാനം ഞങ്ങളോടൊന്നും പറയാതെ വഴിയിൽ നമ്മൾ കണ്ട ആ ജയകൃഷ്ണനും കൂട്ടുകാരും താമസിയ്ക്കുന്ന മുറിയിൽ പോയതും അശോകൻസാർ പിടിച്ച് കൊണ്ടുവന്നതും ഒന്നും ഒന്നും നിനക്കോർമ്മയില്ലേ? ......' കൃഷ്ണകുമാർ കുറച്ച് നേരത്തേയ്ക്ക് ഒന്നും മിണ്ടിയില്ല. പിന്നെ ആലോചിച്ച് കണ്ടെത്തിയെ പോലെ പറഞ്ഞു. 'ഇപ്പോൾ സാറു പറഞ്ഞതുപോലെ ഞാൻ സ്വപ്നം കണ്ടതായി തോന്നുന്നു.. ഒരു സ്വപ്നത്തിൽ കണ്ട ഓർമ്മയാണല്ലോ , അങ്ങനെയൊക്കെ ഉണ്ടായോ ? സത്യം ? എനിയ്ക്ക് എന്താ പറ്റിയത് ? ശരിയ്ക്കും ഞാൻ സാറി

നെ ചീത്ത പറഞ്ഞോ?' വല്ലാത്ത ഒരു സങ്കട മുണ്ടായിരുന്നു അയാളുടെ ചോദ്യത്തിൽ. തിരുമേനി ചിരിച്ച് കൊണ്ട് മറുപടി പറഞ്ഞു. ' സുധീറിനെയല്ലേ? അയാളത് കേൾക്കണം. അതിൽ നീയത്ര സങ്കടപ്പെടേണ്ടതൊന്നുമില്ല.'

'കൃഷ്ണകുമാറേ ഞാൻ നിന്നെയൊന്ന് ഹിപ്നോട്ടൈസ് ചെയ്യട്ടേ ?' എന്റെ ചോദ്യം കേട്ടതും അയാൾ ചാടിയെണീറ്റു. ' പിന്നെന്താ മാഷെ എനിയ്ക്കു വിശ്വാസമല്ലേ? ഏത് ബാധയാണെങ്കിലും അത് മാഷ് ഒഴിവാക്കുമെന്ന് എനിയ്ക്കറിയാമല്ലോ?' അയാൾ നേരെ നടന്നത്റൂമിലേയ്ക്കായിരുന്നു. ഞാനും കൂടെ എഴുന്നേറ്റു ഞാൻ അയാളുടെ പിറകെ പോകുന്നതു കണ്ടപ്പോൾ മറ്റുള്ളവരും കൂടെ കൂടി. അശോകൻ സാർ വാതിൽ അടച്ച് കുറ്റിയിടാൻ മറന്നില്ല. എന്തായാലും അയാളെ ഹിപ്നോട്ടൈസ് ചെയ്യണമെന്ന് ഞാൻ ആദ്യമേ ആഗ്രഹിച്ചതാണ്. അയാളുടെ മുഖഭാവത്തിൽ മാറ്റം വന്ന ആ സമയം മുതൽ ഇത്ര വേഗം അയാൾ സമ്മതിയ്ക്കുമെന്ന് എനിയ്ക്ക് തോന്നിയിരുന്നില്ല. പിന്നെ ഏതെങ്കിലും ഹിസ്റ്റീരിയാക്കുകളാണെങ്കിൽ അവരെ അവരുടെ സമ്മതം കൂടാതെ തന്നെ ഹിപ്നോട്ടൈസ് ചെയ്യാൻ പ്രയാസമുണ്ടാവില്ലെന്ന വിശ്വാസമുണ്ടായിരുന്നു.ഇവിടെ തിരുമേനിയുടെ ഇടപെടൽ എനിയ്ക്ക് ഇഷ്ടമായി. യഥാർത്ഥത്തിൽ നല്ല വിശ്വാസിയായ ഒരു ഹിസ്റ്റീരിയാക്കിന് അയാൾ വളരെ കൂടുതൽ ബഹുമാനിക്കുന്ന ഒരാളുടെ വാക്കു തന്നെ വളരെ ഉപാകാര പ്രദമായിരിക്കും. തിരുമേനിയുടെ ആ ഇരിപ്പും കണ്ണടയ്ക്കലും ഒക്കെ അയാളുടെ മനസ്സിനെ സ്വാധീനിച്ചിരിയ്ക്കും. അതായിരിയ്ക്കണം അയാൾ പെട്ടെന്ന് ബോധാവസ്ഥയിലേയ്ക്ക് വന്നത് പിന്നെ ഏതൊരു ഹിസ്റ്റീരിയാക്കും ഒരു പാട് നേരമൊന്നും സ്വബോധത്തിൽ നിന്ന് മാറി നിൽക്കില്ല. ആരും വിളിച്ചില്ലെങ്കിലും തിരിച്ചു വരാനും സാധ്യതയുണ്ട് എന്തായാലും കൃഷ്ണകുമാർ ഹിപ്നോട്ടൈസിന് തയ്യാറായി കഴിഞ്ഞ സ്ഥിതിയ്ക്ക് അത് വേഗം ചെയ്യുക തന്നെ. കാഴ്ച്ചക്കാരായി അശോകൻ സാറും തിരുമേനിയും എത്തി ക്കഴിഞ്ഞിരുന്നു. ഇവിടെ ഇപ്പോൾ വേണ്ടിയിരുന്നത് സുരേന്ദ്രനാഥൻ സാറായിരുന്നു. അദ്ദേഹം വൈകും എന്ന് പറഞ്ഞതു കൊണ്ട് അദ്ദേഹത്തിന്റെ അഭാവത്തിൽ തന്നെചെയ്യാമെന്ന് ഞാൻ വിചാരിച്ചു.

രണ്ടോ മൂന്നോ മിനിറ്റ് ഞാൻ സജഷൻ നല്കിയിട്ടുണ്ടാവും അപ്പോഴേയ്ക്കും അയാൾ ഹാർഡ് ട്രാൻസിൽ എത്തിക്കഴിഞ്ഞിരുന്നു. ചില ക്യാരക്ടർ അങ്ങനെയാണ് നേരിട്ട് ഹാർഡ് ട്രാൻസിലെത്തും. എന്നാൽ ചിലരാകട്ടെ എത്ര ശ്രമിച്ചാലും ലൈറ്റ് ട്രാൻസിൽ നിന്ന് അങ്ങോട്ടോ ഇ

ങ്ങോട്ടോ ഒരടി നീങ്ങുകയുമില്ല. ഞാൻ പറഞ്ഞു. 'ഈ ശരീരത്തിൽ ഏതെങ്കിലും ബാധകളൊ പ്രേതങ്ങളൊ മറ്റ് ശക്തികളൊ ഉണ്ടെങ്കിൽ ഉടൻ ഇളകി വരണം ആരായാലും അവർക്ക് വേണ്ടത് തരാൻ തയ്യാറായി ഞാൻ വിളിയ്ക്കുകയാണ്. ആരാണെങ്കിലും വരണം വന്നേ പറ്റൂ' നിറുത്താതെ ഞാൻ പറഞ്ഞു കൊണ്ടിരുന്നു. അതിനനുസരിച്ച് അയാളുടെ ശരീരം വിറച്ചു കൊണ്ടിരിന്നു. പിന്നെ അയാൾ ചാടിയെണിറ്റു ഞാൻ ബലമായി പിടിച്ചിരുന്നു പക്ഷെ എന്നെ തട്ടിതെറിപ്പിയ്ക്കും എന്ന് തോന്നിയതു കൊണ്ടാവാം അശോകൻ സാർ വന്നു അമർത്തി പിടിച്ചു. ഞാൻ ചോദിച്ചു. 'ആരാണ് ?....ആരാണെന്നല്ലേ ചോദിച്ചത് ?...... ഞാൻ വിളിച്ചിട്ട് വന്നവരാണെങ്കിൽ ഞാൻ ചോദിയ്ക്കുന്ന ചോദ്യങ്ങൾക്ക് ഉത്തരം പറയണം.' എന്റെ ചോദ്യങ്ങൾ കേൾക്കുമ്പോൾ പുച്ഛഭാവത്തിലുള്ള ഒരു ചിരിയായിരുന്നു ആദ്യം അയാളിൽ കണ്ടത്. പിന്നെ സാധാരണ ഹിപ്നോസിസിൽ ബാധകൾ ഇളകിവരുമ്പോൾ പറയാറുള്ളതു പോലെ ഭീഷണി ഞാൻ തുടങ്ങി. ഈ ശരീരത്തിൽ വച്ച് ഞാൻ നശിപ്പിക്കും, ശരീരം ചുട്ടുപഴുപ്പിക്കും. ഞാനാരാണെന്നറിയാമല്ലോ ഇങ്ങന്നെ പറഞ്ഞു പറഞ്ഞ് തേഞ്ഞതാണെങ്കിലും ഒരു ഹിപ്നോട്ടിസ്റ്റിന്റെ കൈവശമുള്ള ആയുധമാണ് ഇത്തരം വാക്കുകൾ. അത്തരം ഭീഷണികൾ ഫലിയ്ക്കുക തന്നെ ചെയ്തു. അവസാനം അലറുന്ന തരത്തിൽ അവൻ പറഞ്ഞു 'ഞാൻ മായ '

'മായയോ അതാരാണ് എന്തിന് ഇയാളുടെ ശരീരത്തിൽ കയറിയത്.'

'എന്റെ ഭർത്താവ് പറഞ്ഞിട്ടു കയറിയതാണ്. ഇയാളെ കൊല്ലാനാണ് പറഞ്ഞിരിയ്ക്കുന്നത് ഞാനത് ചെയ്യും...'

'നിങ്ങൾക്കൊരു ചുക്കും ചെയ്യാനാവില്ല. ഞാനാരാണെന്നും എന്റെ ശക്തി എന്താണെന്നും നിനക്കറിയാം ആരാണ് നിന്റെ ഭർത്താവ് അയാൾ എന്തിനാണ് ഇവനെ കൊല്ലാൻ പറഞ്ഞത് ?'

'അത് പറയുവാനുള്ള സമ്മതമെനിയ്ക്കില്ല. എന്നെ ഉപദ്രവിയ്ക്കരുത്. ഞാൻ പറയില്ല എന്ന് സത്യം ചെയ്തതാണ്.'

'ശരി നിന്നെ ഉപദ്രവിയ്ക്കുന്നില്ല. അയാളും മരിച്ചു പോയതാണോ അതോ ജീവിച്ചിരിയ്ക്കുന്നുണ്ടോ?'

'ജീവിച്ചിരിയ്ക്കുന്നുണ്ട്. അദ്ദേഹം പറഞ്ഞിട്ടാണ് ഞാൻ വന്നത്.'

'എന്നാണ് ഇവന്റെ ശരീരത്തിൽ കയറിയത് ?'

'ഇന്ന്. ഇയാൾ ബാത്ത്റൂമിൽ കയറിയപ്പോൾ ഭയപ്പെടുത്തി. ആ ഭയത്തിലൂടെയാണ് ഞാൻ കയറിയത്.'

'നീ മരിച്ചിട്ട് എത്ര വർഷമായി ?'

'ഏഴ് വർഷമായി ഞാൻ മരിച്ചിട്ട്. ഞങ്ങൾ നിയമപ്രകാരം വിവാഹം കഴിച്ചിട്ടില്ല. പ്രേത ഗവേഷണത്തിന്റെ ഭാഗമായി അയാളിൽ നിന്ന് പല തും പഠിയ്ക്കാൻ വേണ്ടി ശിഷ്യത്വം സ്വീകരിച്ചതായിരുന്നു. അയാൾ നി ത്യബ്രഹ്മചാരിയായി അറിയപ്പെടുന്ന ഒരാളാണ്. ആ ഇമേജ് നശിപ്പി ക്കാൻ അദ്ദേഹത്തിന് കഴിഞ്ഞില്ല. ഞാൻ നിർബന്ധിച്ചുമില്ല. ആരുമറി യാതെ ഞങ്ങൾ ഭാര്യ ഭർത്താക്കൻമാരായി ജീവിച്ചു.'

'എങ്ങിനെയാണ് നീ മരിച്ചത് ?' 'എന്റെ ആത്മാവിനെ അയാൾക്ക് വേണമെന്ന് പറഞ്ഞു. മരിച്ചതിന് ശേഷം ബന്ധം തുടരാമെന്നും പറ ഞ്ഞു അങ്ങനെ എന്റെ സമ്മതത്തോടെ അയാളെന്നെ കൊന്നതാണ് ?'

'എങ്ങനെ കൊന്നു ?'

'കൃത്യമായ കർമ്മങ്ങൾ ചെയ്ത ശേഷം എന്നെ മായിക ബോധ ത്തിലാക്കി പിന്നെ ഞാൻ അയാൾ പറഞ്ഞത് ചെയ്തു. തൂങ്ങി മരിച്ചു. അത് കൊണ്ട് ആത്മഹത്യയായി എഴുതി തള്ളി. ഇപ്പോൾ ഞാനയാളു ടെ അടിമ മാത്രമാണ്. അയാൾ പറയുന്നതേ എനിയ്ക്ക് ചെയ്യാനാവൂ .' 'സത്യത്തിൽ നിനക്കും ഒരു മോചനം വേണമെന്നില്ലേ?' എന്റെ ചോദ്യം ആ ബാധയെ പെട്ടന്ന് ശാന്തമാക്കി. കൃഷ്ണകുമാറിന്റെ കണ്ണിൽ നിന്ന് കണ്ണുനീർ പ്രവഹിച്ചു. 'മതിയായി. എനിയ്ക്കു മതിയായി. പക്ഷെ അ നുസരിയ്ക്കാതിരിയ്ക്കാൻ എനിയ്ക്കു കഴിയില്ല. ഞാൻ മരിച്ചതിന് ശേ ഷമാണറിഞ്ഞത് അയാൾക്ക് മറ്റൊരു ഭാര്യയും മകനുമുണ്ട്. അവർ ത മ്മിലുള്ള ബന്ധം ഇപ്പോഴും തുടരുന്നുണ്ട്. അതോടെ തന്നെ എനിയ്ക്ക് മതിയായിരുന്നു. പക്ഷെ അപ്പോഴേയ്ക്കും ഞാൻ അയാളുടെ അടിമയാ യി കഴിഞ്ഞിരുന്നു. നിങ്ങൾക്കെന്നെ രക്ഷിയ്ക്കാൻ കഴിയും അതു കൊ ണ്ടാണ് ഞാൻ എല്ലാം തുറന്ന് പറഞ്ഞത് '

' ഞങ്ങൾക്ക് നിന്നെ രക്ഷിയ്ക്കാൻ കഴിയുമെന്ന് എന്തുകൊണ്ടാണ് പറഞ്ഞത് ? അതെങ്ങനെ നിനക്കു മനസ്സിലായി?'

' മറ്റെവിടെയാണെങ്കിലും ഞാൻ പറയുന്നത് അയാൾ കേൾക്കാറു ണ്ട്. ഇപ്പോൾ ഞാൻ പറയുന്നത് അയാൾ കേൾക്കുന്നില്ല. അയാൾ കേൾ ക്കാൻ നന്നായി ശ്രമിയ്ക്കുന്നത് ഞാൻ കാണുന്നുണ്ട്. എന്നാൽ അയാ ളുടെ അടുത്ത് നിന്ന് നിങ്ങളുടെ കൂട്ടത്തിലൊരാൾ സംസാരിച്ച് കൊണ്ട് മനസ്സിനെ വഴിമാറ്റുന്നു. അയാൾക്ക് ഒന്നും കാണാനും കേൾക്കാനും കഴിയാത്ത രീതിയിൽ ഏതോ ഒരു ആത്മാവ് പ്രവർത്തിയ്ക്കുന്നുണ്ട്. അത് നിങ്ങളുടെ ശക്തിയാണെന്നെനിയ്കറിയാം. അതുകൊണ്ടാണ് , ഞാൻ എല്ലാം പറഞ്ഞത്. എനിയ്ക്ക് മോക്ഷം വേണം.'

' തീർച്ചയായും ഞങ്ങളതു ചെയ്യാം നീ ഇ ശരീരം വിട്ട് പോകണം.

നിന്നെ ഞങ്ങളുടെ കൂട്ടത്തിലുള്ള ഈ തിരുമേനി ആൾരൂപത്തിലേയ്ക്ക് ആവാഹിച്ച് വിഷ്ണു പാദത്തിൽ കുടിയിരുത്തും. അതു പോരെ ?'

'അതു മതി, ഞാൻ പോകാം'

' പോകുന്നതിന് മുമ്പ് ഒരു ചോദ്യം കൂടി നിന്റെ ഭർത്താവിന്റെ പേരെന്താണ് ?'

'അതെന്നോട് ചോദിയ്ക്കരുത് ഒരിയ്ക്കലും പറയില്ല എന്ന് ഞാനയാൾക്ക് വാക്കു കൊടുത്തിട്ടുണ്ട്. എന്നാൽ ഒന്ന് ഞാൻ പറയാം ഇന്ന് നിങ്ങളയാളെ കണ്ടിട്ടുണ്ട് ഇവനെ കൊല്ലാൻ വേണ്ടി അയാൾ പറഞ്ഞ സ്ഥലത്ത് ഞാനിവനെ എത്തിച്ചിരുന്നു. അവിടെ വച്ച് നിങ്ങളിവനെ തടഞ്ഞു. എന്നാൽ അതുകൊണ്ടല്ല അവിടെയും അതിശക്തനായ ഒരാത്മാവിന്റെ സാന്നിധ്യമുണ്ടായിരുന്നു. അതിനെ നിയന്ത്രിയ്ക്കുവാൻ അദ്ദേഹത്തിന് കഴിഞ്ഞില്ല. അതുകൊണ്ടാണ് ഇയാൾ രക്ഷപ്പെട്ടത്.....ഇനി കൂടുതൽ ഒന്നും പറയുന്നില്ല ഞാൻ പോകുന്നു സത്യം. സത്യം സത്യം......' കൃഷ്ണകുമാർ ബോധശൂന്യനായി. ഞാൻ അയാൾ ഉണരുവാനുള്ള സജഷൻ കൊടുത്തു. ഉണർന്നപ്പോൾ അയാൾ കൂടുതൽ ഉൻമേഷവാനായിരുന്നു. അയാൾക്ക് സംഭവിച്ചത് എന്തൊക്കെയാണെന്നാണ് അയാൾ ആദ്യം ചോദിച്ചത്. ഒക്കെ സാവധാനം പറഞ്ഞ് തരാമെന്ന് ഞാൻ പറഞ്ഞു. അവൻ കിടക്കയിൽ നിന്ന് എഴുന്നേറ്റതും അശോകൻ സാർ നേരെ ചെന്ന് അവനെ കെട്ടി പിടിച്ചു. അദ്ദേഹത്തിന്റെ കണ്ണുകൾ നിറഞ്ഞൊഴുകിയിരുന്നു. സത്യത്തിൽ ഇത്ര ലളിതമാനസനാണ് അശോകൻ സാറെന്ന് ഞാനൊരിക്കലും വിചാരിച്ചിരുന്നില്ല. കൃഷ്ണകുമാർ അയാളെയും ഗാഢമായി പുണർന്ന് നിൽക്കുകതന്നെയായിരുന്നു. അവസാനം തിരുമേനി ചെന്ന് അവരെ വേർപെടുത്തി. അദ്ദേഹം കരഞ്ഞു കൊണ്ട് നിൽക്കുന്ന അശോകൻ സാറിന്റെ അടുത്ത് ചെന്ന് ചോദിച്ചു. 'നിങ്ങളുടെ ബേഗിൽ ഇന്നലത്തേതിന്റെ ബാക്കി എന്തെങ്കിലും സ്റ്റോക്കുണ്ടോ?' ഞാൻ പകച്ചു പോയി. തിരുമേനിയ്ക്കിതെന്തുപറ്റി എന്ന അതിശയമായിരുന്നു എനിയ്ക്ക്. അശോകൻ സാറ് പറഞ്ഞു. 'ഉണ്ട് വേണ്ടത്ര തിരുമേനിയ്ക്ക്....?'

'ഹ ഹ ഹ എനിയ്ക്കല്ല. ഏഭ്യത്തം പറയാതെടോ ഉണ്ടെങ്കിൽ അതിൽ നിന്നൊരിത്തിരിയെടുത്ത് കൃഷ്ണകുമാറിന് കൊടുക്ക്. അവനൊന്ന് ഹാപ്പിയാകട്ടെ. ഈ സുധീറിനും പാവം വല്ലാതെ പേടിച്ചിട്ടുണ്ട്.'

പിന്നെ എല്ലാം പെട്ടന്നായിരിന്നു ഗ്ലാസുകൾ നിരന്നു കുപ്പിയും ഗ്ലാസും ഒക്കെ റഡിയായി. അപ്പോൾ തിരുമേനി പറഞ്ഞു ഒരു ഗ്ലാസും കൂടിവേണം. എല്ലാവരും വീണ്ടും അത്ഭുതതോടെ അദ്ദേഹത്തെ നോക്കി.

അദ്ദേഹം അപ്പോഴും ചിരിച്ചു. എനിയ്ക്കല്ലടോ. നമ്മളെ സഹായിക്കുന്ന ആ ആത്മാവിന് ഒരു പെഗ് ഒഴിച്ച് അവിടെ വെച്ചിട്ട് നിങ്ങൾ കഴിച്ചാൽ മതി....' ആത്മാവ് മദ്യപിക്കുമോ എന്ന സംശയമുണ്ടായിരുന്നുവെങ്കിലും തിരുമേനി പറഞ്ഞത് അശോകൻ സാർ അക്ഷരം പ്രതി അനുസരിച്ചു. അശോകൻ സാറിന്റെ സംശയം മനസ്സിലാക്കിയിട്ടെന്ന പോലെ തിരുമേനി പറഞ്ഞു. 'സംശയിക്കേണ്ട ഇത് കഴിയ്ക്കുന്ന ആത്മാവ് തന്നെ. നിങ്ങളുടെ കൂടെ കഴിച്ചിട്ടുമുണ്ട്. ആ സ്നേഹമാണ് നിങ്ങളോട്.' ഞങ്ങൾ അന്തംവിട്ട് പരസ്പരം നോക്കിയപ്പോൾ തിരുമേനി ചിരിച്ച് കൊണ്ട് ചെന്ന് വെറ്റില ചെല്ലം തുറന്നു.

അധ്യായം 28

അജ്ഞാതന്റെ ആഗമനം

കൃഷ്ണകുമാർ ഗ്ലാസ് എടുത്ത് ഒന്ന് സിപ് ചെയ്ത് അശോകൻ സാറിന് കൊടുത്തു. അതിൽ നിന്നൊരു തുള്ളി കഴിച്ചെന്നു വരുത്തി അശോകൻ സർ തിരിച്ച് കൊടുത്തു.

'ഇതാണ് മദ്യപാനികളുടെ ചില വിചിത്രമായ ആചാരങ്ങൾ. ഇതൊക്കെ എന്തിനാ ? എനിയ്ക്ക് ഇത്തരം പ്രവർത്തികൾ കാണുമ്പോൾ അറപ്പാണ് തോന്നാറുള്ളത്.' തിരുമേനി പറഞ്ഞു. ഞാനൊന്നും മിണ്ടിയില്ല. പറഞ്ഞു വരുന്ന വിഷയത്തിൽ നിന്ന് ശ്രദ്ധ മാറാൻ അതു മാത്രം മതി എന്ന് എനിയ്ക്ക് തോന്നി. അതുകൊണ്ടാണ് ആ സംസാരത്തിൽ ഞാൻ മൗനം പാലിച്ചത്. അദ്ദേഹം തുടർന്നു. 'പിന്നെ മറ്റുള്ളവരുടെ ഇഷ്ടങ്ങൾക്ക് നമ്മൾ എതിരു നിൽക്കേണ്ടതില്ല. എന്റെ കൈ എനിയ്ക്ക് എത്രയും വീശാം എന്നാൽ മറ്റൊരാളുടെ മൂക്കിൽ തട്ടരുത്. അതാണ് നമ്മുടെ സ്വാതന്ത്ര്യം എന്ന് ആരോ പറഞ്ഞത് ഓർമ്മയുണ്ട്. അതെന്തായാലും . ശരി. ഞാൻ നിങ്ങളോട് ആഘോഷിക്കാൻ പറഞ്ഞതിന് ഒരു കാരണമുണ്ട്. ഇപ്പോൾ കൃഷ്ണകുമാറിന്റെ ശരീരത്തിൽ നിന്ന് പോയ ആ ആത്മാവ് അതിനെ ഒഴിവാക്കിയ രീതി ഞങ്ങളുടെ രീതിയിൽ മധ്യമമാണ്. മദ്യം ഉപയോഗിക്കുന്നതുമാത്രമല്ല മധ്യമം. അതിന്റെ രീതി തന്നെ വ്യത്യസ്തമാണ്. ഉത്തമത്തിലുള്ള ഒരാത്മാവാണെങ്കിൽ അങ്ങനെ ഒരു ആജ്ഞകൊണ്ട് പോവുകയൊ നമുക്കിടയിലെത്തിയപ്പോൾ പറഞ്ഞയച്ചവനെ ചതിക്കുകയോ ഇല്ല. അതുകൊണ്ട് ഇവിടെ മദ്യം ഒരു പ്രസാദമാവട്ടെ. എന്നേ ഞാൻ കരുതിയതുള്ളു.' അദ്ദേഹം പറഞ്ഞു നിറുത്തി എന്നെ നോക്കി. ഞാൻ എന്തെങ്കിലും പൂരിപ്പിയ്ക്കണം എന്നായിരിക്കണം അദ്ദേഹം ഉദ്ദേശിച്ചിരിയ്ക്കുക. 'മധ്യമം ഉത്തമം അധമം എന്ന കാര്യത്തിലൊന്നും എനിയ്ക്കത്ര അറിവില്ല. അല്ലെങ്കിലും അതെന്റെ മേഖലയുമല്ല. അതുകൊണ്ട് അത്തരം കാര്യങ്ങളെ കുറിച്ച് പറയാൻ ഞാൻ ആളല്ല. പിന്നെ തിരുമേനി പറഞ്ഞതിനെ കുറിച്ച് ഒന്നും പറയാൻ എനിക്ക് കഴിയില്ല.കാരണം മാന്ത്രികവും ഹിപ്നോസിസും രണ്ടാണ് എന്നാണ് എന്റെ തോന്നൽ എനിയ്ക്ക് അങ്ങനെ വിശ്വാസിക്കാനേ കഴിയൂ. അതാണ് എനിയ്ക്കിഷ്ടവും. എന്നാൽ ഒന്നുണ്ട്. പാരാസൈക്കോളജിയുടെ

ഉത്ഭവകാലത്ത് ആത്മാവുമായി സംസാരിയ്ക്കാൻ അവർ ഹിപ്നോസിസിനെ ഉപയോഗിച്ചിട്ടുണ്ട്. 1892ൽ ഫ്രഞ്ച് ഗവേഷകനായിരുന്ന പോൾ ജോയ്റി ആണ് ഇത്തരം പരീക്ഷണങ്ങൾക്ക് തുടക്കം കുറിച്ചത്. ശരീരത്തിനപ്പുറത്തേയ്ക്ക് മനസ്സിനെ സഞ്ചരിപ്പിയ്ക്കുവാൻ സാധിയ്ക്കുമെന്നും ഹിപ്നോസിസിന്റെ സഹായത്താൽ അങ്ങനെ സഞ്ചരിയ്ക്കുന്നവർ കാണുന്നതിലും കേൾക്കുന്നതിലും ചിലത് സത്യമായിരിയ്ക്കുമെന്നും തെളിയിക്കപ്പെട്ടിട്ടുണ്ട്1890 ൽ ജനിച്ച് 1986ൽ മരിച്ച ഡോ: എറിക്ക് ജോൺ ഡിംഗ്വാൾ എന്ന ബ്രിട്ടീഷ് വംശജൻ നരവംശ ശാസ്ത്രജ്ഞനായി പേരെടുത്ത ശേഷമാണ് അതീന്ദ്രിയ സിദ്ധികളെ കുറിച്ച് പഠിയ്ക്കാനിറങ്ങിയത്. ഇദ്ദേഹത്തിന്റെ അബ്നോർമൽ ഹിപ്നോട്ടിക് ഫിനോമിന എന്ന അഞ്ചു വാല്യങ്ങളുള്ള ബൃഹത്ഗ്രന്ഥം ഹിപ്നോസിസിൽ ചിലപ്പോൾ അസാധാരണ ഇഎസ്പി ഉണ്ടാകാറുണ്ടെന്ന് വിശദീകരിയ്ക്കുന്നുണ്ട് ' കൃഷ്ണകുമാർ ഒരു ഗ്ലാസ് എനിയ്ക്ക് നേരെ നീട്ടി. ഞാൻ എഴുന്നേറ്റ് അത് ചെന്ന് വാങ്ങി. സംസാരത്തിന് അതും ഊർജമായിരിക്കുമെന്ന് എനിയ്ക്ക് തോന്നിയിരുന്നു. പെട്ടന്ന് തന്നെ അത്ഒന്നാകെ കഴിച്ച് ഗ്ലാസ് അവിടെ തന്നെ വച്ച് ഞാൻ വീണ്ടും പഴയ സ്ഥാനത്ത് വന്നിരുന്നു. തിരുമേനി ശരിയ്ക്കും കളിയാക്കുന്ന ഒരു ചിരിചിരിച്ചു. പിന്നെ പറഞ്ഞു. 'ഈ കള്ളുകുടിയന്മമാർക്ക് പല പ്രത്യേകതകളുണ്ട്. ചിലർ ഗ്ലാസിനെ ഉമ്മ വച്ച് കൊണ്ടിരിക്കും. ചിലർ ഗ്ലാസിനെ ഒരു രക്തരക്ഷസിനെപ്പോലെ ഊറ്റി വലിയ്ക്കും. താൻ രക്തരക്ഷസ്സിനെപ്പോലെയാണടോ ...' ഞാൻ ചിരിച്ചു. 'പകലരുത്, പലരരുത്, പറയരുത് എന്ന് ഇതിനും ഒരു പ്രമാണമുണ്ട്. പിന്നെ തിരുമേനിയ്ക്ക് കുടിയൻമാരെ പരിചയമില്ല എന്ന് പായുന്നത് വെറുതെ. തിരുമേനി കള്ളുകുടിയൻമാരുടെ എല്ലാ രീതികളും നന്നായി പരിചയപ്പെട്ടിട്ടുണ്ട്. ശരിയല്ലേ?'

'ഞാൻ പറഞ്ഞോ പരിചയമില്ല എന്ന് എനിയ്ക്ക് കുടിയൻമാരെ നന്നായി അറിയാം. ചിലർക്ക് ഞാൻ കാശ് കൊടുത്ത് വാങ്ങിച്ചു കൊടുക്കലുമുണ്ട് അതവരുടെ ഇഷ്ടം. ഞാൻ നേരെത്തേ പറഞ്ഞില്ലേ മറ്റൊരാളുടെ ഇഷ്ടത്തെ തടയാൻ നമുക്ക് അധികാരമില്ല. അത് ഭക്ഷണത്തിന്റെ കാര്യത്തിലാണെങ്കിലും വെള്ളത്തിന്റെ കാര്യത്തിലാണെങ്കിലും വസ്ത്രത്തിന്റെ കാര്യത്തിലാണെങ്കിലും വിശ്വാസത്തിന്റെ കാര്യത്തിലാണെങ്കിലും ഞാൻ അങ്ങനെ തടയുന്നതിനോട് യോജിക്കുന്നുമില്ല. അതൊക്കെ ഓരോരുത്തരുടെ ഇഷ്ടം. അതു പോകട്ടെ നിന്റെ അഭിപ്രായമെന്താണ്? നമ്മുടെ മായ പോയി എന്ന് തന്നെയാണൊ? അവരെ ആവാഹിക്കാൻ എന്നെ നീ ഏല്പിച്ചു. അത് തന്ത്രമാണൊ അതൊ കുത

ന്ത്രമോ? നീ പറഞ്ഞതൊക്കെ ഞാൻ കേട്ടു. നാളെ വിധിപ്രകാരം ആവാഹിയ്ക്കുവാനുള്ള ഒരു സാധനവും നമ്മളുടെ കൈയിലില്ല. പിന്നെ എങ്ങനെ ഞാൻ അത് ചെയ്യും? നീ വാക്ക് കൊടുത്തത് ഒരാത്മാവിനോടാണ്. അത് മനസ്സിലാക്കണം മനുഷ്യരോടല്ല!'

'എന്റെ കൃഷ്ണേട്ടാ ഞാൻ വാക്ക് കൊടുത്തതിനെ പറ്റി അങ്ങ് ഒരുപാട് കാട് കയറി ചിന്തിക്കേണ്ട. എന്തായാലും നമുക്ക് ഒരു ആവാഹനമൊക്കെ നടത്താം. അതിനുള്ള സാധനമൊക്കെ ഇവിടെ വാങ്ങിയ്ക്കാൻ കിട്ടാതിരിയ്ക്കില്ല.പിന്നെ ആലാചിച്ചതിന് ശേഷം വേണ്ട പോലെ ചെയ്യാം. അല്ല സമയം പന്ത്രണ്ട് മണി കഴിഞ്ഞു. ഇതുവരെ സുരേന്ദ്രനാഥൻ സാർ എത്തിയില്ലല്ലോ എന്താ ആരും അതിനെ കുറിച്ച് ചിന്തിയ്ക്കാത്തത്?' തിരുമേനി പറഞ്ഞു. 'പ്രൊഫസർ പറഞ്ഞല്ലോ വരാൻ വൈകും എന്ന് പിന്നെ അതിനെ കുറിച്ച് നിങ്ങൾ എന്തിനാണ് ഇത്ര ടെൻഷൻ അടിയ്ക്കുന്നത്? അദ്ദേഹം എന്തെങ്കിലും മനസ്സിൽ കണ്ടിരിയ്ക്കും. അതുമായി ഇറങ്ങിയതാണ്. വരുമ്പോൾ നല്ല ഒരു വാർത്ത നമുക്ക് പ്രതീക്ഷിയ്ക്കാം. പോരേ?' തിരുമേനി എന്നെ ഒന്ന് നോക്കി. അശോകൻ സാറാണ് മറുപടി പറഞ്ഞത് ' ഭക്ഷണം പാർസൽ കൊണ്ടുവന്നത് ആറി തണുത്തു കാണും. അദ്ദേഹം വരാതെ കഴിയ്ക്കുന്നത് ശരിയുമല്ല.'

ഞാൻ മെല്ലെ റൂമിൽ നിന്ന് പുറത്തിറങ്ങി പുറത്ത് റോഡിൽ വെളിച്ചമുണ്ടായിരുന്നുവെങ്കിലും ഒരു മനുഷ്യനെയും അവിടെയൊന്നും കാണാനുമുണ്ടായിരുന്നില്ല. അസാധ്യമായ മഞ്ഞ് വീഴ്ചയുമുണ്ട്. തണുപ്പ് അസഹ്യമായിരുന്നു. അങ്ങനെ നോക്കിനിൽക്കുമ്പോൾ ദൂരെ നിന്ന് രണ്ട് പേർ നടന്നു വരുന്നതു പോലെ തോന്നി. അതെ അതിലൊന്ന് സുരേന്ദ്രനാഥൻസാർ തന്നെ. മറ്റേതാരായിരിക്കും. ഞാൻ കുറച്ച് നേരം ശ്രദ്ധിച്ചു നോക്കി. വെളിച്ചമുണ്ടങ്കിലും മുഖം വ്യക്തമല്ല പക്ഷെ വൈകുന്നേരം പുഴ വക്കത്തു കണ്ട ആ മനുഷ്യനാണോ എന്ന് എനിയ്ക്ക് വല്ലാത്ത സംശയം. അവർ അടുത്ത് വരുന്നതിനനുസരിച്ച് രൂപം വ്യക്തമായി. അതെ. അയാൾ തന്നെ പുഴയിൽ കുളിയ്ക്കാനിറങ്ങിയ ആ സന്യാസി. കൃഷ്ണകുമാറിന്റെ ശരിരത്തിൽ ഉണ്ടായിരുന്ന ആ ആത്മാവ് പറഞ്ഞ അയാൾ തന്നെ. ഇയാളും സുരേന്ദ്രനാഥൻ സാറുമായി എന്താണ് ബന്ധം. സുരേന്ദ്രനാഥൻസാറെ ലോഡ്ജിന് മുമ്പിലാക്കിക്കൊടുത്ത ശേഷം അയാൾ തിരിച്ച് നടന്നു. എന്റെ മനസ്സിൽ എവിടെയൊക്കെയോ എന്തോ ദഹിക്കാത്തതു പോലെ ഉരുണ്ട് കളിയ്ക്കുന്നുണ്ട്. തിരുമേനിയോട് കാര്യം പറയണമെന്നുണ്ട്. പക്ഷെ അത് അശോകൻ സാറും കൃഷ്ണകു

മാറും കേട്ടാൽ ആകെ വിഷയമാകും. വീണ്ടും മനസ്സ് ചോദിച്ചു കൊണ്ടേയിരിയ്ക്കുന്നു അയാളും സുരേന്ദ്രനാഥൻ സാറും തമ്മിലുള്ള ബന്ധം എന്താണ്. ഈ രാത്രി സാറിനെ ഈ ലോഡ്ജിന് സമീപം അയാൾ എത്തിയ്ക്കണമെങ്കിൽ അവിചാരിതമായി കണ്ടുമുട്ടിയതാവില്ല. അദ്ദേഹത്തെ കണ്ട് സംസാരിയ്ക്കാൻ തന്നെയായിരിക്കണം സാർ പോയിട്ടുണ്ടാവുക. അപ്പോൾ അവർ തമ്മിൽ മുൻപരിചയമുണ്ടാകുമോ . ഇദ്ദേഹം ഇവിടെ എവിടെയോ താമസിയ്ക്കുന്ന കാര്യം സാർ എങ്ങനെ മനസ്സിലാക്കി. എനിയ്ക്ക് എന്തെന്നില്ലാത്ത ഒരാശങ്ക തോന്നി. എല്ലാം നേരിട്ട് അദ്ദേഹത്തോട് തന്നെ ചോദിയ്ക്കുന്നതായിരിക്കും നല്ലതെന്ന് എനിയ്ക്ക് തോന്നി. യാതൊരു ഭാവമാറ്റവും പ്രകടിപ്പിക്കാതെ ഞാൻ റൂമിലേയ്ക്ക് കയറി. അവിടെ കൃഷ്ണകുമാറും അശോകൻ സാറും കഴിച്ചു കൊണ്ടിരിയ്ക്കുക തന്നെ ആയിരുന്നു. ഞാൻ അവിടെ ചെന്ന് ഒരു പെഗ്ഗ് ഒഴിച്ചു. ഒന്നും നോക്കാതെ ഒറ്റയടിയ്ക്ക് വലിച്ചു. പിന്നെയാണ് തിരുമേനിയെ നോക്കിയത്. തിരുമേനി കിടക്കയിൽ അല്പസ്വല്പം കൂർക്കംവലിച്ച് കിടന്നുറങ്ങുന്നു. ഞാൻ അശോകൻ സാറോട് ചോദിച്ചു. 'തിരുമേനി ഭക്ഷണമെന്തെങ്കിലും കഴിച്ചിട്ടുണ്ടോ ? ആള് നല്ല ഉറക്കത്തിലായല്ലോ?' അശോകൻ സാർ പറഞ്ഞു. ഇല്ല. പ്രൊഫസർ വന്നതിന് ശേഷം കഴിയ്ക്കാമെന്ന് പറഞ്ഞു. അദ്ദേഹം എത്തിയാൽ വിളിയ്ക്കാനും പറഞ്ഞിട്ടുണ്ട്. സത്യത്തിൽ തിരുമേനിയുടെ ധ്യാനവും മറ്റും കണ്ടപ്പോൾ എനിയ്ക്ക് തോന്നി ഹി ഈസ് നോട്ട് നോർമൽ ശരിയല്ലേ? ഹി ഈസ് ആൻ അബ്നോർമൽ പേർസൺ.' എനിയ്ക്ക് ചിരി വന്നു. അശോകൻ സാർ ഇംഗ്ലീഷ് പറയാൻ തുടങ്ങിയാലേ എനിയ്ക്കറിയാം അതിന്റെ അപകടം. മാത്രമല്ല, അവരുടെ കണ്ണിൽ ഇപ്പോൾ പാവം തിരുമേനി അബ്നോർമലും ഭൂരിപക്ഷത്തിന്റെ തീരുമാനങ്ങൾ അനുസരിക്കാത്തവരെ അവർ അബ്നോർമൽ ആക്കാറുള്ളത് സാധാരണമാണല്ലോ. അല്ലെങ്കിലും , സാധാരണ ഭ്രാന്തൻമാരെ സൃഷ്ടിയ്ക്കുന്ന ഒരു മാജിക്കുണ്ട്. ഭൂരിപക്ഷം. അതിനോട് കൂടെ നിൽക്കാത്തവരെല്ലാം ഭ്രാന്തൻമാരായി മാറും. ഇവിടെ അശോകൻ സാറും കൃഷ്ണകുമാറും ഭൂരിപക്ഷമാണ്. അവർക്ക് അംഗീകരിക്കാൻ കഴിയാത്തത് ഭ്രാന്താണ്. എന്തായാലും കൂടുതൽ എന്റെ ചിന്തകൾ കടിഞ്ഞാണില്ലാത്ത കുതിരകളെ പോലെ സഞ്ചരിയ്ക്കുന്നതിനു മുമ്പ് തുറന്നിട്ടിരുന്ന വാതിലിലൂടെ സുരേന്ദ്രനാഥൻ സാർ വന്നു. 'അല്ല നിങ്ങൾ ഇപ്പോഴും കിടന്നില്ലേ? സമയം എത്രയായെന്നാ വിചാരം? ഓ സാധനമുണ്ടായിരുന്നു അല്ലേ? അത് ഞാനറിഞ്ഞില്ലല്ലോ?' അദ്ദേഹം പറഞ്ഞു കൊണ്ടെന്നെ നോക്കി. ഞാൻ വെറു

തെ ചിരിച്ചു. ' ഞാൻ രാഘവ്ജി പറഞ്ഞ ആ മനുഷ്യനെ കണ്ടു. നമ്മൾ ആരെകാണാനാഗ്രഹിച്ച് കൊണ്ടാണോ ഇവിടെ വന്നത് അതേയാളെ . ഇവിടെ വച്ച് അദ്ദേഹത്തെ കണ്ടുമുട്ടാമെന്ന് രാഘവ്ജി പറഞ്ഞിരുന്നു. നാളെ വെളിച്ചമായിട്ട് അന്വേഷിയ്ക്കാമെന്ന് നിങ്ങളൊക്കെ പറഞ്ഞപ്പോൾ അതു മതി എന്ന് കരുതിയിരുന്നതായിരുന്നു. പക്ഷെ കൃഷ്ണകുമാറി നെ തെരഞ്ഞ് പുഴ വക്കത്തേയ്ക്ക് പോവുകയായിരുന്നു. അയാളവിടെ യുണ്ടാകുമെന്നായിരുന്നു എന്റെ പ്രതീക്ഷ. പക്ഷെ കണ്ടുമുട്ടിയതവിടെ ഈ പറഞ്ഞ പുള്ളിയേയാണ്. അയാളോടൊന്നും രണ്ടും പറഞ്ഞ് നിൽ ക്കുമ്പോഴാണ് കൃഷ്ണകുമാർ എത്തി എന്ന നിങ്ങളുടെ ഫോൺ വന്ന ത്. അപ്പോൾ പിന്നെ അയാളുടെ കൂടെ അയാൾ താമസിയ്ക്കുന്നിടത്തേ യ്ക്ക്പോയി. കുറച്ച് നേരം സംസാരിച്ചിരുന്നു. എന്നെ ഇവിടെ കൊണ്ടു വന്നാക്കുവാൻ അദ്ദേഹം വന്നിരുന്നു. പിന്നെ സമയം ഇത്രയും വൈകി യതു കൊണ്ട് റൂമിൽ കേറുന്നില്ലെന്നും നാളെ കാണാമെന്നും പറഞ്ഞു പിരിഞ്ഞു.'ങ്ങയ്ക്ക് മുൻപരിചയമുണ്ടോ ? ' ഞാൻ ചോദിച്ചു. ' കണ്ടി ട്ടും കേട്ടിട്ടുമുണ്ട്. എന്നാൽ പരിചയം എന്ന് പറയാൻ കഴിയില്ല. ശരിയ് ക്ക് പറഞ്ഞാൽ സംസാരിച്ച് തുടങ്ങിയപ്പോഴാന് രാഘവ്ജി പറഞ്ഞ ആ ളാണെന്ന് എനിയ്ക്ക്മനസ്സിലായത് തന്നെ. ആളെ മനസ്സിലാക്കിയപ്പോൾ ഞാൻ നമ്മുടെ വരവിന്റെ കാര്യമൊന്നും പറഞ്ഞില്ല.കാരണം അയാളാ ണോ നമ്മൾ തേടുന്ന ആ ശത്രു എന്നൊരു തോന്നൽ. കരുൺ വാഗ്വീ ശ്വർ എന്നാണയാൾ പേര് പറഞ്ഞത്. ആപേര് ഞാൻ എത്രയോ കേട്ട താണ്. മുമ്പ് ഞാൻ നിങ്ങളോട് സംശയം പറയുകയും ചെയ്തല്ലോ. ഒ രർത്ഥത്തിൽ നമ്മൾ ഭാഗ്യവാൻമാരാണ്. തേടിയ വള്ളി കാലിൽ ചുറ്റി എന്ന് പറഞ്ഞതു പോലെയാണ്. അദ്ദേഹത്തെ കണ്ടെത്തി കഴിഞ്ഞല്ലോ. ഇനിയൊന്നും ഭയപ്പെടാനില്ല. നാളെ നമുക്ക് നേരിട്ടു പോയി അദ്ദേഹ ത്തോട് സംസാരിയ്ക്കാം. ഒരു എട്ടുമണി കഴിയുമ്പോഴേയ്ക്കും വരാമെ ന്ന് ഞാൻ പറഞ്ഞിട്ടുണ്ട്. ഞങ്ങൾ സംസാരിയ്ക്കുന്നത് ശ്രദ്ധിച്ചു കേൾ ക്കുകയായിരുന്നു തിരുമേനി. അദ്ദേഹം എപ്പോഴാണാവോ ഉണർന്നത്. അശോകൻ സാറും കൃഷ്ണകുമാറും ശ്രദ്ധിയ്ക്കുന്നുണ്ട്. എങ്കിലും അ വരുടെ ശ്രദ്ധ കൂടുതലും മുമ്പിലിരിയ്ക്കുന്ന ഗ്ലാസ്സിലേയ്ക്കായിരുന്നു. ഞാൻ ചോദിച്ചു. 'എന്നിട്ട് സാർ ഇവിടെ നടന്ന കാര്യങ്ങളൊക്കെ അദ്ദേ ഹത്തെ അറിയിച്ചോ ? ' .

'ഇല്ല . അങ്ങനെ എന്തെങ്കിലും അറിയിച്ചാൽ നമ്മെ തല്ലാനുള്ള വടി നമ്മൾ തന്നെ കൊടുത്തയക്കുന്നതു പോലെയാകും. അതുകൊണ്ട് ഞാൻ രാഘവ്ജിയെ കുറിച്ച് ചോദിച്ചു. ആശ്രമത്തിലെപഴയ കാര്യങ്ങൾ

പറഞ്ഞിരിക്കുകയായിരുന്നു ഇത്രയും നേരം. അദ്ദേഹം ജയകൃഷ്ണനെ പറ്റി എന്തെങ്കിലും ചോദിയ്ക്കുമെന്ന് ഞാൻ പ്രതീക്ഷിച്ചു. പക്ഷെ ഒന്നും ചോദിച്ചില്ല. ഞാൻ വല്ലതും പറയുമെന്ന് അദ്ദേഹം കരുതിയിട്ടുണ്ടാവുമോ ആവോ. ഇനി അദ്ദേഹത്തെ നാളെ കാണുമ്പോൾ ചോദിയ്ക്കേണ്ട കാര്യങ്ങൾ നമുക്ക് ഒന്നിച്ച് ചർച്ച ചെയ്ത് തീരുമാനിക്കേണ്ടതുണ്ട്. ഞാനായിട്ടിതുവരെ നമ്മുടെ ആഗമന ലക്ഷ്യത്തെ കുറിച്ച് യാതൊരു സൂചനയും നൽകിയിട്ടില്ല. രാഘവ്ജിയും പറയാനിടയില്ല. പിന്നെ ആരും പറഞ്ഞില്ലെങ്കിലും എല്ലാ മദ്ദേഹത്തിനറിയുമായിരിക്കും. അദ്ദേഹം കുറച്ച് ദിവസമായി ഇവിടെ അടുത്തൊരു വീട്ടിൽ താമസമാണെന്നു പറഞ്ഞു. നമുക്ക് നാളെ പോയി കാണാം ' .

' പറയാഞ്ഞത് നന്നായി. സാറിനറിയാത്ത ചില കാര്യങ്ങളുണ്ട്. സാറിന്റെ കൂടെ വന്ന ആളെ ഞാൻ കണ്ടിരുന്നു. പുഴയിൽ വച്ച് കൃഷ്ണകുമാറിനോട് വെള്ളത്തിലേയ്ക്കിറങ്ങാൻ നിർബന്ധിച്ചത് അയാളാണ്. സാർ പറഞ്ഞ കരുൺ വാഗ്വീശ്വർ അദ്ദേഹമാണെന്നെനിയ്ക്കറിയില്ലല്ലോ പിന്നെ കൃഷ്ണകുമാറിനെ ഞങ്ങൾ ഹിപ്നോട്ടിസത്തിന് വിധേയമാക്കി.'

'എന്നിട്ട് എന്തെങ്കിലും കിട്ടിയോ ' അദ്ദേഹം ഉത്കണ്ഠയോടെ ചോദിച്ചു. 'എന്തെങ്കിലുമല്ല. ഒരുപാട് കിട്ടി. ജയകൃഷ്ണനെ നിയന്ത്രിയ്ക്കുന്ന ആരോ ഒരാളുണ്ടെന്ന് നമ്മൾ കരുതിയിരുന്നില്ലേ. ഏതോ ഒരു അജ്ഞാതനായ നമ്മുടെ ശത്രു. ഒരു പക്ഷെ നമ്മൾ അന്വേഷിയ്ക്കുന്ന ആ അജ്ഞാത ശത്രു അത് താങ്കൾ സൂചിപ്പിച്ച പോലെ അയാൾ തന്നെയെന്ന് എല്ലാവർക്കും മനസ്സിലാക്കുവാനായി.' തിരുമേനിയാണ് പറഞ്ഞത്. 'ങും ' സുരേന്ദ്രനാഥൻ സാർ ഒന്നമർത്തി മൂളി. 'നമ്മുടെ സംശയങ്ങൾക്കൊക്കെ ഉത്തരമായിത്തുടങ്ങി. ചില ഊഹങ്ങൾ ബോധ്യങ്ങളാവാറുണ്ട്. ഇവിടെയും സംഭവിച്ചതതാണ് '. അശോകൻ സാറും തിരുമേനിയും കൂടി കഴിഞ്ഞ കാര്യങ്ങൾ ഒന്നൊഴിയാതെ അദ്ദേഹത്തോട് പറഞ്ഞു. കൃഷ്ണകുമാർ മുഴുവൻ കേൾക്കുകയായിരുന്നു. മുഴുവൻ കാര്യങ്ങൾ അയാളോടും പാഞ്ഞിരുന്നില്ലല്ലോ. കൃഷ്ണകുമാറിനെ ഹിപ്നോട്ടിസം ചെയ്തതും അയാളുടെ ശരീരത്തിൽ നിന്നു പുറത്തു വന്ന മായ എന്ന ദ്വിതീയ വ്യക്തിത്വം പറഞ്ഞതുമായ കാര്യങ്ങൾ ചുരുക്കി അദ്ദേഹത്തെ പറഞ്ഞുകേൾപ്പിച്ചു. അദ്ദേഹം വല്ലാത്ത ഒരവസ്ഥയിലായിരുന്നു. ഞാൻ പറഞ്ഞു. 'ഇനി എങ്ങനെ നീങ്ങണം എന്ന് നമുക്ക് ഒന്ന് കൂടി ആലോചിക്കണം. ഇപ്പോൾ ഭക്ഷണം കഴിച്ച് കിടക്കാം. നാളെ അദ്ദേഹത്തെ കാണാൻ പോകുന്നതിന് മുമ്പ് ഒരു തീരുമാനമെടുക്കാം.

എന്തായാലും ജയകൃഷ്ണന്റെ ആത്മാവ് അദ്ദേഹത്തിന്റെ പരിസരത്തെ വിടെയോ ഉണ്ട്. '

' അതൊക്കെ നാളെ അന്വേഷിയ്ക്കാം.അതെ അതാണ് നല്ലതെന്ന് തിരുമേനിയും പറഞ്ഞു. 'ഏതായാലും ലേഥാ നദിയുടെ തീരത്തെ ഓപിയം ലഹരിയിൽ ചുറ്റപ്പെട്ട ആ അജ്ഞാത ഗുഹയിൽ നിന്ന് ഹിപ്നോസ് എന്ന ദേവൻ ഉറക്കമുണർന്ന് ഇതാ ഇവിടെ ഈ പാപനാശിക്കരയിൽ എത്തിയിരിക്കുന്നു. ഇനി കുറച്ച് ദിവസം അദ്ദേഹം നമ്മളോടൊത്ത് ഉറങ്ങട്ടെ അല്ലേ? അല്ല അദ്ദേഹത്തിന്റെ സഹോദരനൊരാളുണ്ടല്ലോ താനട്ടോസ്, മരണത്തിന്റെ ദേവൻ . അദ്ദേഹം കൂടെ വന്നിരിയ്ക്കുമോ?' സുരേന്ദ്രനാഥൻ സാർ ചോദിച്ചു. ഞാനൊന്നും പറഞ്ഞില്ല.

അധ്യായം 29

അന്തരിന്ദ്രിയങ്ങൾ കണ്ടതും കേട്ടതും

രാത്രി ഉറക്കം വരാതെ കിടന്നപ്പോൾ ഞാനാലോചിച്ചത് മായ എന്ന ആ ദ്വിതീയ വ്യക്തിത്വത്തെ കുറിച്ചാണ്. വിവാഹം കഴിയ്ക്കാതെ രഹസ്യഭാര്യയായി ജീവിച്ച ഒരാൾ, ഭർത്താവിന്റെ ഗവേഷണത്തിനുവേണ്ടി പൂർണ സമ്മതത്തോടെ മരിയ്ക്കാൻ തയ്യാറായ ആൾ. ഇങ്ങനെയുമുണ്ടാകുമോ മനുഷ്യർ. ലോകത്തെമ്പാടുമുള്ള സാത്താൻ സേവകർ ചെയ്യുമ്പോലെ ഒരു പരകായപ്രവേശനത്തിനുള്ള പരിശ്രമമായിരിക്കണം അയാൾ നടത്തി നോക്കിയത്. എന്തായാലും നിയമവ്യവസ്ഥയിൽ ശിക്ഷാർഹമായ ഒരു കുറ്റം അയാൾ ചെയ്തിരിക്കുന്നു. തെളിവുണ്ടോ എന്ന് ചോദിച്ചാൽ യാതൊരു തെളിവുമില്ല. വർഷങ്ങൾക്ക് മുമ്പ് ഒരാത്മഹത്യയായി എഴുതി തള്ളിയ കൊലപാതകം. അത് തെളിയിക്കണമങ്കിൽ ആദ്യം ആരാണ് മായ എന്നറിയണം. ഹിപ്നോസിസിൽ ഒരാൾ പറയുന്നത് ഒരു കോടതിയും തെളിവായി സ്വീകരിക്കില്ല. മാത്രമല്ല ഒരാത്മാവ് പറഞ്ഞതാണെന്ന് കൂടിപറഞ്ഞാൽ പറയുന്നവരെ വല്ല മാനസികരോഗാശുപത്രിയിലും എത്തിച്ചെന്നും വരും. നിയമപ്രകാരം അയാൾ അവിവാഹിതനായതു കൊണ്ടു തന്നെ ആയാളുടെ ഭാര്യ എന്ന വാദം പോലും നിലനിൽക്കില്ല. സമൂഹത്തിനു മുമ്പിൽ അയാളൊരു നിത്യബ്രഹ്മചാരിയാണെന്നതും വിഷയമാണ്. എന്നാൽ അയാൾക്ക് നിലവിൽ ഒരു അവിഹിത ബന്ധവും അതിൽ ഒരു സന്താനവുമുണ്ടെന്ന വസ്തുത തെളിയിക്കപ്പെട്ടാൽ അയാളുടെ നിത്യബ്രഹ്മചാരി എന്ന പട്ടം കാറ്റത്ത് പൊട്ടിച്ചുവിടാം. എന്തായാലും ഇക്കാര്യങ്ങൾ ഞങ്ങളറിഞ്ഞത് അയാൾ അറിഞ്ഞിട്ടില്ലെന്ന വിശ്വാസമാണ് ഇപ്പോഴത്തെ ഏകാശ്രയം. താനയയ്ക്കുന്ന ആത്മാക്കൾ എന്തു ചെയ്യുന്നു എന്ന് കൃത്യമായി മനസ്സിലാക്കാനുള്ള കഴിവയാൾക്കുണ്ടായിട്ടും ഇവിടെ അയാളുടെ കാഴ്ചകൾ മറയ്ക്കപ്പെട്ടു എന്നാണ് ആ ആത്മാവ് പറഞ്ഞത്. അങ്ങനെയാണെങ്കിൽ അതിന് കാരണം കൃഷ്ണൻ നമ്പൂതിരിയായിരിക്കണം. ഇനി സുരേന്ദ്രനാഥൻസർ അയാളോട് സംസാരിച്ചിരുന്നതാണോ കാരണം. ഇവരിലാരുടേയൊ സാന്നിദ്ധ്യം അല്ലെങ്കിൽ മനസ്സാന്നിധ്യം അതായിരിയ്ക്കണം അയാളുടെ കാഴ്ചകൾ തടഞ്ഞത്. അല്ലാതെ എന്റെ പ്രവർത്തനങ്ങൾ അയാൾ

കാണാതിരിയ്ക്കില്ലല്ലോ. ഏതെങ്കിലും ഒരു ആത്മാവ് സഹായിക്കുന്നുണ്ടെങ്കിൽ അതിനെ കുറിച്ചും തിരുമേനിക്ക് ബോധ്യമുണ്ടാകണം. ആ ആത്മാവിന് മദ്യം കൊടുക്കാൻ പറഞ്ഞതെന്തിനായിരിയ്ക്കും ? തിരുമേനിയ്ക്ക് ഒരു വിധം കാര്യങ്ങൾ ബോധ്യപ്പെട്ടിരിയ്ക്കുന്നു. തുറന്നു പറയുന്നില്ലെന്ന് മാത്രം. അതെന്തായാലും ഒരു കാര്യം ഉറപ്പാണ് എന്തും ചെയ്യാൻ മടിയില്ലാത്ത ഒരാളാണ് അയാൾ. കരുൺ വാഗീശ്വർ എന്ന കരുണാകരൻ നമ്പ്യാർ. അയാളെ കണ്ടുമുട്ടുന്നതിന് മുമ്പ് സ്വയം തെയ്യാറെടുപ്പു വേണം. എന്റെ ആലോചനകൾ കാടുകയറുകയായിരുന്നു. അപ്പോഴാണ് തിരുമേനി ചോദിച്ചത്. ‘ഉറങ്ങിയില്ല അല്ല?’ ‘ഇല്ല. കൃഷ്ണേട്ടൻ ഇതു വരെ ഉറങ്ങിയില്ലേ?’

‘ ഇല്ല , ഉറക്കം വന്നില്ല. നീയുമുറങ്ങിയിട്ടുണ്ടാവില്ലെന്ന് ഞാൻ ഊഹിച്ചു. എന്നെ പോലെ നിനക്കും ചിന്തിയ്ക്കാനുണ്ടല്ലാ ഏറെ.’ കമ്പിളി പുതപ്പിനുള്ളിലായിരുന്നു ഞാൻ . ഇരുട്ട് കട്ടപിടിച്ച് കിടക്കുന്നതു കൊണ്ട് ആരൊക്കെ ഉറങ്ങി ആരൊക്കെ ഉറങ്ങിയിട്ടില്ല എന്ന് തിരിച്ചറിയാൻ കഴിയുന്നില്ല. തണുപ്പിന്റെ കടുത്ത ആക്രമണം സഹിക്കാനാവാതെ പുതപ്പ് ഒന്നുകൂടി ശരിയാക്കുകയായിരുന്നു ഞാൻ അപ്പോഴാണ് മറ്റൊരാളുടെ ശബ്ദം കേട്ടത്. ‘ഞാനും ഉറങ്ങിയിട്ടില്ല. നിങ്ങളെപ്പോലെ തന്നെ ചിന്തിച്ചു കിടക്കുകയായിരുന്നു.’ സുരേന്ദ്രനാഥൻ സാറിന്റെ ശബ്ദമായിരുന്നു അത്. ഞാൻ പറഞ്ഞു. ‘മായയെ കൊന്നത് ചിലപ്പോൾ ആസ്ട്രൽ പ്രൊജക്ഷൻ നടത്താനായിരിക്കുമെന്ന് എനിയ്ക്കു തോന്നുന്നു. സാത്താൻ സേവകരൊക്കെ അങ്ങനെ പരിശീലിയ്ക്കുന്നുണ്ടെന്ന് സമീപ കാല വാർത്തകളിൽ നിന്നറിയാമല്ലോ. പാരാസൈക്കോളജി ആസ്ട്രൽ പ്രൊജക്ഷനെ അംഗീകരിക്കുന്നുമുണ്ട്.’

‘ഒരാളെ കൊന്നതിന് ശേഷം സൂക്ഷ്മ ശരീരത്തെ പ്രെജ്ക്ട് ചെയ്യുന്നതല്ല പാരസൈക്കോളജിയുടെ വീക്ഷണത്തിൽ ആസ്ട്രൽ പ്രൊജക്ഷൻ. സ്ഥൂല ശരീത്തിനു ജീവനുള്ളപ്പോൾ തന്നെ അതിൽ നിന്ന് മാറി സൂക്ഷ്മ ശരീരത്തിനു സഞ്ചരിയ്ക്കാനുള്ള കഴിവ് നേടി കെടുക്കലാണ്. സ്ഥൂലശരീരത്തെ നശിപ്പിച്ച് സൂക്ഷ്മശരീരത്തെ ഉപയോഗിക്കുന്നത് തികച്ചും മാന്ത്രികൻമാരുടെ രീതിയാണ്. നീ പറഞ്ഞപോലെ സാത്താൻ ഉപസാകർ ഇത്തരം നീചപ്രവൃത്തികൾ ചെയ്തു വരുന്നതായി കേട്ടിട്ടുണ്ട്. അതൊരിക്കലും പാരസൈക്കോളജിയുടെ ഭാഗമായി തോന്നുന്നില്ല.’

‘ശരിയാണ് ദുർ മാന്ത്രികൻമാർ ഇത്തരത്തിലുള്ള അനവധി കാര്യങ്ങൾ ചെയ്തതായുള്ള കഥകൾ പറഞ്ഞു കേട്ടിട്ടുണ്ട്. അതൊക്കെ മാ

ന്ത്രികത്തിലെ അധമമാർഗങ്ങളാണ്. ലക്ഷ്യം നേടുവാൻ എന്തു വൃത്തികേടും ചെയ്യുന്ന രീതി. അപ്പോൾ ഇദ്ദേഹം ഏതെങ്കിലും ദുർമാന്ത്രിക കർമ്മങ്ങൾ അഭ്യസിച്ച ഒരാളായിരിയ്ക്കണം. വേഷവും പെരുമാറ്റവുമൊക്കെ സമൂഹത്തെ കാണിക്കുവാനും വിശ്വസിപ്പിയ്ക്കുവാനുമുള്ള ചില തന്ത്രങ്ങൾ മാത്രമായിരിക്കണം.' തിരുമേനി പറഞ്ഞത് ശരിയാണെന്ന അർത്ഥത്തിൽ ഞാനൊന്നു മൂളി. 'എന്തയാലും നാളെ അദ്ദേഹത്തെ സമീപിയ്ക്കുന്നതിനു മുമ്പ് നമുക്ക് കൃത്യമായ ഒരു പ്ലാൻ ഉണ്ടാക്കണം. ഇപ്പോൾ ഉറങ്ങാം. നമ്മളിപ്പോൾ സംസാരിയ്ക്കുന്നത് അദ്ദേഹം അറിയുന്നില്ല എന്നതിന് എന്ത് തെളിവാണ് നമുക്കുള്ളത്?' സുരേന്ദ്രനാഥൻ സാർ ചോദിച്ചു. 'അതിനെ കുറിച്ച് നിങ്ങൾ ഭയപ്പെടേണ്ട. എത്ര വലിയ മന്ത്രവാദിയാണെങ്കിലും ഇപ്പോൾ ഇവിടെ പറഞ്ഞ കാര്യങ്ങൾ അയാൾക്ക് പിടിച്ചെടുക്കുവാൻ കഴിയില്ല. അത് ഞാൻ വാക്കു തരാം. എന്തായാലും പ്രൊഫസർ പറഞ്ഞതിൽ ഒരു കാര്യമുണ്ട്. നമ്മൾ ഓരോരുത്തരും ഉറക്കം വരുന്നതുവരെ ആലോചിയ്ക്കുക. ആ ഏഭ്യനെ എങ്ങനെ നേരിടണമെന്നതിനെ കുറിച്ച് അങ്ങനെ ആലോചിച്ചുറങ്ങിയാൽ സ്വപ്നത്തിലെങ്കിലും ഒരു വഴി കണ്ടെത്തുവാൻ കഴിഞ്ഞെന്നു വരും എല്ലാവരുടെ ചിന്തയും കൂടി രാവിലെ നമുക്ക് ചർച്ച ചെയ്യാം. രാവിലെ എന്ന് പറയാൻ ഇനി അധികം സമയമില്ല. രണ്ടാ മൂന്നോ മണിക്കൂർ ഉണ്ടെങ്കിലായി. പിന്നെ ചിലപ്പോൾ അതിന്റെ ഒന്നും ആവശ്യമുണ്ടായി എന്നും വരില്ല. അല്ല അദ്ദേഹത്തെ കാണേണ്ട ഒരാവശ്യം തന്നെ നമുക്ക് വന്നില്ലെങ്കിലോ ? അപ്പോൾ ഞാനുറങ്ങി.' തിരുമേനി അങ്ങനെ പറഞ്ഞപ്പോൾ പിന്നെ ആരും ഒന്നും മിണ്ടിയില്ല എല്ലാവരും അവരുടെ ചിന്താലോകങ്ങളിൽ ലയിച്ച് ഉറക്കത്തെ പ്രതീക്ഷിച്ചിരുന്നു. പക്ഷെ അയാളെ കാണേണ്ട ആവശ്യം തന്നെ വന്നില്ലെങ്കിലോ? അതെന്താ തിരുമേനി അങ്ങനെ പറഞ്ഞത്? പിന്നെ എന്റെ ചിന്തയിൽ അതുമാത്രമായിരുന്നു.

*****

നേരം പുലരുന്നതിനു മുമ്പേ ഞാനുണർന്നിരുന്നു. ഒരു ചെറിയ ഉറക്കം മാത്രമേ എനിയ്ക്ക് കിട്ടിയുള്ളു. ഏറെ നേരം ആലോചിച്ചു കിടന്നു.എപ്പോഴാണറുങ്ങിയതെന്നറിയില്ല .എങ്കിലും ഉണരാൻ വൈകിയിട്ടില്ല. ലൈറ്റിടാതെ ഞാനെഴുനേറ്റ് ബ്രഷും പേസ്റ്റും എടുത്ത് കുളിമുറിയിൽ കയറി. ഞാൻ കുളിച്ചു വന്നപ്പോൾ മുറിയൽ ലൈറ്റുണ്ട്. അശോകൻ സാറും കൃഷ്ണകുമാറും സുഖസുഷുപ്തിയിൽ തന്നെ. സുരേന്ദ്രനാഥൻ സാർ ധ്യാനത്തിലാണ്. തിരുമേനി പല്ല് തേച്ചു കൊണ്ട് വാഷ്

ബേസിനരികെ നിൽക്കുന്നു. 'വല്ലാതെ ശബ്ദമുണ്ടാക്കേണ്ട അവർ കിട ന്നുറങ്ങട്ടെ ഞാൻ ബാത്തുറൂമിലേയ്ക്കു പോകാം.' തിരുമേനി പല്ലു തേച്ചു കൊണ്ടു തന്നെ ബാത്ത്റൂമിൽ കയറി. ഞാൻ വസ്ത്രം മാറ്റിയ ശേഷം സിറ്റൗട്ടിൽ വന്നിരുന്നു. ഒന്നുകിൽ കുളി കഴിഞ്ഞ് കൃഷ്ണേ ട്ടൻ, അല്ലെങ്കിൽ ധ്യാനം കഴിഞ്ഞ് സുരേന്ദ്രനാഥൻ സാർ വരു വരുമെ ന്ന പ്രതീക്ഷയായിരുന്നു എനിയ്ക്ക്. കുറച്ചുനേരം സുഖസുന്ദരമായ ത ണുപ്പിൽ വിറച്ച് വിറച്ചു കൊണ്ട് സിറ്റൌട്ടിലെ സോഫയിൽ ഇരിക്കു മ്പോൾ എന്റെ മനസ്സ് ശൂന്യമായിരുന്നു. എവിടെ തുടങ്ങണം എവിടെ അവസാനിപ്പിക്കണമെന്നറിയാത്ത എന്തോ ഒന്നിലകപ്പെട്ട പോലെയാ യിരുന്നു ഞാൻ . എന്റെ അവസ്ഥ ഞാൻ എങ്ങനെ വെളിപ്പെടുത്തും? ആദ്യം വന്നത് കൃഷ്ണേട്ടൻ തന്നെയായിരുന്നു. കൃഷ്ണേട്ടൻ പറഞ്ഞു. ' ഒരു കാര്യം ഉറപ്പാണ് ആ ഏഭ്യൻ തന്നെയാണ് എല്ലാറ്റിനും കാരണം. സ്വന്തം ഭാര്യയുടെ ആത്മാവിനെ പോലും വെറുതെ വിടാതെ ക്രൂരമാ യ കാര്യങ്ങൾക്കുവേണ്ടി ഉപയോഗിക്കുന്ന അയാളെ ഏഭ്യൻ എന്നല്ലാ തെ എന്താണ് പറയുക. വൃത്തികെട്ടവൻ. അവന് ഒരു പണി കൊടുക്കു വാൻ തന്നെ ഞാൻ തീരുമാനിച്ചിട്ടുണ്ട്.'

'എന്തു പണി'. എനിയ്ക്ക് സംശയമായി. 'പണി ഞാൻ കാണിച്ചു ത രാം പറഞ്ഞാൽ അതിന്റെ ത്രില്ലു പോകും അയാളുടെ എല്ലാ കർമ്മങ്ങ ളേയും സ്തംഭിപ്പിയ്ക്കാൻ എനിയ്ക്കറിയാം. അയാളെ കുറിച്ച് എനിയ് ക്ക് ഒരു ധാരണ കിട്ടിയിട്ടുണ്ട്. ഇനി അയാളെ പേടിയ്ക്കുകയൊന്നും വേണ്ട പിന്നെ ആദ്യം നമ്മൾ ക്ഷേത്രത്തിൽ പോകുന്നു കുളിച്ച് ശുദ്ധ നായ കൃഷ്ണകുമാറിനെ കൊണ്ട് മായ എന്ന ആസ്ത്രീയ്ക്ക് ബലികർ മം ചെയ്യുന്നു. മരിച്ച നക്ഷത്രമൊന്നും അറിയാത്തതു കൊണ്ട് സങ്കല് പിച്ച് വേർപാട് ക്രിയ കൂടി ചെയ്ത് ബലി പിണ്ഡം വയ്ക്കാം.എന്നിട്ട് ക്ഷേത്രത്തിൽ കയറി അവർക്കുവേണ്ടി വഴിപാടുകൾ ചെയ്തതിന് ശേ ഷം മാത്രമേ അദ്ദേഹത്തിന്റെ അടുത്തേയ്ക്കു പോകുന്നുള്ളു. എന്താ അതു പോരെ?' 'തിരുമേനി കണക്കു കൂട്ടുന്നത് പോലെ ചെയ്യാം സാ റും കൂടി വന്നാൽ നമുക്ക് കൂട്ടമായി ആലോചിക്കാം. എനിയ്ക്ക് സമ്മ തം. ഇനി സാറെന്താണ് പറയുന്നതെന്നറിയില്ലല്ലോ.' ഞാൻ പറഞ്ഞു നിറുത്തിയതയുള്ളു. സുരേന്ദ്രനാഥൻ പുറത്തെത്തി കഴിഞ്ഞിരുന്നു. സാർ പറഞ്ഞു. 'നിങ്ങൾ പറഞ്ഞതിൽ കുറച്ച് ഞാൻ കേട്ടു. എന്തായാലും ന മ്മൾ തിരുമേനിയുടെ തീരുമാനത്തിന് വിടുന്നു. പിന്നെ അവിടെ ചെല്ലു മ്പോൾ ഞാൻ കഴിയുന്നതും അയാളുടെ ഭാഗത്ത് നില്ക്കും മനസ്സു കൊണ്ടല്ല വാക്കു കൊണ്ട് കാരണം അയാൾ രാഘവ്ജിയുടെ ആളാണ്

എന്ന ഒരു പരിഗണന ഞാൻ അദ്ദേഹത്തിന് കൊടുക്കണമല്ലോ. മോശക്കാരനാണെന്ന് അറിയാമായിരുന്നു. എന്നാൽ ഇത്രമാത്രമുണ്ടെന്ന് മനസ്സിലാക്കിയില്ല. എന്ത് പറഞ്ഞാലും എനിയ്ക്ക് ഗുരുസ്ഥാനത്തുള്ള ഒരാൾ പരിചയപ്പെടുത്തിയ ആളാണ്. അതുകൊണ്ടു തന്നെ അയാളെ ഒറ്റയടിയ്ക്ക് ധിക്കരിയ്ക്കുന്ന പോലെ അയാൾക്ക് തോന്നേണ്ട . പക്ഷെ എനിയ്ക്ക് വിഷമം വരും എന്നതരത്തിൽ നിങ്ങൾ കാര്യങ്ങളെ ലഘുവായി കാണരുത്. തിരുമേനിയാണ് കാര്യങ്ങൾ സംസാരിയ്ക്കണ്ടത് സുധീർ തിരുമേനിയെ സപ്പോർട് ചെയ്യും. ഞാൻ കുറച്ച് അദ്ദേഹത്തിന്റെ ഭാഗത്തും കുറച്ച് നിങ്ങളുടെ ഭാഗത്തുമൊക്കെ നിന്ന് ഒരു മധ്യസ്ഥനെ പോലെ സംസാരിയ്ക്കും അത് നിങ്ങൾ കാര്യമാക്കേണ്ട നിങ്ങൾ തുടരുക. തിരുമേനി പറഞ്ഞ തുപോലെയുള്ള കാര്യങ്ങൾ കഴിഞ്ഞേ നമ്മൾ അങ്ങോട്ട് പോകുന്നുള്ളു. ആകർമ്മം കഴിഞ്ഞാൽ പിന്നെ അദ്ദേഹം വിളിച്ചാൽ മായ വരരുത്. അടുത്ത കർമ്മം നമുക്ക് ചെയ്യാനുള്ളത് ജയകൃഷ്ണനു വേണ്ടിയാണ്.' സുരേന്ദ്രനാഥൻ സാറും എന്തൊക്കെയൊ തീരുമാനിച്ചുറപ്പിച്ചിട്ടുണ്ട്. അതെനിയ്ക്ക് മനസ്സിലായി. എന്തായാലും ആ തീരുമാനം കൃഷ്ണേട്ടന് ഇഷ്ടപ്പെട്ടന്ന് അദ്ദേഹത്തിന്റെ കണ്ണുകളിൽ നിന്ന് എനിയ്ക്ക് മനസ്സിലായി. 'എന്തായാലും എന്റെ മനസ്സു പറയുന്നത് നമുക്ക് അയാളുമായി ഒരു കൂടിച്ചേരലില്ലെന്നാണ്. എന്ന് വച്ച് മനസ്സു പറയുന്നത് വിശ്വസിച്ച് നമ്മൾ മുൻകൂട്ടിയൊന്നും പ്ലാൻ ചെയ്യാതിരുന്നാൽ ചിലപ്പോൾ അബദ്ധമാകാനും മതി.' തിരുമേനി അതും പറഞ്ഞു കൊണ്ടു വെറ്റില ചെല്ലം തുറക്കാൻ ആരംഭിച്ചു. 'ഞാൻ പോയി കുളിച്ച് വരാം. അത് കഴിഞ്ഞ ശേഷം അവരെ രണ്ട് പേരേയും വിളിച്ചാൽ മതി. നല്ല ഉറക്കത്തിലാണ്. ഉണർന്നു കഴിഞ്ഞാൽ അവർക്ക് ഒരു ചെറിയ ട്രെനിംഗ് കൊടുക്കണം അത് സുധീർ ചെയ്യും. ചെയ്യണം.' അത്രയും പറഞ്ഞു കൊണ്ട് സുരേന്ദ്രനാഥൻ സാർ ബ്രഷും പേസ്റ്റും മറ്റെന്തൊക്കെയോ എടുത്ത് കൊണ്ട് ബാത്ത്റൂമിലേയ്ക്ക് പോയി. പിന്നെയും ഞാനും തിരുമേനിയും മാത്രമായി. തിരുമേനി പറഞ്ഞു. 'അയാൾ ആ ഏഭ്യൻ ഇപ്പോൾ നമ്മുടെ വലയിലാണ്. അത് അയാളെ ബോധ്യപ്പെടുത്തേണ്ട ആവശ്യമേയുള്ളു. അയാൾ വീഴും. വീണിടത്ത് ചവിട്ടരുത്. നമ്മൾ അവിടെ എത്തുന്നതിന് മുമ്പ് അയാളുടെ വലം കൈ മായയെ അയാൾക്ക് വിളിച്ചാൽ കിട്ടാത്ത ദൂരത്ത് എത്തിയ്ക്കണം. അയാളുടെ എല്ലാ ശക്തിയും അവരാണ്. അവരില്ലാതായി എന്നറിയുമ്പോൾ തന്നെ അദ്ദേഹം പകുതി വീണു കഴിഞ്ഞു.അതാണ് ഞാൻ പറഞ്ഞത് അവർക്കു വേണ്ടി ബലികർമം എന്ന് .വേർപാട് കർമം നടത്തി ബലി

ചെയ്യണം. പിന്നെ ജയകൃഷ്ണൻ അയാൾ മനസ്സുകൊണ്ട് നമ്മുടെ കൂടെയാണ്. ഭയം കൊണ്ട് അയാളുടെ കൂടെയും . ഇനി ഭയപ്പെടേണ്ട കാര്യമില്ല എന്നറിഞ്ഞാൽ അപ്പോൾ മുതൽ അയാൾനമ്മളോടൊപ്പം ഉണ്ടാവും. അത് കൊണ്ട് അയാളെ കുറിച്ച് സംശയിക്കുകയേ വേണ്ട. അതും ആ ഏഭ്യന് തിരിച്ചടിയാവും.' തിരുമേനി പറഞ്ഞു കൊണ്ടേയിരിക്കുകയായിരുന്നു. അപ്പോഴാണ് ജയകൃഷ്ണൻ എന്ന് പരിചയപ്പെടുത്തിയ ആ യുവാവും സംഘവും വന്നത്. തീരെ പ്രതീക്ഷിയ്ക്കാത്ത ഒരു വരവായിരുന്നു അത്. അവർ വന്ന ഉടനെ ചോദിച്ചു, 'ഇന്നലെ ഞങ്ങളുടെ റൂമിൽ വന്ന് സംസാരിച്ച അയാളെവിടെ. അയാളെ കാണാനാണ് ഞങ്ങൾ വന്നത്.'

'അയ്യോ അദ്ദേഹം ഉണർന്നിട്ടില്ലല്ലോ. വിളിയ്ക്കാം. മക്കളിരിയ്ക്കു..' അതും പറഞ്ഞുകൊണ്ട് തിരുമേനി അകത്ത് പോയി. പക്ഷെ അവർക്കെല്ലാവർക്കും ഇരിയ്ക്കാനുള്ള കസേരകൾ അവിടെ ഉണ്ടായിരുന്നില്ല. ഞാൻ എഴുന്നേറ്റു 'ഉള്ളയിടത്തിരിയ്ക്കു പിന്നെ ഇതൊരു ലോഡ്ജ് മുറിയല്ലേ അവർ തരുന്ന സൗകര്യങ്ങളല്ലേ ഇവിടെയുണ്ടാവു ?'

എന്റെ നിസ്സഹായാവസ്ഥ അവർ ശരിയ്ക്കും മനസ്സിലാക്കിയിരിക്കണം. അവരിലൊരാൾ പറഞ്ഞു. 'സാർ ഇരിയ്ക്കു ഞങ്ങൾ ചെറുപ്പക്കാരല്ലേ നില്ക്കുന്നത് കൊണ്ട് എന്താ കുഴപ്പം. ഒരു വിഷയവുമില്ല.' അതിഥികളെ സൽക്കരിയ്ക്കാനുള്ള സാഹചര്യത്തിന്റെ പരിമിതി ഒരു വിഷയം തന്നെയാണ്. പക്ഷെ വീടല്ലല്ലോ. ഞാൻ അങ്ങനെ സമാധാനിച്ചു. കൂട്ടത്തിൽ ഞാൻ ജയകൃഷ്ണനോട് ചോദിച്ചു പേരൂരിൽ പോകാറുണ്ടോ? അവിടുത്തെ സ്ഥലവും വീടുമൊക്കെ നോക്കാറുണ്ടോ? അതൊ ആ വഴി ചിന്തിക്കാറേയില്ലേ?' ജയകൃഷ്ണൻ ഒന്നും മിണ്ടിയില്ല. കൂട്ടത്തിൽ അത്യാവശ്യം സമർത്ഥനെന്ന് തോന്നിക്കുന്ന മറ്റൊരാൾ പറഞ്ഞു. കഴിഞ്ഞ രണ്ട് കൊല്ലമായി ഇവൻ ഞങ്ങളുടെ കൂടെ തന്നെയുണ്ട്. അത് കൊണ്ട് ഒരു കാര്യം ഉറപ്പിച്ച് പറയാം. അവൻ അങ്ങോട്ടൊന്നും പോയിട്ടുണ്ടാവില്ല. പിന്നെ ചിലപ്പോൾ ഇവന്റെ മാമൻപോയിട്ടുണ്ടാവും. അയാളാണല്ലോ ഇവന്റെ രക്ഷാധികാരി . അയാൾ ഇവിടെയുണ്ടെന്ന് ഇവൻ പറഞ്ഞിട്ടാണ് ഞങ്ങൾ ഇന്നലെ ഇവിടെ തങ്ങിയത്. അല്ലെങ്കിൽ ഇന്നലെ തന്നെ പോയേനെ. ഇവന് അയാളകണ്ടേ പറ്റു എന്ന് നിർബന്ധം . ങാ അതു പോട്ടെ എവിടെ അയാൾ. ഇന്നലെ അദ്ദേഹം ലേശം ഓവറായിരുന്നോ എന്നൊരു സംശയം എന്തായാലും അദ്ദേഹത്തോട് സംസാരിച്ചപ്പോൾ ഒന്നു കൂടി കണ്ട് യാത്രപറയണമെന്ന് തോന്നി.' ഒരു കാര്യം എനിയ്ക്കു മനസ്സിലായി. ഇന്നലെ ഇവരുടെ റൂമിൽ പോകുമ്പോൾ അ

യാൾ അല്പം പോലും കഴിച്ചിട്ടില്ല. പിന്നെ ഓവറായെന്ന് ഇവർക്ക് തോന്നിയെങ്കിൽ അയാളുടെ സംസാരത്തിൽ ചില കുഴപ്പങ്ങൾ ഇവർ കണ്ടുപിടിച്ചിട്ടുണ്ടാവണം. അത് അപ്പോഴത്തെ അയാളുടെ മാനസിക പ്രശ്നങ്ങളുടെ ഭാഗമാവാനും മതി. അതിനെക്കാൾ വലിയ ഒരു കാര്യം എനിയ്ക്കവരിൽ നിന്ന് കിട്ടി.ജയകൃഷ്ണൻ അച്ഛനെ മാമൻ എന്നാണ് വിളിയ്ക്കുന്നത്. അത് അയാളുടെ അച്ഛനാണെന്ന് ആർക്കുമറിയില്ല. സമൂഹത്തിന്റെ മുമ്പിൽ അയാൾക്കു മക്കളില്ല. നിത്യബ്രഹ്മചാരി ! എന്തായാലും ഞങ്ങൾ സംസാരിക്കുന്നതിനിടയിൽ തന്നെ തിരുമേനി കൃഷ്ണകുമാറിനേയും കൊണ്ട് വന്നു. വന്ന ഉടനെ കൃഷ്ണകുമാർ ചോദിച്ചു. ‘ആരാണ് ഓ നമ്മളിന്നലെ കാട്ടിൽ വച്ച് കണ്ടവരല്ലേ? എന്തു പറ്റി എന്നെ കാണണം എന്ന് പറയാൻ.’

‘അപ്പോൾ സാറിന്നലെ ഞങ്ങളുടെ മുറിയിൽ വന്ന് പറഞ്ഞതൊന്നും ഓർമ്മയില്ലേ ? രാവിലെ കാണണം. നിങ്ങളോടെനിയ്ക്കൊരു രഹസ്യം പറയാനുണ്ട്. ഇയാളുടെ അമ്മാവൻ വലിയ ഒരു മനുഷ്യനാണ്. അയാളെ കണ്ടാൽ അയാളുടെ അത്ഭുതകരമായ സിദ്ധികൾ മനസ്സിലാക്കി പെരുമാറണം പറഞ്ഞതൊന്നും താങ്കൾക്കോർമ്മയില്ലേ?’ ജയകൃഷ്ണന്റെ കൂട്ടുകാരിൽ പെട്ട ഒരാൾ ചോദിച്ചു. ‘ഞാനൊ ? ഞാനിന്നലെ നിങ്ങളുടെ റൂമിൽ വന്നെന്നോ?’ കൃഷ്ണകുമാർ വല്ലാത്ത അതിശയത്തിലാണ് ചോദിച്ചത്. ഞാൻ ഇടയിൽ കയറിപറഞ്ഞു. ‘ഇന്നലെ അയാൾ നിങ്ങൾ പറഞ്ഞ പോലെ കുറച്ച് ഓവറായിരുന്നു. അതാണ് ഒന്നും വിചാരിക്കേണ്ട. പേരുകേട്ട ആ അമ്മാവനെ അയാൾ കണ്ടിട്ടുപോലുമില്ല. നിങ്ങൾ ക്ഷമിക്കണം. അയാളെന്തെങ്കിലും അബദ്ധം പറഞ്ഞിട്ടുണ്ടെങ്കിൽ ഞാൻ ക്ഷമ ചോദിക്കുന്നു.’ ഒപ്പം വന്ന കൂട്ടുകാരൊക്കെ പകച്ച പോലെ കൃഷ്ണകുമാറിനെ നോക്കി. എന്നാൽ ജയകൃഷ്ണന്റെ നോട്ടത്തിൽ വല്ലാത്ത ദേഷ്യം വ്യക്തമായിരുന്നു. അമ്മാവന്റെ ശക്തി എന്താണെന്ന് കൂട്ടുകാരെ ബോധ്യപ്പെടുത്താൻ കൊണ്ടുവന്നിട്ട് പരാജയപ്പെട്ടതിലുള്ള അമർഷം. അതോ അമ്മാവന്റെ നിയന്ത്രണത്തിൽ നിന്ന് കൃഷ്ണകുമാർ രക്ഷപ്പെട്ടു എന്നറിഞ്ഞതിലുള്ള നിരാശയോ ഏതായിരുന്നു അയാളുടെ നോട്ടത്തിൽ പ്രതിംബിംബിച്ച ഭാവം . അമർഷവും നിരാശയും ചേർന്ന ഒന്നായിരിക്കണം.

അധ്യായം 30

സർവ പ്രായശ്ചിത്തം

പുഴയിൽ കുളിച്ച് തിരുമേനി പറഞ്ഞ രീതിയിൽ കൃഷ്ണകുമാർ കർമ്മങ്ങളൊക്കെ ചെയ്തു. അതിന് ശേഷം എല്ലാവരും കൂടി ക്ഷേത്രദർശനം നടത്തി. പിന്നെ പ്രഭാതഭക്ഷണം കഴിച്ചതിന് ശേഷമാണ് കരുൺ വാഗ്വീ ശരനെ കാണാൻ പോകാമെന്ന് തീരുമാനിച്ചത്. പ്രഭാതഭക്ഷണം കഴിഞ്ഞ് കുറച്ച് വിശ്രമിച്ചിട്ടാവാം യാത്രയെന്ന് നിർദ്ദേശിച്ചത് തിരുമേനിയാണ്. ഈ പറയുന്ന വാഗ്വിശ്വരന് നിത്യ നൈമിത്തിക കർമ്മങ്ങളെന്തെങ്കിലുമുണ്ടെങ്കിൽ അത് നമ്മൾ കാരണം മുടങ്ങേണ്ട എന്നായിരുന്നു അദ്ദേഹത്തിന്റെ അഭിപ്രായം. റൂമിനു മുമ്പിൽ സിറ്റൗട്ട് പോലെയുള്ള ഭാഗത്തിരുന്ന് ഞങ്ങൾ സംസാരിക്കുകയായിരുന്നു. കൃഷ്ണകുമാറിന് ഭക്ഷണം കഴിച്ചാൽ കക്കൂസിൽ പോകുന്ന ഒരേർപാടുണ്ട്. അതുകൊണ്ടയാൾ അവിടെ ആശ്രയം തേടി. ഞങ്ങൾ നാലുപേരും വാഗ്വീശനെകാണുമ്പോൾ എങ്ങിനെ ഇടപെടണം എന്ന കാര്യത്തിൽ കാര്യഗൗരവമായ ചർച്ചയിലായിരുന്നു. നാല്പേരും എന്ന് പറയാൻ കഴിയില്ല. തിരുമേനി ഏറെക്കുറേ മൗനിയായി എല്ലാം കേട്ടുകൊണ്ടിരിയ്ക്കുന്നു. ഞങ്ങൾ പറഞ്ഞു കൊണ്ടും. പെട്ടന്നാണ് അശോകൻ സാർപറഞ്ഞത് 'ഒരു പോലീസ് വണ്ടി താഴെ വന്നു നിന്നു വല്ലോ കുറച്ച് പോലീസുകാർ താഴേയ്ക്ക് ഇറങ്ങിയിട്ടുമുണ്ട്. എന്തോ പ്രശ്നമുണ്ടായിട്ടുണ്ട്.' അദ്ദേഹം അത് പറഞ്ഞപ്പോൾ ഞാനും താഴേയ്ക്ക് നോക്കി. ശരിയാണ് കുറച്ച് പോലീസുകാർ കയറിവരുന്നുണ്ട്. നമ്മുടെ അടുത്തേയ്ക്കാവുമോ' എന്റെ സംശയം ഞാൻ എല്ലാവരും കേൾക്കെ പറഞ്ഞു. 'അവർ നമ്മളെ തേടി വരുന്നതെന്തിന്. നമ്മൾ ഒരു കുറ്റവും ചെയ്തിട്ടില്ലല്ലോ. ഇനി വല്ലതും ചോദിച്ചറിയാനാണെങ്കിൽ പോലും നമ്മൾ അത്തരത്തിലുള്ള ഒരു കുറ്റകൃത്യത്തിനും സാക്ഷികളുമല്ലല്ലോ. ഇനി അവർ ഇങ്ങോട്ടാണെങ്കിൽ പോലും നമുക്കെന്താ ? നമ്മൾ റൗഡികളൊ തെമ്മാടികളൊ അല്ലല്ലോ. അവർ എന്തെങ്കിലും അന്വേഷിക്കാൻ വന്നതാണെങ്കിൽ നമ്മളോടും ചോദ്യങ്ങളുണ്ടാവും. അവർ ചോദിയ്ക്കുന്ന കാര്യങ്ങൾ സത്യസന്ധമായി ഉത്തരം പറഞ്ഞാൽ മതി അതിലപ്പുറം ഒരിയ്ക്കലും ഒന്നും ഒളിച്ച് വെച്ച് അവരോട് സംസാരിയ്ക്കരുത്.' അശോകൻ സാർ

മുൻകൂട്ടി നിർദ്ദേശം തന്നു . ഒരു നുണ പറഞ്ഞാൽ അതിനെ ന്യായീകരിക്കുവാൻ ഒരുപാട് നുണകൾ പറയേണ്ടിവരും. അതുകൊണ്ടും കാര്യമുണ്ടാവില്ല. അവസാനം ചെയ്യാത്ത കുറ്റങ്ങൾ നമ്മുടെ തലയിലേയ്ക്ക് കയറിയിരിക്കുകയും ചെയ്യും. അശോകൻ സാർ പറഞ്ഞതാണ് ശരി. അവർ ഇവിടേയ്ക്കാണ് വരുന്നതെങ്കിൽ ചോദിയ്ക്കുന്ന കാര്യങ്ങൾക്ക് കൃത്യമായി തന്നെ മറുപടി പറയാമെന്നായിരുന്നു ഞങ്ങൾ തീരുമാനിച്ചത്. പക്ഷെ അവർ വന്നില്ല. അവർ താഴെ നിലയിലുണ്ടായിരുന്ന, ചിലരെ വിളിച്ച് ജീപ്പിൽ കയറ്റി കൊണ്ടുപോകുന്നത് മേലെ നിന്ന് ഞങ്ങൾ കണ്ടു. ആചിലരെ മനസ്സിലായപ്പോൾ ശരിയ്ക്കും ഞെട്ടി പോയി. ഇന്നലെ പരിചയപ്പെട്ട ആ കോളേജ് പിള്ളാരായിരുന്നു അവർ. ഞങ്ങൾക്ക് വല്ലാത്ത അത്ഭുതം തോന്നി. അവരെ എന്തിന് പോലീസ് കൊണ്ടുപോകണം? 'ഞാനൊന്ന് താഴെ കണ്ടറിൽ പോയി അന്വേഷിച്ചിട്ട് വരാം.' അശോകൻ സാർ അതും പറഞ്ഞ് ആരുടെയും സമ്മതത്തിന് കാത്തു നില്ക്കാതെ താഴേയ്ക്കിറങ്ങിപ്പോയി. 'ആ കുട്ടികൾ ഇന്നലെ രാത്രി എന്തെങ്കിലും കുരുത്തക്കേട് ചെയ്തതിനാണ് അവരെ പോലീസ് പൊക്കിയതെങ്കിൽ ഇന്നലെ അവരുടെ റൂമിൽ പോയ കൃഷ്ണകുമാറും അവനെ തേടി പോയ അശോകൻ സാറും ഒക്ക കൂടി വിഷയമാവുമല്ലോ?' ഞാൻ ആരോടെന്നില്ലാതെ പറഞ്ഞപോൾ തിരുമേനിയാണ് മറുപടി പറഞ്ഞത്. 'അതൊന്നും അത്ര വലിയ പ്രശ്നമല്ലടോ സത്യം നമുക്കറിയില്ലേ? അതു തെളിയിയ്ക്കാനും കഴിയും.പിന്നെ എന്ത് പ്രശ്നം. വെറുതെ വേണ്ടാത്ത കാര്യം മാത്രം ചിന്തിയ്ക്കാതിരിയ്ക്കു.' പിന്നെ അല്പനേരത്തേയ്ക്ക് ആരും ഒന്നും മിണ്ടിയില്ല. കുറച്ച് കഴിഞ്ഞപ്പോഴേയ്ക്കും അശോകൻ സാർ മടങ്ങിയെത്തി. വന്ന ഉടനേ അദ്ദേഹം പറഞ്ഞു. 'നമ്മൾ ഉദ്ദേശിക്കുന്നതു പോലെയല്ല കാര്യങ്ങൾ. കുറച്ച് ഗൗരവമുള്ള കേസാണ്.' നമ്മൾ ഇന്നലെ പരിചയപ്പെട്ടില്ലേ ആ ജയകൃഷ്ണൻ ഒരാളെ കൊന്നിരിയ്ക്കുന്നു. ആരെയാണെന്നോ എവിടെ വച്ചാണെന്നോ കൗണ്ടറിൽ ഇരിയ്ക്കുന്നവർക്കറിയില്ല. അത്തരം കാര്യങ്ങൾ പോലീസുദ്യോഗസ്ഥർ വ്യക്തമാക്കിയിട്ടില്ല.എന്നാൽ കൊല പാതക കേസിൽ അയാളെ കസ്റ്റഡിയിൽ എടുക്കുകയാണെന്ന് അറിയിച്ചിട്ടുണ്ട്. ബാക്കി ഫോർമാലിറ്റിയൊക്കെ അവർ പിന്നെ വന്ന് തീർക്കുമായിരിയ്ക്കും.' 'അതൊക്കെ അവരുടെ കാര്യങ്ങൾ നമുക്ക് നമ്മുടെ കാര്യങ്ങളുണ്ട്. ഇനി വേഗം പോയി കരുണൻ വാഗ്വീശ്വരനെകണ്ടു വരാം. കൃഷ്ണകുമാർ ഇറങ്ങിയില്ലേ?' സുരേന്ദ്രനാഥൻ സാറിന്റെ ചോദ്യം കേൾക്കേണ്ട താമസം, 'ഞാൻ റഡി' എന്ന് പറഞ്ഞ് കൊണ്ട് കൃഷ്ണകുമാർ വന്നു. പിന്നെ ഞങ്ങൾ

എല്ലാവരും എഴുന്നേറ്റു. റൂം പൂട്ടി ചാവി കണ്ടറിൽ ഏല്പിയ്ക്കുമ്പോൾ പറഞ്ഞു. 'ഞങ്ങൾ ഇവിടെ ഒക്കെ ഒന്ന് കറങ്ങി വരാം.ഉച്ചയാവുമ്പോഴേയ്ക്കു തിരിച്ചു വരും.' പറഞ്ഞത് അശോകൻ സാറാണ്.എന്തിനാണ് അങ്ങനെ പറഞ്ഞതെന്ന് എനിക്ക് മനസ്സിലായി. നമ്മൾ ഇവിടെ അടുത്ത് തന്നെ ഉണ്ടെന്നും അഥവാ ആരെങ്കിലും വന്ന് അന്വേഷിച്ചാൽ ഉച്ചയാവുമ്പോഴേയ്ക്കും തിരിച്ചെത്തുമെന്നും അവരെ ബോധിപ്പിക്കുകയാണ് അദ്ദേഹം ചെയ്തത്. എന്തായാലും അശോകൻ സാർ ഉദ്ദേശിച്ചത് വ്യക്തം.ഇനിയും പോലീസ് വരും പലരേയും ചോദ്യം ചെയ്തേയ്ക്കാം. അപ്പോൾ ആരെങ്കിലും അവിടുന്ന് മുങ്ങി എന്ന് അവർക്ക് തോന്നാതിരിയ്ക്കാനുള്ള ഒരു പോലീസ് ബുദ്ധി.

ഞങ്ങൾ പുറത്തിറങ്ങി നടക്കുമ്പോൾ റോഡ് വളരെ ശൂന്യമായിരുന്നു. അപ്പോഴും തണുപ്പിന് ഒരു കുറവുമുണ്ടായിരുന്നില്ല. 'വാഗ്വീശ്വർ താമസിക്കുന്ന സ്ഥലത്തെക്കുറിച്ച് പ്രൊഫസർക്ക് ഒരു ധാരണയുണ്ടല്ലോ? വഴിയൊക്കെ വ്യക്തമായി അറിയില്ലേ?' തിരുമേനി ചോദിച്ചു.

'ചെറിയ ധാരണയേ എനിയ്ക്കൊള്ളു. കുറച്ച് നടക്കണം സാരമില്ല ആവശ്യം നമ്മുടേതാണല്ലോ. പിന്നെ അഥവാ വഴി തെറ്റുകയാണെങ്കിൽ അദ്ദേഹത്തെ തന്നെ വിളിക്കാം.സത്യത്തിൽ വിളിക്കുന്നതിനോട് എനിയ്ക്ക് യോജിപ്പില്ല. ഇന്നെലെ പോയി കണ്ട ഞാൻ വീണ്ടും വിളിച്ച് വഴി ചോദിച്ചാൽ അദ്ദേഹമെന്തു കരുതും? അതു വേണ്ട പിന്നെ ചോദിച്ച് ചോദിച്ച് പോകാമെന്ന് വച്ചാൽ അദ്ദേഹം ഇവിടുത്തുകാരനുമല്ല. അതുകൊണ്ട് പോകുന്ന വഴിക്ക് വേണ്ട കാര്യങ്ങൾ ചിന്തിയ്ക്കാം.' അപ്പോൾ നമ്പറൊക്കെ വാങ്ങി വച്ചിരുന്നു അല്ലേ, അത് നന്നായി.' അശോകൻ സാറാണ് പറഞ്ഞത്.അതിന് ആരും മറുപടിയൊന്നും പറഞ്ഞില്ല. എല്ലാവരു സുരേന്ദ്രനാഥൻ സാറിന് പിറകേ നടന്നു. പുഴയുടെ തീരത്തിലൂടെ ചില നടവഴി പോലും കാണാത്ത സ്ഥലത്തു കൂടിയായിരുന്നു സുരേന്ദ്രനാഥൻ സാർ ഞങ്ങള ആനയിച്ചത്. കുറച്ച് ഉള്ളിലേയ്ക്ക് ചെന്നപ്പോൾ വീടുകൾ കാണാൻ തുടങ്ങി. അവിടെ ബൈക്കുകളും കാറുകളുമൊക്കെ നിൽക്കുന്നതുകണ്ടപ്പോൾ ഒരു കാര്യം വ്യക്തമായി.ഇവിടേയ്ക്കുള്ള നല്ല വഴി വേറെയുണ്ട്. അത് അറിയാത്തതുകൊണ്ടാണ് ഈ വഴി വരേണ്ടി വന്നത്.റോഡിലേയ്ക്ക് തിരിഞ്ഞതും വാഹനങ്ങൾ കൂടുതലായികാണപ്പെട്ടത് എന്നെ അത്ഭുതപ്പെടുത്തി. ഇത്രയും ഒരു ഉൾഗ്രാമത്തിൽ അതും ഒരു ചെമ്മൺ പാതയ്ക്ക് സമീപം ഇത്രയും വാഹനങ്ങൾ എന്തായിരിയ്ക്കും കാരണം? പെട്ടന്ന് സുരേന്ദ്രനാഥൻ സാർ ചോദിച്ചു. 'മരിച്ചത് വാഗ്വീശരനാണോ? വല്ലാത്തൊരു സംശയം തേന്നു

ന്നു.' 'അങ്ങനെയാണെങ്കിൽ ഇപ്പോൾ നമ്മളങ്ങോട്ട് പോകുന്നത് ശരിയല്ല.' അശോകൻ സാറിന്റെ അഭിപ്രായമായിരുന്നു.

വഴിയിൽ കൂട്ടം കൂടി സംസാരിച്ചുകൊണ്ടിരിയ്ക്കുന്ന കുറച്ച് ആളുകൾക്ക് സമീപത്തേയ്ക്ക് അശോകൻസാർ ചെന്നു. അവരോട് കാര്യങ്ങൾ തിരക്കാനായിരിക്കും എന്ന് ഞങ്ങൾക്ക് മനസ്സിലായതു കൊണ്ട് ഞങ്ങൾ വഴിയുടെ ഒരു ഭാഗത്ത് മാറി നിന്നു. കുറച്ച് കഴിഞ്ഞപ്പോൾ അശോകൻ സാർ തിരിച്ചു വന്നു. അദ്ദേഹം പറഞ്ഞു. അവിടെ ഒരു കൊലപാതകം നടന്നു എന്നേ അവർക്കറിയുകയുള്ളു. ആരാണ് കൊല്ലപ്പെട്ടതെന്നൊന്നും അവർക്കറിയില്ല. പോലീസുകാർ വന്ന് ശരീരം ഹോസ്പിറ്റലിലേയ്ക്ക് കൊണ്ടുപോയി കഴിഞ്ഞിരിയ്ക്കുന്നു. ഇവിടെ കൂടിയിരിയ്ക്കുന്നവർ വെറും കാഴ്ചക്കാരാണ്. ഒരു കാര്യം അവർ ഉറപ്പിച്ചു പറയുന്നുണ്ട് ഇവിടെയുള്ള ഒരാളല്ല കൊല്ലപ്പെട്ടിരിയ്ക്കുന്നത് അയാൾ ഇവിടെ വന്നിട്ട് ഒന്നോ രണ്ടോ ആഴ്ച മാത്രമേ ആയിട്ടുള്ളു.' അശോകൻ സാർ പറഞ്ഞു കഴിഞ്ഞപ്പോൾ സുരേന്ദ്രനാഥൻ സാർ പറഞ്ഞു. നമുക്ക് അദ്ദേഹം താമസിച്ചിരുന്ന വീടിനുസമീപം വരെയൊന്ന് പോയി നോക്കാം അവിടെ തന്നെയാണ് ആളും ബഹളവുമെങ്കിൽ നമുക്ക് തിരിച്ച് നടക്കാം. എന്തായാലും ഇവിടെ വരെ വന്നില്ലേ?' അദ്ദേഹം അതും പറഞ്ഞു കൊണ്ട് മുന്നിൽ നടന്നു. അദ്ദേഹം തിരിച്ച് നടക്കാൻ തുടങ്ങിയപ്പോൾ ഞങ്ങളും തിരിച്ചു നടന്നു. ആരും പരസ്പരം ഒന്നും സംസാരിച്ചിരുന്നില്ല. കുറേ നടന്നതിനു ശേഷം വഴിയിൽ ആളുകളൊന്നുമില്ലാത്ത ഒരു സ്ഥലത്തെത്തിയപ്പോൾ സുരേന്ദ്രനാഥൻ സാർ പറഞ്ഞു. 'ഒരു കാര്യം ഉറപ്പാണ് മരണം നടന്നിരിയ്ക്കുന്ന വീട് ഇന്നലെ അദ്ദേഹം എന്നെ കൊണ്ടുപോയ വീടു തന്നെ.'

പിന്നെ മരിച്ചതാര് എന്ന് ആർക്കും വലിയ അറിവില്ലാ എന്ന് പറയുമ്പോൾ അത് അദ്ദേഹം തന്നെ ആകാനാണ് സാധ്യത. നമുക്ക് റൂമിൽ പോകാം അവിടെയിരുന്നു കൂടുതൽ കാര്യങ്ങൾ സംസാരിയ്ക്കാം. അദ്ദേഹം പറഞ്ഞതാണ് ശരി എന്ന് എല്ലാവർക്കും മനസ്സിലായി. ആരുമൊന്നും തന്നെ സംസാരിക്കാതെ നീട്ടി ചവിട്ടുകയായിരുന്നു. റൂമിലെത്തിയപ്പോഴേയ്ക്കും ഉച്ച കഴിഞ്ഞിരുന്നു. ഭക്ഷണം കഴിച്ചിട്ട് പോകാമെന്ന് സാർ പറഞ്ഞെങ്കിലും അതു വേണ്ടെന്ന് എല്ലാവരും തീരുമാനിച്ചു.ആ റൂംബോയിയ്ക്ക് ടിപ്പ് എന്തെങ്കിലും കൊടുത്താൽ അയാൾ ഭക്ഷണം റൂമിൽ എത്തിയ്ക്കും പിന്നെ എന്തിനാണ് വെറുതെ സമയം പാഴാക്കുന്നത്.

*****

'വളരെ വൈകിയാണെങ്കിലും നമ്മുടെ ലക്ഷ്യം കഴിഞ്ഞു. ഇപ്പോൾ

എല്ലാം വ്യക്തമായി ഇനി നമ്മൾ കാത്തിരിക്കുന്നതെന്തിനാണ് പോവാൻ നോക്കുകയല്ലേ' എന്ന് ഞൻ ചോദിച്ചപ്പോൾ തിരുമേനി പറഞ്ഞു. 'ഇനി പോകാം അതെ അതു തന്നെയാണ് അഭിപ്രായം നമ്മൾ ചെയ്യേണ്ട കർമ്മങ്ങൾ മുഴുവൻ ചെയ്തു കഴിഞ്ഞു. ഇനി ജയകൃഷ്ണനെ ആരും ഉപദ്രവിയ്ക്കില്ല എന്ന കാര്യത്തിൽ എനിയ്ക്ക് ഉറപ്പുണ്ട്. അയാൾക്കുവേണ്ട എല്ലാ കർമ്മങ്ങളും നമ്മൾ ചെയ്തു കഴിഞ്ഞു. അതിനായി അദ്ദേഹത്തിന്റെ ഭൗതികശരീരം ലയിച്ചു ചേർന്ന മണ്ണ് ഞാൻ കരുതിയിരുന്നു. അത് ചിതാഭസ്മം എന്ന് സങ്കല്പിച്ച് ഇവിടെ ഒഴുക്കി. അതിനുവേണ്ട ആവാഹനക്രിയകളൊക്കെ ആദ്യമേ കഴിഞ്ഞിരുന്നു. പിന്നെ നിങ്ങൾ വയനാട്ടിലേയ്ക്കാണെങ്കിൽ എനിയ്ക്ക് തിരുനെല്ലി പോകണ്ട ഒരാവശ്യകത ഞാൻ സുധീറിനോട് പറഞ്ഞത് അതിനു വേണ്ടി മാത്രമാണ്.

ജയകൃഷ്ണനു വേണ്ടി കർമ്മങ്ങൾ ചെയ്തത് ഞാനും കൃഷ്ണകുമാറും സുരേന്ദ്രനാഥൻ സാറും ഒന്നിച്ചാണ്. അങ്ങനെ വേണമെന്ന് തിരുമേനി പറഞ്ഞു. കർമ്മങ്ങൾ ആരംഭിച്ച ഉടനെ ഒരു കാക്ക തൊട്ടടുത്ത് കുറച്ചപ്പുറത്തായി മാറിയിരുന്നു. കാക്കകൾ അവിടെ ഒരു പാടുണ്ടായിരുന്നുവെങ്കിലും അതിന്റെ ആ ചെരിഞ്ഞ നോട്ടം ഞങ്ങൾ ശ്രദ്ധിച്ചു. അതെ ഇത് നമ്മുടെ സഹായി തന്നെ. ജയകൃഷ്ണനു വേണ്ട കർമ്മങ്ങൾ ചെയ്ത് ബലി പിണ്ഡം കാക്കയ്ക്ക് മുമ്പിൽ വച്ചെങ്കിലും അത് തൊട്ടുനോക്കാതെ കാക്ക കുറച്ച് മാറിയിരുന്നു അതിന്റെ പ്രത്യേക ശബ്ദത്തിൽ കരയാൻ തുടങ്ങി. കർമങ്ങൾ കഴിഞ്ഞ് മുങ്ങി കുളിച്ച് അവിടെ നിന്ന് പോരാൻ തുടങ്ങിയതോടെ അതിന്റെ കരച്ചിൽ കുടുതൽ ശക്തമായി. അത് തൊട്ടു മുന്നിൽ വന്ന് ദീനമായി കരയുന്നത് അവിടെ കൂടിയ പലരും ശ്രദ്ധിച്ചു. പെട്ടന്ന് തിരുമേനി പറഞ്ഞു ഒരാൾക്കും കൂടി കർമം ചെയ്യണം. ആർക്കാണെന്നറിയാതെ എങ്ങനെ ചെയ്യും. സാക്ഷാൽ ശ്രീരാമൻ ബലികർമം ചെയ്ത കടവല്ലേ, അജ്ഞാതനായ ആ വ്യക്തിയെ രാമൻ എന്ന പേരിൽ സങ്കല്പിച്ച് കർമ്മങ്ങൾ ചെയ്യാം ' പെട്ടന്ന് കാക്ക കരച്ചിൽ നിറുത്തുകയും ശാന്തനായി ഞങ്ങളെ തന്നെ നോക്കി കൊണ്ടിരിടത്തിരിയ്ക്കുകയും ചെയ്തു. ആരു ചെയ്യണമെന്നതായിരുന്നു പിന്നെ ആലോചന. അതിനും തിരുമേനി പരിഹാരമുണ്ടാക്കി. ഈ കാക്ക ആദ്യം തേടി വന്നത് സുധീറിനെയല്ലേ? അതുകൊണ്ട് സുധീർ ചെയ്താൽ മതി. അങ്ങനെ ഞാൻ കർമ്മത്തിനുവേണ്ടിയിരുന്നപ്പോൾ തിരുമേനിയൊന്നു കൂടി പറഞ്ഞു. നീയൊരു നായരാണാല്ലോ. അത് കൊണ്ട് നിന്റെ പൂർവികരായ ആരെങ്കിലുമാണെങ്കിൽ രാമൻ നായർ എന്ന് സങ്കല്പിക്കുന്നതാവും നല്ലത്. രാമൻ നായർ എന്ന് കേട്ടപ്പോൾ എനിയ്ക്ക് ഒരു

മുഖം മാത്രമേ ഓർമ്മ വന്ന തൊള്ളൂ. രാമേട്ടൻ . ഞാൻ അദ്ദേഹത്തെ സങ്കല്പിച്ചു കൊണ്ട് ശുദ്ധോദകവും ഗന്ധോദകവും തിലോദകവും സമർപ്പിച്ചു. സർവ പ്രായശ്ചിത്തം ചൊല്ലി നമസ്കരിച്ചു. നാക്കിലയിൽ ബലി ദ്രവ്യങ്ങൾ എടുത്ത് കാക്കയുടെ മുന്നിലേയ്ക്ക് വച്ചു. അതിന്റെ കണ്ണുകൾ നിറഞ്ഞ പോലെ എനിയ്ക്ക് തോന്നി. അതെന്നെ ഒന്നു നോക്കി പിന്നെ ആർത്തിയോടെ ആ ഉണക്കലരി ചോറ് കഴിച്ചു. ഞാൻ വീണ്ടും കുളിച്ചു വന്നപ്പോഴേയ്ക്കും കാക്ക ഇല കാലിയാക്കിയിരുന്നു. പിന്നെ അത് കുറച്ച് നേരം ഞങ്ങളെ നോക്കി. ഞങ്ങൾ അതിനേയും . അതിന്റെ കണ്ണുകൾ ഈറനണിഞ്ഞിരുന്നു. അത് വെറും ഒരു തോന്നലായിരുന്നില്ല. സന്തോഷം കൊണ്ട് നിറഞ്ഞ കണ്ണുകൾ ഞങ്ങൾ നോക്കി നിന്നു . ഒരിയ്ക്കൽ കൂടി ഒന്ന് കരഞ്ഞു കൊണ്ട് അത് പുഴയുടെ അങ്ങേ കരയിലേയ്ക്ക് പറന്നു പോയി. കൃഷ്ണകുമാറിന്റെ കണ്ണുകൾ ഈറനണിഞ്ഞത് ഞാൻ ശ്രദ്ധിച്ചു. 'നമുക്ക് ചെയ്യാൻ കഴിയുന്നത് ചെയ്യുക. മനസ്സിൽ നല്ലതു മാത്രം വിചാരിച്ച് ചെയ്യുക അത്രയേയുള്ളൂ. ഇനി ധൈര്യമായി പോകാം.' എല്ലാം കഴിഞ്ഞപ്പോൾ തിരുമേനി പറഞ്ഞു.

പോകാനൊരുങ്ങുന്നതിനിടയൽ തിരുമേനി ചോദിച്ചു. 'എങ്കിലും ഒരു സംശയം എനിയ്ക്കു ബാക്കിയുണ്ട്. നമ്മൾ കണ്ട ജയകൃഷ്ണനല്ല ഇന്നലെ പത്രത്തിൻ കണ്ട ഫോട്ടോ അയാളോട് ചെറിയ സാമ്യമുണ്ടെന്ന് മാത്രം.അന്ന് നമ്മൾ കണ്ടത് അതേ ജയകൃഷ്ണനാണെന്ന് നിങ്ങൾ പറഞ്ഞതെനിയ്ക്കറിയാം.എങ്കിലും ചോദിയ്ക്കട്ടെ കൊലപാതക കേസിൽ അറസ്റ്റു ചെയ്ത ആ ജയകൃഷ്ണന്റെപത്രത്തിലെ ഫോട്ടൊ നോക്കിയാൽ നിങ്ങൾക്ക് നമ്മുടെ ജയകൃഷ്ണനുമായി വല്ല വ്യത്യാസവും തോന്നുന്നുണ്ടോ? അതൊ ഇതൊക്കെ ഞാൻ മാത്രമേ നോക്കുന്നുള്ളോ ആവോ?'

'അല്ല തിരുമേനി ഞാൻ ആ കാര്യത്തിൽ കൂടുതൽ അന്വേഷിച്ചു മായ എന്ന ആത്മാവായിരുന്നു വാഗ്വീശ്വരന് എന്തും ചെയ്തു കൊടുത്തു സഹായിച്ചും കൊണ്ട് കൂടെ ഉണ്ടായിരുന്നത്. അന്ന് കൃഷ്ണ കുമാറിനെ സുധീർ ഹിപ്നോസിസിന് വിധേയമാക്കിയ ആ സന്ദർഭം മുതൽ അവരുടെ രക്ഷ വാഗ്വീശരനില്ലാതെ പോയി. കാട്ടിൽ വച്ച് അന്ന് നമ്മൾ കണ്ടത് കൃത്യമായി നമ്മുടെ ജയകൃഷ്ണനെ ഉപയോഗച്ച് വാഗ്വീശരന്റെ ബലത്തിൽ വരുന്ന ജയകൃഷ്ണനെയാണ്. പക്ഷെ ഇപ്പോൾ രണ്ടാമൻജയകൃഷ്ണനാണ് കൊലയാളിയെങ്കിലും അയാൾ സ്വബോധത്തിൽ ചെയ്തതല്ല. അന്നു രാവിലെ കൃഷ്ണകുമാറിനെ അന്വേഷിച്ച് വന്ന ജയകൃഷ്ണനെ നമ്മൾ കണ്ടതല്ലേ . ഒരുകൊലപാതകം ചെയ്തതിന്റെ

സംഘർഷ മോ സമ്മർദ്ദമോ അപ്പോളയാൾക്കില്ല. അയാളാണ് കൊല യാളി എന്ന് പോലീസ് തെളിവുകൾ നിരത്തി സമർത്ഥിയ്ക്കുമ്പോഴേ അയാൾ മനസ്സിലാക്കൂ . അയാൾ അയാളുടെ അച്ഛനെന്ന അമ്മാവനെ സ്വബോധത്തിൽ കൊല്ലില്ല . യാഥാർത്ഥ കൊലയാളി മായ തന്നെ. കൃ ഷ്ണകുമാറിൽ നിന്ന് യാത്ര പറഞ്ഞു പോയ അവൾ നേരെ ചെന്നത് ജയകൃഷ്ണൻ രണ്ടാമനിലേയ്ക്കാണ്. അവൻ രാത്രി പുറത്തിറങ്ങിയ തും രണ്ട് മണിക്കൂർ കഴിഞ്ഞ് വന്നതും കൂട്ടുകാർ അംഗീകരിച്ചിട്ടുണ്ട്. ഒരു കൊലപാതകം അവരാരും പ്രതീക്ഷിച്ചിട്ടുണ്ടാവില്ല.അവൾ പോകു ന്നതിന് മുമ്പ് അദ്ദേഹത്തേയും കൂടെ കൂട്ടി. യഥാർത്ഥ ജയകൃഷ്ണ ന്റെ ആത്മാവിനെ വാഗ്വീശ്വരൻ ഒരു പാട് ഉപദ്രവിച്ചു എന്ന് മാത്രമല്ല അയാളുടെ സ്വത്തും സമ്പത്തും തട്ടിയെടുക്കുവാൻ ഈ പുതിയ ജയ കൃഷ്ണൻ എന്ന യഥാർത്ഥ ജയകൃഷ്ണന്റെ അനുജനെ ചട്ടം കെട്ടി ച്ചു. അതിനൊക്കെ വേണ്ട സഹായം മായ ആയിരുന്നു. അതിലുള്ള കു റ്റബോധവുംമായക്കുണ്ടാകാം . നമ്മൾ ചെയ്യേണ്ട കർമ്മത്തിന്റെ ആദ്യ ഭാഗം മായ തന്നെ ചെയ്തു തീർത്തു. ജയകൃഷ്ണനെ എന്തിലാണോ ബന്ധിച്ചത് അതവൾ നശിപ്പിച്ചു. അതോടെ അയാൾ സ്വതന്ത്രനായി. പിന്നെ പ്രതികാരം സ്വന്തം മകൻ ജയകൃഷ്ണന്റെ കൈയാലാവട്ടെ എ ന്ന് അവൾ കരുതീയെന്നു മാത്രം. സാത്വികനായ നമ്മുടെ ജയകൃഷ്ണ ന് അതിനൊന്നും കഴിയില്ല എന്നവൾ കരുതിക്കാണും. ഞാൻ അന്വേ ഷണ വഴിയിൽ നിന്നു മനസ്സിലാക്കിയത് ജയകൃഷ്ണന് അവിടെ നിന്ന് രക്ഷപ്പെടണമെന്നു മാത്രമായിരുന്നു ആഗ്രഹം എന്നാണ്. ആരേയും കൊ ല്ലാനൊ ഉപദ്രവിയ്ക്കാനൊ അയാൾ ആഗ്രഹിച്ചില്ല. പക്ഷെ, വാഗ്വീശ്വ രൻ രക്ഷപ്പെടാൻ സമ്മതിച്ചില്ല. അവസാന നിമിഷത്തിൽ മായയും ജയ കൃഷ്ണന്റെ ആഗ്രഹത്തിന്റെ കൂടെയായിരുന്നു. എന്നാൽ ഭാര്യ പറയു ന്ന രീതിയിൽ അയാൾ അതു പരിഗണിച്ചില്ല. അടിമ എന്ന ഭാവത്തിൽ ആജ്ഞാപനങ്ങൾ മാത്രമായപ്പോഴേ തന്റെ ത്യാഗം വെറുതെയായെന്ന് മായക്ക് തോന്നി. അയാളുടെ ശക്തിയും ഊർജ്ജവും മായ മാത്രമായി രുന്നു. എന്നാൽ അവൾക്കു വേണ്ടി അയാൾ ഒന്നും ചെയ്തതുമില്ല. അ വളുടെ മരണശേഷം അവളുടെ സ്വത്തു മുഴുവൻ അയാളാണനുഭവിച്ച ത്. മരണശേഷം അടിമയെപ്പോലെ വേല ചെയ്യിപ്പിച്ചു.താൻ പോകു മ്പോൾ തന്റെ അടിമ വേല മുഴുവൻ ചെയ്യണ്ടി വരിക ജയകൃഷ്ണനാ യിരിക്കും എന്ന് മായ ഭയപ്പെട്ടു. അത് വേണ്ടെന്ന് അവൾ തീരുമാനിച്ചു. ഇപ്പോൾ അവർക്കു വേണ്ട അന്ത്യകർമ്മം നമ്മൾ ചെയ്തു കഴിഞ്ഞു. അവർ മോക്ഷ പദത്തിലെത്തി. അതോടെ നമ്മുടെ അന്വേഷണപഠന

വും കഴിഞ്ഞു. ഇനി ജയകൃഷ്ണൻ രണ്ടാമൻ പെടുന്ന പെടാപ്പാട് അതൊക്കെ യഥാർത്ഥ ജയകൃഷ്ണനും മായയും ആഗ്രഹിച്ചിട്ടുണ്ടായിരിയ്ക്കണം. കാരണം ഒരിയ്ക്കലും ഈ ജയകൃഷ്ണനോ അദ്ദേഹത്തിന്റെ അമ്മാവനായി അഭിനയിക്കുന്ന അച്ഛനോ അവരെ സഹായിച്ചിട്ടില്ല. വേണ്ടത്ര ഉപദ്രവിച്ചിട്ടുമുണ്ട് അതുകൊണ്ടു തന്നെഅവസാനമായി മായ അവളുടെ കർമ്മം ചെയ്തു.അതിൽ കുടുങ്ങിയത് അനുജൻ ജയകൃഷ്ണനാണെന്നു മാത്രം. അതും പ്രകൃതിയുടെ അല്ലെങ്കിൽ എല്ലാ ആത്മാവിന്റേയും ദുഃഖമറിയുന്ന പരമാത്മാവിന്റെ ആഗ്രഹമായിരുന്നു. ആ ആഗ്രഹത്തിന് അറിഞ്ഞോ അറിയാതെയൊനമ്മൾ കൂട്ടുനിന്നു. മാത്രമല്ല അ ആത്മാവിന് നമ്മൾ മോക്ഷപ്രാപ്തി നൽകുകയും ചെയ്തു പോകാം തിരിച്ചു പോകാമെന്ന് സുധീർ പറഞ്ഞതുതന്നെയാണ് എന്റെ അഭിപ്രായം.' സുരേന്ദ്രനാഥൻ സാർ പറഞ്ഞു നിറുത്തിയ പ്പോഴേയ്ക്കും ഞങ്ങൾ തിരിച്ചു പോകുവാനുള്ള ശ്രമങ്ങൾ തുടങ്ങി കഴിഞ്ഞിരുന്നു. പെട്ടന്ന് സുരേന്ദ്രനാഥൻ സാറിനൊരു ഫോൺ വന്നു. അദ്ദേഹം മാറി നിന്ന് കുറച്ചുനേരം സംസാരിച്ച ശേഷം ഞങ്ങളുടെ സമീപത്തെത്തി. പിന്നെ പറഞ്ഞു. 'എല്ലാം ശുഭകരമായി അല്ലേ , എന്ന് രാഘവ്ജി വിളിച്ച് ചോദിച്ചു. പിന്നെ അദ്ദേഹം പറഞ്ഞിരുന്നല്ലോ ഒരു മരണം കൊണ്ടേ അവസാനമുണ്ടാകൂ എന്ന്. വാളെടുത്തവൻ വാളാൽ എന്ന് പറഞ്ഞ പോലെ .....

കാറിലേയ്ക്ക് സാധനങ്ങൾ എടുത്ത് വയ്ക്കുന്നതിനിടയിൽ കൃഷ്ണകുമാർ തിരുമേനിയാട് ചോദിച്ചു. ഇനി മദ്യപിക്കാൻ തുടങ്ങുന്നതിന് മുമ്പേ ഒരു ഗ്ലാസിൽ എന്നും കുറച്ച് മദ്യം ഒഴിച്ചു വയ്ക്കണോ തിരുമേനി. ആ ആത്മാവിന് ?'

'വേണ്ട അത് ഞാൻ ഉദ്ദേശിച്ചത് നിങ്ങളുടെ കൂടെ എപ്പാഴും ഉണ്ടായിരുന്ന ഒരു കാക്കയ്ക്കായിരുന്നു. കാക്കയ്ക്കും നമ്മൾ മോക്ഷം കൊടുത്തു. അദ്ദേഹം ഈ യാത്രയിൽ കൂടെ നിന്നില്ലായിരുന്നുവെങ്കിൽ കൃഷ്ണകുമാർ പുഴയിൽ മരിച്ചുപൊന്തുമായിരുന്നു. വാഗ്വീശ്വരന്റെ മന്ത്രം പിഴപ്പിച്ചത് ആ കാക്കയാണ് നിങ്ങളുടെ രാമേട്ടൻ . എന്റെ രാമൻ നായർ.' അതു പറഞ്ഞപ്പോൾ തിരുമേനി യുടെ ശബ്ദം ഇടറിയ പോലെ എനിയ്ക്കു തോന്നി. എന്നാലും എന്റെ രാമേട്ടാ എന്ന് ഞാൻ മനസ്സിലും കൃഷ്ണകുമാർ ഉറക്കയും പറഞ്ഞത് ഒരേ സമയത്തായിരുന്നു.

മുളങ്കാടിന്റെ പരിഭവം മൂളൽ കേട്ടുകൊണ്ട് കാറിൽ മലർന്നു കിടക്കുകയായിരുന്നു ഞാൻ അപ്പോൾ സുരേന്ദ്രനാഥൻ സാർ പറഞ്ഞു

കൗണ്ട് ലൂയിസ് ഹാമൻ എന്നൊരാളെ നിങ്ങൾ കേട്ടിട്ടുണ്ടായിരി

യ്ക്കാം ഇല്ലെങ്കിൽ കെയ്റോ എന്നെങ്കിലും. 1866നവംബർ 1 ന് നെതർലണ്ടിലെ ഡബ്ളിനിൽ ജനിച്ച ഇദ്ദേഹം 1936 ഒക്ടോബർ 8 നാണ് മരിയ്ക്കുന്നത്. ഹസ്തരേഖാ വിദഗ്ദൻ എന്ന പേരിൽ കെയ്റോയെ അറിയാത്തവർ ചുരുക്കം . ജോതിഷം മാന്ത്രികം വൈദ്യം എന്നിവയിലൊക്കെ അദ്ദേഹം പ്രശസ്തനായിരുന്നു. ഇന്ത്യയിൽ വന്ന് ഒരു ഗുരുവിനെ കണ്ടത്തി ഇന്ത്യൻ ജ്യോതിഷവും എന്തിന്, തന്ത്ര മന്ത്രങ്ങൾ വരെ അദ്ദേഹം പഠിച്ചിട്ടുണ്ട്. ഈജിപ്തിൽ ഒരു ഷെയ്ക്കിന്റെ മകനെ ചികിത്സിച്ചതിന് അദ്ദേഹത്തിന് സമ്മാനമായി കിട്ടിയത് ഒരു വിചിത്രവസ്തുവായിരുന്നു. ഒരു മമ്മിഫൈ ചെയ്ത കൈപത്തി. പുരാവസ്തുക്കളോട് അത്രമാത്രം താല്പര്യമുണ്ടായിരുന്ന ഷെയ്ക്കിന്റെ ഏറ്റവും വലിയ സമ്പാദ്യങ്ങളിലൊന്നായിരുന്നു അത്. എന്നിട്ടും മകന്റെ ജീവൻ രക്ഷിച്ചതിന് പകരമായി അത് ഹാമാന് നൽകാൻ അദ്ദേഹം തയ്യാറായി. ആ കൈപത്തി ഏറ്റുവാങ്ങിയതോടെ തന്റെ ജീവിതത്തിൽ ദുരന്തങ്ങൾ നിരന്തരമായി അനുഭവപ്പെടുന്നത് ഹാമാൻ തിരിച്ചറിഞ്ഞു. ഭൂതഭാവി വർത്തമാനങ്ങളെ മുൻ കൂട്ടികണ്ട ഇദ്ദേഹത്തിന് ഈ കൈപത്തിയിലെ അത്ഭുതങ്ങൾ എന്തേ അറിയാൻ കഴിയാഞ്ഞത്? എന്തായാലും അതെങ്ങനെയും ഒഴിവാക്കാൻ ഹാമാൻ മറ്റു മാന്ത്രികൻമാരെ തേടി. അവരുടെ സഹായത്തോടെ അത് വേണ്ട രീതിയിൽ ദഹിപ്പിയ്ക്കുകയും ചെയ്തു. എല്ലാമറിയുന്ന ഒരാളായിട്ടും തന്റെ മുമ്പിലുള്ളത് മാത്രം ഹാമാൻ തിരിച്ചറിഞ്ഞില്ല. അതുപോലെയാണ് രാഘവ്ജിയും ചെയ്തത്. കരുൺ വാഗീശ്വർ ആരാണ് എന്താണ് എന്ന് എല്ലാമറിഞ്ഞിട്ടും അദ്ദേഹത്തിന് അയാളെ ഒഴിവാക്കാൻ കഴിഞ്ഞില്ല. അയാളെ ഒഴിവാക്കാൻ അദ്ദേഹം നമ്മെ ഉപയോഗിച്ചു. എനിയ്ക്കു തോന്നുന്നതങ്ങിനെയാണ്. നമ്മെ തിരുനെല്ലിയിലേയ്ക്ക് തിരിച്ചുവിട്ടത് അദേഹത്തിന്റെ മാത്രം വഴിയാണ്. തിരുന്നെല്ലിയിൽ ആളുണ്ടെന്ന് എന്നെ വിളിച്ചു പറഞ്ഞതും കൂട്ടി ചേർത്താൽ എനിയ്ക്കത് വ്യക്തം. ഓരോന്നിനും ഓരോ നിയോഗമുണ്ടാവും.'

'എല്ലാം ശരിയാണ്. പക്ഷെ അതിനിടയിൽ പൂവാത്തയുമുണ്ടായിരിയ്ക്കണം. അവരെ ആരും കണ്ടില്ലെന്ന് മാത്രം അവരുടെ സഹായം നമുക്ക് ആവശ്യപെടേണ്ടി വന്നില്ല. എന്നാൽ അവരുടെ സാന്നിധ്യമാണ് മായയുടെ മനസ്സ് മറ്റിയതെന്ന് ഞാൻ വിശ്വസിയ്ക്കുന്നു. അതിന് കാരണമുണ്ട്. ഒരു ഹിപ്നോസിസിലൂടെ പെട്ടന്ന് വഴി മാറി ചിന്തിയ്ക്കുന്ന ഒരാളല്ലമായ. അത് പോട്ടെ അതിന്റെ കാര്യകാരണങ്ങൾ എപ്പോഴെങ്കിലും ഇല്ലത്തു വന്നാൽ ഞാൻ പറയാം.' തിരുമേനി പറഞ്ഞു.ഞാൻ ഒന്നും മിണ്ടിയില്ല. പിന്നെ ആരും ഒന്നും പറഞ്ഞില്ല. എല്ലാവരും അവരു

ടെ മനോ ലോകങ്ങളിലാണെന്നെ നിയ്ക്കു തോന്നി. തണുപ്പ് ഓരോ ശരീരത്തിലും ഇരച്ച് കേറുകയായിരുന്നു. തിരുമേനി മാത്രം ഒരു അടയ്ക്ക ചുരണ്ടി കൊണ്ടിരുന്നു. കാർ ഇടതൂർന്ന മുളംകാടുകൾക്കിടയിലെ രാജ പാതയിലൂടെ ഓടി കൊണ്ടേയിരുന്നു...

www.ingramcontent.com/pod-product-compliance
Lightning Source LLC
LaVergne TN
LVHW101429051026
849519LV00005BC/1925